ब्रह्मांड, जीवन आणि मानवी अस्तित्वाचा वेध

ब्रह्मांड, जीवन आणि मानवी अस्तित्वाचा वेध

विजय नेटके

MANJUL
मंजुल पब्लिशिंग हाउस

First published in India by

MANJUL

Manjul Publishing House

Corporate and Editorial Office
•2nd Floor, Usha Preet Complex, 42 Malviya Nagar,
Bhopal 462 003 – India

Sales and Marketing Office
•C-16, Sector 3, Noida, Uttar Pradesh 201301 – India
Website: www.manjulindia.com

Distribution Centres
Ahmedabad, Bengaluru, Chennai, Kochi,
Kolkata, Hyderabad, Mumbai, New Delhi, Pune

BRAHMAND, JEEVAN ANI MANAVI ASTITVACHA VEDH
by Vijay Netke

This edition first published in 2025
Second impression 2026

ISBN 978-93-7317-871-4

Printed and bound in India by Repro India Ltd.

हे पुस्तक हिंदवी स्वराज्याचे संस्थापक,
छत्रपती शिवाजी महाराज यांना समर्पित...
ज्यांच्या विचारांनी आणि धैर्याने मला सदैव प्रेरणा मिळाली.

अनुक्रमणिका

प्रस्तावना ९

भाग १ : ब्रह्मांड

१. 'मॅटर' घडलं! २३
२. कालावकाश ४६
३. अवघा रंग एक झाला ७७

भाग २ : पृथ्वी

४. पृथ्वी आणि जीव १०१
५. जिवाची उत्पत्ती १२२
६. लाइफ आणि एंट्रोपी १३३

भाग ३ : जीवन

७. उत्क्रांतीची क्रांती १४७
८. दृश्यमान जीवसृष्टी १५७
९. जाणीव आणि नैतिकता १८२

भाग ४ : माणूस

१०. मानवाची उत्क्रांती २०९
११. मानवाचा इतिहास आणि संस्कृती २४१
१२. देव, धर्म, विज्ञान व इहवाद २६७

लेखक परिचय २८९
आभार २९१
संदर्भ ग्रंथसूची २९२

प्रस्तावना

घरी यायला थोडा उशीर झाला म्हणून लगबगीने दार उघडले, तोच चहूकडे पसरलेल्या प्रदीप्तेने माझे डोळे दिपून गेले. क्षणभर आपण कुठे आहोत याचे भान विसरले. हात-पाय, धड-डोके कुठे आहे याचे सगळे संदर्भ गळून पडू लागले. प्रकाशाचा फेसाळलेला महासागर माझ्या घरात राहायला आलाय असे वाटले. हे काय आहे हे कळायच्या आधीच डोक्यातले होकायंत्र गरगरा फिरायला लागले. सिग्नल नसलेल्या टी.व्ही.वर मुंग्या येतात तसल्या अपारदर्शी, आवाजहीन प्रकाशाच्या गोंगाटात कुठल्या कुठे तरंगत चाललोय असा भास होऊ लागला. या प्रकाशाच्या पुराचा प्रतिरोध करण्याचे धाडस गोळा करायला संधीसुद्धा मिळाली नाही आणि स्थळ-काळाच्या सगळ्या मर्यादा ओलांडून कुठल्या कुठे विखुरला गेलो.

थोडा वेळ असा गेला, मग मात्र डोळे दिपवणारा प्रकाश कमी होऊ लागला. डोळे थोडे किलकिले झाले. आता माझे जग पारदर्शक झाले होते. हॉलच्या भिंतीपर्यंत नजर जात होती. त्यानंतर मात्र अंधाऱ्या रात्री कुणी तरी दिवे लावलेत असे वाटू लागले. पाहतो तो काय हॉलच्या भिंतीवरून मिणमिणत्या दिव्यासारखा प्रकाश येत होता. कुणी तरी उजेड तयार करण्याची फॅक्टरी टाकली असावी, असा विचार माझ्या डोक्यात येऊन गेला. डोळे दिपवणाऱ्या उजेडानंतर डोळे फाडून पाहिले तरी काहीही न दिसणाऱ्या अंधारामुळे हे काय चाललंय ते काही कळेना. सवयीप्रमाणे सोफ्याकडे गेलो तर सोफा गायब!! त्याच्याऐवजी त्या कोपऱ्यात कसले तरी विशाल काय ढग दिसत होते. ते ढग स्वतःभोवती फिरताहेत असे जाणवले. पाण्यात सोडलेले दिवे एखाद्या भोवऱ्यात सापडावेत आणि गोल-गोल फिरत राहावेत तसे या ढगाभोवती काही दिवे फिरू लागले. क्षणोक्षणी या दिव्यांची संख्या वाढत होते. तोच घरात सर्व दूर पसरलेल्या अंधाराने माझ्या चित्ताचा ठाव घेतला. एकदम काळजाचा ठोका चुकल्यासारखे झाले. धावत जाऊन गॅलरीत पाहिले, तर तिथेही अंधारच! काळाकुट्ट, घनघोर अंधार आणि त्यात होते कुठे कुठे काजव्यांसारखे चमचमणारे दिवे. तेवढ्यात अंधाराच्या छातीत सुरा खुपसून बाहेर पडावा तसा उजेड बाहेर पडताना पाहून मी 'तारा' तयार होताना पाहिला याचा मला मनोमन अभिमान वाटू लागला!!

घराच्या हॉलमध्ये हे असले काहीतरी विचित्र घडताना पाहून, इतर भागात काय घडत असेल या विचारातच मी किचनमध्ये गेलो, तर तिथेही महाकाय ढगांचा पसारा दिसू लागला. डोळे बारीक करून पाहिले, तर गॅस स्टोव्हवर या ढगांना फोडणी दिली जात होती. किचनमधून बाहेर आलो आणि पॅसेजमधून बेडरूमकडे निघालो. नेहमी एक-दोन सेकंदांत पार होणारे हे अंतर मात्र काही केल्या संपेना. वाटेत सहज उत्सुकता म्हणून डावीकडच्या टॉयलेटचे दार उघडले, तर कमोडच्या भांड्यात मध्ये एक सूर्य घसरगुंडी खेळताना दिसला. त्या सूर्याच्या भोवती काही छोटे-मोठे ग्रह फिरतानासुद्धा दिसले. पॅसेजमधून जाताना डोक्यावर गॅलक्सीच्या तबकड्या भुर्रकन जाताहेत असे वाटत होते. गेस्टरूममध्ये पाहिले, तर तिथे दुसरीच दीर्घिका राहायला आली होती. कदाचित, अँड्रोमेडा असावी. तिला उगाच डिस्टर्ब नको म्हणून दार बंद करताना खाली नजर गेली तर तिथे एक तारकापुंज फरशीवर लोळत पडला होता! शेजारच्या चिल्ड्रेन रूममध्ये ऐन दारात एक सूर्य आणि त्याचे साथीदार शिवाशिवीचा खेळ खेळत होते. त्या ठिकाणी नुकताच एका कृष्णविवराचा जन्म झाला होता. त्या कृष्णविवराने बेडशेजारी पडलेली खेळणी गिळंकृत करून टाकली होती. ते तान्हे कृष्णविवर बाजूला असलेले बेडशीट आपल्या तीक्ष्ण दातांनी पोटात ढकलत होते. मला त्या बेडशीटची दया आली. बिचारे खूप ताणले गेले होते. त्याची वीण उसवली जात होती. क्षणभर ते बेडशीट म्हणजे काळ आणि अवकाश आहे असा विचार मनात येऊन गेला. ते नवजात कृष्णविवर स्थळ-काळाला विदीर्ण करते आहे असे वाटत होते. रामधारी सिंह दिनकरांच्या कवितेतील कृष्ण चेतावणी देताना म्हणतो की 'दिपते जो ग्रह नक्षत्र निकर, सब हैं मेरे मुख के अन्दर।' तसेच काहीसे ते कृष्णविवर जाणवत होते.

दार उघडल्यापासून हॉल, किचन, गेस्टरूम, चिल्ड्रेनरूम करत माझ्या बेडरूमपर्यंत येईस्तोवर प्रचंड काळ लोटला आहे असे वाटले. अंदाजे ९०० कोटी वर्षे उलटली असावीत! पॅसेजमधून चालताना तर माझे बेडरूम फुग्यात हवा भरल्यासारखे दूर जाते आहे असे वाटले. शेवटी एकदाचा बेडरूमच्या दाराशी पोहोचलो, तेव्हा एखाद्या आकाशगंगेत शिरतोय असे वाटले. थोड्याच वेळात बेडरूममधल्या पंख्याच्या जागेवर नेहमीचा परिचित असलेला सूर्य दिसला. खाली बेडच्या जागी पृथ्वीच्या आकाराचा तप्त गोळा दिसू लागला. तो तप्त गोळा पाहून उगाच 'ते झरे चंद्र सजणांचे ती धरती भगवी माया' ही ग्रेस यांची ओळ मनात बासरीसारखी वाजून गेली. मग गोळा थंड झाला. कुणीतरी गोफणीतून दगड भिरकावून द्यावेत तसे दगड अंगावर पडायला लागले. मग एकाएकी बेडरूममध्ये पाणी शिरले. पाण्याखाली काय होतेय हे कळायला मार्ग नव्हता; पण मग मात्र पाण्याचा बर्फ झाला, तो काही हटता हटेना. त्या कुडकुडत्या थंडीत करोडो वर्षे सरून गेली.

शेवटी ड्रेसिंग टेबलच्या ठिकाणी ज्वालामुखीचा उद्रेक झाला. धूळ-राख यांनी सूर्य झाकोळला. मग बर्फ हटू लागला. बेडरूमच्या मागच्या गॅलरीजवळ उथळ पाण्यातून एक माशासारखा प्राणी बाहेर येताना दिसला. मी गॅलरी खुली केली. बाहेर थोडीफार हिरवळ होती. पाऊस पडत होता. विजा कडाडत होत्या. सगळे घर संपत आले होते; पण घरात कुठल्याच माणसाचा मागमूस लागत नव्हता. गॅलरीतल्या कुंडीकडे पाहिले, तर कुठल्यातरी झाडाचे खोड आहे असे वाटले. वर-वर करत नजर नेली तर तो होता एक प्रचंड मोठ्या डायनॉसोरचा पाय! त्याने एक गगनभेदी आरोळी ठोकली आणि प्रथमच पक्ष्यांचा फडफडाट झाला. पुढे झाडे-जंगल, पशु-पक्षी सगळे गॅलरीत राहायला का आलेत याचे मला कौतुक वाटले, तोच टायटॅनिक जहाजाएवढा एक मोठा साप समोरून सरकन निघून गेला. आता मी घराच्या अगदी शेवटच्या ठिकाणी आलो होतो. गॅलरी संपली होती. तेवढ्यात गॅलरीच्या कठड्यावर वानरसदृश प्राणी दिसला, त्याला शेपटी नव्हती. त्या प्राण्याच्या मागे लोखंडी गजाला लटकलेला अजून एक जण दिसला. चश्मा साफ करून नीट पाहिले, तर जाणवले अरे हा तर माणूस! 'माणूस सापडला! माणूस सापडला!' असे ओरडणार तोच मी वर्तमानात आलेलो होतो. भयंकर! भयंकरच म्हटले पाहिजे असे स्वप्न पडले होते त्या दिवशी!

***

आजच्या धकाधकीच्या युगात दिवसभराची कामे व उरावर असणाऱ्या जबाबदाऱ्या पार पाडून आपण घरी येतो, तेव्हा पार थकून गेलेलो असतो. अशा परिस्थितीत उद्या अजून काय वाढून ठेवलेय या विवंचनेतच आपण झोपेचे पांघरूण ओढून घेतो आणि झोपेत असली स्वप्ने पडतात. सकाळी उठल्यावर पुन्हा तीच तारेवरची कसरत सुरू होते. असेच आयुष्य आपण वर्षानुवर्षे जगत असतो. आपल्याला या सगळ्याची इतकी सवय झालेली आहे की हे सगळे सोडून इतर काही करण्यासाठी आपल्याकडे ना कुठला वेळ असतो ना कसली ऊर्जा. एवढे सगळे असले तरी आपल्या सगळ्यांच्या आयुष्यात कधी ना कधी असे काही क्षण येतात, जेव्हा आपण आपल्या अस्तित्वाबद्दल विचार करू लागतो. हे असे क्षण कधी येतील हे सांगता येत नाही; पण शक्यतो आपल्या आजूबाजूला कुणी नाही, अशा वेळी मनाशी संवाद होऊन 'आपुलाची वाद आपणासी' होऊ लागतो. अंधाऱ्या रात्री डोक्यावर चांदण्यांचा घुमट घेऊन फिरत असताना संथ वाहणारा वारा, पानांची सळसळ, निथळणारा चंद्रप्रकाश मनात सामावून घेत तुम्ही क्षणभर स्थिरावलात आणि दिवसभराची सगळी कटकट दूर करून शांत बसलात की, मग आतमध्ये धडधडणाऱ्या काळजाचे ठोके ऐकू येऊ लागतात. संबंध विश्व क्षणभर थांबले

आहे असे वाटू लागते. श्वास एका लयीत सुरू होतो. एक विलक्षण शांतता मनात पाझरते. मग हळूच प्रश्नाचे रोपटे उगवून येते व विचारू लागते की हे सर्व काय? चंद्र, सूर्य, तारे, नदी-नाले, पशु-पक्षी आणि संथ लयीत सुरू असलेला श्वासोच्छ्वास हे सर्व काय आहे? आपल्या अस्तित्वाचा अर्थ कसा लावायचा? हे किंवा असले भयानक प्रश्न आपल्या मनात गोंधळ घालायला लागतात. या प्रश्नांची उत्तरे आपल्याकडे नसतात आणि या प्रश्नांना धीटपणे सामोरे जाण्याचे धाडसही आपल्याकडे नसते. 'उगाच कशाला नसती उठाठेव? आपला उद्योग बघा!' असे म्हणत आपण उठतो आणि कामाला लागतो.

ह्या प्रश्नांना भिडायचे म्हटले की आत खोलवर कुठेतरी भीतीची धूसर काजळी मनाला ग्रासू लागते. आत्मनाशाची ओढ लागलेल्या रिकामटेकड्या लोकांना असले प्रश्न पडतात, असे आपल्याला वाटून जाते. आपण आपल्या पोटापाण्याचे उद्योग बघावे असा आतून आवाज येतो आणि आपण या प्रश्नांकडे दुर्लक्ष करून जगणे सुरू ठेवतो. ऑफिसमधले काम, शाळा-कॉलेजमधला अभ्यास, संसारातली चणचण, कुटुंबातील सदस्यांचे दुखणे-खुपणे हे आपल्या आयुष्यातले महत्त्वाचे प्रश्न आहेत म्हणत पुन्हा वास्तवात परत येतो; परंतु हे असेच आयुष्य जगत असताना काही काळ लोटला की, पुन्हा कधीतरी एकट्याला गाठून हे प्रश्न छळायला सुरुवात करतात! मन शांत झाले आणि भोवतीचे गढूळलेले पाणी जरा स्थिर झाले की, हे असले प्रश्न नेहमी आपल्या भेटीला येतातच येतात. हे असे का होत असावे? कदाचित, अस्तित्वाचा अविभाज्य हिस्सा म्हणून आपल्या जाणिवा विश्वाशी असलेले आपले नाते शोधण्याचा प्रयत्न करत असाव्यात; परंतु आपण व्यस्ततेचे कारण पुढे करत आपल्या या अंगभूत प्रेरणेला डिस्ट्रॅक्ट करत राहतो. मूळ प्रश्नांपासून पळत राहतो. त्यांना भिडत नाही. त्याला एक प्रकारे आपल्या सामाजिक संस्था आणि एकुणात आपले आचारविचारदेखील जबाबदार असावेत. कारण, आपल्याकडे लहान मुलं शाळेत 'प्रश्नचिन्ह' म्हणून प्रवेश घेतात आणि बाहेर पडतात ते 'पूर्णविराम' होऊनच! एवढे जरी या निमित्ताने बदलले तरी खूप झाले.

सगळ्या गोष्टी समजाव्यात असा अट्टहास नाही किंवा समजल्या असा आविर्भावसुद्धा नाही. किंबहुना, विज्ञानालासुद्धा सगळ्या गोष्टी समजणे दुरापास्त आहे, अशी काहीशी या पुस्तकाची धारणा आहे. तथापि, माणसाला काही गोष्टी पटकन समजतात; पण काही गोष्टी कितीही डोके-फोड केली तरी त्यांचा काही करता 'फील' येत नाही. हे असे का होत असावे? उदा. एक मीटर म्हणजे 'किती लांब' असेल याचा आपल्याला अंदाज बांधता येतो. गाडी ताशी ८० किलोमीटर वेगाने जाते म्हणजे साधारण काय होत असेल हे आपण 'फील' करू शकतो. याउलट कुणी म्हटले की, अणूचा आकार $१०^{-१०}$ मीटर इतका आहे तर म्हणजे ते अंतर किती असेल याचा अंदाज बांधणे कठीण होऊ लागते. त्यात अजून भर म्हणजे कुणी

सांगितले की ह्या $१०^{-१०}$ मीटरपैकी ९९% भाग मोकळा असून, अणूंचे सगळे वजन उर्वरित १% भागात म्हणजे केंद्रकात असते तर आपल्या कल्पनाशक्तीचा कितीही विलास केला तरी या गोष्टी आपल्या आकलना पलीकडच्या वाटू लागतात. हे असे का होत असावे? आपल्या जाणिवा उत्क्रांतीच्या प्रक्रियेत तयार झालेल्या आहेत. लाखो वर्षे आपले पूर्वज एका विशिष्ट वातावरणात वाढले त्यातल्या गोष्टी एका 'Scale'मध्ये घडत होत्या, त्यामुळे माणसाला त्याची सवय झाली. ह्या स्केलला काही लोक 'Middle World' असे म्हणतात. आफ्रिकेतील सॅव्हाना जंगलात आपल्या पूर्वजांच्या मागे ताशी ८० किलोमीटर गतीने वाघ लागला असण्याची शक्यता आहे; पण सेकंदाला ३ लाख किलोमीटर गतीने वाघ मागे लागलाय असे कधीच झाले नसणार, होणारसुद्धा नाही. या अशा अनुभवांतून आपल्या हजारो पिढ्या गेलेल्या असल्यामुळे आपल्याला काही गोष्टींचा फील येतो, आपसूकपणे त्या जाणवतात. आपल्याला ८० किलोमीटर प्रति तास याचा अंदाज येतो; पण ३ लाख किलोमीटर सेकंदाला याबाबत विचार करतानासुद्धा भंबेरी उडते. याच कारणांमुळे काळ किंवा सापेक्षता समजून घेताना आपल्याला ते खूप कठीण आहे असे वाटते. तसे वाटणे स्वाभाविकच आहे; पण आपल्याच मानवी जाणिवांच्या मर्यादेतून आपल्याला मुक्त करत विश्वाचे व्यापक रूप आपल्यासमोर खुले करून विज्ञानाने आपल्या ज्ञानाच्या कक्षा रुंदावल्या आहेत. सत्य हे जसे आपल्या जाणिवांच्या, भावनांच्या आणि इच्छेच्या ओझ्याखाली दबलेले नाही, तसेच ते कोणत्याही धर्मग्रंथाचे आणि धर्मात्म्याचे बटीकसुद्धा नाही ही विश्वाकडे बघण्याची वेगळी दृष्टी विज्ञानाने आपल्याला दिली आहे.

***

आपल्या जाणिवांना आणि ज्ञानेंद्रियांना मर्यादा असल्या तरी आपल्या ज्ञानेंद्रियांना जे जाणवते, जे इंद्रियगम्य आहे, तेच सत्य हा विचार कित्येक शतके आणि आजही प्रबळ आहे. या विचाराला 'Empiricism' अर्थात अनुभववाद असे म्हटले जाते. ज्ञान शास्त्रामध्ये (Epistemology) इंद्रियगम्यवाद महत्त्वाचा आहे. उदा. स्वर्ग आहे का याचे उत्तर, आपल्या ज्ञानेंद्रियाद्वारा स्वर्ग अनुभवता येते नाही म्हणून स्वर्ग नाही असे इंद्रियगम्यवाद सांगतो. या इंद्रियगम्य अनुभववादाने आपल्या ज्ञानात खूप भर घातली. आपल्याला जीवनोन्मुख बनवण्यात या विचाराचा खूप मोठा वाटा आहे. असे असले तरी इंद्रियगम्यवादाचे अपूर्णत्व आणि आपल्या इंद्रियांच्या मर्यादेपलीकडेसुद्धा सत्य आहे हे माणसाला कळायला खूप काळ जावा लागला. माणसाला २० Hz ते २०,००० Hz Frequency मधलाच आवाज ऐकू येतो, कुत्रा मात्र २०,००० Hz पेक्षा जास्त फ्रिक्वेन्सीचा आवाज ऐकू शकतो. माणसाला विशिष्ट वारंवारतेपेक्षा कमी व जास्त वारंवारतेचा आवाजच ऐकू येत नाही म्हणून

असा आवाज अस्तित्वात नाही असे नाही. अशी अनेक वैज्ञानिक तथ्ये जस-जशी समोर आली, तसा इंद्रियगम्यवाद मागे पडत गेला.

इंद्रियगम्य अनुभववादापेक्षा फार वेगळ्या दृष्टीने 'संशयवाद' हा विचार जगाकडे पाहतो. अनुभववाद अनुभवांना प्राधान्य देतो, तर संशयवाद आपल्या अनुभवांवर, अस्तित्वावरच शंका घ्यायला सांगतो. आपण आहोत याचा पुरावा काय? आपण जे अनुभवतो ते वास्तव आहे कशावरून? अशी भूमिका संशयवाद घेतो. प्राचीन काळात 'शुआंग झी' या चिनी विचारवंताला तो एक फुलपाखरू होऊन उडतो आहे असे स्वप्न पडले. झोपेतून उठल्यावर त्याला असा प्रश्न पडला की आता हे मला कसे कळेल की, शुआंग झी याने फुलपाखराचे स्वप्न पाहिले की फुलपाखरू असे स्वप्न पाहत आहे की ते शुआंग झी आहे? पुढे सतराव्या शतकात असाच प्रश्न 'रेने देकार्त' या फ्रेंच विचारवंतालासुद्धा पडला की, तो खरोखरच अस्तित्वात आहे का? मी आहे हे कशावरून म्हणायचे? हे माझे अस्तित्व हे कुणाचे तरी स्वप्न किंवा कुणीतरी मला सिम्युलेशनवर चालवते आहे असे कशावरून नाही? खूप विचार केल्यावर देकार्तला याचे उत्तर सापडले. त्याला असे जाणवले की, 'मला मी आहे का असा प्रश्न पडतोय, मी माझ्या अस्तित्वाबद्दल विचार करतोय म्हणजेच मी असलो पाहिजे!' त्याचा हा सगळा विचार 'I think, therefore I am' या एका वाक्यात सामावला आहे. देकार्तने स्वतःच्याच अस्तित्वावर शंका उपस्थित केली. मी माझ्याच अस्तित्वावर शंका उपस्थित करू शकतो म्हणजेच मी आहे असा तर्क करून देकार्तने जणू सगळ्याच धारणा तपासून पाहा असा संदेश दिला. देकार्तच्या मते 'Everything should be doubted until it could be proved.' याच्यातूनच पुढे 'Skepticism' हा विचार उदयाला आला. प्रश्न विचारणे, शंका उपस्थित करणे हाच आपल्या अस्तित्वाचा पुरावा आहे असे म्हटल्यामुळे लोक हजारो वर्षे कवटाळून ठेवलेल्या धारणा तपासून पाहू लागेल. त्याचा परिपाक म्हणून युरोपात 'Enlightenment'चे युग अवतरले. ज्ञान म्हणजे काय? त्याचे स्वरूप काय आहे? ह्या गोष्टींचा ऊहापोह होऊ लागला. आधुनिक ज्ञान-विज्ञानाच्या प्रगतीत संशयवादाचा अनन्यसाधारण वाटा आहे. यामुळेच कदाचित रिचर्ड फेयनमनला म्हणावेसे वाटले की, Science is the organized skepticism in the reliability of expert opinion. जेव्हा तुम्ही शंका घेता, तेव्हा तुम्ही आहात, यात कुठलीच शंका नसते, या मजबूत पायावर Skepticism हा विचार उभा आहे. अनुभववाद अनुभूतीला प्राधान्य देतो, संशयवाद प्रश्न विचारण्याला आणि शंका घेण्याला महत्त्वाचे मानतो, तर या दोन्हींपेक्षा वेगळ्याच रस्त्याने Rationalism अर्थात 'विवेकवाद' हा विचार जातो. विवेकवादानुसार ज्ञानाचा आधार अनुभव, अधिसत्ता किंवा दैवी साक्षात्कार नसून तर्क हा आहे. विवेकवाद जग समजून घेण्यासाठी तर्क आणि तर्काच्या वापरावर जोर देतो.

अनुभूती, अनुमान, तर्क, शंका यांच्या जोरावर विज्ञानाचा विकास झाला. विज्ञान आपल्या ज्ञानाच्या सीमारेषा सतत वाढवण्याचे काम करते आहे म्हणून ज्ञानशास्त्र आणि विज्ञान यांचा घनिष्ट संबंध आहे. मागच्या काही काळात विशेषतः औद्योगिक क्रांतीनंतर आपली विश्वाबद्दलची समज वाढत गेली. बऱ्याचशा नवीन गोष्टी कळल्या, सोबतच आपल्याला काय माहिती नाही हेसुद्धा कळायला लागले. खूप साऱ्या प्रश्नांचा शोध घेत आपण इथपर्यंत पोहोचलो. आजच्या घडीला विज्ञान, तत्त्वज्ञान आणि पर्यायाने आपल्यासमोरचे मुख्य विषय Universe, Life, Consciousness, Morality आणि Meaning हे आहेत. या पुस्तकात आपण या विषयांशी संबंधित विविध प्रश्नांची चर्चा करणार आहोत. सर्वसाधारणपणे या प्रश्नांचे स्वरूप :

१) विश्वाची निर्मिती कशी, कधी आणि का झाली? (Universe Questions)
२) जीवन म्हणजे काय, जिवाची निर्मिती कशी, कधी आणि का झाली? सजिवांमध्ये इतके वैविध्य कसे निर्माण झाले? (Life Questions)
३) जाणीव काय आहे, जाणिवा कशा, कुठून आणि का निर्माण होतात? जाणीव, भावना आणि नैतिकता यांचा काही संबंध आहे का? नैतिकतेचा आधार काय आहे? (Consciousness & Morality Questions)
४) अस्तित्वाचा अर्थ काय? जिवाचा आणि जीवनाचा उद्देश काय आहे? आपण असण्याचा हेतू काय? काहीच नसण्यापेक्षा काहीतरी का आहे? (Meaning Questions)

आपण कोण आहोत, कुठून आलो, आपल्या असण्याचा हेतू काय आणि अस्तित्वाचा अर्थ कसा लावायचा या प्रश्नांचा मागोवा आपण या ठिकाणी घेणार आहोत. या प्रश्नांची उत्तरे आपल्याकडे नाहीत; पण त्यांना भिडण्यासाठी आपण जड (Matter), ऊर्जा (Energy), काळ (Time), अवकाश (Space), कालावकाश (Spacetime), एंट्रोपी (Entropy), माहिती (Information) आणि उत्क्रांती (Evolution) ही वैज्ञानिक आयुधे आपण वापरणार आहोत. यासोबतच कॉमन सेन्स आणि तर्क यांचासुद्धा जमेल तसा वापर करायला आपण मुखत्यार आहोत.

विश्वाची निर्मिती कशी झाली? जीवन कसे सुरू झाले? या प्रश्नांच्या उत्तराच्या आपण खूप जवळ येऊन पोहोचलो आहोत. असे असले तरी विश्वाची निर्मिती का झाली किंवा जीवन का सुरू झाले या प्रश्नावर विज्ञान लक्ष केंद्रित करत नाही. हे प्रश्न तत्त्वज्ञानाने सोडवावेत अशी अपेक्षा असते; पण तत्त्वज्ञान काही काळापासून विज्ञानाच्या प्रगतीच्या तुलनेत मागे पडल्यासारखे वाटते आहे.

काहीच नसण्यापेक्षा काहीतरी का आहे? Universe का निर्माण झाली? जिवांची निर्मिती का झाली? असे अनेक अनुत्तरित प्रश्न आहेत. विज्ञान पुढे निघून गेल्याने त्याला गाठण्याचे मोठे काम तत्त्वज्ञानाला करावे लागणार आहे. सोबतच जे विषय फक्त घरात बसून तात्त्विक चर्चा म्हणून बोलले जायचे तेच विषय बदलत्या काळात 'Practical' गरज झाले आहेत. उदाहरणार्थ, आजपर्यंत नीतिशास्त्र विषयातील फक्त 'Thought Experiments' असणारे 'Trolley Problems' आता स्वयंचलित गाड्यांच्या जमान्यात एक व्यावहारिक आवश्यकता झाले आहेत. या सर्व गोष्टींमुळे तत्त्वज्ञानापुढे फार मोठे आव्हान निर्माण झाले आहे.

पण म्हणून विज्ञानापुढे काहीच समस्या नाहीत असे नाही. कारण, जसे जसे विज्ञान पुढे सरकत गेले, तसे तसे लक्षात येऊ लागले की, अजून बऱ्याच गोष्टी अशा आहेत ज्याबद्दल आपल्याला काहीच माहिती नाही. अतर्क्य वाटाव्या अशा प्रांतात खुद्द विज्ञानानेच आपल्याला आणून सोडले आहे. उदा. पुंज भौतिकीच्या (Quantum Physics) नियमानुसार इलेक्ट्रॉन पार्टिकल हा एकाच वेळी अनेक ठिकाणी असू शकतो. बरं, त्या इलेक्ट्रॉनला पार्टिकल म्हणावे, लाट म्हणावे की दोन्हीही यावरही मतभिन्नता दिसून येते. त्यावर कहर म्हणजे इलेक्ट्रॉनला पार्टिकल म्हणून पाहिला, तर पार्टिकल दिसतो आणि लाट म्हणून बघितला तर लाट भासतो. इलेक्ट्रॉन एकाच वेळ घटिवत आणि प्रतिघटिवत (Clockwise & Anticlockwise) दिशेने फिरतो! मजेची गोष्ट अशी की, हा इलेक्ट्रॉन एका ठिकाणाहून दुसऱ्या ठिकाणी त्या दोन ठिकाणांतले अंतर न कापतासुद्धा पोहोचतो!! सगळेच अतर्क्य आहे. पुंज भौतिकीच्या या विक्षिप्त वर्तनामुळे माणसाच्या ज्ञानेंद्रियांच्या मर्यादा लक्षात आल्या. आपण कल्पना करतो, त्यापेक्षा विश्व वेगळे आहेच, एवढेच नव्हे आपण कल्पना करू शकत नाही त्याहूनही हे विश्व निराळे आहे हे जाणवू लागले! मग पुढे हेसुद्धा कळायला लागले की जसे जसे ज्ञानाच्या वर्तुळाचे क्षेत्रफळ वाढत जाते, तसे तसे अज्ञानाचा परीघ रुंदावत जातोय, त्यामुळे असा प्रश्न उपस्थित झाला की, सगळ्या विश्वातली सगळी गुपिते आपल्याला माहिती होतील का? आपल्याला विश्वाचे सार उमजेल का? सगळे विश्व आपल्यासमोर स्पष्ट करेल अशी एखादी 'थेअरी' आपण तयार करू शकू का? आपल्याला अशी गुरूकिल्ली मिळेल का जिच्या मदतीने आपण काळ-अवकाश, जड-चेतन, अणू-रेणू, जीवन-मृत्यू, स्वसंवेद्य जाणिवा, भाव-भावना, पृथ्वी-आकाश या सगळ्यांच्या असण्या-नसण्याचा पुरावा देऊ शकू? अशी एक गोष्ट जी सापेक्षता (Relativity) आणि पुंज भौतिकी (Quantum Physics) यातील परस्पर विरोधाभासाचा निरास करून विश्वाचे अंतिम सत्य आपल्या समोर खुले करेल? की आपल्या अज्ञानाचा परीघ रुंदावत जाणार आहे? आपल्याला खरेच अंतिम सत्याचा साक्षात्कार होईल की नाही? एकुणात काय तर विज्ञानासमोरचे आव्हान संपले नसून, ते वाढले आहे,

त्यामुळे ज्ञान, विज्ञान आणि तत्त्वज्ञान यांच्या समोरच्या या आव्हानांशी स्वत:चा आणि वाचकांचा परिचय व्हावा हा लेखनामागील एक हेतू आहे.

***

हे पुस्तक लिहिण्यामागचा महत्त्वाचा हेतू मानवी नैतिकतेचा आणि वर्तनाचा इहवादी आधार स्पष्ट करणे हा आहे. हॉब्सचा 'सामाजिक करार' असू द्या किंवा कांतचा 'नितांत आवश्यकतावाद' अथवा जॉन रॉल्सचा 'अज्ञानाचा पडदा' असू द्या, झालेच तर स्पिनोझाचा 'अनंत काळाचा दृष्टिकोन' असू द्या, माझ्या मते हे सर्व नैतिकतेचे इहवादी आधार शोधण्याचे प्रयत्न आहेत. मानवी नैतिकता ही उत्क्रांतीच्या प्रदीर्घ प्रक्रियेत तयार झाली आहे, अशी विज्ञानाधिष्टीत मांडणी करण्याचा प्रयत्न यानिमित्ताने केलेला आहे. कोणताही मनुष्य, अमुक एक धर्म मानतो अथवा नाही, गळ्यात माळ घालतो की नाही, डोक्यावर टोपी घालतो का यावरून तो नैतिक किंवा अनैतिक ठरत नाही. शिक्षण किती झाले यावरूनसुद्धा एखाद्या व्यक्तीची नैतिकता ठरत नाही. आपल्या सगळ्यात सहवेदना, परोपकार या भावभावना असतात. कारण, आपण सगळेच उत्क्रांतीच्या प्रक्रियेमधून गेलो आहोत. या भावभावना अमुक एक धर्म आणि धर्मग्रंथ मानला म्हणून निर्माण होत नाहीत, त्यामुळे माणसाच्या ठायी असलेली नैतिकता ही कोणत्या पारलौकिक शक्तीची, धर्माची अथवा धर्मग्रंथाची देणगी नसून, उत्क्रांतीच्या प्रदीर्घ प्रक्रियेचा परिपाक आहे असे मला सांगायचे आहे.

यासोबतच, जसजसे वाचत गेलो, अनुभवत गेलो, तसतसे एक गोष्ट माझ्या लक्षात येऊ लागली, ती म्हणजे माणसाला केंद्रस्थानी ठेवून ब्रह्मांडाची निर्मिती झालेली नाही. ब्रह्मांडाचेच कशाला आपल्या पृथ्वीवरील जीवसृष्टीच्या आणि पर्यायाने उत्क्रांतीच्या केंद्रस्थानीसुद्धा माणूस नाही. आज आपण माणूस म्हणून अस्तित्वात आहोत आणि पृथ्वीवरील प्रभावशाली प्रजाती आहोत हा एक सुखद योगायोग आहे. कालचक्राच्या रथाच्या घरघरीत आपण आपले क्षणभंगुरत्व जाणून घेतले की, मिळालेले हे मानवी जीवन किती मूल्यवान, किती दुर्मीळ आहे याची प्रचिती येऊन आपण या जीवनाचा सदुपयोग केला पाहिजे, अशी एक तातडीची भावना त्यामुळे निर्माण होईल आणि फक्त वैयक्तिकच नाही, तर सामूहिक पातळीवर काहीतरी भव्य-दिव्य करण्यास आपण उद्युक्त होऊ शकतो, असा मला विश्वास वाटतो. एवढेच नाही तर हे ब्रह्मांड, पृथ्वी आणि जीवसृष्टी मनुष्यकेंद्री नाही ही जाणीव आपल्याला नम्र बनवते. अशी तयार झालेली नम्रता माणसाला आत्मघातापासून वाचवेल असा कयास असल्यामुळे हा विचार वाचकांना जागोजागी जाणवत राहील.

***

अनुभूती, अनुमान, तर्क, शंका हे विषय महत्त्वाचे आहेतच; पण घडीभर ते बाजूला ठेवा. ज्ञान-विज्ञान-तत्त्वज्ञान यांच्या समोरची आव्हाने विसरून जा, नैतिकतेचा सोर्स काय आहे हा तात्त्विक प्रश्न जाऊ द्या, उत्क्रांती आणि एंट्रोपीच्या क्लिष्ट संकल्पनाही सोडून द्या. झालेच तर विश्वाच्या पसाऱ्यात आपले स्थान काय आहे हेही बाजूला ठेवा; पण आपण कुठून आलोत आणि कुठे चाललोय? आपले पूर्वज काय करत होते? आपली वंशावळ काय आहे? ज्ञान-विज्ञानामुळे आपल्या आयुष्यात काय फरक पडला? या व्यावहारिक प्रश्नांच्या उत्तरांसाठीसुद्धा हे पुस्तक उपयोगी पडेल असे वाटते. विज्ञान आणि तंत्रज्ञानाच्या प्रगतीमुळे वॉशिंग मशीन, फ्रीज, व्हॅकुम क्लिनर, नळाला पाणी, डिश-वॉशर, मायक्रोवेव्ह, कूकिंग गॅस यांसारख्या सुख-सोयी घरोघरी आल्या आणि जीवन सुकर झाले. रांधा वाढा आणि उष्टी काढा यात कित्येक महिलांचे आयुष्य जात असे. त्यांना या सर्व गोष्टींमुळे फुरसतीचे क्षण मिळू लागले. एकट्या वॉशिंग मशीनमुळे स्त्रियांच्या आयुष्यात किती बदल झाला याचा आपण विचारसुद्धा करू शकत नाही. लसीकरण, वीज, औषधे, टी.व्ही., इंटरनेट, दळणवळणाची साधने या तंत्रज्ञानामुळे आपले जीवन आमूलाग्र बदलले आहे. फार जुन्या काळाचे नाही, अगदी अलीकडे म्हणजे एकट्या विसाव्या शतकात आणि तेही फक्त देवी या एकमेव आजाराने ३० कोटी लोक मृत्युमुखी पडले होते. आज तोच आजार या भूतलावरून नामशेष करण्यात आपण यशस्वी झालो आहोत! विज्ञान-तंत्रज्ञानाच्या या नेत्रदीपक कामगिरीने आपले जीवन सुकर आणि आश्वस्त झाले आहे. हे सर्व कसे आणि का झाले हेसुद्धा कळायला मदत होईल अशी आशा वाटते.

***

हे पुस्तक लिहिताना जास्त खोलात जाऊन एक-एक विषय समजावून सांगणे शक्य नव्हते, त्यासाठी लागणाऱ्या तांत्रिक कुशलतेचीदेखील अडचण होती म्हणून खालपासून वर जाण्याऐवजी 'टॉप-डाऊन' ॲप्रोचने ही कथा सांगण्याचा प्रयत्न आहे. अगोदर 'ब्रह्मांड' मग 'पृथ्वी', नंतर 'जीवन' आणि शेवटी 'माणूस' अशा चार भागांची टॉप-डाउन रूपरेषा वाचकांच्या लक्षात येईल. विषय सुटे-सुटे करून सांगण्यापेक्षा त्यांच्यातील आंतरसंबंध स्पष्ट करून विश्वाची आणि त्यामुळे आपलीही कुळकथा समग्रपणे मांडण्याचा प्रयत्न केला आहे. या कथेतील काळाचा पट कोट्यवधी वर्षांचा आहे, त्यामुळे कालगणना सोपी करणे गरजेचे होते. पाश्चिमात्य पुस्तकात कालगणनेकरिता मिलियन, बिलियन हे शब्द वापरतात; पण भारतीय लोकांना लाख आणि कोटी चटकन कळतात म्हणून पुस्तकात काळ मोजण्यासाठी लाख, करोड यांचा वापर केला आहे. उदा. बिग बँग १३.८ बिलियन वर्षांपूर्वी झाली म्हणण्याऐवजी १३८२ कोटी वर्षांपूर्वी झाली असे लिहिले

आहे. पुस्तक मराठीत असले तरी मराठीतील काही क्लिष्ट पारिभाषिक शब्द टाळण्यासाठी जागोजागी पर्यायी इंग्रजी शब्द आणि संज्ञा वापरल्या आहेत. शक्यतो कथेच्या आणि अनुभवाच्या रूपात विषयवस्तू मांडण्याचा प्रयत्न केला आहे. या किश्श्यांचा, अनुभवांचा आणि कथांचा सामाजिक, सांस्कृतिक आणि ऐतिहासिक संदर्भ जाणीवपूर्वक खास भारतीय ठेवला आहे, जेणेकरून विषयवस्तूशी जवळीक निर्माण होईल. हे पुस्तक वाचण्यासाठी कोणतेही तज्ज्ञ पातळीवरील ज्ञान असण्याची आवश्यकता नाही. सर्वसामान्य शालेय शिक्षण झालेला डोळस वृत्तीचा कुठलाही माणूस हे पुस्तक समजू शकतो, त्याचा आनंद घेऊ शकतो, असे मला वाटते. माझ्या एका मित्राने हे पुस्तक 'कोणता' वाचक डोळ्यांसमोर ठेवून लिहिले आहेस असे विचारले. कुठे तरी वाचलेला एक किस्सा त्याला सांगितला. त्यानुसार व्यावसायिक लेखक होण्याचे तीन मार्ग आहेत. एक, ज्यांना खोटं हवं आहे, त्यांच्याकरिता खोटं लिहा त्याने तुम्ही प्रचंड श्रीमंत व्हाल. दुसरे म्हणजे ज्यांना सत्य हवे आहे, त्यांना सत्य सांगा त्याने तुमचे पोटपाणी कसेबसे भागेल. तिसरे आणि शेवटचे म्हणजे अन्नास मोताद व्हायची इच्छा असेल, तर ज्यांना खोटे हवे आहे त्यांना खरं सांगायचे धाडस करा. त्यावर तो मनमुराद हसला आणि म्हणाला; पण त्याच्यातला नेमका तू कोण – एक, दोन की तीन नंबर? मी कोण हे जरी माहिती नसले, तरी हे पुस्तक दुसऱ्या क्रमांकाचा वाचक डोळ्यांसमोर ठेवून लिहिलेले आहे.

सृष्टीच्या निर्मितीपासून आजपर्यंतची कथा यानिमित्ताने अगदी सारांश रूपाने सादर करण्याचा माझा प्रयत्न आहे. हे काम सोपे नाही याची मला जाणीव आहे. एवढ्या मोठ्या काळाचा पट घेऊन हे कथानक लिहिणे सहजसाध्य निश्चितच नव्हते. भौतिकशास्त्र, रसायनशास्त्र, जीवशास्त्र, उत्क्रांती, भूगर्भशास्त्र, भूगोल, नॅचरल हिस्ट्री, थर्मोडायनामिक्स, भाषाशास्त्र, मेंदूशास्त्र, इतिहास, तत्त्वज्ञान, अर्थशास्त्र आणि धर्मशास्त्र यांसारख्या विविध विषयांना हे पुस्तक स्पर्श करते. मी जे वाचले, ज्यावर विचार केला आणि ज्या गोष्टींनी मला प्रभावित केले, त्या फक्त कागदावर उतरवण्याचा मी प्रयत्न केला आहे. यातले माझे स्वतःचे असे काही नाही. माझे काही असेलच तर हे सगळे विषय एका माळेत गुंफण्याचा मी प्रयत्न केला आहे. त्यातून जगाकडे बघण्याची आधुनिक, मानवतावादी आणि विज्ञानाधिष्ठित दृष्टी निर्माण झाली तर त्याच्यासारखा दुसरा आनंद नसेल.

या ठिकाणी भारतीय महसूल सेवेत (IRS)मध्ये कार्यरत असलेला एक शासकीय सेवक म्हणून काही गोष्टींचा खुलासा करणेसुद्धा आवश्यक आहे. राज्य घटनेनुसार वैज्ञानिक दृष्टिकोन, मानवतावाद, सत्यान्वेषण आणि सुधारणेची भावना विकसित करणे हे प्रत्येक नागरिकाचे मूलभूत कर्तव्य आहे, तो विचार डोळ्यांसमोर ठेवूनच हे पुस्तक लिहिलेले आहे. या पुस्तकाची विषयवस्तू माझ्या व्यावसायिक कामाबद्दल नाही आणि पुस्तकात कुठेही शासकीय गुपिते बाहेर येतील असे काही

लेखन केलेले नाही, अथवा तसा कुठलाही प्रयत्न केलेला नाही. पुस्तक लिहिताना कुठल्याही विषयावर वादग्रस्त ठरतील असे विचार न मांडण्याचा कसोशीने प्रयत्न केलेला आहे. तरीही, हे स्पष्ट केले जात आहे की, या पुस्तकात व्यक्त केलेली मते अथवा विचार सरकारचे नसून, माझे स्वतःचे आहेत. तसेच, या पुस्तकात केंद्र सरकारच्या किंवा राज्य सरकारच्या सध्याच्या किंवा अलीकडच्या कोणत्याही धोरणावर किंवा कृतीवर प्रतिकूल टीका होईल असे कोणतेही तथ्य किंवा मत मांडलेले नाही.

पुस्तक वाचणे ही आनंददायी गोष्ट आहे याची मला जाणीव आहे. तुम्ही हे पुस्तक वाचत असाल याचा अर्थ स्पष्ट आहे की, तुम्ही जिवंत आहात! तुम्ही मेलेले नाहीयेत. फक्त जिवंतच आहात असे नाही, तर जिवंत असल्याचा उत्सव साजरा करत आहात. तुम्ही हे पुस्तक वाचू शकत आहात, याचा अर्थ स्पष्ट आहे की, तुम्ही आंधळे नाहीयेत, आंधळेच नाही आहात असे नाही, तर तुम्ही अक्षरशत्रूसुद्धा नाही आहात!! तुम्ही हे वाचायला वेळ देताय म्हणजे तुम्ही ज्ञानसाधनेच्या मार्गावर आहात आणि त्याहून महत्त्वाचे असे की तुम्ही वाचू शकता म्हणजेच तुमची अन्नानदशा नाहीये. आनंदी होण्यासाठी अजून काय हवं!

विजय नेटके
vj.netke@gmail.com
Instagram: vijay_netke_irs

***

भाग १

ब्रह्मांड

'मॅटर' घडलं!

'सृष्टि से पहले सत नहीं था, असत भी नहीं, अंतरिक्ष भी नहीं।
आकाश भी नहीं था, छिपा था क्या, कहाँ, किसने ढका था।
उस पल तो, अगम अतल जल भी कहां था।।'

या ओळींत बालपणातील खूप साऱ्या आठवणी लपलेल्या आहेत. लहान असताना श्याम बेनेगल दिग्दर्शित 'भारत एक खोज' ही मालिका पाहणे आम्हा भावंडांसाठी एक पर्वणी असायची. त्या मालिकेच्या शीर्षक गीतातील या ओळी ऋग्वेदातील नासदीय सुक्ताचे भाषांतर आहेत. नासदीय सुक्तात सात ऋचा आहेत. त्यातील पहिली ऋचा आहे :

'नासदासीन्नो सदासीत्तदानीं नासीद्रजो नो व्योमा परो यत्।।
किमावरीवः कुह कस्य शर्मन्नम्भः किमासीद्गहनं गभीरम्।।'

या सुक्ताची सुरुवात 'नासदासीत्' ह्या शब्दाने होत असल्याने त्याला 'नासदीय सूक्त' असे नाव मिळाले. सृष्टीची निर्मिती झाली त्या वेळची परिस्थिती काय होती याचे वर्णन करताना - हेही नव्हते, तेही नव्हते अशी नेती-नेतीची भाषा नासदीय सुक्तात वापरली आहे. अस्तित्वाच्या मूलभूत प्रश्नाला प्राचीन मानवी मनाने भिडण्याचा उत्तम दस्तऐवज म्हणजे नासदीय सूक्त. या सुक्तातील सहावी ऋचा म्हणते, 'हे कुणालाच माहिती नाहीये की ही सृष्टी कशी आणि कधी निर्माण झाली. कारण, देवसुद्धा सृष्टीच्या निर्मिती नंतरचे आहेत!!'

आता हे सर्व आठवण्याचे कारण म्हणजे कोरोना व्हायरसमुळे भारतात लॉकडाउन घोषित करण्यात आला आहे. मी घरातच आहे ऑफिसचे काम घरूनच करायचे आहे. भारतातील १३० करोड लोक आपापल्या घरीच आहेत. त्यांचे घरी राहणे सोपे व्हावे म्हणून दूरदर्शनवर लहानपणी पाहिलेल्या रामायण, महाभारत आणि शक्तिमान या मालिका पुन्हा एकदा दाखवण्यात येत आहेत. या सर्व परिस्थितीत 'भारत एक खोज'ची आठवण येणे स्वाभाविक आहे, तशी ती आली! हे सगळे

चालू असताना २५-३० वर्षांपूर्वीचे बालपण सरून खूप काळ लोटलाय असे वाटले. खूप काळ लोटलाय म्हणजे काय? २५-३० वर्षे हा खूप मोठा काळ आहे का? आणि मुळातून काळ म्हणजे तरी काय? नासदीय सूक्त लिहिणारा ऋषी ही सृष्टी कशी आणि कधी निर्माण झाली हे सांगता येत नाही असे का म्हणतो? या आणि अशा प्रश्नांनी मनात रुंजी घालायला सुरुवात केली. हे एवढे सगळे क्लिष्ट प्रश्न डोक्यात गोंधळ घालत असतील, तर सुरुवात कुठून करायची हाच मुख्य प्रश्न झाला आणि शेवटी ठरवले. आपण जिथे आहोत तिथून सुरुवात करू या. तुम्हीसुद्धा जिथे आहात तिथून सुरुवात करा.

***

आत्ता ह्या क्षणी जेव्हा हे पुस्तक तुम्ही वाचत आहात, तेव्हा दोन मिनिटे तुमच्या आजूबाजूला असलेल्या गोष्टींकडे लक्ष केंद्रित करा. तुमच्या हातातील पुस्तक, तुम्ही जिथे हे पुस्तक वाचत आहात तिथे असलेल्या वस्तू पाहा. खिडकीतून दिसणारे झाडे-झुडुपे पाहा. पक्ष्यांची ऐकू येणारी किलबिल शांतपणे ऐका. डोक्यावर फिरणाऱ्या पंख्याची घरघर कानात साठवून घ्या. घरात-ऑफिसात जिथे आहात तिथे आजूबाजूला काय आहे ते बघा. तुमचा परिसर, सोसायटी, गाव, शहर, जिल्हा असे करत तुमच्या विचारांचा परीघ विस्तारत जाऊ द्या. इथली विविधता, पशु-पक्षी, वेगवेगळे लोक, रस्त्यावरच्या गाड्या, इमारती, नदी-नाले, डोंगर, हवा यांचा विचार करत करत तुमचा प्रदेश, देश आणि एकंदरीत सगळी पृथ्वी नजरेसमोर आणा.

आपली पृथ्वी खूप मोठी आहे हे तुमच्या लक्षात येईल. सप्त खंडांची विस्तीर्ण भूमी असलेली आणि तरीही ७०% पाण्याने व्यापलेला हा गूढ ग्रह आश्चर्याने भरलेला आहे. एकीकडे आभाळाला गवसणी घालणारी हिमालयाची शिखरे तर दुसरीकडे अगाध समुद्राच्या तळाशी असलेल्या खोलच-खोल गर्ता. कुठे उदरात धगधगत असलेली ५००० डिग्री सेल्सिअसपर्यंतची उष्णता तर कुठे बर्फाने आच्छादलेले ध्रुवीय प्रदेश. प्रशांत महासागरापासून ते बर्फाच्छादित तळ्यापर्यंतची डोळे दिपवणारी विविधता आपल्या पृथ्वीवर आहे. पृथ्वीच्या एका कोपऱ्यात आपण राहतो. आपल्या गावासारखी, शहरासारखी अनेक गावे आणि शहरे पृथ्वीच्या ठायी-ठायी वसलेली आहेत. अशी ही आपली पृथ्वी प्रचंड मोठी आहे, तरीही कार्ल सेगनसारख्या विद्वान व्यक्तीने पृथ्वीचे वर्णन 'Speck of dust suspended in sunbeam' अर्थात 'सूर्याच्या प्रकाशात नाहणारा एक धूलिकण' असे केले आहे. कार्ल सेगन यांनी आपल्या पृथ्वीला धूलिकणाइतके इतके नगण्य का मानावे?

पृथ्वी आपल्यासाठी मोठी असली तरी सूर्यमालेच्या तुलनेत ती अगदीच छोटीशी आहे. आपल्या सूर्यमालेत बुध, शुक्र, पृथ्वी, मंगळ, गुरू, शनी, युरेनस

आणि नेपच्युन असे अनुक्रमे एकूण आठ ग्रह आहेत. काही वर्षांपर्यंत प्लूटो हा नववा ग्रह मानला जायचा; पण आता आपण त्याला ग्रह मानत नाही. हे सर्व ग्रह सूर्याभोवती फिरतात हे आपण जाणतो; पण आपल्या सूर्यमालेत एकट्या सूर्याचे वजन ९९.९% इतके भरते हे आपल्याला माहिती नसते. पृथ्वीपेक्षा सूर्य आकाराने किती मोठा असेल? लहानपणी बऱ्याच जणांनी काचेच्या गोट्या खेळल्या असतील. माझ्याकडे भरपूर गोट्या होत्या, त्या मी एका भरणीत भरून ठेवल्या होत्या. आपण थोडा वेळ सूर्याला एक बरणी समजले आणि पृथ्वीला छोटी गोटी समजले, तर या सूर्याच्या बरणीत पृथ्वीच्या आकाराच्या किती गोट्या मावतील असे तुम्हाला वाटते? तर उत्तर आहे तब्बल १३ लाख! पृथ्वीसारखे तब्बल १३ लाख ग्रह मावतील एवढा प्रचंड मोठा सूर्य आहे. फक्त सूर्यच नाही तर गुरू, शनि, युरेनस आणि नेपच्युन हे ग्रह पृथ्वीपेक्षा आकाराने कित्येक पटीने मोठे आहेत.

बरं, आता तुम्हाला वाटेल की, सूर्यमालेत सूर्य सगळ्यात मोठा आहे; पण हेसुद्धा खरे नाही! आपल्या सूर्यमालेत सगळ्यात मोठी आणि विस्तीर्ण गोष्ट आहे 'अवकाश'. सूर्य आणि पृथ्वी यांच्यामधले अंतर तब्बल १५ कोटी किलोमीटर आहे. हे अंतर किती आहे याचा अंदाज येण्यासाठी आपण पृथ्वीचा व्यास (Diameter) किती आहे हे लक्षात घेतले, तर गोष्टी पटकन लक्षात येतील, तर जिला आपण विशाल समजतो, त्या पृथ्वीचा व्यास आहे १२ हजार किलोमीटर. १२ हजार किलोमीटर कुठे आणि १५ कोटी किलोमीटर कुठे!! शाळेत असताना भिंतीवर पाहिलेली सूर्यमाला आणि वास्तवात असलेली सूर्यमाला यांच्यात खूप फरक आहे. शाळेच्या भिंतीवर गोष्टी समजण्यासाठी खूप सोप्या केलेल्या असतात. भिंतीवरच्या सूर्यमालेत सूर्य आणि ग्रह हे खूप मोठे दाखवलेले असतात; पण वास्तवात एकूण सूर्यमालेचा आकार पाहता ग्रह हे अगदीच छोटे आहेत. सूर्यमालेचा जास्तीत जास्त भाग हा मोकळे अवकाश हाच आहे. आपली सूर्यमाला म्हणजे अवकाशाच्या विस्तीर्ण पसाऱ्यात कुणीतरी लेखणीने ग्रहांचे छोटे-छोटे पूर्णविराम दिलेत असे वाटावे अशी आहे; पण ती तशी दाखवली, तर मुलांना समजणार नाही म्हणून सूर्य आणि इतर ग्रह आहेत त्यापेक्षा मोठे दाखवतात. अजून मजेची गोष्ट म्हणजे नकाशात सूर्यमालेतील सगळे ग्रह एका मागे एक असे एका समान अंतरावर दाखवतात; पण वास्तव तसे नाही. आता हेच घ्या ना, आपण गुरू नंतर लगेचच युरेनस दाखवतो; पण पृथ्वी आणि सूर्य यांच्यात जितके अंतर आहे, त्याच्या १४ पटीने जास्त अंतर फक्त गुरू आणि युरेनस यांमध्ये आहे!! म्हणजे सूर्यमाला आहे त्या स्केलनुसार दाखवायची म्हटली, तर तुमच्या वर्गाची भिंत अपुरी पडून जाईल आणि ग्रहांच्या नावाने भिंतीवर छोटे-छोटे ठिपके काढावे लागतील. ही आहे आपल्या सूर्यमालेतील अवकाशाची व्याप्ती! सूर्यमालेतील अवकाश किती मोठे आहे आणि सगळे ग्रह किती छोटे आहेत, याचे द्योतक म्हणजे सूर्यमालेतील सगळे ग्रह, पृथ्वी आणि चंद्र यांमध्ये जेवढे अंतर आहे, त्या अंतरात सामावू शकतात. या

आधी यर्चा करताना आपण म्हटलं की, गुरू, शनी आणि नेपच्युन हे ग्रह पृथ्वीपेक्षा कैक पटीने मोठे आहेत; पण हेच सगळे ग्रह पृथ्वी आणि चंद्र या दोन्हीच्या दरम्यान असलेल्या अंतरात सामावू शकतात! चंद्र हा आपला सगळ्यात जवळचा शेजारी आहे. पृथ्वी आणि आपला चंद्र या दोन्हीमधले अंतर साधारणतः ४ लाख किलोमीटर इतके आहे आणि ह्या एवढ्या अंतरात सगळे ग्रह बसवले तर फिट बसतील. असे सगळे असल्यावर कुणीही पृथ्वीला धूलिकण म्हणणारच ना!

***

अवकाश हे इतके विस्तीर्ण आणि अवकाशातील दोन वस्तूंतील अंतर असे प्रचंड असेल, तर तिथे आपले नेहमीचे किलोमीटर हे एकक वापरणे योग्य होणार नाही हे काही जाणत्या लोकांच्या लक्षात आले. अतिप्रचंड अंतरामुळे गोंधळ उडून आकडे समजून घेण्यातच फार मोठी ऊर्जा खर्ची पडेल म्हणून अवकाशातील अंतर मोजण्यासाठी 'प्रकाश वर्ष' हे एकक वापरतात. प्रकाश वर्ष म्हणजे प्रकाश एका वर्षात जितके अंतर पार करू शकतो तितके अंतर. प्रकाश किरण एका सेकंदाला ३,००,००० किलोमीटर इतके अंतर कापू शकतो. ही गती इतकी प्रचंड आहे की, एका सेकंदात प्रकाश किरण पृथ्वीभोवती साडे-सात फेऱ्या मारू शकतो! तर एका वर्षांत हाच प्रकाश किरण किती अंतर पार करत असेल याचा आपण फक्त विचारच करू शकतो. प्रकाशाच्या या अशा अतिप्रचंड गतीने जरी गेले तर तब्बल ४ वर्षांनी आपण सूर्य सोडून आपल्याला सगळ्यात जवळच्या ताऱ्यावर पोहोचू शकतो! आणि फक्त आपल्या आकाशगंगेत आपल्या सूर्यासारखे कमीत कमी १०,००० कोटी तारे असावेत. आपल्या आकाशगंगेचा आकार इतका प्रचंड आहे की, खुद्द प्रकाशाला एका टोकापासून दुसरीकडे जाण्यासाठी एक लाख वर्ष लागतील. बरं, आपली आकाशगंगा एवढीच एक दीर्घिका ब्रह्मांडात आहे का? तर नाही. आपल्या आकाशगंगेसारख्या कमीत कमी १०,००० कोटी दीर्घिका ह्या फक्त आपल्याला दृष्टीस पडणाऱ्या ब्रह्मांडात आहेत आणि त्या प्रत्येक दीर्घिकेत जवळपास तितकेच तारे आहेत. यावरून ब्रह्मांडाचा एकूण आवाका आपल्या लक्षात येईल; पण मग हे एवढे प्रचंड विश्व कसे आणि कधी निर्माण झाले? कुणी निर्माण केले? आणि केले असेल तर का? असे प्रश्न कोणाच्याही मनात येणे स्वाभाविक आहे. या सगळ्या प्रश्नांची उत्तरे सोपी निश्चितच नाहीत. कदाचित, सगळी उत्तरे सापडणारसुद्धा नाहीत; पण प्रयत्न करायला काय हरकत आहे. कोणत्याही एका प्रश्नाचा पिच्छा पुरवला की, आपण आपोआप अशा एका वळणावर येऊन पोहोचतो, जिथे आपल्याला इतर अनेक प्रश्नांची उत्तरेदेखील सापडू लागतात.

***

हायड्रोजन! पिरियॉडिक टेबलमधले पहिले मूलद्रव्य. इथून मूलद्रव्यांची आणि त्यामुळे आपली कहाणी सुरू होते. हायड्रोजन सुंदर नाव आहे. हायड्रो म्हणजे पाणी, जेन म्हणजे जनरेट करणारा. ऑक्सिजन सोबत हायड्रोजन हे मूलद्रव्य मिळाले की पाणी तयार होते म्हणून याला 'पाणी तयार करणारा' अर्थात हायड्रोजन असे नाव दिले गेले. आपण शाळेत असताना अणूची संरचना शिकलेलो असतो. अणूच्या केंद्रकात म्हणजेच 'Nucleus'मध्ये प्रोटॉन आणि न्यूट्रॉन असतात आणि त्याभोवती इलेक्ट्रॉन घिरट्या घालत राहतात. हे आपल्याला ठाऊक असते. प्रोटॉन धन भारीत, इलेक्ट्रॉन ऋण भारीत असतात हे आपण जाणतो. न्यूट्रॉनवर इलेक्ट्रिक बल परिणाम करत नाही म्हणून आपण त्यांना कोणताही चार्ज नसतो असे म्हणतो. प्रोटॉन, इलेक्ट्रॉन धन भारीत आहेत की ऋण भारीत याने तितकासा फरक पडत नाही. वास्तवात धन भारीत आणि ऋण भारीत असे निसर्गात काही नसते. ते सर्व आपण आपल्या सोयीसाठी ठरवले आहे. प्रत्येक अणूत जितके प्रोटॉन असतात तेवढेच इलेक्ट्रॉन; पण असतात, त्यामुळे सर्वसाधारण अणू विद्युतदृष्ट्या तटस्थ असतो; परंतु अणूंना असले रटाळ आयुष्य नकोसे वाटत असावे म्हणून ते त्यांच्या बाह्य भागात असलेल्या इलेक्ट्रॉनची आपापसात देवाण-घेवाण करतात, कधी कधी एखादा इलेक्ट्रॉन आपापसात शेअरसुद्धा करतात. अणूंच्या बाह्य भागात असलेल्या या इलेक्ट्रॉनच्या देवाणघेवाणीमुळेच 'Chemistry' हा विषय तयार झाला आहे.

इलेक्ट्रॉन आणि प्रोटॉन यांचा इलेक्ट्रिक चार्ज विरोधी असला तरी समान असतो; परंतु त्यांचे वस्तुमान समान नसते, हे खरोखरच विचित्र आहे. प्रोटॉनचे वस्तुमान इलेक्ट्रॉनपेक्षा अनेक पटीने जास्त असते. जर इलेक्ट्रॉनचे वस्तुमान एका वाळूच्या कणाइतके मानले, तर प्रोटॉनचे वस्तुमान एका गारगोटीच्या वजनाइतके असते. दुसरीकडे, प्रोटॉन आणि न्यूट्रॉनचे वस्तुमान जवळ जवळ समान असते, त्यामुळे अणूच्या एकूण वस्तुमानात इलेक्ट्रॉनचे वस्तुमान नगण्य ठरून, अणूचे सर्व वस्तुमान न्यूक्लिअसमध्ये गोळा होऊन जाते, तरीही अणूच्या एकूण आकाराचा विचार केला, तर न्यूक्लिअस अत्यंत बारीक असते. जर अणूला फुटबॉल स्टेडियमच्या आकाराचे मानले आणि त्याच्या मध्यभागी एक वाटाणा ठेवला, तर न्यूक्लियस त्या वाटाण्याएवढेच असते, तरीही अणूचे सर्व वजन त्या लहान जागेतच असते. स्टेडियममध्ये मैदानाच्या कडेला बसलेल्या प्रेक्षकांप्रमाणे इलेक्ट्रॉन न्यूक्लिअसच्या आजूबाजूला असतात. मैदानाच्या पहिल्या रांगेत कमी प्रेक्षक बसू शकतात. कारण, त्याचा परीघ मागच्या रांगेपेक्षा कमी असतो. त्याचप्रमाणे, न्यूक्लिअसजवळील ऑर्बिटमध्ये कमी इलेक्ट्रॉन असतात आणि त्यानंतरच्या ऑर्बिटमध्ये इलेक्ट्रॉनची संख्या वाढत जाते. स्टेडियमच्या मागच्या रांगेत जास्त प्रेक्षक बसलेले असतात आणि त्यांची उंची म्हणजेच ऊर्जासुद्धा समोरच्या प्रेक्षकांपेक्षा जास्त असते. अणूमधील इलेक्ट्रॉनची स्थितीही अशीच असते, त्यामुळे जेव्हा इलेक्ट्रॉन वरच्या

ऑर्बिटमधून खालच्या ऑर्बिटमध्ये येतो, तेव्हा त्याची ऊर्जा कमी होते आणि ती कमी झालेली ऊर्जा प्रकाशाच्या रूपात बाहेर पडते. जगातील बहुतेक सर्व प्रकाश हा इलेक्ट्रॉनच्या अणूच्या वरच्या कक्षेतून खालच्या कक्षेत उतरल्यामुळेच तयार होतो. अशा या अणूंतला सगळ्यात साधा-सोपा अणू आहे हायड्रोजनचा! कारण त्यात एकच प्रोटॉन आणि एकच इलेक्ट्रॉन असतो. थोडक्यात हायड्रोजनच्या स्टेडियममध्ये इलेक्ट्रॉनच्या रूपात एकच प्रेक्षक असतो.

तर अशा या हायड्रोजनची वैशिष्ट्ये नववीच्या वर्गात शिकवताना शिक्षकांनी आम्हाला बऱ्याच गोष्टी सांगितल्या; पण त्यातल्या दोन गोष्टी विचार करायला लावणाऱ्या होत्या. त्या म्हणजे :

1. **Hydrogen is the lightest of all element.**
2. **Hydrogen is the most abundant element in the universe.**

एखाद्या मूलद्रव्यात जितके प्रोटॉन असतात तितकाच त्याचा ॲटोमिक नंबर असतो आणि पिरियॉडिक टेबल ॲटोमिक नंबरच्या चढत्या भाजणीनुसार मांडलेले असल्यामुळे एक प्रोटॉन अर्थात एक ॲटोमिक नंबर म्हणून पिरियॉडिक टेबलमध्ये पहिले असलेले हायड्रोजन इतर मूलद्रव्यांच्या तुलनेत हलके असणे स्वाभाविक होते. कमी ॲटोमिक नंबर असलेल्या मूलद्रव्यांना हलके आणि जास्त ॲटोमिक नंबर असलेल्या मूलद्रव्यांना जड म्हणता येईल. हायड्रोजन सगळ्यात हलके मूलद्रव्ये का आहे हे मला कळले; पण हायड्रोजन हेच सगळ्या विश्वात सगळ्यात जास्त असणारे मूलद्रव्य का आहे? या प्रश्नाचे उत्तर काही सापडत नव्हते. महत्त्वाचे म्हणजे सगळ्यात हलका असणारा एलिमेंटच सगळ्यात जास्त मुबलक का आहे असे प्रश्न मनात घोळू लागले. माझ्या मनात हा प्रश्न सरांना विचारावा अशी इच्छा झाली; पण वर्गातील इतरांना त्रास दिला म्हणून सरांनी मला नुकतेच तुडवले होते म्हणून हा प्रश्न विचारायचे मी धाडस केले नाही; पण मनात राहिलेच की हायड्रोजनमध्ये असे काय विशेष आहे की, तोच ब्रह्मांडातील सर्वांत मुबलक प्रमाणात सापडणारा मूलद्रव्य असावा. ऑक्सिजन, नायट्रोजन किंवा झालेच तर कार्बन किंवा लोखंड का नाही? सरांना नाही तर नाही निदान त्या विषयात गती असलेला सरांच्या लाडक्या विद्यार्थ्याला तरी यातली माहिती असेल म्हणून मी माझ्या मित्राला विचारले की, हायड्रोजन हेच सर्वांत मुबलक मूलद्रव्य का आहे? त्यावर त्या मित्राने माझ्याकडे अशा रीतीने पाहिले की, मला काहीच सुचेना. त्याच्या नजरेत माझ्याबद्दल कीव होती. एक मोठा श्वास घेऊन तो म्हणाला "कारण, बाकीची मूलद्रव्ये कमी प्रमाणात आहेत म्हणून!" And that seemed logical, until alomst for more than a decade.

***

दरम्यानच्या काळात UPSC परीक्षेतून माझी भारतीय महसूल सेवेत निवड झाली. २०१६ साली ट्रेनिंग संपवून मी फील्डमध्ये दाखल झालो. २०१६ हे वर्ष इनकम टॅक्स डिपार्टमेंटसाठी आव्हानात्मक होते. कारण, या वर्षी Income Declaration Scheme (IDS) ही योजना सरकारने आणली होती, ज्यात विभागातील अधिकाऱ्यांनी मेहनत करून खूप सारे काळे धन उजेडात आणले. त्यानंतर लगेचच नोव्हेंबरमध्ये सरकारने नोटबंदी घोषित केली, त्यामुळे काळ्या पैशाविरुद्धची लढाई तीव्र झाली होती. मी विभागात नवखा होतो. या सर्व काळात आम्ही वेगवेगळ्या ठिकाणी आयकर कायद्या अंतर्गत सर्व्हे कारवाया करत होतो. सर्व्हे म्हणजे उद्योगाच्या ठिकाणी घातलेली धाड असते. IRSच्या ट्रेनिंगमध्ये एखाद्या बिझनेसचं विश्लेषण कसे करायचे हे शिकवले जाते. बिझनेसमध्ये किती कॅश जनरेट होते, प्रॉफिट मार्जिन काय असू शकते, माल कुठे विकतो, कच्चा माल कुठून मिळवला जातो, त्याचे पेमेंट कसे होते आणि मुख्य म्हणजे कर चोरी कुठे केली जाते हे सर्व शिकवले जाते. फील्डमध्ये दाखल झाल्यानंतर ऑफिस काम करताना, विशेषत: सर्व्हे आणि सर्च करताना ही सवय खूप कामाला येते, त्यामुळे मेंदूला तसे विचार करण्याची सवय लागून जाते. कधी कधी तर बाजारात सहज फिरताना किंवा खरेदीला गेलो तरी अमुक एका बिझनेसची, दुकानाची, दवाखान्याची, उद्योगाची, फॅक्टरची विक्री किती असेल, किती लोक दररोज माल विकत घेत असतील, नफा किती असेल, कॅश फ्लो कसा असेल, उधारीवर कच्चा माल मिळत असल्यास किती क्रेडिट पिरियड मिळत असेल असे प्रश्न डोक्यात येऊ लागतात. त्या काळात आम्ही खूप ठिकाणी आणि वेगवेगळ्या बिझनेसेसवर सर्व्हे केले. सर्व्हे करताना स्टॉक घेणे हे मोठे जिकिरीचे काम असते. कधी सोन्याचे दुकान तर कधी बिल्डर आणि डेव्हलपर, तर कधी हॉटेल अशा वेगवेगळ्या ठिकाणी मी धाडीकरिता जात होतो. नोटबंदीनंतर करचुकव्यांना जरब बसवण्यासाठी वेगवेगळ्या ठिकाणी धाडसत्र सुरू होते. सर्व्हे घेण्याचे प्रेशर स्वाभाविकपणे आमच्यावर होते. त्यात जिथे जाईल, तो बिझनेस किती पैसे कमवत असेल याचे गणित मांडायची मेंदूला सवय झालेली.

एके दिवशी असाच मार्केटमध्ये फिरत असताना एका बेकरीमध्ये जाण्याचा योग आला. तिथे खारी पाव, लादी पाव, बन मस्का, पेस्ट्री, केक, ब्रेड असे वेगवेगळे बेकरी प्रॉडक्ट्स ठेवलेले होते. डोक्यातले गणित सुरू झाले, याचा प्रॉफिट किती असेल, आउटलेट किती असतील, सगळ्यात जास्त विकला जाणारा पदार्थ कोणता असेल, मार्जिन काय असेल, सप्लाय चेन, ट्रान्सपोर्ट खर्च किती असेल, एकूण पगार किती द्यावा लागत असले, कर चोरी कुठे करत असेल, फॅक्टरी आणि सगळे दुकाने सर्व्हेत कव्हर करायचे झाले, तर किती परिसर होतील असे डोक्यात सुरू होते. शेवटी सगळ्या गोष्टींचा स्टॉक घ्यायचा झाला, तर किती मनुष्यबळ लागेल असा हिशोब मी मांडू लागलो. या बिझनेसवर रेड टाकली, तर 'Most Abundant' कोणती वस्तू

आढळून येईल? मला जाणवले की, येथे पाव आणि खारी पॅकेट सर्वाधिक प्रमाणात सापडतील. मला हेही जाणवले की, पाव आणि खारी पॅकेट काउंट करणे तसे काही अवघड असणार नाही; पण लगेच लक्षात आले की, इथे पाव, खारी नाही, तर बेकरीसाठी लागणारा मैदा सर्वांत जास्त प्रमाणात सापडेल! कारण पाव, ब्रेड, खारी इ. बनवण्यासाठी मैदा लागतो. मैदा या सगळ्यांसाठीचा कच्चा माल आहे. जर पाव, ब्रेड, खारी मैद्यापासून तयार होत असतील तर या बिझनेसमध्ये सापडणारी Most Abundant गोष्ट 'मैदा' असली पाहिजे!!

त्याक्षणी डोक्यात वीज चमकली की, हायड्रोजन इतर मूलद्रव्यांपेक्षा जास्त मुबलक का आहे. कारण, तो इतर मूलद्रव्यांच्या निर्मितीसाठीचा कच्चा माल आहे! पिरियॉडिक टेबलमधील इतर मूलद्रव्ये हायड्रोजनपासून तयार होतात आणि सगळाच हायड्रोजन इतर मूलद्रव्ये तयार होण्याच्या प्रक्रियेमध्ये वापरला जात नाही म्हणून इतर मूलद्रव्यांपेक्षा हायड्रोजन जास्त प्रमाणात उपलब्ध असला पाहिजे हे मला जाणवले. लगेच इंटरनेट सर्च केले आणि काय आश्चर्य What I thought was more or less correct. आता फक्त एक प्रश्न राहिला होता की, बेकरीमधल्या भट्टीत मैदा घातला की, त्यापासून पाव, खारी तयार होते; पण मग हायड्रोजनपासून ऑक्सिजन, नायट्रोजन, कार्बन, सोने, पारा, तांबे इत्यादी मूलद्रव्ये तयार करणारी भट्टी आहे तरी कुठे?

***

मला त्या भट्टीचा शोध घेण्यासाठी फार दूर जाण्याची गरज नव्हती. कारण, ती भट्टी माझ्या डोक्यावर तळपत होती. ती भट्टी म्हणजे आपला सूर्य! फक्त आपला सूर्यच नाही, तर विश्वातील सर्वच ताऱ्यांच्या उदरात पिरियॉडिक टेबलमधील उर्वरित मूलद्रव्ये तयार होत असतात. **आपला सूर्य साधारण ४६० कोटी वर्षांपूर्वी तयार झाला. त्या तुलनेत आपली पृथ्वी वयाने जरा लहान म्हणजे ४५४ कोटी वर्षांची तरुणी आहे.** ताऱ्याच्या पेटलेल्या भट्टीत न्यूक्लिअर फ्यूजन म्हणजेच अणुगर्भीय सम्मीलन होऊन उर्वरित जड मूलद्रव्य तयार होत असतात. उदाहरणार्थ, आपल्या सूर्यामध्ये हायड्रोजनचे रूपांतर हेलियममध्ये होत असते. आता प्रश्न असा आहे की, ताऱ्यांच्या आत हे 'न्यूक्लिअर सम्मीलन' का आणि कसे होते? आणि मुळात म्हणजे तारा कसा निर्माण होतो?

गुरुत्वाकर्षणामुळे अवकाशात असलेला वायू, मुख्यत: हायड्रोजन एकत्र येऊ लागतो. तो जसजसा एका ठिकाणी गोळा होऊ लागतो, तसतसे गुरुत्वाकर्षण अजून प्रबळ होऊ लागते. गुरुत्वाकर्षण जसे प्रबळ होऊ लागते तसे हायड्रोजन वायूचे अणू एकमेकांवर अधिकाधिक वेगाने आदळू लागतात. त्यांचे हे आदळणे अधिकच वाढू लागते, तेव्हा हा गॅसचा गोळा गरम होऊ लागतो. आता त्यांच्या

अशा आदळण्यामुळे इतकी उष्णता निर्माण होते की एका वेळेनंतर जेव्हा दोन हायड्रोजनचे अणू एकमेकांना भिडतात, तेव्हा ते दूर जाण्याऐवजी एकमेकांत विलीन होऊ लागतात आणि हेलियमचा अणू तयार होतो. या प्रक्रियेलाच '**Nuclear Fusion**' असे म्हणतात. या प्रक्रियेत प्रचंड उष्णता बाहेर पडते, बाहेर पडणाऱ्या या उष्णतेमुळेच तारा चमकू लागतो. यानंतर मात्र गुरुत्वीय बल आणि अणुगर्भीय फ्यूजन मध्ये तयार होणारी ऊर्जा यांच्यात एक प्रकारची वर्चस्वाची लढाई सुरू होते. तारा तयार होताना खूप सारे वस्तुमान जमा झाल्यामुळे गुरुत्वीय बळ ताऱ्याला त्याच्या केंद्राकडे खेचते, तर अणुगर्भीय फ्यूजनमुळे तयार होणारी ऊर्जा त्याचा प्रतिरोध करत राहते. जोपर्यंत ताऱ्यात तयार होणारी न्यूक्लिअर एनर्जी असते, तोपर्यंत तारा स्थिर, स्टेबल राहतो. तारा त्याच्या आयुष्यातील सर्वाधिक काळ या स्थिर स्थितीत राहतो.

पण हळूहळू ताऱ्याच्या आतला हायड्रोजन संपू लागतो. थोडक्यात, अणुगर्भीय फ्यूजनमुळे हायड्रोजन संपून हेलियम तयार होतो आणि मग हायड्रोजनऐवजी हेलियमचे फ्यूजन होऊ लागते. हे घडवून आणण्यासाठी जास्त ऊर्जा लागते. ताऱ्याच्या आत बहुतांश हायड्रोजन हेलियम मध्ये रूपांतरित झाला की, तुलनेने जड असलेले हेलियम ताऱ्याच्या कोरमध्ये जमा होऊ लागते. तिथे त्याचे सम्मीलन होऊन अधिक जड मूलद्रव्ये तयार होण्याइतके तापमान नसते म्हणून हेलियमचे अणुगर्भीय फ्यूजन या कोरच्या बाहेरच्या भागात होऊ लागते, त्यामुळे ताऱ्याचा आकार विस्तारतो. तसेच हेलियमच्या फ्यूजनमधून हायड्रोजनच्या तुलनेत कमी ऊर्जा निघते म्हणून तारा थोडा मंद आणि तांबूस रंगाचा दिसू लागतो. अशा विस्तारलेल्या तांबूस ताऱ्याला Red Giant अर्थात 'तांबडा राक्षसी तारा' असे म्हणतात. हाच तारा आकाराने प्रचंड मोठा असेल, तर त्याला 'Red Super Giant' अर्थात 'तांबडा महाराक्षसी तारा' असेदेखील म्हणतात.

त्यानंतर ताऱ्याच्या आत एक-एक करत हायड्रोजनपासून हेलियम, कार्बन, नायट्रोजन, ऑक्सिजन, फ्लोरीन, निऑन, सिलिकॉन, पोटॅशियम असे जड मूलद्रव्ये तयार होत जातात; परंतु तयार होत जाणाऱ्या जड अणूंचे सम्मीलन घडवून आणणे हायड्रोजनचे सम्मीलन घडवून आणण्याइतके सोपे राहत नाही. त्यासाठी लागणाऱ्या ऊर्जेची अर्थात उष्णतेची गरज वाढतच जाते आणि ताऱ्याच्या आत अशी उष्णता तयार करणे वरचेवर कठीण होऊ लागते. खारी, टोस्ट बनवण्यासाठी लादी पाव बनवण्यापेक्षा भट्टी जास्त तापवावी लागते, तसाच हा प्रकार आहे. एक-एक करत जड मूलद्रव्ये तयार होण्याची ही प्रक्रिया लोखंड अर्थात ॲटोमिक नंबर २६पर्यंत येते. इथे मात्र अणुगर्भीय सम्मीलनाची प्रक्रिया दम तोडू लागते. लोखंडाचे सम्मीलन घडवून आणण्यासाठी लागणारी ऊर्जा ताऱ्यात तयार होणे अशक्य होते. कारण, लोखंडाचे फ्यूजन घडवून आणण्यासाठी जितकी ऊर्जा लागते, त्यापेक्षा कमी ऊर्जा हे असे फ्यूजन झाल्यानंतर रिलीज होते, त्यामुळे शेवटी Nuclear Fusion थांबते,

त्यासाठी लागणारे इंधन संपते. तारा विझतो. आता गुरुत्वाला प्रतिरोध उरत नाही आणि तारा आतल्या आत कोसळू लागतो!

***

ताऱ्याचा जन्म कसा झाला यावर त्याचा मृत्यू कसा आणि कधी होणार हे ठरते. यात एक मजेशीर विरोधाभाससुद्धा आहे. तो म्हणजे जन्मताना जो तारा जितका मोठा असेल, तो तितक्या लवकर मरतो! कारण, जितकी मोठी सुरुवात, तितका जास्त हायड्रोजन वायू म्हणजेच तितकेच जास्त वस्तुमान. जितके जास्त वस्तुमान तितके जोरदार गुरुत्व बल आणि या तीव्र गुरुत्व बलाचा प्रतिकार करण्यासाठी न्यूक्लिअर फ्यूजनसुद्धा तितकेच तीव्र असावे लागते; पण या तीव्र आणि जलद गतीने होणाऱ्या न्यूक्लिअर फ्यूजनमुळे अणुगर्भीय इंधन लवकर संपते आणि त्यामुळे मोठा तारा, मध्यम व लहान ताऱ्याच्या तुलनेत लवकर मरतो. अणुगर्भीय सम्मीलन थांबले, तारा विझला म्हणून लगेच गुरुत्व पूर्णपणे विजयी होत नाही. किल्ल्याची तटबंदी पडली तरी पूर्ण किल्ला पडत नाही. कारण, किल्ल्याच्या आत एक बालेकिल्ला असतो. तो खिंड लढवून धरतो. तसाच प्रकार ताऱ्याचे न्यूक्लिअर फ्यूजन थांबल्यानंतरसुद्धा होतो; पण मग गुरुत्वाकर्षणाविरूद्ध झुंज टिकवून ठेवणारा हा बालेकिल्ला कोणता? तर त्याचे नाव आहे – Pauli's Exclusion Principle! त्याला मराठीत आपण **'पॉलीचे बहिष्करण तत्त्व'** असे म्हणू या.

पॉलीचे बहिष्करण तत्त्व म्हणते की, विशिष्ट प्रकारचे आण्विक कण जसे की, इलेक्ट्रॉन, प्रोटॉन आणि न्यूट्रॉन हे एका वेळी एकसमान क्वांटम स्थिती धारण करू शकत नाहीत म्हणजे एका विशिष्ट जागी, विशिष्ट स्पिन, समान क्वांटम स्थितीत, दोनपेक्षा अधिक इलेक्ट्रॉन, प्रोटॉन आणि न्यूट्रॉन राहू शकत नाहीत. थोडक्यात एका म्यानात दोन तलवारी राहू शकत नाहीत. कोणत्याही अणूच्या बाह्य भागात इलेक्ट्रॉन असल्यामुळे अणुगर्भीय इंधन संपून तारा विझल्यावर वाढत जाणाऱ्या गुरुत्वीय बलाच्या गळचेपीला सर्वप्रथम इलेक्ट्रॉनला सामोरे जावे लागते. गुरुत्वामुळे इलेक्ट्रॉनना हालचाल करायला जागा उरत नाही, वाढत्या दाबामुळे त्यांची गतीसुद्धा वाढते आणि त्यामुळे इलेक्ट्रॉनच्या क्वांटम स्थितीतील वैविध्य कमी होऊ लागते; परंतु पॉलीच्या बहिष्करण तत्त्वानुसार एकाच जागेत समान स्थिती असणारे इलेक्ट्रॉन बसवणे कठीण होऊ लागते आणि त्यातूनच गुरुत्वाचा प्रतिकार होतो आणि तारा पुन्हा एकदा स्थिर होतो. अशा इलेक्ट्रॉनच्या बहिष्करणामुळे स्थिर झालेल्या निस्तेज, ताऱ्याला 'White Dwarf' अर्थात **'श्वेत बटू'** असे म्हणतात.

पण ही लढाई इथेच थांबते असे नाही. ताऱ्याचे वस्तुमान मोठे असेल, तर गुरुत्वाचा दट्ट्या इतका प्रचंड असतो की, तो इलेक्ट्रॉनच्या या बहिष्करणाला; पण

जुमानत नाही. बालेकिल्ल्याचीही भिंत कोसळते. गुरुत्व अणूंना आणि त्यातल्या इलेक्ट्रॉनला करकचून आवळून टाकते. अशा प्रकारे करकचून आवळले गेल्यामुळे निस्तेज ताऱ्याच्या आत खूप कमी जागेत खूप सारे वस्तुमान कोंबले जाते आणि ताऱ्याची घनता कैक पटीने वाढते. मध्ययुगीन काळात किल्ला पडला, बालेकिल्ला ही पडला तर गडावर उपस्थित असलेले सर्व स्त्री (इलेक्ट्रॉन), पुरुष (प्रोटॉन) आणि तृतीयपंथी (न्यूट्रॉन) लोक बालेकिल्यातल्या अंतःपुरात गोळा होऊन शेवटचा निकराचा प्रतिकार करत. सर्व जण एका ठिकाणी गोळा झाल्यामुळे त्यांचा कोंडमारा व्हायचा, तसाच काहीसा हा प्रकार आहे. या वाढत जाणाऱ्या गुरुत्वाच्या दट्ट्यामुळे अखेरीस ऋण भारीत इलेक्ट्रॉन आणि धन भारीत प्रोटॉन फ्यूज होऊन न्यूट्रॉन तयार होतो. असा तयार झालेला न्यूट्रॉनसुद्धा पॉलीच्या एक्सक्लुजन तत्त्वानुसार बांधला गेला असल्यामुळे या न्यूट्रॉनची अजून मुस्कटदाबी करणे कठीण होऊ लागते, त्यातूनच गुरुत्व बलाचा प्रतिकार होतो आणि तारा पुन्हा एकदा स्थिर होतो. अशा न्यूट्रॉनच्या बहिष्करणामुळे स्थिर झालेल्या ताऱ्याला 'Neutron Star' असे म्हणतात.

परंतु कधी कधी तारा इतका मोठा असतो त्याचा गुरुत्वीय दट्ट्या तोलून धरण्यासाठी न्यूट्रॉनचे बहिष्करणसुद्धा अपुरे पडते. अशा वेळी काय होते? तर तो ताऱ्याचा कायमचा अंत असतो. राणीवस्यातील किंवा अंत:पुरातील शेवटच्या निकराच्या लढाईतसुद्धा शत्रू वरचढ ठरला, तर सगळ्यांचा अंत ठरलेला असायचा, तो प्रतिकार संपला की, मृत्यूचा अंधकार आपलासा करावा लागायचा आणि आयुष्याचे आभाळ फाटून जायचे. अगदी तसेच शेवटच्या टप्प्यावरसुद्धा गुरुत्वीय जोर प्रबळ ठरला, तर काळाला आणि अवकाशाला भगदाड पडते आणि तारा 'Blackhole'मध्ये रूपांतरित होतो. हेच ते **'कृष्णविवर'** ज्याच्यातून खुद्द प्रकाश किरणसुद्धा बाहेर पडू शकत नाही, तिथे इतरांची काय बिशाद!

ताऱ्याच्या आतले अणुगर्भीय इंधन संपल्यानंतर ताऱ्याचे किती वस्तुमान असले म्हणजे व Pauli's Exclusion Principle विचारात घेतले असता एखादा तारा कधी White Dwarf बनू शकतो आणि अजून किती वस्तुमान वाढले, तर तो Neutron Star आणि शेवटी त्याचे ब्लॅक होल होण्यासाठी कमीत कमी किती वस्तुमान असले पाहिजे, याचे गणित सर्वप्रथम भारतीय वैज्ञानिक सुब्रह्मण्यन चंद्रशेखर यांनी मांडले. चंद्रशेखर यांच्या गणितानुसार एखादा तारा White Dwarf म्हणून स्थिर राहण्यासाठी त्या ताऱ्याचे कमाल वस्तुमान सूर्याच्या वस्तुमानाच्या १.४ पट असले पाहिजे. जर श्वेत बटू ताऱ्याचे वस्तुमान या मर्यादेपेक्षा जास्त असेल, तर तो न्यूट्रॉन तारा तरी होईल किंवा ब्लॅक होल होऊन कोसळून तरी जाईल. चंद्रशेखर यांनी श्वेत बटू ताऱ्याच्या स्थिरतेसाठी घालून दिलेली कमाल वस्तुमानाची ही मर्यादा 'Chandrashekhar Limit' अर्थात चंद्रशेखर मर्यादा म्हणून ओळखली

जाते. दुसऱ्या शब्दांत सांगायचे, तर 'चंद्रशेखर मर्यादा' ही इलेक्ट्रॉनची पॉलीच्या बहिष्करण तत्त्वानुसार गुरुत्वाकर्षण शक्तीचा सामना करण्याची मर्यादा आहे.

***

आपण ताऱ्याचे जीवन चक्र पाहिले. या जीवन चक्रानुसार आपला सूर्य सध्या त्याच्या आयुष्याच्या मध्यावर आहे. सूर्यात अजून भरपूर अणुगर्भीय इंधन बाकी आहे, त्यामुळे आपला सूर्य स्थिर आहे. आताच्या घडीला आपल्या सूर्यामध्ये ७५% हायड्रोजन आहे, तर जवळपास २४.९% हेलियम आहे. यासोबतच कार्बन, ऑक्सिजन, नायट्रोजन यांचे प्रमाण सूर्यामध्ये ०.१% इतके नगण्य आहे. सध्याच्या गणितानुसार अजून **साधारण ५०० कोटी वर्षांनंतर आपला सूर्य 'तांबडा राक्षसी तारा' होईल आणि त्यानंतर मग तो 'श्वेत बटू' होऊन जाईल.** मग आता असा प्रश्न तयार होतो की, जर आपल्या सूर्यामध्ये ९९.९% हिस्सा हायड्रोजन आणि हेलियमचा असेल आणि वर पाहिले तसे सर्व मूलद्रव्ये ताऱ्याच्या उदरात तयार होत असतील, तर मग पृथ्वीवर सापडणारे कार्बन, ऑक्सिजन, नायट्रोजन, सोडियम, ॲल्युमिनियम व इतर मूलद्रव्ये आली कुठून? त्याही पेक्षा महत्त्वाचे म्हणजे जर ॲटोमिक नंबर २६ अर्थात लोखंडापाशी ताऱ्याच्या आतले अणुगर्भीय सम्मीलन थांबत असेल, तर लोखंडापेक्षा जास्त ॲटोमिक नंबर असलेले कोबाल्ट, निकेल, तांबे, झिंक, चांदी, सोने, युरेनियम इत्यादी जड मूलद्रव्ये कशी आणि कधी निर्माण होतात?

तुम्हाला भट्टीमध्ये अमुक एक पदार्थ बनवायचा असेल; पण कितीही लाकडे जाळली तरी तो पदार्थ बनवण्यासाठी आवश्यक उष्णता तयार होत नसेल, तेव्हा शेवटचा पर्याय म्हणून तुम्ही काय कराल? समजा भट्टीच पेटवून दिली तर! भट्टी पेटवून दिल्यामुळे तयार झालेल्या उष्णतेत तो पदार्थ तयार होऊ शकतो. झालं तर मग! असेच काहीसे ताऱ्याचेसुद्धा होते. आपण पाहिले की, ताऱ्याच्या आतले Nuclear Fusion थांबते, त्या वेळी गुरुत्वाला प्रतिरोध उरत नाही आणि तारा आतल्या आत कोसळू लागतो. बरं, तारा हा आकाराने काही छोटा असतो असे नाही, त्यामुळे गुरुत्व बलाच्या तीव्र प्रवेगाने कोसळणाऱ्या ताऱ्याची गती क्षणाक्षणाला वाढत जाते. आपण वर पाहिले तसे तयार होत जाणारे जड मूलद्रव्ये ताऱ्याच्या कोरमध्ये अर्थात गाभ्यात जमा होत असतात, त्यामुळे अशा कोसळणाऱ्या ताऱ्याचा गाभा हा लोखंडाचा झालेला असतो. कोसळणारा तारा त्याच्या गाभ्यावर येऊन आदळतो, त्यामुळे गाभा प्रचंड उष्ण होतो. कधी नव्हे इतकी उष्णता ताऱ्यात तयार होते. या उष्णतेतच लोखंडापेक्षा जास्त ॲटोमिक नंबर असलेले कोबाल्ट, निकेल, तांबे, सोने, चांदी इत्यादी जड मूलद्रव्ये तयार होतात. गाभ्यापर्यंत कोसळत जाणाऱ्या ताऱ्यामुळे शॉक वेव्ह तयार होतात. कुणी तरी

ताणलेली चादर जोरात झटकावी तशी काळाची आणि अवकाशाची चादर झटकली जाते आणि गाभ्यापासून आत कोसळणारा तारा परत एकदा उलटी उसळी घेतो. हा ताऱ्याच्या आयुष्यातला सगळ्यात मोठा 'फ्लॅशपॉइंट' असतो, ज्यामुळे संपूर्ण दीर्घिका प्रदीप्त होऊन जाते. याच फ्लॅशपॉइंटला आपण **'सुपरनोवा'** असे म्हणतो. सुपर नोवामुळे फक्त जड मूलद्रव्ये तयारच होत नाहीत, तर अवकाशात इतस्तः विखुरलीसुद्धा जातात; परंतु सुपर नोवा हीच जड मूलद्रव्ये तयार करणारी एकमेव फॅक्टरी नाही. कधी कधी न्यूट्रॉन तारे एकमेकांना धडकले तरी जड मूलद्रव्ये तयार होतात; पण त्यांचे प्रमाण कमी आहे.

सुपरनोवा झाल्यानंतर ताऱ्याचा उरलेला गाभा त्याच्या त्याच्या वस्तुमानानुसार श्वेत बटू, न्यूट्रॉन तारा किंवा कृष्ण विवर होतो. हे सर्व कसे होते ते आपण पाहिले; पण आपल्या सूर्याचे तर सुपर नोवा एक्सप्लोजन झालेले नाही मग गुरुत्वाकर्षणामुळे पृथ्वीच्या गोळ्याच्या रूपात एकत्र होण्याकरिता आपण पाहतो ती जड मूलद्रव्ये आली कुठून? तर आपला सूर्य साधारण ५०० कोटी वर्षांपूर्वी तयार झाला असला तरी त्यापूर्वी इथे काहीच नव्हते असे नाही! सूर्य जन्माला आला त्याच्या आधी आपण राहतो, त्या ब्रह्मांडाच्या हिश्श्यात एक तारा होऊन गेला. साधारण ५०० कोटी वर्षांच्या आसपास त्या ताऱ्याचे सुपर नोवा एक्सप्लोजन झाले, त्यामुळे जड मूलद्रव्ये अवकाशात इतस्तः विखुरली गेली. त्यानंतर काही काळाने ब्रह्मांडाच्या या भागात आपला सूर्य आणि सूर्यमाला तयार झाली यामुळेच आपल्या सूर्याला 'Population I Star' अर्थात 'नव्या पिढीतला तारा' असे म्हणतात. या सर्व कारणांमुळे आपल्याला जड मूलद्रव्ये फक्त आपल्या पृथ्वीवरच नाही तर संबंध सूर्यमालेत दिसून येतात. बरं, ५०० कोटी वर्षांपूर्वी एक्सप्लोड झालेला हा तारा तयार कधी झाला होता?

***

साधारणतः १३८२ कोटी वर्षांपूर्वी अति प्रचंड अशा महाविस्फोटामधून, अर्थात 'बिग बँग'मधून ब्रह्मांडाची निर्मिती झाली. १३८२ कोटी वर्षे हा माणसाच्या कल्पनेलाही गुंगारा देईल इतका प्रदीर्घ काळ आहे, त्यामुळे बरेचसे संदर्भ हरवायला लागतात; पण घटनाक्रमांकडे व्यवस्थित पाहिलं तर आपल्या लक्षात येईल की, "Big Bang' १३८२ कोटी वर्षांपूर्वी झाले असले, तरी आपला सूर्य आणि सूर्यमालेतील पृथ्वी आणि इतर ग्रह हे जवळपास ४५० ते ५०० कोटी वर्षे जुने आहेत म्हणजे जर हे ब्रह्मांड १३८२ कोटी वर्षांपूर्वी निर्माण झाले असेल आणि आपली सूर्यमाला ५०० कोटी वर्षांपूर्वीची असेल, तर मधल्या काळात काय झाले? मध्ये जवळपास ९०० कोटी वर्षे इतका कालखंड जातो, त्यात नेमके काय घडले?

तर या कालखंडात अगणित तारे-तारका आणि दीर्घिका तयार झाल्या; पण काळाच्या या पसाऱ्यात ताऱ्यांची फक्त निर्मितीच झाली नाही, तर त्यातले काही तारे संपुष्टातही आले! १३८२ कोटी वर्षांपूर्वी, बिग बँग झाल्यानंतर सुरुवातीची काही वर्षे ब्रह्मांडात तारे नव्हते, त्यानंतर वर उल्लेखलेल्या प्रक्रियेप्रमाणे ताऱ्यांचा जन्म झाला. ज्याला साधारणतः २०० ते ३०० कोटी वर्षे जावी लागली. त्यानंतर ब्रह्मांडाच्या ज्या भागामध्ये सध्या आपण राहतो आहोत, त्या ठिकाणी एक तारा तयार झाला. हा तारा साधारणतः ११००-१२०० कोटी वर्षांपूर्वी तयार झाला असावा. तो तारा ५०० कोटी वर्षांपूर्वी 'Super Nova Explosion' होऊन संपुष्टात आला. त्या संपुष्टात आलेल्या ताऱ्याच्या सुपर नोवावेळी पिरियॉडिक टेबलमधील वजनाने जड मूलद्रव्ये तयार झाली. आज आपण अभिमानाने मिरवतो ते सोने याच ताऱ्याच्या मृत्यूत जन्माला आले. ॲटोमिक नंबर ७९ असलेले सोने इतके मौल्यवान आणि विरळा का आहे? तर ते तयार होण्याकरिता एका ताऱ्याचा अंत व्हावा लागतो म्हणून, त्यामुळे तुमच्या आयुष्यातील महत्त्वपूर्ण व्यक्तीला सोन्याची अंगठी देताना तुम्ही 'तू ही अंगठी घालावीस म्हणून एका ताऱ्याने आपल्या प्राणांची आहुती दिली आहे' असे म्हणू शकता. आज आपल्या पृथ्वीवर किंवा सूर्यमालेमध्ये जी काही जड मूलद्रव्य सापडतात, ती ह्या ताऱ्याचा विघटनाच्या वेळीच तयार झालेली आहेत. तुमच्या मनात प्रश्न येणे स्वाभाविक आहे की, तारा कसा तयार होतो हे तर कळले; पण ग्रह आणि सूर्यमाला कशी काय तयार झाली?

***

साधारणतः ५०० कोटी वर्षांपूर्वी झालेल्या ताऱ्याच्या विस्फोटामुळे आपली सूर्यमाला आहे त्या भागात, त्या काळी असलेल्या हायड्रोजन आणि हेलियमच्या ढगांना हादरे बसले, त्यामुळे हे ढग एका ठिकाणी गोळा होऊ लागले. हे ढग जसे जसे एकत्र येत गेले, तसे तसे ते स्वतःभोवती जोरजोरात फिरू लागले. गुरुत्व आणि कोनीय गतीमुळे (Angular Momentum) या ढगांची एक चकती तयार झाली. या महाप्रचंड ढगांचे बहुतांश वस्तुमान या चकतीच्या सेंटरला गोळा झाले, त्यापासून आपला सूर्य तयार झाला. या ढगांतील ९९.९% वायू सूर्याच्या निर्मितीत वापरला गेला. उर्वरित वायू आणि धूळ सेंटर भोवती फिरू लागली. हळूहळू बाजूने फिरणारे ढगसुद्धा गोळा होऊ लागले. जिथे जिथे असे गोळे तयार झाले तिथे इतरत्र फिरणारे मॅटर गुरुत्वामुळे जमा होऊ लागले, एकमेकांवर आदळू लागले, यथावकाश त्यांचा आकार गोलाकार झाला आणि आज दिसणारे ग्रह तयार झाले; परंतु या ग्रहांनी मूळ ढगाच्या चकतीची फिरण्याची दिशा तशीच शाबूत ठेवली! त्यामुळेच सूर्यमालेतील सर्व ग्रह सूर्याभोवती एकाच प्रतलात आणि एकाच दिशेने फिरतात.

याच प्रक्रियेतून साधारण ४६० कोटी वर्षांपूर्वी आपली पृथ्वी तयार झाली. ती तयार झाली, तेव्हा तिचा आकार आजच्यापेक्षा छोटा होता. सुरुवातीच्या काळात पृथ्वीवर अवकाशातून सतत पडणाऱ्या अशनीमुळे प्रचंड उष्णता तयार होत होती म्हणूनच त्याकाळी पृथ्वी हा एक तप्त गोळा होता. हळूहळू पृथ्वी जीवसृष्टीच्या योग्य होत गेली. **पृथ्वीच्या निर्मितीपासून पन्नासेक कोटी वर्षांनी म्हणजेच आजपासून साधारण ४०० कोटी वर्षांपूर्वी पृथ्वीवर पहिलेवहिले सजीव निर्माण झाले.**

जीवसृष्टीची निर्मिती होण्यासाठी ताऱ्याच्या गर्भात मूलद्रव्य उत्पन्न होणे ही पूर्वअट आहे म्हणूनच काळाच्या एका विशिष्ट टप्प्यावरच पृथ्वीवरील जीवसृष्टीची सुरुवात होऊ शकली. आपल्या जीवनाचा मूलाधार असलेला कार्बन, DNAमध्ये असलेला नायट्रोजेन, दातांमध्ये असलेले कॅल्शियम, रक्तामधील लोह आणि प्रत्येक श्वासागणिक घेत असतो तो प्राणवायू हे सर्व ताऱ्यांच्या उदरात तयार होतात. आपले अस्तित्व तारे आहेत म्हणून आहे. आपण ताऱ्याचे धुळीकण (Stardust) आहोत. अंधाऱ्या रात्री छतावर जाऊन तुम्ही अवकाशातल्या ताऱ्यांकडे पाहता तेव्हा एका अर्थाने ताराच ताऱ्यांकडे पाहत असतो! आपल्याला आकाशात तारे दिसतात यात आश्चर्य व्यक्त करण्यासारखे काहीच नाही. कारण तारे नसते तर ते बघायला आपणदेखील इथे नसतो!!

***

हायड्रोजन इतर मूलद्रव्यांपेक्षा जास्त मुबलक आहे. कारण तो इतर मूलद्रव्यांच्या निर्मितीसाठी कच्चा माल आहे असे आपण म्हटले; परंतु हा तर्क लंगडा आहे. हायड्रोजन इतर मूलद्रव्यांच्या निर्मितीसाठी प्राथमिक सामग्री असल्याने इतर मूलद्रव्ये हायड्रोजनपेक्षा कमी मुबलक आहेत, असे म्हणता येईल; परंतु मुळातच हायड्रोजन अधिक का आहे हे या तर्काने स्पष्ट होत नाही, त्यामुळे एकूण ब्रह्मांडात हायड्रोजन सर्वांत मुबलक का आहे याचा शोध घेणे माझ्यासाठी क्रमप्राप्त झाले होते. त्याचा शोध घेताना वाचनात आले की, हायड्रोजन इतर एलिमेंटसारखा ताऱ्यांच्या आत नाही, तर ब्रह्मांड तयार झाले तेव्हाच तयार झाला होता! आता, तुम्ही म्हणाल की, हायड्रोजनमध्ये असे काय खास आहे की, तो विश्व निर्माण झाले, त्याच्या आसपास तयार झाला; परंतु इतर मूलद्रव्यांना मात्र ताऱ्यांच्या आत निर्माण होण्याची वाट पाहावी लागली? याचे कारण, हायड्रोजन म्हणजे दुसरे तिसरे काही नसून, असा एक प्रोटॉन असतो, ज्याभोवती एक इलेक्ट्रॉन घिरट्या मारत असतो. विश्व निर्माण झाले, तेव्हा फक्त इलेक्ट्रॉनसारखी फंडामेंटल पार्टिकल्स अस्तित्वात आली, त्यामुळे या फंडामेंटल पार्टिकल्सपासून साधा असलेला हायड्रोजन तयार होणे सोपे होते. इतर जड आणि कॉम्प्लेक्स मूलद्रव्यांच्या बाबतीत ही स्थिती नव्हती. ब्रह्मांड निर्मितीच्या

अगदी सुरवातीच्या काळात म्हणजे ३.८ लाख वर्षांनी तयार झालेला असल्यामुळेच हायड्रोजन ब्रह्मांडात सर्वत्र आढळून येतो! म्हणजे हायड्रोजन्न बिग बँगमध्ये तयार झाला होता तर! बिग बँगबद्दल आपण सगळे ऐकून असतो तसे मीसुद्धा ऐकून होतो.

बिग बँग हा शब्द उच्चारला की, डोळ्यासमोर एक 'महा-स्फोट' येतो आणि स्फोट म्हटले की, आपल्या मनात दैनंदिन अनुभवातून तयार झालेले एक चित्र उभे राहते. १९९३ साली मुंबईत बॉम्बस्फोट झाले, त्यानंतर या बॉम्बस्फोटाचे कित्येक संदर्भ शाळकरी वयात आम्ही ऐकत गेलो. एखादा स्फोट होतो म्हणजे 'कुणीतरी' स्फोटक पदार्थ 'कुठे तरी' ठेवतो आणि त्याचा 'ठरावीक वेळेला' स्फोट होतो. त्या स्फोटामुळे आजूबाजूच्या 'परिसरा'मध्ये हाहाकार उडतो अशी आपली समज असते, तशी ती माझीही होती; पण बिग बँग थेअरीनुसार 'बिग बँग' हा असला रूढार्थाने स्फोट नव्हता. त्या थेअरीच्या मते बिग बँग पूर्वी काहीच नव्हते. नासदीय सूक्त लिहिणारा ऋषी म्हणतो त्याप्रमाणे निर्मितीच्या अगोदर काहीही नव्हते असे हा सिद्धान्त म्हणतो. एकुणात काय तर 'बिग बँग पूर्वी' असे काही असतच नाही. कारण, काळाची मुळात बिग बँगमध्ये होते असे या सिद्धान्ताला सुचवायचे आहे, त्यामुळे 'कुणीतरी' येऊन या महास्फोटाची वात पेटवली या म्हणण्याला काही अर्थ उरत नाही. बिग बँग पूर्वी यायला आणि अशी ठिणगी लावायला त्या 'कुणा'कडे वेळच अस्तित्वात नव्हता म्हणून बिग बँग पूर्वी कुणी अस्तित्वात असू शकत नाही, त्यामुळे तात्त्विक पातळीवर ब्रह्मांडाच्या बाहेर आणि बिग बँगच्या अगोदर असे काही नसते हे हा सिद्धान्त सांगतो. यानुसार बिग बँग पूर्वी आणि बिग बँग नंतर तयार झालेल्या ब्रह्मांडाच्या बाहेर 'जागा' अस्तित्वातच असत नाही. अनंतसूक्ष्म एकलतेत (Infintesimal Singulairty) झालेल्या प्रस्फुरणामुळे (Inflation) या एकलतेचा आकार अतिअल्प वेळेत प्रचंड मोठा होऊन ब्रह्मांड विस्तारले गेले हे मांडणारा हा सिद्धान्त. माझ्या मनाला काही बिग बँग सिद्धान्त पटेना, कारण इथे सगळेच अतर्क्य होते. अणूपेक्षा कैक पटीने छोटी गोष्ट क्षणार्धात प्रचंड मोठी होते म्हणजे कशी काय मोठी होते? या आणि अशा कित्येक प्रश्नांची उत्तरे मिळत नव्हती. युनिव्हर्स विस्तारते आहे, तर ते कशात तरी विस्तारले पाहिजे असा माझा मानवी मेंदू सांगत होता; पण इकडे बिग बँग थेअरी सांगत होती की, ब्रह्मांड विस्तारते तेव्हा ते त्या बाहेर असलेली रिकामी जागा भरून काढत नाही. कारण, तशी काही जागा, तशी काही 'स्पेस' अस्तित्वातच नसते. ब्रह्मांड विस्तारत जाते तसे तसे ते स्पेस तयार करत जाते कारण फक्त 'ऊर्जा' आणि 'मॅटर'च नाही तर खुद्द 'काळ' आणि 'अवकाश' यांचीदेखील सुरुवात बिग बँगमध्ये होते.

निरीक्षणांतून असे समोर आले होते की, दीर्घिका या एकमेकांपासून दूर दूर जात आहेत. त्यावरून काही लोकांनी तर्क केला, त्या दूर जात आहेत म्हणजे कोणे एके काळी त्या जवळ असल्या पाहिजेत. त्यांनी अशी मांडणी केली की,

हे विस्तारणारे जग काळाबरोबर मागे मागे नेले, तर एक वेळ अशी येईल की, हे जग एकत्र झालेले असेल. तो बिंदू म्हणजे सिंग्युलॅरिटी आणि त्या सिंग्युलॅरिटीचा स्फोट होऊन सबंध ब्रह्मांड निर्माण झाले असे ते गृहीतक होते; पण मला व्यक्तिशः हे सगळे शाब्दिक बुडबुडे वाटत होते. हे असे झाले याचा पुरावा काय असा प्रश्न सतत डोकावत होता. मला काहीतरी ठोस हवे होते. 'बोलाचीच कढी बोलाचाच भात। जेउनियां तृप्त कोण झाला।।' अशी माझ्या मनाची अवस्था झाली होती. बरं ही थेअरी चुकीची आहे हे सिद्ध करण्याचा मार्ग कोणता असेल आणि असे चुकीचे ठरवण्याचा मार्गच नसेल तर मग ही थेअरी बरोबर तरी कशी समजायची? हे आणि असे प्रश्न गोंधळ घालतच होते. यासोबतच बिग बँग थेअरीनुसार ब्रह्मांड एका निश्चित समयी अस्तित्वात आले होते. एका निश्चित समयी तयार झाले म्हणजे ब्रह्मांड भविष्यात कधीतरी नष्टसुद्धा होऊ शकते किंवा तशी शक्यता तरी उत्पन्न होते. हे जग नष्ट होणार ही फार भयावह भावना आहे. याउलट ब्रह्मांड अनादी-अनंत आहे ही आश्वासकता आल्हाददायक वाटते. आपण नश्वर असलो तरी हे ब्रह्मांड कालातीत आहे, यातून मानसिक समाधान मिळते, त्यामुळे असेल कदाचित; पण मन बिग बँग सिद्धान्त मानायला तयार होत नव्हते.

या अशा अवस्थेतच माझ्या हातात नोबेल पारितोषिक विजेते स्टीवन वेनबर्ग यांचे **'The First Three Minutes'** हे पुस्तक आले आणि एक-एक शंका गळून पडू लागली. ते पुस्तक वाचताना लक्षात आले की, विश्वाच्या अगदी सुरुवातीच्या क्षणात काय झाले याचा मागोवा घेत आहे विज्ञानाने पहिल्या सेकंदाच्या अति सूक्ष्म भागापर्यंतचा रहस्यभेद केला आहे. बिग बँगच्या पहिल्या सेकंदाच्या काही भागातच गुरुत्वाकर्षण, इलेक्ट्रोमॅग्नेटिझम, स्ट्राँग न्यूक्लिअर फोर्स आणि वीक न्यूक्लिअर फोर्स असे विश्वाचे चार मूलभूत फोर्सेस तयार झाले. एक प्रकारे पहिल्या सेकंदातच विश्वाची पुढची दिशा ठरली. असे जरी असले तरी बिग बँगमध्ये पिरियॉडिक टेबलमध्ये असलेली सर्वच्या सर्व मूलद्रव्ये तयार झाली नाहीत फक्त काही फंडामेंटल पार्टिकल्स आणि सुरुवातीची दोन-तीन हलकी मूलद्रव्ये तयार झाली. उदा. हायड्रोजन आणि हेलियम आणि सोबतच लिथियमसुद्धा; पण हीच दोन-तीन हलकी मूलद्रव्ये आणि फंडामेंटल पार्टिकल्स मिळून आज ब्रह्मांडातील एकूण मॅटरच्या ९८% भरतात.

ब्रह्मांड निर्माण झाले त्या पहिल्या सेकंदाच्या एक शतांश वेळेला तापमान जवळपास १०,००० कोटी डिग्री सेल्सिअस इतके प्रचंड होते. प्रस्फुरणामुळे ब्रह्मांड तीव्र वेगाने विस्तारले गेले आणि तापमान कमी होऊ लागले. चौदाव्या सेकंदापर्यंत हे तापमान ३०० कोटी डिग्री सेल्सिअस इतके कमी झाले. ब्रह्मांड तयार झाले तेव्हा इलेक्ट्रॉन, पोसिट्रॉन, न्यूट्रिनो आणि फोटॉन्स हे मुबलक प्रमाणात होते. फोटॉन प्रकाशाचा वाहक आहे हे आपल्याला माहिती असते; पण त्याच्या सोबत एक

मजेशीर गोष्ट होते ती म्हणजे एक फोटॉन हा एका इलेक्ट्रॉन आणि अँटी इलेक्ट्रॉन (पोसिट्रॉन)मध्ये कन्व्हर्ट होऊ शकतो. सुरुवातीच्या क्षणात संबंध विश्व प्रकाशाने दीप्त होते म्हणजे सगळीकडे खूप सारे फोटॉन्स होते. हा फोटॉन स्वतःशी इंटरॅक्ट करत नाही, त्यामुळे आपल्याला कुठेही प्रकाशाचा पुंजका लोळत पडलाय असे दिसत नाही; पण वाटेत इलेक्ट्रॉन असतील तर मात्र फोटॉन त्यांच्याशी इंटरॅक्ट होतो आणि क्षणोक्षणी त्याची आदळआपट होते. खूप इलेक्ट्रॉन असतील, तर वाटेत अडथळे निर्माण होऊन प्रकाश कोंडला जातो. अपारदर्शी होतो. ब्रह्मांड निर्माण झाले, तेव्हा निर्माण झालेला प्रकाश हा असला अपारदर्शी होता. कारण, फोटॉनच्या वाटेवर सगळीकडे इलेक्ट्रॉनचे स्पीडब्रेकर होते. बरं, इलेक्ट्रॉन मोकळे का हिंडत होते? तर विश्व तयार झाले, तेव्हा या इलेक्ट्रॉनची गती आणि ऊर्जा इतकी होती की, त्यांना अणूंत बांधून ठेवण्यासाठी अणूच्या केंद्रकाची ताकद अपुरी पडत होती, त्यामुळे ब्रह्मांड तयार झाले, तेव्हा प्रोटॉन आणि त्यामुळे अणूचा न्युक्लिएस तयार झाला असला तरी इलेक्ट्रॉन मोकाट फिरत असल्यामुळे अणू तयार झाला नव्हता. त्यात भरीस भर म्हणून फोटॉनपासून इलेक्ट्रॉन आणि पोसिट्रॉन ही परस्परविरोधी जोडी तयार होत होती.

परंतु माझ्या दृष्टीने कितीही तंत्रशुद्ध असली तरी ही फक्त एक थेअरी होती. गणितीदृष्ट्या अचूक असणे, तंत्रशुद्ध असणे वेगळे आणि एखाद्या थेअरीचा पुरावा असणे या वेगळ्या गोष्टी आहेत. डायनॉसोर होऊन गेले याचा पुरावा काय? तर त्यांचे अवशेष आपल्याला मिळाले आहेत. मग बिग बँग झाले याचा पुरावा काय? डायनॉसोरचा सापडला तसा बिग बँगचा काही अवशेष आहे का? पण अवशेष शोधायचा असले तर अगोदर तो कशाचा शोधायचा हे पक्के झाले पाहिजे. बिग बँग झाले तेव्हा 'अपारदर्शी प्रकाशाचा पुंजका' सर्वदूर होता असे ही थेअरी सांगते. या प्रकाशाच्या पुंजक्याचाच अवशेष शोधला तर! पण 'प्रकाशाचा अवशेष' की काय भानगड आहे? आणि तो शोधायचा तरी कसा?

***

'मुंग्या आल्या मुंग्या!'

'आता?'

'नाही, जरा डावीकडे घे...'

'आता बघ? दिसतंय का?'

आमच्या लहानपणी टी.व्ही. लागत नसला की माझा आणि माझ्या भावाचा हा ठरलेला कार्यक्रम असायचा. अँटेना फिरवण्याचे काम भावाचे असायचे आणि मुंग्या येतात की चित्र दिसतेय हे पाहण्याचे काम माझे असायचे. सिग्नल नसल्यावर

टी.व्ही.वर दिसणाऱ्या या मुंग्या शोधल्यामुळे दोन-दोनदा नोबेल पुरस्कार मिळतो हे जर का मला माहिती असते, तर भारतातल्या नव्वदच्या दशकात वाढलेल्या प्रत्येक मुलाला नोबेल पुरस्कार मिळायला पाहिजे होता! पण दुर्दैव आपले, दुसरे काय!

टी.व्ही.वर या मुंग्या का दिसतात? कोणतेही सिग्नल नसेल तर काहीच दिसायला नाही पाहिजे. या मुंग्या दिसायचे काय कारण? या मुंग्याच विश्वाच्या निर्मितीचा अर्थात 'बिग-बँग'चा पुरावा आहे असे तुम्हाला कुणी सांगितले तर तुमचा विश्वास बसणार नाही. तुमचाच काय ज्यांनी हे शोधले त्यांचासुद्धा विश्वास बसला नव्हता, तर त्याचे झाले असे की, १९६५ साली अमेरिकेतील दोन भौतिकशास्त्रज्ञ अर्नो पेन्झियस आणि रॉबर्ट विल्सन हे न्यू-जर्सी या राज्यात असलेल्या बेल लॅबोरेटरीमध्ये पृथ्वी भोवती फिरणाऱ्या उपग्रहांशी संवाद साधण्यासाठी 'Microwave Detector' तयार करत होते; परंतु त्या डिटेक्टरवर प्रमाणापेक्षा खूप जास्त 'Noise' येत होता. त्यांना वाटले कबुतराने विष्ठा केल्यामुळे अनावश्यक नॉइज येत असेल म्हणून त्यांनी डिटेक्टर साफ-सुफ करून धुऊन घेतले; पण छ्या! मग हा गोंगाट कोणत्या दिशेने येतो याचा ते शोध घेऊ लागले, तर त्याची अमुक एक दिशा आहे हेसुद्धा कळेना. तो सगळ्या दिशेला सारखाच होता. तो दिवसाही तेवढाच आणि रात्रीही तेवढाच येत होता. वर्षभर, दिवस-रात्र कधीही, कोणत्याही दिशेला डिटेक्टर फिरवा हा 'नॉइज' काही जाण्याचे नाव घेत नव्हता. एका वर्षात पृथ्वी सूर्याभोवती एक फेरी मारते. संपूर्ण फेरी दरम्यान या 'गोंगाटामध्ये' कुठलाही फरक जाणवला नाही म्हणजेच हा नॉइज आपल्या सूर्यमालेच्या पलीकडून येत असावा असा पेन्झियस आणि विल्सन यांनी तर्क केला. सगळ्या दिशेने सारखाच येतो म्हणजे तो आपल्या आकाशगंगेच्यासुद्धा बाहेरून येत असावा असे त्यांना वाटले. मायक्रोवेव्ह डिटेक्टरवर गरजेपेक्षा जास्त दिसणाऱ्या या गोष्टींमुळे ते हैराण झाले; पण ते **ज्याला 'नॉइज' समजत होते, तो एक 'सिग्नल' होता. तो पुरावा होता, विश्वाच्या निर्मितीचा!**

कसे ते समजून घेण्याआधी आपण मायक्रोवेव्ह ही काय भानगड आहे ते पाहू या. मायक्रोवेव्ह हा प्रकाशाचाच एक प्रकार आहे, फक्त त्याची वेव्हलेंथ आपल्याला दिसणाऱ्या प्रकाशापेक्षा लांब असते. लाल रंगाचा शर्ट घातलेली व्यक्ती आपल्याला खूप दुरून दिसते, या उलट निळा रंग सगळीकडे विखरून जातो आणि त्या रंगाचा शर्ट घातलेली व्यक्ती आपल्याला दुरून दिसत नाही हे आपण अनुभवले असेल. हे असे का होते, कारण लाल रंगाची Wavelength (तरंग लांबी) जास्त आणि Frequency (वारंवारता) कमी असते. नेमकी याउलट परिस्थिती निळ्या रंगाची असते. एखादी गोष्ट खूप लांब असेल, तर तिचा प्रकाश आपल्यापर्यंत येण्यासाठी त्या प्रकाशाला ते लांबचे अंतर पार करावे लागेल. अशा खूप लांबून आलेल्या प्रकाशाची 'वेव्हलेंथ' आपल्यापाशी पोहोचेपर्यंत वाढलेली असते. कधी कधी एखादी गोष्ट खूप जास्त अंतर पार करून आपल्यापर्यंत पोहोचली असेल,

तर तिची वेव्हलेंथ लाल रंगाच्या वेव्हलेंथपेक्षा; पण जास्त वाढते, त्याला इन्फ्रा रेड किंवा मायक्रोवेव्ह असे म्हणतात. मायक्रोवेव्ह रेडिएशनची तरंगलांबी ही लाल रंगाच्या तरंगलांबीपेक्षा जास्त असते, त्यामुळे एखादा प्रकाश खूपच अंतर पार करून आला असेल, तर तो मायक्रोवेव्ह रूपातच दिसायला पाहिजे.

विश्वाच्या निर्मितीच्या वेळी ते प्रचंड गरम आणि प्रकाशित होते, असे 'बिग बँग' थेअरी सांगते. मग तो विश्वाच्या सुरुवातीला तयार झालेला प्रकाश कुठेतरी गेला किंवा जात असला पाहिजे. विस्तारत्या विश्वाच्या दूर दूरच्या भागातून विश्व निर्मितीच्या वेळी निघलेला प्रकाश आताकुठे आपल्यापर्यंत पोहोचत असला पाहिजे; पण विस्तारत्या विश्वामुळे हा प्रकाश आपल्यापर्यंत पोहोचेपर्यंत मायक्रोवेव्हमध्ये रूपांतरित झालेला असला पाहिजे, असे नेमके त्याच वेळी रॉबर्ट डिके आणि जिम पिबल्स यांना वाटत होते आणि त्यांना हवे असलेले हे Microwave Radiation अर्नो पेन्झियस आणि रॉबर्ट विल्सन यांनी अपघाताने शोधले होते. अशा तऱ्हेने बिग बँगचा पुरावा असणाऱ्या 'Cosmic Microwave Background Radiation (CMBR)'चा शोध लागला होता. हेच ते CMBR ज्यामुळे आपल्याला टी.व्ही. वर मुंग्या दिसतात. कॉस्मिक मायक्रोवेव्ह बॅकग्राउंड रेडिएशन हा ब्रह्मांडाच्या पंच-पंच उष:काली तयार झालेला, त्यामुळे आपल्या ब्रह्मांडातला सर्वांत प्राचीन प्रकाश आहे. तो प्रकाश काळाचे आणि अवकाशाचे प्रदीर्घ अंतर पार करून आल्यामुळे आता मायक्रोवेव्हमध्ये रूपांतरित झालेला आहे. टी.व्ही.वर दिसणाऱ्या मुंग्या हा एक प्रकाश आहे. तो प्रकाश बिग बँगचा अवशेष आहे, त्यामुळे जेव्हा तुम्ही टी.व्ही.वरच्या अपारदर्शी मुंग्या पाहत असता, तेव्हा तुम्ही विश्वनिर्मितीचे क्षण पाहत असता!! (जेव्हा तुम्ही जुना ॲनालॉग टीव्ही चालू करता आणि सिग्नल नसतो, तेव्हा स्क्रीनवर दिसणाऱ्या मुंग्याचा सगळाच स्रोत CMBR नसतो. त्यातील एक लहानसा भाग अंदाजे १%पर्यंत हा बिग बँगनंतर उरलेला CMBR असतो.)

***

ब्रह्मांड निर्माण झाले, तेव्हा ते तप्त होते आणि प्रकाशाच्या अपारदर्शी पुंजक्यासारखे दिसत होते. चहूकडे रेडिएशन्स होते; परंतु आज आपण अनुभवतो ते विश्व मात्र 'पारदर्शी' आणि 'मॅटरयुक्त' आहे! हा बदल घडला कसा? ऊर्जा आणि वस्तुमानाच्या समतुल्यतेनुसार रेडिएशन्सच्या रूपात असलेल्या ऊर्जेचे रूपांतर 'मॅटर'मध्ये होत गेले. मॅटर घडत गेले. नंतर गुरुत्वामुळे ते एकत्र येऊ लागले आणि त्यातून दीर्घिका आणि तारे तयार झाले हे आपण पाहिले; पण त्याला अजून वेळ होता. अगदी सुरुवातीच्या क्षणात प्रस्फुरणामुळे ब्रह्मांड प्रचंड गतीत प्रसरण पावले. त्याच्या कक्षा रुंदावल्या. काळ सरकत गेला आणि अवकाश विस्तारत गेले तसे विश्वाचे तापमान

कमी कमी होऊ लागले. या प्रक्रियेतील महत्त्वाचा 'वळण बिंदू' ब्रह्मांड निर्माण झाल्यापासून साधारण तीन लाख ऐंशी हजार वर्षांनी आला. हाच तो क्षण होता जेव्हा विश्व सर्वप्रथम 'पारदर्शक' झाले. मोकाट फिरणाऱ्या इलेक्ट्रॉनमुळे कोंडला गेलेला प्रकाश मुक्त झाला! वाटेतले स्पीडब्रेकर निघाले. स्पीडब्रेकर निघाले कारण अणू, विशेषतः हायड्रोजनचा अणू तयार झाला!!

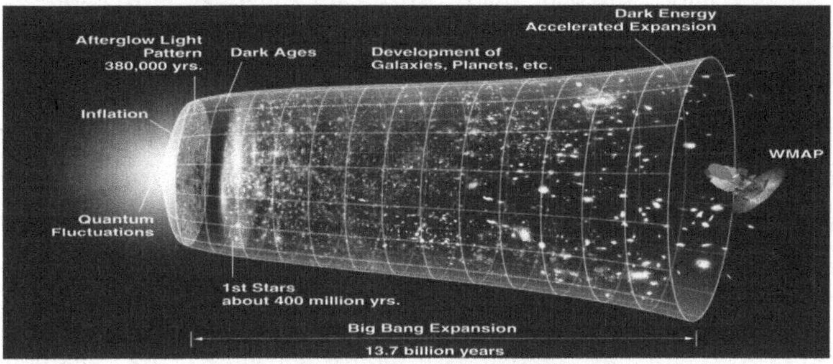

ब्रह्मांडाचा १३८२ कोटी वर्षांचा इतिहास

ब्रह्मांड तयार झाले, तेव्हा प्रोटॉन आणि त्यामुळे एका अर्थाने हायड्रोजन अणूचा न्युक्लिएस तयार झाला असला तरी इलेक्ट्रॉन मोकाट फिरत असल्यामुळे परिपूर्ण अणू तयार झालेला नव्हता. हा इलेक्ट्रॉन मोकाट का फिरत होता, तर विश्व निर्माण झाले, तेव्हा इलेक्ट्रॉनची गती आणि ऊर्जा इतकी होती की, त्यांना अणूंत बांधून ठेवण्यासाठी अणूच्या केंद्रकाची ताकद अपुरी पडत होती; पण जसे जसे विश्वाचे तापमान कमी होऊ लागले, तसे इलेक्ट्रॉनची गती कमी झाली आणि एक वेळ अशी आली की, मोकाट फिरणाऱ्या या इलेक्ट्रॉनला विश्वनिर्मितीच्या वेळी तयार झालेल्या प्रोटॉन व तत्सम हलक्या अणूगर्भांनी जखडून टाकायला सुरुवात केली. इलेक्ट्रॉन हे केंद्रकाच्या वेष्टनांत बांधले गेले. त्यातूनच खऱ्या अर्थाने अणू तयार झाला. या प्रक्रियेला पुनर्संयोजन असे म्हणतात. हा विश्वाच्या इतिहासातील एक महत्त्वाचा टप्पा होता, ज्यात इलेक्ट्रॉन आणि प्रोटॉन एकत्र येऊन हायड्रोजन अणू तयार झाले. ही घटना विश्वनिर्मितीनंतर ३.८ लाख वर्षांनी झाली. यामुळे प्रकाश मोकळेपणाने प्रवास करू लागला आणि आज दिसणारे कॉस्मिक मायक्रोवेव्ह बॅकग्राउंड (CMBR) तयार झाले. अणू तयार झाला म्हणून इलेक्ट्रॉनचा अडथळा निघाला आणि फोटॉनचा मार्ग खुला झाला, तेव्हापासून विश्व पारदर्शक झाले आणि प्रकाश, प्रकाशाच्या गतीने जो पळू लागला, तो आजतागायत पळतोच आहे. अशा प्रकारे अणूंतला सगळ्यात साधा सोपा असलेला मूळपुरुष **'हायड्रोजन' विश्व निर्मितीनंतर ३,८०,००० वर्षांनी या ब्रह्मांडाच्या पटलावर अवतरला आणि**

त्याच्यातूनच आज दिसणारे सर्व 'मॅटर' अर्थात ग्रह, तारे, दीर्घिका तयार झाले! पण हे 'मॅटर' एवढेच आहे का? की यातही अजून काही काळेबेरे आणि इतर काही 'मॅटर' वाढून ठेवलेले आहे?

***

लहानपणी कृष्ण जन्माष्टमी, गणेश चतुर्थी आणि पंचमीचे दिवस आले की, गावातल्या सगळ्या स्त्रिया झिम्मा-फुगडी खेळायला एकत्र यायच्या. फुगडी खेळताना एकमेकांचे हात घट्ट पकडलेले ठेवणे खूप गरजेचे असते. हात पकडण्यात पुरेशी ताकद लावली नाही आणि फुगडी जोरजोरात फिरू लागली की, हातावर ताण येऊन हात सुटून फुगडी खेळणारे जोरात आपटण्याचा धोका असतो. थोडक्यात काय तर फुगडी खेळताना तयार होणाऱ्या Centri-Fugal फोर्सला प्रतिरोध करून समतोल राखण्याची क्षमता आपल्या हातात असली पाहिजे.

चंद्र पृथ्वीभोवती फिरतो, पृथ्वी स्वत:भोवती फिरता फिरता सूर्याभोवती फिरते आणि सूर्य, तो आकाशगंगेच्या केंद्राभोवती फिरतो; परंतु आकाशगंगा तरी कुठे स्थिर आहे. आपली आकाशगंगासुद्धा स्वत:भोवती फिरते. आकाशगंगा स्वत:भोवती फिरत असली तरी ते करत असतानासुद्धा ती दीर्घिकांपासून दूर जात असते. विश्वातल्या सगळ्या गोष्टी 'गतीत' आहेत म्हणूनच आपण याला 'जगत्' म्हणतो. जगत् म्हणजेच जिथे सर्व काही गतिमान आहे असे! तर अशा या गतिमान विश्वात वर सांगितल्याप्रमाणे गॅलॅक्सिज स्वत: भोवती फिरत असतात. स्वत:भोवती फिरणाऱ्या आपल्या आकाशगंगेच्या केंद्रापाशी एक कृष्णविवर (Blackhole) आहे. त्या कृष्णविवराच्या गुरुत्वाकर्षणामुळे आपली आकाशगंगा स्वत:भोवती जोरजोरात फिरते. आकाशगंगेच्या केंद्रकात असलेले कृष्णविवर तिला घट्ट बांधून ठेवते. समजा आकाशगंगेच्या केंद्रात असलेले हे कृष्णविवर एकाएकी गायब झाले तर? तर फुगडी खेळताना हात सुटल्यावर जसे फुगडी खेळणारे दूर फेकले जातात तसे आकाशगंगेच्या बाहेरच्या भागात असलेला, आपला सूर्य आणि इतर तारे आपल्या आकाशगंगेच्या बाहेर भिरकावले जातील. सुदैवाने आकाशगंगेच्या केंद्राशी कृष्णविवर आहे म्हणून आपला सूर्य आणि सूर्यमाला व्यवस्थित टिकून आहेत.

पण खरी गंमत इथे संपत नाही, सुरू होते! वैज्ञानिकांनी जेव्हा आकाशगंगा स्वत:भोवती किती जोरात फिरते हे मोजायला सुरुवात केली तेव्हा त्यांना धक्काच बसला. कारण, आकाशगंगा स्वत:भोवती इतक्या प्रचंड गतीने फिरत होत्या की हे वरचे सगळे गणितच कोलमडून जात होते. फुगडी खेळताना तुम्ही मिनिटाला किती फेऱ्या मारल्या म्हणजे तुमचे हात सुटणार नाहीत? समजा तुम्ही मिनिटाला ३० फेऱ्या मारत असाल आणि तुमचे हात सुटत नसतील म्हणजे तुम्ही अजून जोरात फेऱ्या घेऊ शकता. तुम्ही फुगडी खेळण्याची गती वाढवून ४० फेऱ्या प्रति

मिनिटे केली, तर तुमचे हात सुटायला लागतील. ६० फेऱ्या प्रति मिनिटे केले, तर तुमचे हात नक्कीच सुटतील; पण तुम्ही मिनिटाला १००० किंवा त्यापेक्षा अधिक फेऱ्या घेत असाल आणि तरीही तुमचे हात सुटत नसतील तर? मग मात्र आश्चर्य आहे! आकाशगंगेच्या बाबतीतसुद्धा हेच होते आहे. त्या इतक्या जोरात स्वत:भोवती फिरत आहेत की, त्यांच्या केंद्रकात असलेल्या कृष्णविवराचे वस्तुमान लक्षात घेतले तरी या प्रचंड गरगर फिरणाऱ्या गतीमुळे आकाशगंगेतील तारे इतस्तः विखरून आकाशगंगा छिन्न-विछिन्न झाली पाहिजे; पण तसे होताना तर दिसत नाही म्हणजे आकाशगंगेच्या केंद्रात कृष्णविवराव्यतिरिक्त काहीतरी अजून असले पाहिजे! पण 'ते' काय आहे ते अजून सापडले नाही. ते दिसतसुद्धा नाही; पण 'ते' आहे हे जाणवते. वैज्ञानिक त्याला **'Dark Matter'** असे म्हणतात. नावावरून डार्क मॅटर म्हणजे प्रकाश शोषून घेते ते मॅटर अशी काही जणांची चुकीची समजूत होऊ शकते; पण डार्क मॅटर प्रकाश शोषून घेत नाही! डार्क मॅटर आणि प्रकाश परस्परांवर कुठलीही क्रिया करत नाहीत, त्यामुळे प्रकाश शोषून घेण्याचा प्रश्नच येत नाही. डार्क मॅटरपेक्षा 'अदृश्य द्रव्य' हे नाव जास्त संयुक्तिक ठरले असते; पण आता डार्क मॅटर हे नाव पडलेच आहे, तर त्याच्याशी आपल्याला जुळवून घ्यावे लागेल. डार्क मॅटरला आपण मराठीत **'कृष्णद्रव्य'** असे संबोधू शकतो.

ब्रह्मांडात असलेल्या एकूण 'मॅटर'पैकी 'डार्क मॅटर'चे प्रमाण ८५% इतके आहे; पण ब्रह्मांडात 'मॅटर' व्यतिरिक्त ऊर्जासुद्धा असते, त्यामुळे एकूण ब्रह्मांडाचा विचार केला, तर ब्रह्मांडाचा २३% हिस्सा कृष्णद्रव्य आहे आणि ह्या कृष्णद्रव्याबद्दल आपल्याला काही माहिती नाही. ते जाऊ द्या; पण मग निदान उर्वरित ७७% ब्रह्मांड कशापासून बनले आहे ते तरी आपल्याला माहिती आहे का? तर तसेसुद्धा नाही! उर्वरित ७७%पैकी ७३% काय आहे याचासुद्धा आपल्याला थांगपत्ता नाही. या ७३%ला 'Dark Energy' असे नाव आहे.

म्हणजे आपली पृथ्वी, सूर्य, सूर्यमाला, आकाशगंगा आणि अशा करोडो आकाशगंगा आणि त्यातले हजारो-करोडो ग्रह-तारे आणि त्या सर्वांत असलेली प्रचंड ऊर्जा हे सगळे मिळून फक्त ब्रह्मांडाचा ४% टक्के हिस्सा होतो. होय!! **आपल्याला माहिती असलेले, जाणवणारे-दिसणारे आणि मॅटर पार्टिकल्सपासून बनलेले विश्व हे एकूण विश्वाच्या फक्त ४% आहे**. त्या ४ टक्क्यांच्या विश्वात सगळे ग्रह-तारे आणि तारकामंडळे येतात आणि ते ४% विश्वसुद्धा आपल्याला दिसते आहे असे आपण म्हणणे चूक ठरेल. कारण, त्या ४% पैकी ३.६% हिस्सा हा ग्रह ताऱ्यांचा नसून, अवकाशातील ढगांचा आहे.

***

कालावकाश

चौथी-पाचवीपर्यंत उन्हाळ्याच्या सुट्ट्या लागल्या की, अख्खा दिवस आम्ही शेतातल्या आंब्यांच्या झाडाखालीच असायचो. शेतात आंब्याची दहा-बारा झाडे होती. एका अशाच उन्हाळ्यातल्या दुपारी आम्ही कधी झाडांवर चढ, तर कधी आंबे पाडण्यासाठी दगड मार असे उद्योग करत होतो. नेमके त्या दिवशी दुपारच्या वेळी आजोबासुद्धा आंब्यांच्या झाडाखाली आले. झाडाखाली एक बाज/चारपाई टाकून त्यावर ते आराम करत पडले होते; पण आमचे मात्र आंब्यांना दगड मार, झाडांवर चढ असे उद्योग सुरूच होते. हे पाहून आजोबा रागावले. मला जवळ बोलावून घेतले. झाडावर चढू नको अशी तंबी तर दिलीच; पण त्यांचे हात-पाय दाबण्याचे कामसुद्धा माझ्या मागे लागले. मी ते काम इमाने इतबारे केले, आता आजोबांना झोप लागायला लागली होती. ते झोपी गेल्यावर मी पुन्हा झाडांवर चढेल काहीतरी दुखापत करून घेईल म्हणून त्यांनी मला त्यांच्या शेजारीच झोपण्याचा हुकूम केला. आता माझ्याकडे पर्याय नव्हता! मी बाजेवर त्यांच्या बाजूला झोपलो, झोपलो कसला आजोबांना कधी झोप लागतेय याची वाट पाहू लागलो. त्यांना झोप लागली की तिथून गायब व्हायचे हा माझा प्लॅन होता, त्यामुळे गुपचूप त्यांना कुठलाही स्पर्श होणार नाही याची काळजी घेत मी एका कडेला पडून होतो; पण त्यात एक समस्या होती. चारपाई जुनी असावी कारण तिच्या दोऱ्या ढिल्या झालेल्या होत्या आणि आजोबा बरोबर मध्यभागी झोपल्यामुळे तिला खूप मोठा बाक आलेला होता. चारपाईला आलेल्या झोळामुळे कितीही प्रयत्न केला तरी मी आजोबांच्याच जवळ ओढला जात होतो. उन्हाळ्याच्या भर दुपारी आजोबांना अजूनच गरम होत होते. हे असे बराच वेळ चालले. एक-दोनदा आजोबा मला, 'जरा पलीकडे सरक' असेसुद्धा म्हणाले; पण काहीही केले तरी आणि माझी तशी मुळीच इच्छा नसतानासुद्धा चारपाईच्या बाकामुळे मी आजोबांकडेच ओढला जात होतो! शेवटी वैतागून आजोबांनी मला, 'झाडावर दिसशील तर बघ' म्हणत घरीच जायला सांगितले आणि माझी सुटका झाली. आता याचा इथे काय संबंध असे तुम्ही म्हणाल; पण या अनुभवातच **अल्बर्ट आइनस्टाइनची** जगत्‌विख्यात

General Relativity अर्थात **व्यापक सापेक्षतेची थेअरी** दडली आहे. कशी ते आपण पाहूच!!

***

काही मुलांना अंधाऱ्या रात्री चमकणारे काजवे पकडण्याचा छंद असतो. आपणही कधी तरी काजव्यांच्या मागे लागला असाल. एकदा सूर्यास्तानंतर काही वेळातच भराभर काजवे बाहेर निघू लागले. त्या काजव्यांच्या मागे धावताना माझ्या काही बालमित्रांना आणि मला आपण धावलो की आपल्यासोबत चंद्रसुद्धा धावतो असा शोध लागला होता; पण ते इथे महत्त्वाचे नाही. महत्त्वाचे हे आहे की, काजवे पकडणे किंवा त्यांच्या मागे धावणे ही आपल्यासारख्या सामान्यजनांची कहाणी आहे; पण अल्बर्ट सामान्य नव्हता. शाळकरी वयात असतानासुद्धा आइनस्टाइनला काजवे-बिजवे असे काही पकडण्यात रस नव्हता. कारण, त्याला 'प्रकाश किरण' पकडायचा होता!

आइनस्टाइनला हे माहिती होते की, आपण घोडा-गाडीच्या मागे धावलो आणि स्वत:ची व घोडागाडीची धावण्याची गती सारखीच असेल तर घोडागाडी गतीत आहे असे वाटत नाही. आपल्यालासुद्धा याचा अनुभव असतो, तुम्ही ज्या गाडीत प्रवास करत आहात ती ताशी ६० किलोमीटर वेगाने जात असेल आणि तुमच्या बाजूची गाडीसुद्धा ताशी ६० किलोमीटर वेगाने जात असेल, तर तुम्हाला बाजूची गाडी स्थिर आहे असे जाणवते. मग आइनस्टाइनला प्रश्न पडला की, आपण प्रकाशाच्या गतीने धावू लागलो, तर प्रकाश किरणसुद्धा आपल्याला एका जागेवर स्थिर आहे असे दिसले पाहिजे. या एका ध्यासाने आइनस्टाइनला पुढे पुरते गुरफटून टाकले. शाळेत असताना तो काही फार हुशार नव्हता असे मिथक आपण तयार केलेले आहे; पण वास्तव तसे नव्हते. शाळेत असतानाही आइनस्टाइन हा आइनस्टाइनच होता. तो हुशार तर होता; पण त्याला साचेबंद शिक्षण पद्धती आणि घोकंपट्टीबद्दल प्रचंड राग होता. घरातले वातावरण फारसे धार्मिक नव्हते, तरी त्याच्याच शब्दात सांगायचे, तर १२व्या वर्षापर्यंत तो कमालीचा धार्मिक होता; पण त्यानंतर मात्र त्याची धार्मिकता एकाएकी संपली. कोणत्याही लौकिक-पारलौकिक सत्तेला न जुमानता, मुक्त विचारांची तो कास धरू लागला. बंडखोरी त्याचा स्वभाव बनला. तो त्याच्याच धुंदीत असे. त्याच्या वेळेनुसार त्याला आवडणाऱ्या विषयाबद्दल तो वाचू-शिकू लागला. बोल्टझमॅन, मॅक्सवेल, लॉरेन्टझ यांच्याबद्दल आइनस्टाइन वाचू लागला. विश्वाची गुपिते त्याला साद घालू लागली. शाळा त्याला त्याच्या ज्ञानसाधनेतला अडथळा वाटू लागली; पण शाळेच्या परीक्षा तर दिल्या पाहिजेत, त्यासाठी आइनस्टाइन त्याचा वर्गमित्र मार्सेल

ग्रॉसमनच्या व्यवस्थित लिहिलेल्या नोट्स वापरू लागला. त्यांचा वापर करूनच तो परीक्षा पास झाला. हा मार्सेल ग्रॉसमन आइनस्टाइनचा जिवलग साथीदार झाला. पुढे आइनस्टाइनला नोकरी मिळेनाशी झाल्यावर याच मार्सेल ग्रॉसमनच्या वडिलांनी शब्द टाकला म्हणून आइनस्टाइनला स्वित्झर्लंडच्या पेटंट ऑफिसमध्ये कारकुनाची नोकरी लागली. मार्सेल ग्रॉसमन पुढे मोठा गणित तज्ज्ञ झाला. १९१२-१३च्या सुमारास जेव्हा आइनस्टाइन 'General Relativity' अर्थात सामान्य/व्यापक सापेक्षतेवर काम करत होता, तेव्हा त्याने पुन्हा ग्रॉसमनची मदत मागितली. ग्रॉसमनने नॉन यूकलिडियन भूमितीच्या माध्यमातून आइनस्टाइनची मदत केली. याचाच परिपाक म्हणून १९१५ला आइनस्टाइन General Theory Relativity हा सिद्धान्त मांडू शकला; पण त्याला अजून 'वेळ' होता. दरम्यान, 'वेळ' काय आहे याचेच संदर्भ बदलणार होते! कारण General Relativityच्या आधी १० वर्षे म्हणजे इसवी सन १९०५मध्येच आइनस्टाइनने 'Special Theory of Relativity' मांडली होती.

वाढत्या वयात स्वीस पॉलिटेक्निक स्कूलमध्ये शिकत असताना हॅनरीच वेबर हे आइनस्टाइनला भौतिकशास्त्र शिकवायला होते. सुरुवातीला हॅनरीच वेबर यांचे शिकवणे पाहून आइनस्टाइन भारावून गेला. काहीतरी नवीन शिकण्याची सुरसुरी आइनस्टाइनला होती. शाळकरी विद्यार्थी असतानाच आइनस्टाइनने James Clerk Maxwell यांच्या विद्युतचुंबकीय लहरींबद्दल वाचले होते. मॅक्सवेल यांचा आइनस्टाइनवर प्रचंड प्रभाव होता. मॅक्सवेलच्या अगोदर विद्युत आणि चुंबकत्व हे वेगळे आहेत अशी धारणा होती; पण मॅक्सवेलने ते दोन्ही वेगळे नसून, एकच आहेत हे सिद्ध केले. इलेक्ट्रिक फील्डमुळे चुंबकीय फील्ड आणि चुंबकीय फील्डमुळे इलेक्ट्रिक फील्ड तयार होते हे मॅक्सवेलने १८६५ सालीच सांगितले होते. नव्हे नव्हे 'प्रकाश'सुद्धा एक विद्युतचुंबकीय लहर आहे हे त्याने सांगितले होते. आइनस्टाइनला तर प्रकाश किरण पकडायचा होता. जर आपण प्रकाशाच्या गतीने गेलो, तर प्रकाश थांबलेला दिसला पाहिजे, असे आइनस्टाइनला वाटत होते. मॅक्सवेलने प्रकाश विद्युतचुंबकीय लहर आहे हे सांगितले होते, त्यामुळे मॅक्सवेलच्या या थेअरीतून काहीतरी सुगावा लागेल, असे आइनस्टाइनला वाटत होते, त्यामुळे त्याचे प्रोफेसर हॅनरीच वेबर मॅक्सवेलच्या थेअरीबद्दल कधी शिकवतात, याबद्दल आइनस्टाइनच्या मनात उत्सुकता होती; पण हॅनरीच वेबर काही मॅक्सवेलचे समीकरणे शिकवेनात. हॅनरीच वेबर यांच्या दृष्टीने मॅक्सवेलची थेअरी तितकी महत्त्वाची नव्हती. हॅनरीच वेबर यांच्या ज्ञानाने सुरुवातीला भारावलेल्या आइनस्टाइनचा आता मात्र पुरता भ्रमनिरास होऊ लागला. आइनस्टाइनचे प्रोफेसर हॅनरीच वेबर सोबत खटके उडू लागले. कॉलेजातून उत्तीर्ण होण्याकरिता एक प्रोजेक्ट करणे गरजेचे होते, त्यासाठी आइनस्टाइनने प्रोजेक्टसाठी अनेक प्रस्ताव प्रोफेसर वेबर समोर मांडले; पण ते सगळे प्रस्ताव प्रोफेसर नाकारत

गेले. शेवटी एका प्रोजेक्टवर त्यांच्यात एकवाक्यता झाली; पण प्रोफेसर हॅनरीच वेबर यांनी आइनस्टाइनचा प्रोजेक्ट शेवटी नाकारलाच कारण त्यांच्या मते त्यासाठी आइनस्टाइनने वापरलेली पाने योग्य आकाराची नव्हती!

आइनस्टाइनला त्याच त्याच रटाळवाण्या आणि कालबाह्य झालेल्या गोष्टी शिकण्यात फारसा रस नव्हता. त्याच्या प्रोफेसरने जेव्हा काळ सुसंगत अशा मॅक्सवेलची समीकरणे शिकवण्यास नकार दिला, तेव्हा उत्कटतेचा ध्यास असलेल्या, प्रकाशाचा किरण पकडण्याचे स्वप्न पाहणाऱ्या आइनस्टाइनची अवस्था :

'परी भव्य ते तेज पाहुन, पूजुन घेऊ गळ्याशी कसे काजवे?
नको क्षुद्र शृंगार तो दुर्बळांचा, तुझी दूरता त्याहुनि साहवे'

अशी झाली असणार. या ओळी कुसुमाग्रजांच्या 'पृथ्वीचे प्रेमगीत' या कवितेतील आहेत. या कवितेत सूर्याचा ध्यास लागलेल्या पृथ्वीला ग्रह-नक्षत्रांच्या प्रेमयाचनेपेक्षा सूर्याचा विरह जास्त सहनीय वाटतो. अगदी तशीच काहीशी अवस्था आइनस्टाइनचीसुद्धा असणार कारण तो काजव्यांच्या नव्हे तर प्रकाश किरणांच्या मागे लागला होता!

***

१९०० साली आइनस्टाइन कॉलेजमधून पास झाला, तेव्हा त्याने नोकरीच्या शोधात बऱ्याच ठिकाणी पत्रं पाठवली; पण कुणाचाच जबाब येईना. १९०१ साल उजाडले. आता मात्र आइनस्टाइन अस्वस्थ, बेचैन झाला होता. कारण, त्याला नोकरीची नितांत गरज होती. वर सांगितल्याप्रमाणे मार्सेल ग्रॉसमन हा आइनस्टाइनचा शाळकरी मित्र या संकटकाळीसुद्धा धावून आला. ग्रॉसमनच्या वडिलांची मैत्री स्वित्झर्लंडच्या पेटंट ऑफिसच्या एका बड्या अधिकाऱ्यासोबत होती. त्यांनी शब्द टाकला आणि आइनस्टाइनला स्वित्झर्लंडच्या बर्न शहरातील पेटंट ऑफिसमध्ये कारकुनाची नोकरी मिळाली. आइनस्टाइनने १९०१ साली स्वित्झर्लंडचे नागरिकत्व स्वीकारले. आइनस्टाइनला साधी कारकुनाची नोकरी मिळवण्यासाठी त्याची जर्मनी ही मायभूमी सोडून परागंदा व्हावे लागले होते. १९०५ हे वर्ष आइनस्टाइनसाठी Annus Mirabilis अर्थात 'जादुई वर्ष' म्हणून गणले जाते. ते वर्षच मुळी चमत्कारासारखे होते. कारण, त्या एका वर्षात आणि काही महिन्यांच्या अंतरात आइनस्टाइनने एकाहून-एक असे चार अद्वितीय शोध निबंध सादर केले. दरम्यानच्या काळात आइनस्टाइनचा विवाह झाला आणि त्याला एक मुलगाही झाला होता. आपले संशोधन तसेच संसार करत असताना तो पेटंट ऑफिसमध्ये तृतीय श्रेणीचा कारकून म्हणूनच काम करत होता.

१९०५ साली आइनस्टाइनने प्रकाशित केलेला पहिला शोध निबंध 'Photoelectric Effect' याबद्दल होता. त्यानुसार प्रकाश हा कणांपासून बनलेला आहे. सतराव्या शतकात न्यूटननेसुद्धा हेच सांगितले होते की, प्रकाश 'Particles'पासून बनलेला आहे; पण पुढे एकोणिसाव्या शतकात मॅक्सवेल यांनी हे सिद्ध केले की, प्रकाश ही एक विद्युतचुंबकीय लहर आहे. मग मात्र प्रकाश ही Wave/लहर आहे असे सगळे म्हणू लागले. या Photoelectric Effectच्या माध्यमातून आइनस्टाइनने हे सिद्ध केले की, प्रकाश कणांपासून बनलेला आहे. त्यानंतर प्रकाशाचे खरे रूप 'कण आणि लहर' हे दोन्ही आहे, हे सर्वमान्य झाले. प्रकाशाचे हे दुहेरी वर्तन हा विज्ञानातला एक चमत्कारच आहे. याच एका गोष्टीवर आधुनिक विज्ञानातील सगळ्यात प्रभावी Quantum Mechanics अर्थात 'पुंज भौतिकी' ही थेअरी आधारित आहे म्हणून त्या दृष्टीने पाहायचे झाले, तर आइनस्टाइन हा क्वांटम मेकॅनिक्सचा एक जनकसुद्धा आहे; पण दैवदुर्विलास बघा, यानंतर १९५५पर्यंत म्हणजे त्याच्या मृत्यूपर्यंत आइनस्टाइन क्वांटम मेकॅनिक्सचा विरोध करत राहिला. ते कसे चुकीचे किंवा अपूर्ण आहे असे सांगत राहिला. अर्थात आइनस्टाइन हा काही लेचापेचा विरोधक नव्हता. त्याच्या मते क्वांटम मेकॅनिक्स अतर्क्य, अनिश्चित आणि शक्यतांच्या धुक्यात अडकलेले आहे. विश्वाचे अंतिम सत्य हे अशा प्रकारे संदिग्ध, अनिश्चित असू शकत नाही असा आइनस्टाइनचा विश्वास होता. क्वांटम मेकॅनिक्सच्या अनिश्चिततेबद्दल बोलताना एकदा आइनस्टाइन म्हणाला होता की, 'देव छापा-काटा खेळत नाही.' त्यावर डेन्मार्कचा विश्वविख्यात वैज्ञानिक नेल्स बोहर याने आइनस्टाइनला 'देवाने काय करावे ते सांगणे बंद कर' असे सुनावले होते! अशा प्रकारे क्वांटम मेकॅनिक्सचा विरोध करणाऱ्या आइनस्टाइनने १९३५मध्ये ते कसे उथळ, अनिश्चित आणि बेभरवशाचे आहे हे सांगण्यासाठी एक शोधनिबंध लिहिला. त्याच्यातूनच पुढे क्वांटम मेकॅनिक्समध्ये अतिशय महत्त्वाच्या अशा 'Quantum Entanglement'चा उदय झाला! विरोधक असावा तर आइनस्टाइनसारखा!! विरोधक असूनसुद्धा तो खऱ्या अर्थाने क्वांटम मेकॅनिक्सचा जनकच आहे!! पण त्यापूर्वीच १९२१मध्ये १९०५ साली सिद्ध केलेल्या Photoelectric Effectसाठी आइनस्टाइनला नोबेल पारितोषिक मिळाले. विशेष म्हणजे आइनस्टाइनला नोबेल पारितोषिक विशिष्ट किंवा व्यापक सापेक्षतेसाठी मिळाले नाही!!

१९०५ साली आइनस्टाइनने लिहिलेला दुसरा पेपर 'Brownian Motion'च्या संदर्भात होता. तोपर्यंत 'अणू' खरेच आहेत की ते फक्त कल्पनेचे अरण्य आहे यावर वाद होता. आइनस्टाइनच्या या शोधनिबंधाने अणू खरेच अस्तित्वात आहेत हे सिद्ध केले. यानंतर त्या वर्षीचा तिसरा पेपर अर्थातच 'विशिष्ट सापेक्षतेबद्दल' होता. स्वित्झर्लंडच्या पेटंट ऑफिसमध्ये कारकून म्हणून काम

करत असताना आइनस्टाइनच्या लक्षात आले की, पेटंट ऑफिसमध्ये Clock Synchronizationसाठी खूप सारे अर्ज दाखल होऊ लागले आहेत. त्या काळात रेल्वेचे जाळे दूर दूरपर्यंत पसरले होते. दूरवरच्या दोन रेल्वे स्थानकांहून निघालेल्या रेल्वेंमध्ये वेळेची गफलत होऊन अपघात होण्याची शक्यता वाढली होती म्हणून त्यांच्या वेळेत सुसूत्रता आणण्याचे प्रयत्न केले जात होते. पेटंट ऑफिसमध्ये आलेले हे सर्व अर्ज आइनस्टाइन वाचतच होता; पण फक्त घड्याळांचे समक्रमण अर्थात Synchronization करून काळ समजून घेता येईल, असे आइनस्टाइनला वाटत नव्हते. काळाच्या या जाणिवेत काहीतरी अपूर्णत्व आहे असे त्याला वाटत होते. त्यासोबतच, आपण प्रकाशाच्या वेगाने गेला, तर आपल्याला प्रकाश किरण स्थिर आहे असे जाणवेल का? या प्रश्नानेसुद्धा आइनस्टाइनला छळलेले होतेच. अशातच १९०५ सालाचा मे महिना उजाडता-उजाडता आइनस्टाइनच्या डोक्यात याबद्दल स्पष्टता येऊ लागली होती. आइनस्टाइनला हे उमगले की काळ आणि अवकाश सापेक्ष असून, प्रकाशाची गती कधीही बदलत नाही.

एखाद्या गोष्टीची गती मोजायची असेल, तर आपण गती $= \frac{\text{अंतर}}{\text{वेळ}}$ ह्या सूत्रात एखादे ठरावीक अंतर पार करण्यासाठी किती वेळ लागला हे मोजतो आणि त्यानुसार गती किती आली ते ठरवतो. हे सर्व करताना आपण काळ आणि अंतर हे अपरिवर्तनीय, अविकारी आहेत असे गृहीत धरतो. वेळ आणि अंतर अर्थात Space आणि Time हे अपरिवर्तनीय आहेत आणि गती (speed) या दोन्हीच्या प्रमाणावर बदलत जाते असा आपला विचार असतो. हे सर्व आपण आपसूकपणे करत असतो. कारण, तोच आपला दैनंदिन अनुभव असतो; पण तरी ते सत्य नाही. जेव्हा प्रकाशाच्या गतीला इतकी प्रचंड गती असते, तेव्हा आपले दररोजचे हे सगळे अनुभव बाजूला ठेवावे लागतात. जे होते ते नेमके आपल्या अनुभवाच्या विरुद्ध आहे. आइनस्टाइनच्या मते प्रकाशाची गती निश्चित असून, काळ आणि अवकाश हे परिवर्तनीय आहेत. थोडक्यात 'गती = अंतर/वेळ' या समीकरणात अंतर आणि वेळ एकमेकांशी अशा प्रकारे समन्वय साधतात जेणेकरून प्रकाशाची गती फिक्सड, निश्चित राहते म्हणजे Time आणि Space हे आपण समजतो तसे अविकारी नाहीत. प्रकाशाची गती अचल तर काळ आणि अवकाश चल आहेत म्हणजेच काळ तुम्ही त्याला कुठून पाहता त्यानुसार भिन्न भिन्न असतो. कुणासाठी काळ भरभर सरतो, तर कुणासाठी तो रेंगाळतो. काळ आणि अवकाश हे Absolute नसून Relative अर्थात सापेक्ष आहेत म्हणूनच आइनस्टाइनच्या या थेअरीला 'सापेक्षतेची थेअरी' म्हणतात. आइनस्टाइनच्या मते काळ आणि अवकाश हे भिन्नसुद्धा नाहीत ते एकच आहेत. त्यांना काळ आणि अवकाश असे म्हणण्याऐवजी '**कालावकाश/ Spacetime**' असे म्हणणे जास्त संयुक्तिक आहे.

समजा तुम्ही तुमच्या चारचाकीसह शहराच्या मुख्य चौकात आहात. चौकातल्या मुख्य इमारतीवर घड्याळ आहे. तुम्ही त्या घड्याळाकडे पाहता त्यानुसार सकाळचे नऊ वाजले आहेत. तास काटा, मिनिट काटा आणि सेकंद काटा हे तिन्ही बरोबर ९ वाजले आहेत हे दाखवत आहेत. नेमके त्या क्षणी तुम्ही तुमची गाडी प्रकाशाच्या वेगाने पळवायला सुरुवात करता. तुम्ही आणि तुमची गाडी प्रकाशाच्या वेगाने नाही जाऊ शकत; पण उदाहरणादाखल तसे समजायला काय हरकत आहे! तर अशा प्रकारे आपण असे मानूया की तुम्ही आणि तुमची गाडी प्रकाशाच्या वेगाने जात आहे. आता तुम्ही त्या इमारतीवरील घड्याळाकडे पाहा. तुम्हाला घड्याळाचा सेकंद काटा पुढे सरकताना दिसणार नाही. कारण, तुम्ही प्रकाशाच्या गतीने पुढे जात आहात. नऊ वाजून एक सेकंद झाल्यानंतर पुढे सरकलेला सेकंद काटा दाखवणारा प्रकाश किरण तुमच्यापर्यंत पोहोचणारच नाही. कारण, तुम्ही स्वतःच प्रकाशाच्या गतीने पुढे पुढे जात आहात. अशा प्रकारे तुम्हाला घड्याळ थांबले आहे असे वाटेल; पण याउलट त्या चौकात उभ्या असलेल्या व्यक्तीला असे वाटणार नाही, त्याच्यासाठी वेळ थांबत नाही. अशा प्रकारे Motion affects the passage of time. तुम्ही Space Dimensionमध्ये हालचाल करत असाल तर तुमच्यासाठी काळाची गती मंदावते. साधे तुम्ही पळायला सुरुवात केली तरी वेळ हळूहळू जाऊ लागतो, आपल्याला ते जाणवत नाही. कारण, तो फरक फारच सूक्ष्म असतो; पण जेव्हा हीच पळण्याची गती प्रकाशाच्या गतीच्या जवळपास जायला लागते, तेव्हा मात्र हे स्पष्टपणे जाणवायला लागते.

प्रकाशाची गती ३,००,००० किलोमीटर प्रति सेकंद असते हे आपण जाणतोच; पण आता असे समजा की तुमची गाडी 'x' किलोमीटर प्रति सेकंद इतक्या वेगाने चालली आहे आणि या गाडीचा समोरचा दिवा सुरू आहे, तर या समोरच्या दिव्यातून निघणाऱ्या प्रकाशाची गती किती असली पाहिजे? तीन लाख किलोमीटर प्रति सेकंद की (३,००,००० + x) किलोमीटर प्रति सेकंद? तुमची गाडी जर अगोदरच काही विशिष्ट गतीने जात असेल, तर तिच्या समोरच्या दिव्यातून निघणारा प्रकाशसुद्धा प्रकाशाची गती+गाडीची गती इतक्या वेगाने गेला पाहिजे असे आपल्याला वाटू शकते; पण तसे होत नाही. प्रकाशाची गती ३,००,००० किलोमीटर प्रति सेकंद इतकीच राहते. तुम्ही म्हणाल कसे काय? तर अंतर आणि वेळ एकमेकांना असे जुळवून घेतात जेणेकरून काहीही झाले तरी प्रकाशाची गती बदलणार नाही म्हणजे जिथे अवकाश दुमडलेले असतो त्याचाच अर्थ तिथे वेळ हळूहळू सरते. हे सर्व कितीही डोक्याला शॉट लागण्यासारखे असले तरी तेच सत्य आहे आणि ते पाहू शकणे हीच आइनस्टाइनची कमाल आहे.

आइनस्टाइनच्या सापेक्षता सिद्धान्तामुळे हजारो वर्षे कवटाळून ठेवलेल्या आपल्या सगळ्या धारणा कोलमडून पडू लागल्या. तोपर्यंत आपण काळ आणि

अवकाश यांना 'Absolute' मानत होतो; पण आता तसे समजणे चुकीचे ठरणार होते. न्यूटनच्या मते 'काळ' आणि 'अवकाश' ही अशी नाट्यगृहे आहे ज्यांत विश्वाचे नाटक चालू आहे, तर आइनस्टाइनच्या मते 'काळ' आणि 'अवकाश' नाट्यगृहे नसून, वैश्विक नाटकातील कलाकार आहेत. आइनस्टाइनने एका झटक्यात काळ आणि अवकाश वेगळे नसून, एकच आहेत असे अंतर्ज्ञान आपल्याला दिले. काळ आणि अवकाश ह्या दोन कल्पना भिन्न नसून, काळ-अवकाश या एकाच नाण्याच्या दोन बाजू आहेत. लांबी, उंची आणि रुंदी हे Spaceचे Dimension आहेत हे आपल्याला माहिती आहे; पण या त्रिमितीय विश्वाच्या पसाऱ्यात काळ ही चौथी मिती आहे असे आइनस्टाइनने सिद्ध केले. अशा प्रकारे सापेक्षतेमुळे 'कालावकाश/Spacetime' ही नवीनच संज्ञा आपल्या अस्तित्वाचा अभिन्न भाग बनली. अहो; पण Relativity म्हणजे $E=mc^2$ हे आम्ही ऐकत आलोय. हो, हे समीकरण विशिष्ट सापेक्षतेचाच परिपाक आहे; पण त्या संदर्भातला शोधनिबंध आइनस्टाइनने सप्टेंबर १९०५मध्ये लिहिला. अशा प्रकारे तो १९०५मधला आइनस्टाइनचा चौथा शोध निबंध होता.

वर चर्चा केलेल्या सापेक्षतेच्या सिद्धान्तावरून आइनस्टाइन $E=mc^2$ या समीकरणपर्यंत कसा पोहोचला? या मागचे गणित जरा क्लिष्ट आहे; पण आपण ती संकल्पना समजून घेऊ या. सापेक्षतेच्या सिद्धान्तानुसार प्रकाशाची गती ही सर्वोच्च गती आहे. प्रकाशाच्या गती इतके किंवा त्यापेक्षा जास्त गतीने कोणतीही वस्तू किंवा व्यक्ती जाऊ शकत नाही. का जाऊ शकत नाही, असा प्रश्न तुम्हाला पडू शकतो, तर ज्या वेळेस वस्तू प्रकाशाच्या गतीच्या आसपास जातात, तेव्हा खूप विचित्र गोष्टी घडतात. गतीने जाणाऱ्या वस्तू आकाराने छोट्या दिसू लागतात त्याला 'Length Contraction' असे म्हणतात. यासोबतच गतीत असणाऱ्या वस्तू/व्यक्तींसाठी काळाची गती मंदावते त्याला Time Dilation असे म्हणतात. सगळ्यात महत्त्वाचे म्हणजे जलद गतीने जाणाऱ्या वस्तूंचे 'वस्तुमान/Mass' वाढते म्हणजे जसे जसे आपली गती वाढत जाते, तसे तसे आपले वस्तुमानसुद्धा वाढत जाते आणि त्यामुळे आपली गती वाढवणे अधिकाधिक कठीण होऊ लागते. या वाढत जाणाऱ्या वस्तुमानामुळेच आपल्याला प्रकाशाच्या गतीने जाणे अशक्य होते. प्रकाशाच्या बाबतीत हे होत नाही कारण प्रकाश Photonपासून बनलेला असतो आणि फोटॉनला कोणतेही वस्तुमान नसते!

वस्तुमानाचे संवर्धन हा विज्ञानाचा महत्त्वाचा सिद्धान्त आहे. सापेक्षतेमुळे 'Law of Conservation of Mass' अर्थात वस्तुमानाचा संवर्धनाचा नियम गोत्यात आला होता! कारण, सापेक्षतेमुळे प्रथमदर्शनी तरी वस्तुमान संवर्धित होत नाही असे वाटत होते. कारण, गतीत असणाऱ्या गोष्टींचे वस्तुमान वाढते, असे सापेक्षता सांगत होती. त्याच्यातून आइनस्टाइनच्या लक्षात आले की, एकटे वस्तुमान जरी

संवर्धित होत नसले तरी वस्तुमान आणि ऊर्जा हे दोन्ही मिळून एकत्रितपणे संवर्धित झाले पाहिजे. जर वस्तुमान आणि ऊर्जा हे दोन्ही एकत्र येऊन संवर्धित होत असतील, तर आपण समजतो तसे ते वेगवेगळे असण्याचे काहीही कारण नाही हे आइनस्टाइनला उमगले. त्यातूनच उदयाला आला विश्वप्रसिद्ध ऊर्जा आणि वस्तुमानाच्या समतुल्यतेचा अर्थात Mass Energy Equivalenceचा सिद्धान्त. १९४०च्या दशकात जेव्हा अणू बॉम्बचे तंत्रज्ञान विकसित झाले, तेव्हा त्याच्या मुळाशी $E=mc^2$ हेच समीकरण होते!

आइनस्टाइनने एका झटक्यात काळ आणि अवकाश हे वेगळे नसून, एकच आहेत हे तर सांगितलंच; पण त्याही पुढे जाऊन वस्तुमान आणि ऊर्जा अर्थात जड आणि चेतन हे काही वेगळे नसून, एकच आहेत हेसुद्धा $E=mc^2$ या समीकरणाद्वारे सिद्ध केले. जडवाद विरुद्ध चेतनवाद हा हजारो वर्षांचा तत्त्वज्ञानातला झगडासुद्धा सोडविला. सापेक्षता मुळात कॉमनसेन्स वाटत नाही म्हणून कित्येकांच्या कॉमनसेन्सवर आजही सापेक्षतेमुळे अन्याय-अत्याचार होत राहतो. एकाच वर्षात एखाद्या माणसाने अणूंच्या अस्तित्वाचा पुरावा शोधला, मग त्याने फोटो इलेक्ट्रिक इफेक्टच्या माध्यमातून क्वांटम मेकॅनिक्सचा पाया घातला आणि सरतेशेवटी काळ आणि अवकाश, ऊर्जा आणि वस्तुमान हे वेगळे नसून, एकच आहेत असे सिद्ध केले. एवढ्या शोधांनंतर कुणीही थांबला असता; पण आइनस्टाइन थांबला नाही. थांबू शकणारही नव्हता! कारण, आइनस्टाइनच्या याच सापेक्षतेच्या सिद्धान्ताने त्याला एका वेगळ्याच चक्रव्यूहात अडकवले होते.

***

काही गोष्टी विचित्र वाटाव्यात असे योगायोग असतात. आता हेच घ्या, आइनस्टाइनचा जन्म दिनांक १४ मार्च आहे आणि नेमके त्याच दिवशी म्हणजे १४ मार्चला स्टीफन हॉकिंगचे निधन झाले. स्टीफन हॉकिंगचा जन्म ८ जानेवारी १९४२ला झाला. त्याच्या जन्माच्या आधी बरोबर ३०० वर्षांपूर्वी म्हणजे ८ जानेवारी १६४२ला गॅलिलिओचे देहावसान झाले होते. गॅलिलिओ हा अनेक अर्थाने आधुनिक विज्ञानाचा जनक म्हटला जातो; पण ज्या वर्षी गॅलिलिओचे निधन झाले, त्याच वर्षी म्हणजे १६४२ला न्यूटनचा जन्म झाला. जणू काही गॅलिलिओ त्याचा वारस न्यूटनकडे पुढची जबाबदारी म्हणून सोपवून गेला.

१६४२ हे तसे धामधुमीचे वर्षे होते. एकीकडे युरोपच्या मुख्यभूमीवर इतिहासात गाजलेले 'Thirty Years' War' अर्थात तीस वर्षांचे युद्ध (१६१८-१६४८) लढले जात होते. आजच्या जर्मनीत प्रोटेस्टंट विरुद्ध कॅथलिक असा सुरू झालेला हा संघर्ष पाश्चिमात्य जगाला इहवादाकडे घेऊन जाणार होता; पण १६४२मध्ये 'तीस वर्षांचे

युद्ध' संबंध युरोपभर पसरले होते आणि आता ते स्पेन आणि पोर्तुगालमध्येसुद्धा लढले जात होते. पुढे १६४८मध्ये हे युद्ध 'वेस्टफालिया'च्या तहाने संपणार होते. वेस्टफालिया तहातूनच आधुनिक 'राष्ट्र-राज्य' संकल्पनेचा उदय होणार होता; पण १६४२मध्ये युद्धाच्या धुमश्चक्रीत सगळा युरोप रक्तपाताने माखला होता. युद्धातील अपरिमित हानीनंतर युरोपातील लोकांना इहवादाचे महत्त्व समजणार होते. त्या वेळी इकडे भारतात शहाजहानच्या नेतृत्वात मुघल साम्राज्य शिखरास पोहोचले होते आणि सह्याद्रीच्या दऱ्या-खोऱ्यात बाळ शिवबा स्वराज्याचे तोरण बांधण्याच्या तयारीत होता. युरोपाच्या मुख्य भूमीवर जरी तीस वर्षांचे युद्ध सुरू असले, तरी शेजारीच असलेल्या बेटांवर - इंग्लंडमध्ये - तितकेच भयंकर गृहयुद्ध सुरू झाले होते. १६४२ हे वर्ष उजाडता उजाडता 'राजा श्रेष्ठ की संसद' असा वाद तिथे उफाळून आला होता. त्या रक्तरंजित इतिहासाचा साक्षीदार असलेला विचारवंत थॉमस हॉब्स शासन संस्था/स्टेटसोबतच संपूर्ण समाजसुद्धा कोलमडून नष्ट होऊन जाईल असे सांगत होता. अशा अस्थिर आणि गृहकलहाने विभाजनाच्या उंबरठ्यावर असलेल्या इंग्लंडमध्ये १६४२ साली न्यूटनचा जन्म झाला.

न्यूटनच्या जन्माच्या अगोदरच त्याच्या वडिलांचे निधन झाले होते. जन्मला तेव्हा न्यूटन खूपच किडकिडीत होता. दोन-तीन वर्षांचा असतानाच न्यूटनच्या आईने दुसऱ्या एका व्यक्तीबरोबर विवाह केला आणि न्यूटनला सोडून ती तिच्या पतीच्या घरी राहायला गेली. त्यानंतर मात्र न्यूटनचा सांभाळ त्याच्या आजीने केला. आईने दुसऱ्या व्यक्तीशी विवाह केला म्हणून असेल कदाचित; पण न्यूटन त्याच्या आईला कधीही माफ करू शकला नाही. एक प्रकारचा कडवटपणा त्यामुळे न्यूटनच्या व्यक्तिमत्त्वात उतरला. न्यूटन उत्तरोत्तर खुनशी स्वभावाचा होत गेला. १६६५ साली २३ वर्षांचा न्यूटन केंब्रिज विद्यापीठाच्या ट्रीनिटी कॉलेजमध्ये शिकत होता आणि नेमके त्या वेळी २०२०-२१ सालाच्या कोरोना व्हायरसच्या महामारीसारखी प्लेगची महामारी पसरली होती. प्लेगच्या साथीत खबरदारीचा उपाय म्हणून केंब्रिज विद्यापीठ बंद ठेवण्यात आले, त्यामुळे पुढची एक-दोन वर्षे न्यूटन घरी राहूनच अभ्यास करत होता. या दोन वर्षांच्या सक्तीच्या सुट्टीच्या काळात न्यूटनने एकाहून एक महान शोध लावले.

आइनस्टाइनसाठी जसे १९०५ हे 'जादुई वर्ष' होते, अगदी तसेच १६६६ हे न्यूटनसाठी 'जादुई वर्ष' ठरले. १९०५ साली आइनस्टाइनचे वय २७ वर्षे होते. त्या वेळी तो पेटंट ऑफिसमध्ये तृतीय श्रेणीचा कारकुन म्हणून काम करत होता, तर १६६६ साली न्यूटन २४ वर्षांचा कोवळा पोरगा होता. प्लेगच्या जीवघेण्या साथीमुळे न्यूटनच्या कॉलेजाला सुट्टी देण्यात आलेली होती आणि तो घरीच होता. न्यूटनने १६६६ सालचा लॉकडाउन एन्जॉय केला असणार कारण तो होताच मुळी एकान्तप्रिय. एकान्तप्रिय कसला त्याला एकलखोरच म्हटले पाहिजे. न्यूटन त्या

काळातील सरासरी अल्प आयुर्मानच्या तुलनेत खूप जास्त म्हणजे तब्बल ८४ वर्षे जगला. जन्मताना किडकिडीत असलेला न्यूटन सतराव्या-अठराव्या शतकातसुद्धा ८४ वर्षे जगला हे एक सुखद आश्चर्यच म्हटले पाहिजे.

१६६६ साली २४ वर्षांचा न्यूटन त्याच्या घरी बसून विश्वाची गुपिते उलगडण्यात मग्न होता. त्याकाळात त्याने 'Optics' या ज्ञानशाखेचा पाया घातला. त्रिकोणाकृती घन आकार असलेल्या प्रिझम अर्थात लोलकातून प्रकाश किरण गेला की, त्याचे VIBGYOR या सात रंगांत विभाजन होते आणि हे सात रंग पुन्हा दुसऱ्या लोलकातून गेले की, परत साधा प्रकाश तयार होतो हे सर्वप्रथम न्यूटनने सांगितले. त्याच काळात न्यूटनने त्याचे विश्वविख्यात तीन गतीचे नियम शोधून काढले; पण एवढे करून थांबतो तर तो न्यूटन कसला! १६६६-६७पर्यंत केप्लरचे ग्रहांच्या गतीचे नियम केंब्रिजमधील बहुतांश उच्च शिक्षित अभिजन वर्गात ज्ञात होते. न्यूटनला त्याच्या एका मित्राने विचारले की, केप्लरच्या गतीच्या नियमाप्रमाणे ग्रह हे 'Ellipse/लंबवर्तुळ' आकारातच सूर्याभोवती का फिरतात? न्यूटनला अर्थातच त्या वेळी याचे उत्तर माहिती नव्हते; पण न्यूटन खचला नाही, पुढचे तीन-चार महिने त्याने या प्रश्नावर विचार केला आणि मग तो त्याच्या मित्राला भेटून म्हणाला की, ग्रह सूर्याभोवती लंब-वर्तुळ आकारात का फिरतात याचे उत्तर मला सापडले आहे. मित्राने अर्थातच हे उत्तर कसे मिळवले हे विचारले असणार; पण त्या मित्राला कुठे कल्पना होती की, या एका प्रश्नाच्या उत्तरासाठी गणिताच्या **'Calculus'** या ज्ञान शाखेचा शोध न्यूटनने लावला होता. आजही कॅल्क्युलस समजून घेण्यात कित्येक लोकांची अख्खी हयात खर्ची पडते. साधे 'डिफरेन्टिएशन' आणि 'इंटेग्रेशन'चे नाव काढले तरी कित्येक लोकांच्या अंगावर काटा येतो; पण तेच कॅल्क्युलस पंचवीस-सव्वीस वर्षांच्या न्यूटनने त्याच्या मित्राने आव्हान दिले म्हणून फक्त त्याला खिजवण्यासाठी शोधून काढले होते!

याही पुढे जाऊन याच लॉकडाउनच्या काळात म्हणजे १६६६-६७ साली न्यूटनने गुरुत्वाकर्षण कसे काम करते याचा शोध लावला. न्यूटन सफरचंदाच्या झाडाखाली बसला होता आणि तेवढ्यात त्याच्या डोक्यावर सफरचंद पडले आणि त्याला गुरुत्वाकर्षणाचा शोध लागला ही गोष्ट आपल्याला माहिती असते; पण ती खरी नसली पाहिजे. कारण, ती कहाणी व्होल्टाइर या फ्रेंच विचारवंताने फेमस केली, तेही न्यूटनच्या मृत्यूनंतर. अर्थात १७२७ साली न्यूटन वारला, तेव्हा मूळचा फ्रेंच असला तरी व्होल्टाइर त्या वेळी लंडनमध्ये होता. तो न्यूटनच्या अंत्यविधीलासुद्धा हजर होता, तर या व्होल्टाइरने न्यूटन झाडाखाली बसला असताना त्याला गुरुत्वाकर्षणाचा शोध लागला अशी कहाणी सांगितली, पाहता-पाहता ती सर्वदूर पसरली. त्या काळात व्होल्टाइरच्या विचारांचा पाश्चिमात्य जगावर प्रचंड पगडा होता. नेपोलियनने तर 'व्होल्टाइर नसता तर फ्रेंच क्रांतीच झाली नसती' असे म्हणून

त्याची महतीच गायली आहे, तर या अशा व्होल्टाइरमुळे न्यूटन आणि त्याचा गुरुत्वाकर्षणाचा सिद्धान्त सर्वसामान्यांपर्यंत पोहोचला.

१६६६ साली जेव्हा न्यूटन गुरुत्वाकर्षणाचा 'Inverse Square Law' समजून घेत विश्वाचे अंतरंग आपल्या समोर खुले करत होता, तेव्हा म्हणजे १६६६ साली लंडन शहर आगीच्या भक्षस्थानी पडून बेचिराख होत होते. त्याच वेळी इकडे भारतात शिवाजी महाराज औरंगजेबाच्या हातावर तुरी देऊन आग्र्याहून सुटका करून सुखरूप रायगडावर परतले होते. लंडन शहर आगीत जाळून खाक होत असले तरी त्याचे कुठलेही सोयरसुतक न्यूटनला असण्याचे काही कारण नव्हते. कारण, ते न्यूटनच्या स्वभावातच नव्हते. आग लागो किंवा प्लेगची साथ येवो न्यूटन आपला एकान्त मुनमुरादपणे अनुभवत होता. १६६६-६७ साली जरी न्यूटनने ऑप्टिक्स, गतीचे नियम, कॅल्क्युलस आणि गुरुत्वाकर्षण यांच्याबद्दल त्याचे मत आणि बहुतांश शोध पूर्ण केले असले तरी हे सर्व न्यूटनने पुस्तक रूपात प्रकाशित करण्यासाठी जगाला अजून २० वर्षे म्हणजे १६८७पर्यंत वाट पाहावी लागणार होती. १६८७ साली न्यूटनने त्याचा 'Principia Mathematica' हा ग्रंथ प्रकाशित केला. या वेळेपर्यंत न्यूटन फेमस झालेला होता, त्याची लंडनच्या रॉयल सोसायटीचा अध्यक्ष म्हणून नेमणूक झाली. न्यूटनने त्याच्या खुनशी स्वभावानुसार या पदाचा यथेच्छ दुरुपयोग केला.

न्यूटनने 'Calculus'चा शोध लावला हे आपण अगोदर पहिले आहे; पण त्याच सुमारास आजच्या जर्मनीतील तेव्हाचा विचारवंत 'Leibniz' (लेइबनीझ) नेसुद्धा स्वतंत्रपणे कॅल्क्युलसचा शोध लावला होता. न्यूटनने कॅल्क्युलसचा शोध १६६६-६७ साली वीस-पंचवीस वर्षांचा असताना लावला; पण ते सर्व पुस्तक रूपात त्याने तब्बल वीस वर्षांनंतर म्हणजे १६८७ साली प्रकाशित केले. आता प्रश्न असा निर्माण झाला की, अगोदर कॅल्क्युलसचा शोध कुणी लावला, लेइबनीझ की न्यूटन? यावरून त्या दोघांत खटके उडू लागले. वर्तमानपत्रात न्यूटननेच कसा Calculusचा शोध लावला असे लेख प्रकाशित होऊ लागले अर्थात ते सगळे लेख न्यूटनच दुसऱ्या कुण्या व्यक्तींच्या नावाने लिहून प्रकाशित करत होता! मग मात्र लेइबनीझ वैतागला, त्याने सरळ रॉयल सोसायटीला साकडे घातले की, या प्रकरणाचा एकदा काय तो सोक्ष-मोक्ष लावावा; पण लेइबनीझचे दुर्दैव हे की, त्या रॉयल सोसायटीचा अध्यक्षच मुळी न्यूटन होता!

रॉयल सोसायटीचा अध्यक्ष या नात्याने कॅल्क्युलसचा शोध कुणी लावला हे शोधण्यासाठी न्यूटनने एक 'निष्पक्ष' समिती नेमली. त्या समितीत न्यूटनच्या हितचिंतकांचाच भरणा होता. मग त्या समितीने त्यांचा 'निष्पक्ष' अहवाल सादर केला. त्यानुसार न्यूटननेच कॅल्क्युलसचा शोध लावलेला असून, लेइबनीझने तो चोरला आणि स्वतःच शोध लावल्याची बतावणी करू लागला, असा ठपका

त्याच्यावर ठेवण्यात आला. हा अहवालच मुळी न्यूटनने स्वतः लिहिला होता! हे एवढ्यावरच थांबले नाही, तर लेइबनीझच्या मृत्यूपर्यंत अशा प्रकारची तू-तू मैं-मै चालूच होती. आजच्या घडीला मात्र न्यूटन आणि लेइबनीझ यांनी स्वतंत्रपणे आणि साधारण एकाच वेळेला कॅल्क्युलस शोधले याबाबत संशोधकांमध्ये एकवाक्यता आहे. सगळ्यात महत्त्वाचे म्हणजे आज आपण Calculus साठी जे d/dx,∫ आणि इतर सिम्बॉल्स वापरतो ते न्यूटनचे नसून लेइबनीझचे आहेत.

जन्मापूर्वीच वारलेले वडील, बालपणी दुसरा विवाह करून सोडून गेलेली आई, आजीने केलेला सांभाळ, तोळामासा असलेली प्रकृती, भोवतीचे युद्धसदृश वातावरण आणि जोडीला असलेला एकटेपणा यामुळे न्यूटन खुनशी, कडवट स्वभावाचा झाला असावा! आयुष्याच्या उत्तरार्धात न्यूटन Alchemyच्या नादी लागला. परीस शोधून सोने तयार करता येईल का यासाठी त्याने खूप वर्षे वाया घातली. तो त्याच्या सहकाऱ्यांशी भांडला. पदाचा दुरुपयोग केला; पण याच न्यूटनच्या गुरुत्वाकर्षणाच्या सिद्धान्ताने माणसाला अज्ञानाच्या अंधाऱ्या गुहेतून बाहेर काढून अस्मानातल्या ताऱ्यांची ओळख करून दिली. पृथ्वीवर असलेले गुरुत्वाकर्षणाचे नियम अवकाशातील ग्रह-ताऱ्यांनासुद्धा लागू होतात. जसे सफरचंद पृथ्वीवर पडते तसेच चंद्रसुद्धा पृथ्वीवर पडत असतो फक्त पृथ्वी स्वतः गतीत असल्यामुळे चंद्र पृथ्वीवर आदळताना दिसत नाही हे न्यूटनच्या गुरुत्वाकर्षणाने सिद्ध केले. पृथ्वी सूर्याच्या कक्षेत गुरुत्वाकर्षणाच्याच नियमांनी फिरते. पृथ्वीचेच नियम आपल्या आसमंतातसुद्धा लागू होतात आणि हे संबंध विश्व त्याच गणिती नियमांनुसार चालते ही दृष्टी न्यूटनने माणसाला दिली. एका अर्थाने न्यूटनमुळे स्वर्गाची दारे माणसासाठी खुली झाली!

न्यूटनच्या अगोदर लोकांची अशी धारणा होती की, एका जागी स्थिर होणे, थांबणे ही निसर्गातील वस्तूंची प्रवृत्ती आहे, त्यामुळे वस्तू गतीत असतील किंवा हलत असतील, तर त्यामागे त्यांना हलवणारा, चालवणारा कुणीतरी असला पाहिजे असे लोकांना वाटायचे. ग्रीक विचारवंत ॲरिस्टॉटल त्या चालवणाऱ्याला 'Unmoved Mover' म्हणतो! पण न्यूटनने त्याच्या गतीच्या पहिल्या नियमात सांगितले की **स्थिर होणे, थांबणे ही निसर्गाची प्रवृत्ती नसून वस्तू गतीत असतील, तर गतीत राहणे आणि स्थिर असतील तर स्थिर राहणे ही निसर्गाची अंगभूत स्थिती आहे.** न्यूटनच्या या एका साध्या गोष्टीमुळे तत्त्वज्ञानाच्या क्षेत्रात आमूलाग्र क्रांती झाली. त्याबद्दल आपण शेवटच्या प्रकरणात पाहणारच आहोत; पण त्याही पुढे जाऊन न्यूटनच्या F=MA या सध्या समीकरणामुळे पुढे काय होईल, मागे काय झाले हे सगळे सगळे माणसाला दिसू लागले! अज्ञानाची जळमटे गळून पडली आणि ज्ञानाचे गवाक्ष उघडले. न्यूटनने सांगितलेल्या गतीच्या नियमांचा वापर करूनच माणूस चंद्रावर पोहोचला. न्यूटन जे काही सांगत होता, त्या नुसत्या शाब्दिक

फुलबाज्या नव्हत्या, तर त्यात होती आश्चर्यचकित करणारी गणिती अचूकता! विश्वाबद्दल शब्दांचे केवळ असमंजस बुडबुडे नाही, तर अचूक, काटेकोर अंदाज व्यक्त करण्याची ताकद न्यूटनने आपल्याला दिली आहे!

न्यूटनच्या मृत्यूनंतर पन्नासेक वर्षांनी १७८१ साली विल्यम हॅर्सचेल यांनी युरेनस या ग्रहाचा शोध लावला. आपल्या सूर्यमालेत बुध, शुक्र, पृथ्वी, मंगळ, गुरू, शनी, युरेनस आणि नेपच्युन हे आठ ग्रह आहेत. काही वर्षांपूर्वी प्लुटो हा नववा ग्रह होता. आता त्याला ग्रह मानले जात नाही, तर या आठ ग्रहांपैकी बुध, शुक्र, पृथ्वी, मंगळ, गुरू, शनी हे ग्रह तुलनेने जवळ किंवा आकाराने मोठे असल्यामुळे ते प्राचीन काळापासून आपल्याला माहिती होते; पण त्यापलीकडचे ग्रह खूप दूर असल्यामुळे तसेच तिथपर्यंत पोहोचणाऱ्या अपुऱ्या सूर्यप्रकाशामुळे त्यांचा शोध घेणे अवघड होते. अशातच १७८१ साली दुर्बिणीतून पाहताना विल्यम हॅर्सचेल यांना युरेनस ग्रहाचा शोध लागला. त्या अगोदरच गॅलिलिओने शनी व गुरू ग्रहांचे चंद्र दुर्बिणीद्वारे शोधले होते. इसवी सन १७८१नंतर मात्र वेगवेगळे खगोलशास्त्रज्ञ युरेनसचे दुर्बिणीतून निरीक्षण करू लागले. युरेनसला सूर्याभोवती एक फेरी मारायला जवळपास ८० वर्षे लागतात. हा शोध लागल्यापासून १८४५पर्यंत युरेनसची सूर्याभोवती एक फेरी पूर्ण होत आली होती; पण युरेनसच्या कक्षेचा आकार मोजणाऱ्या खगोलशास्त्रज्ञांच्या लक्षात एक गोष्ट आली की, न्यूटनच्या गुरुत्वाकर्षणाच्या नियमानुसार युरेनस सूर्याभोवती फिरताना त्याची जी कक्षा असायला पाहिजे, त्यापेक्षा ती वेगळी येत होती. असे का होत असावे? मग वैज्ञानिकांना वाटले की, युरेनसच्या जवळपास दुसरी कुठली तरी खगोलीय वस्तू असली पाहिजे आणि तिच्या गुरुत्वाकर्षणाच्या परिणामामुळे युरेनसची कक्षा ती जशी असायला पाहिजे, त्यापेक्षा वेगळी येत असावी. न्यूटनच्या गुरुत्वाकर्षणाच्या समीकरणानुसार अशी खगोलीय वस्तू कुठे आणि किती वस्तुमानाची असली म्हणजे युरेनस ग्रहाची निरीक्षणातून मिळणारी कक्षा येईल, याचे गणित शास्त्रज्ञांनी मांडले. कागदावर केलेल्या गणितानुसार ती खगोलीय वस्तू कुठे असली पाहिजे याचा अंदाज शास्त्रज्ञांना आला. त्या ठिकाणी दुर्बीण रोखली आणि काय आश्चर्य, त्या ठिकाणी होता नेपच्युन! ही आहे न्यूटनच्या समीकरणांची अचूकता! आकाशात दुर्बिणीने पाहण्यापूर्वीच गुरुत्वाकर्षणाच्या सिद्धान्तातील गणिताच्या मदतीने कागदावरच नेपच्युन ग्रहाचा शोध लागला होता! गणित ही विज्ञानाची भाषा आहे. घरबसल्या, जिथे कोणीही गेला नाही, त्या ग्रहांच्या आणि ताऱ्यांच्या कक्षा शाळकरी मुलंही साध्या गणिताच्या मदतीने सहज मोजू शकतात. स्थळ-काळाच्या सीमा भेदून जाण्याची असामान्य ताकद विज्ञानाने आणि गणिताने आपल्याला दिली. गणिताने तर त्यातली ही ताकद वारंवार सिद्ध केली आहे. Eugene Wigner यांच्या शब्दात सांगायचे, तर 'विज्ञानाच्या बाबतीत गणिताचा हा अवास्तव प्रभावीपणा अनाकलनाच्या सीमारेषेवर घुटमळतोय असे वाटावे इतका तो अतर्क्य आहे!'

तर असा हा न्यूटन! पृथ्वी, चंद्र, सूर्य, असंख्य सूर्यमाला आणि अगणित आकाशगंगा यांच्या फिरणाऱ्या रथचक्रांची घरघर ज्याच्यामुळे आपल्याला ऐकू येते, ते रथ आणि त्या रथांचे दोरखंड आपल्या हातात सोपवणारा, हिमालयाच्या शिखराची उत्तुंग उंची लाभलेला न्यूटन म्हणतो काय तर – 'मी दूरवर पाहू शकलो. कारण, मी महनीय व्यक्तींच्या खांद्यावर उभा आहे.' (If I have seen further it is by standing on the shoulders of Giants.) न्यूटन महनीय व्यक्तींच्या खांद्यावर उभा असेलही; पण त्याचे पाय निश्चितच लांब असले पाहिजेत. कारण, महान व्यक्तींच्या खांद्यावर उभे राहून जितके दूर पाहता येते, त्याच्या कित्येक योजने दूरपर्यंत न्यूटन पाहू शकला; पण लांब असले म्हणून काय झाले शेवटी न्यूटनचे पायसुद्धा मातीचेच होते. भांडकुदळ, खुनशी, एकलखोर न्यूटन शेवटपर्यंत एकटाच होता. ८४ वर्षे जगलेला न्यूटन शेवटपर्यंत अविवाहित राहिला. न्यूटनच्या जन्माच्या वेळेची परिस्थिती जाणून घेताना आपण थॉमस हॉब्स या विचारवंताबद्दल बोललो. या थॉमस हॉब्सप्रमाणेच 'सामाजिक करार' विचारांचा पाईक असलेला; पण हॉब्सपेक्षा मानवी स्वभाव आणि सामाजिक करार पूर्वीची परिस्थिती हे पूर्णपणे वेगळे आहेत, असा सांगणारा विचारवंत होता जॉन लॉक. हा जॉन लॉक न्यूटनचा मित्र होता. न्यूटनने लग्न करावे अशी त्याची इच्छा होती; पण न्यूटनने त्याला एक पत्र लिहून, 'मला बायकांच्या नादी लावण्याचे तुझे उद्योग बंद कर' असा दम दिला होता. न्यूटन जिथे जन्मला आणि राहिला त्या घरापासून, केंब्रिज विद्यापीठापासून आणि लंडन या तिन्ही ठिकाणापासून समुद्रकिनारा जास्तीत जास्त ५० किलोमीटर अंतरावर असेल; परंतु तरीही न्यूटनने आयुष्यात कधीही समुद्रकिनारा पाहिला नाही. कधीही समुद्र न पाहिलेला हा माणूस एके ठिकाणी लिहितो की, 'जगाला माझ्याबद्दल काय वाटते हे मला ठाऊक नाही; पण माझ्यासाठी मी समुद्रकिनाऱ्यावर खेळणारा एक लहानसा मुलगा आहे. कधीमधी मला साध्यासुध्या दगडापेक्षा थोड्या मऊ, गुळगुळीत आणि थोड्या छान गारगोट्या सापडल्या; पण त्याच वेळी माझ्यासमोर अगणित रत्ने आपल्या उदरात घेऊन रोंरावणारा सत्याचा महासागर पसरलेला होता.'

न्यूटनला सापडलेली सर्वांत गुळगुळीत आणि सुंदर गारगोटी म्हणजे गुरुत्वाकर्षण! न्यूटनच्या या नियमाची प्रगल्भता, अचूकता आणि व्यापकता आपण सतत अनुभवत असतो. आधुनिक ज्ञान-विज्ञानाचा पाया गुरुत्वाकर्षणाच्या नियमावरच उभारलेला आहे; पण यापूर्वीच आपण आइनस्टाइनच्या 'Special Relativity'बद्दलसुद्धा पाहिले आहे. त्यानुसार कालावकाशात प्रकाशाची गती सर्वांत जास्त असून, त्यापेक्षा जास्त गतीने काहीही जाऊ शकत नाही; पण गोची अशी होती की, १९०५ साली आइनस्टाइनने मांडलेली विशिष्ट सापेक्षतेची थेअरी आणि न्यूटनचा गुरुत्वाकर्षणाचा सिद्धान्त या दोन्हींमध्ये अंतर्विरोध होता. या एका गोष्टीने आइनस्टाइनची झोप उडाली. १९०५नंतर पुढची दहा वर्षे हा प्रश्न आइनस्टाइनला छळणार होता! इतका

की, त्या प्रक्रियेत आइनस्टाइन पुरता ढवळून निघाला. आइनस्टाइनच्या मित्राने त्याला सल्ला दिला की, तू या प्रश्नाच्या नादाला लागू नको. एकदा तर आइनस्टाइन उत्तराच्या अगदी जवळ गेला आणि वाट चुकली, परत घरंगळला, त्यात तीन-चार वर्षे गेली; पण आइनस्टाइन लढत राहिला. तो एकटा पडला, या प्रक्रियेत आइनस्टाइनचे त्याच्या कुटुंबाकडे दुर्लक्ष झाले, दुर्दैवाने त्याचा घटस्फोटसुद्धा झाला! शेवटच्या क्षणी त्याच्या सहकाऱ्यांनी दगाफटका करण्याचा प्रयत्न केला; पण तिथेही तो सावरला. ती सर्व कहाणी चित्तथरारक आहेच; पण विशिष्ट सापेक्षता आणि गुरुत्वाकर्षणामध्ये असा काय अंतर्विरोध होता ज्यामुळे एक दशक आइनस्टाइन अस्वस्थ आणि बेचैन होता?

***

आइनस्टाइनच्या विशिष्ट सापेक्षतेनुसार कालावकाशात प्रकाशापेक्षा जास्त वेगाने काहीही जाऊ शकत नाही. काहीही म्हणजे काहीही जाऊ शकत नाही. ना कोणती वस्तू, ना कोणते सिग्नल, ना कोणत्या माहितीचे आदान-प्रदान. Speed of the light is the ultimate speed limit. स्वाभाविकपणे, याचा दुसरा अर्थ असा की, इतर वस्तू आणि सिग्नल्स हे प्रकाशापेक्षा कमी गतीने अगदी सहजतेने जातात आणि जाऊ शकतात. उदाहरणार्थ, आवाज हा प्रकाशापेक्षा अतिशय कमी गतीने माहितीचे आणि सिग्नलचे वहन करतो. आवाजाची गती प्रकाशाच्या गतीपेक्षा कमी असल्यामुळे वीज अगोदर चमकते आणि तिचा कडकडाट नंतर होतो असे आपल्याला वाटते; पण वास्तवात दोन्ही गोष्टी सोबत होत असतात. आवाज प्रकाशापेक्षा मंदगती असल्यामुळे तो आपल्यापर्यंत उशिरा पोहोचतो, एवढेच. ज्या क्षणी एखादी वस्तू, माहिती किंवा सिग्नल प्रकाशापेक्षाही जास्त वेगाने जाऊ लागेल त्याचा परिणाम म्हणून काळ उलट्या दिशेने जायला लागेल; पण असे होत नाही, होऊ शकत नाही. हे आइनस्टाइनने जगाला सांगितले, ते सत्यदेखील आहे; पण इथे एक समस्या आहे.

ही समस्या नेमकी काय आहे ते समजून घेण्यासाठी क्षणभर असा विचार करा की, आपला सूर्य एकाएकी गायब झाला आहे! तर आपला सूर्य गायब झाल्यापासून तो गायब झालेला आहे हे पृथ्वीवर कळायला किती काळ लागेल? न्यूटनच्या गुरुत्वाकर्षणाच्या नियमानुसार सूर्य गायब होईल, त्या क्षणी पृथ्वी आणि सूर्य यांच्यातील गुरुत्वाकर्षण संपुष्टात येऊन पृथ्वी तिच्या कक्षेबाहेर फेकली जाईल. न्यूटनने जो गुरुत्वाकर्षणाचा सिद्धान्त सांगितला त्यानुसार दोन वस्तूमधील गुरुत्वाकर्षण त्यांच्या वस्तुमानाच्या थेट आणि त्या दोन वस्तूंतील अंतर वर्गाच्या व्यस्त प्रमाणात असते. गुरुत्वाकर्षणाच्या नियमाचे गणितीय समीकरण आहे.

$$F = \frac{GMm}{r^2}$$

या समीकरणात कुठेही वेळेचा उल्लेख नाही, त्याची कधी कुणाला गरजही पडली नाही. या समीकरणात दोन वस्तूंमध्ये गुरुत्वाकर्षण तयार होण्याकरिता किती वेळ लागेल, याबद्दलसुद्धा काहीच सांगितलेले नाही म्हणजे न्यूटनच्या समीकरणानुसार आपला सूर्य गायब झालाय हे आपल्याला अगदी त्याच क्षणी लक्षात येईल. कारण, आपली पृथ्वी सूर्याभोवती ज्या कक्षेत फिरते, ती कक्षा सोडून ती आसमंतात फेकली जाईल, आपण भरकटून जाऊ! याउलट, सूर्य गायब झाला आहे हे आपल्याला प्रकाशाच्या माध्यमातून कळायला किती वेळ लागेल? याचे उत्तर तर आपल्याला माहिती आहे ८ मिनिटे आणि २० सेकंद. सूर्य गायब झाला, त्या क्षणापूर्वी सूर्यातून निघालेला प्रकाश किरण पृथ्वीवर ८ मिनिटे आणि २० सेकंदांनी पोहोचेल. त्यानंतर मात्र पृथ्वीवर अंधार पसरून सूर्य नष्ट झाला हे आपल्याला कळेल. एकीकडे, आइनस्टाइन सांगत होता की, कालावकाशात प्रकाशाच्या गतीपेक्षा जास्त गतीने ना कुठले सिग्नल, ना कोणती वस्तू, ना कसली माहिती, ना अजून इतर काही म्हणजे काहीच जाऊ शकत नाही; पण गुरुत्वाकर्षणाचा प्रभाव प्रकाशाच्या वेगापेक्षा जास्त गतीने जाऊ शकतो, असे न्यूटनचा सिद्धान्त सुचवत होता. इथे नक्कीच काहीतरी समस्या असली पाहिजे हे सांगण्यासाठी कुणा तज्ज्ञाची गरज नाही. हे सर्व जर आपल्या लक्षात येत असेल, तर हेच आइनस्टाइनच्या लक्षात आले नसते, तर तो आइनस्टाइन कसला! आइनस्टाइनची १९०५ सालची विशिष्ट सापेक्षता आणि न्यूटनच्या गुरुत्वाकर्षणाच्या सिद्धान्तातल्या ह्या अंतर्विरोधाचा निरास करण्यासाठी आइनस्टाइनला दहा वर्षे तपश्चर्या करावी लागणार होती.

***

न्यूटनचा 'गुरुत्वाकर्षणाचा सिद्धान्त' की आइनस्टाइनची १९०५ सालची 'विशिष्ट सापेक्षता' असा संघर्ष आता अटळ झाला होता. अर्थात १९०५-०६ साली आइनस्टाइनची थेअरी विशिष्ट सापेक्षता या नावाने ओळखली जात नव्हती. कारण, अजून व्यापक सापेक्षतेची थेअरी आली नव्हती. इतिहासाच्या भाषेत समजून घ्यायचे झाले, तर दुसऱ्या चंद्रगुप्तच्या जन्माअगोदर पहिला चंद्रगुप्त हा फक्त चंद्रगुप्त म्हणून ओळखला जात असतो! अगदी तसेच विशिष्ट सापेक्षतेबद्दलसुद्धा आहे. ते काहीही असो न्यूटनचे गुरुत्वाकर्षण आणि विशिष्ट सापेक्षता या दोन्ही गोष्टी जशास-तशा रूपात बरोबर असणे शक्य नाही हे आइनस्टाइनला कळत होते. त्यांच्यातील अंतर्विरोध संपवून त्यांना एकमेकांशी सुसंगत करायचे असले, तर त्या दोन्हीपैकी कशात तरी बदल करणे गरजेचे होते. आता प्रश्न होता की, बदल कशात करायचा. नुकत्याच शोधलेल्या सापेक्षतेत की दोन-अडीचशे वर्षांपासून प्रत्येक कसोटीला पूर्णपणे उतरलेल्या न्यूटनच्या गुरुत्वाकर्षणाच्या सिद्धान्तात? काल-

परवा जन्मलेल्या पोराने कित्येक लढाया लढलेल्या पोक्त माणसाशी झगडा घेणे, कुणालाही शहाणपणाचे वाटणार नाही; पण आइनस्टाइन बिचकणारा नव्हता. त्याने मनाशी ठाम निश्चय केला होता की, माझी सापेक्षतेची थेअरी बरोबर असून तिचा आणि न्यूटनच्या गुरुत्वाकर्षणाचा झगडा होत असेल, तर गुरुत्वाकर्षणाला तिच्याशी जुळवून घ्यावे लागेल! आता आइनस्टाइन हलणार नव्हता, त्याला सापेक्षतेशी जुळवून घेणारी गुरुत्वाकर्षणाची नवी थेअरी मांडावी लागणार होती, आइनस्टाइनने हे काम फत्ते करण्याचा विडा उचलला होता.

न्यूटनने गुरुत्वाकर्षणाचा सिद्धान्त सांगितला. त्याचा गणिती फॉर्म्युलासुद्धा दिला, तरीही काही गोष्टी अनुत्तरीतच राहिल्या. गुरुत्वाकर्षणामुळे काय होते, हे जरी न्यूटनने सांगितले असले तरी गुरुत्वाकर्षण नेमके कशामुळे तयार होते हे न्यूटनने सांगितले नाही. गुरुत्वाकर्षण कशामुळे तयार होते हे शोधण्याचा प्रयत्न न्यूटनने केला नाही असे नाही; पण त्या प्रश्नाचे उत्तर न्यूटनला मिळाले नाही. Principia Matematica या त्याच्या ग्रंथात न्यूटनने वाचकांनी याबद्दल विचार करावा असे सुचवले होते; पण नेहमीप्रमाणे वाचकांनी त्यावर विचार केला नाही. न्यूटन म्हणतो :

> 'It is inconceivable that inanimate brute matter should, without the mediation of something else which is not material, operate upon and affect other matter without mutual contact, .. is to me so great an absurdity that I believe no man who has in philosophical matters a competent faculty of thinking can ever fall into it. Gravity must be caused by an agent acting constantly according to certain laws; but whether this agent be material or immaterial, I have left open to the consideration of my readers.'

अचेत जड द्रव्य कशाच्याही मदतीशिवाय, परस्परांच्या संपर्कात न येताही, दूरवरून मध्ये असलेल्या अवकाशाच्या पोकळीच्या आरपार एकमेकांना कसे प्रभावित करतात हे एक न उलगडणारे कोडे आहे. हे सर्व कसे होते ते वाचकांनीच ठरवावे, असे न्यूटन म्हणाला. न्यूटन नंतर जवळपास दोनशे-सव्वा दोनशे वर्षे लोक ते वाचत राहिले; पण त्यावर कुणी विचार केला नाही. आइनस्टाइन त्यातला नव्हता. कशाचीही मदत न घेता दोन वस्तू दूरवर पसरलेल्या अवकाशाच्या पोकळीमधून परस्परांवर क्रिया करतात याचे उत्तर त्या अवकाशाच्या पोकळीतच (अर्थात कालावकाशातच) असले पाहिजे हे आइनस्टाइनला जाणवले.

१९०७ साली स्वित्झर्लंडच्या बर्न येथील पेटंट ऑफिस मध्ये बसलेला असताना आइनस्टाइनच्या डोक्यात असा विचार आला की, या इमारतीच्या छतावरून आत्ता या क्षणाला जर एखादा माणूस पडला, तर तो पडत असताना

त्याला गुरुत्वाकर्षण जाणवणार नाही. आइनस्टाइनने हा त्याच्या आयुष्यातील सगळ्यात आनंददायी विचार होता असे म्हटले आहे. कुणाचे विचार काय असतील बघा, माणूस छतावरून पडणे हा आइनस्टाइनसाठी त्याच्या आयुष्यातील सगळ्यात आनंददायी विचार होता! गुरुत्वाकर्षण बळाच्याद्वारे मुक्तपणे खाली पडणे याला 'फ्री फॉल' असे म्हटले जाते. या एका विचारावरून आइनस्टाइनला 'Acceleration/प्रवेग/त्वरण' आणि गुरुत्वाकर्षण हे समतुल्य आहेत हे लक्षात आले. त्यावर विचार करत, त्याचा मित्र मार्सेल ग्रॉसमनची मदत घेऊन अविरतपणे १० वर्षे काम केल्यानंतर आइनस्टाइन काही एका निष्कर्षापर्यंत पोहोचला होता.

पृथ्वी, चंद्र, सूर्य, तारे हे सर्वकाही एवढेच काय तुम्ही-आम्हीसुद्धा 'Space'मध्ये आहोत, अर्थात या ठिकाणी Spaceपेक्षा Spacetime हा शब्द जास्त संयुक्तिक आहे. आइनस्टाइनने Space आणि Time वेगळे नसून, एकच आहेत हे सांगितले. काळ आणि अवकाश हे Absolute नसून, Relative अर्थात सापेक्ष आहेत आणि ते एकमेकांशी असे जुळवून घेतात जेणेकरून काहीही झाले तरी प्रकाशाची गती बदलत नाही हेसुद्धा आपण विशिष्ट सापेक्षता समजून घेताना पाहिले आहे. 'Spacetime/कालावकाश' हे अविकारी नसून, त्यात सतत बदल होत असतात. ते वाकते, दुमडले जाते, त्याचा आकार बदलतो आणि त्यामुळेच प्रकाशाची गती स्थिर राहते. कालावकाश लवचीक आहे, एखादे जड वस्तुमान कालावकाशात असेल, तर त्याच्यामुळे कालावकाशाचा आकार बदलतो. त्याला खड्डा पडतो. उदाहरणार्थ, सूर्याच्या प्रचंड वस्तुमानामुळे कालावकाशाला खळगा पडतो, बाक येतो, खड्डा पडतो. सूर्यामुळे कालावकाश वाकून एक दरी तयार होते, त्या दरीत पृथ्वी घरंगळत जाते आणि त्यामुळे सूर्य पृथ्वीला आकर्षित करतो असे वाटते, त्याला आपण गुरुत्वाकर्षण असे म्हणतो. हे प्रकरण सुरू करताना उन्हाळ्याच्या दिवसात आंब्याच्या झाडाखाली चारपाईचा किस्सा आपण पहिला. त्या उदाहरणानुसार चारपाईवर आजोबा बरोबर मध्यभागी झोपल्यामुळे तिला खूप मोठा बाक आलेला होता. त्या आलेल्या झोळामुळे कितीही प्रयत्न केला तरी मी आजोबांच्याच जवळ ओढला जात होतो. अगदी या चारपाईसारखीच स्थिती पृथ्वी, सूर्य किंवा तत्सम प्रचंड वस्तुमानामुळे कालावकाशाची होते. कालावकाशाला पडलेल्या या खड्ड्यामुळे आजूबाजूच्या इतर गोष्टी त्या खड्ड्याच्या केंद्राकडे ओढल्या जातात आणि परिमाण स्वरूप गुरुत्वाकर्षण जाणवते, त्यामुळे गुरुत्वाकर्षण हे दुसरे तिसरे काही नसून कालावकाशाच्या आकाराचा परिणाम आहे. Gravity is the curvature of the Spacetime. कालावकाशाचा आकार म्हणजे गुरुत्वाकर्षण होय ही अंतर्दृष्टी आइनस्टाइनने १९१५ साली 'General Theory of Relativity'मधून दिली.

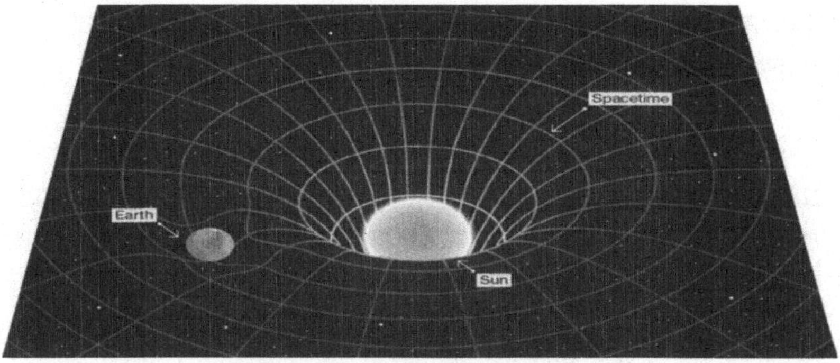

सूर्याकडे ओढली जाणे हेच गुरुत्वाकर्षण.

न्यूटननुसार ग्रॅव्हिटीची गती अमर्याद होती; पण न्यूटनच्या या समीकरणात व्यापक सापेक्षतेनुसार आइनस्टाइनने बदल केला आणि गुरुत्वाच्या प्रभावाची गती ही प्रकाशाच्या गती इतकीच असते हे सिद्ध केले. गुरुत्व हे कालावकाशाच्या आकाराचा परिणाम असून, कालावकाशाचा आकारसुद्धा प्रकाशाच्याच गतीने बदलत जातो म्हणून प्रकाश आणि गुरुत्व ह्या दोन्हींची गती सारखीच असते असे त्याने मांडले, त्यामुळे उद्या सूर्य जर एकाएकी गायब झाला, तर त्याचा गुरुत्वीय परिणाम जाणवण्यासाठीसुद्धा ८ मिनिटे २० सेकंद लागतील. सूर्य गायब झाला तर पृथ्वीची कक्षा भरकटणे आणि अंधार पसरणे हे एकाच वेळी होईल. याचा अर्थ न्यूटन पूर्ण चुकीचा होता असा होत नाही, काही रिकाम्या जागा राहिल्या होत्या त्या आइनस्टाइनने भरून काढल्या. आता गुरुत्वाकर्षण विशिष्ट सापेक्षतेशी सुसंगत झाले होते, गुरुत्वाकर्षण नेमके कशामुळे होते हे न्यूटनने सांगितले नव्हते, तेसुद्धा आइनस्टाइनने उलगडून दाखवले. गुरुत्वाबद्दल मानवाचे आकलन आता अधिक सखोल झाले होते.

बऱ्याच वेळा हे सर्व समजून घेताना या कालावकाशात 'काळ' अंतर्भूत आहे, याचा आपल्याला विसर पडतो; पण हे आपण समजून घेतले पाहिजे की, जिथे कालावकाश जास्त वाकलेले असते तिथे, काळ हळूहळू सरकत राहतो. आपले पाय पृथ्वीच्या जवळ असल्याने तिथे आपल्या डोक्यापेक्षा कालावकाश जास्त वाकलेला असतो, त्यामुळेच आपल्या पायांचे वय हे आपल्या डोक्यापेक्षा कमी असते! आइनस्टाइनने व्यापक सापेक्षतेचे जे समीकरण दिले आहे, त्यानुसार जिथे काळ हळूहळू सरकतो तिकडे जाण्याकडे वस्तूंचा कल असतो, त्यामुळेच आपल्या शरीराचा एकंदरीत ओढा उंचीवरून खाली जाण्याचा असतो. थोडक्यात काय तर लवकर म्हातारे व्हावे असे आपल्या शरीरालासुद्धा वाटत नाही! हे सगळे अजबच प्रकरण आहे. तुम्ही बहुमजली इमारतीत एकदम वरच्या मजल्यावर आणि

तुमच्याच सोबत जन्मलेला तुमचा जुळा भाऊ तळमळल्यावर राहत असेल, तर तुम्ही त्याच्यापेक्षा लवकर वयोवृद्ध होत असता!

तुम्ही तुमच्या गाडीने रस्त्यावरून जात असाल आणि रस्त्यात खाच-खळगे असतील, तर तुमची गाडी त्या खळग्याच्या आकारानुसार खाली-वर होत राहते. रस्ता सपाट असेल गाडीसुद्धा सरळ चालते म्हणजे रस्त्यात खड्डा असेल, तर गाडी खड्ड्यात जाते. रस्ता वळला, तर गाडी वळते आणि सपाट असेल, तर सरळ व्यवस्थित जाते. अगदी त्याचप्रमाणे प्रकाश किरणांच्या बाबतीतसुद्धा होते. दूरच्या ताऱ्यांतून येणारे प्रकाश किरण हे कालावकाशातुन मार्गक्रमण करत असतात. जर वाटेत कुठे एखाद्या खगोलीय वस्तूमुळे कालावकाश वाकले असेल, खळगा पडला असेल तर कालावकाशाच्या त्या भागातून जाताना तुमच्या गाडीसारखेच प्रकाश किरणसुद्धा वाकले पाहिजेत, असे आइनस्टाइनने सांगितले. याला शास्त्रीय भाषेत 'गुरुत्वीय भिंग/Gravitational Lensing' असे म्हटले जाते. १९१५ साली व्यापक सापेक्षतेचा सिद्धान्त प्रकाशित झाला; पण त्याला अजून प्रयोगाचा दुजोरा मिळाला नव्हता. आइनस्टाइन जे सांगत होता, ते बरोबर आहे की चूक हे प्रयोगांती सिद्ध करणे गरजेचे होते. त्यानुसार १९१९ साली सूर्यग्रहणाच्या वेळी खरेच असे दूरवरून येणारे प्रकाश किरण सूर्याजवळ आल्यावर वाकतात का हे पाहण्यात आले. त्यासाठी सर आर्थर येड्डिंगटन आणि इतर सहकाऱ्यांच्या मदतीने काळजीपूर्वक प्रयोगरचना करण्यात आली. सूर्यग्रहणाचे फोटो बऱ्याच ठिकाणावरून घेण्यात आले. नंतर त्यांचे योग्य ते परीक्षण केले गेले आणि काय आश्चर्य, आइनस्टाइनने जसे सांगितले अगदी तसेच आणि तितक्याच प्रमाणात प्रकाश किरण वाकले होते! म्हणजे कालावकाशाला खळगा पडतो हे जे आइनस्टाइन म्हणत होता, ते बरोबर होते. गुरुत्वाकर्षण का निर्माण होते याचे उत्तर कळले होते. या प्रयोगाचे निष्कर्ष घोषित झाले. रातोरात आइनस्टाइन सेलिब्रिटी झाला! वरील प्रयोगाचे निष्कर्ष घोषित झाल्यानंतर आइनस्टाइनला अभिनंदनाचे फोन येऊ लागले. वेगवेगळ्या वृत्तपत्रांचे पत्रकारसुद्धा फोनवरून अभिनंदन करू लागले. अशाच एका पत्रकाराने अभिनंदन करून झाल्यावर विचारायचे म्हणून विचारले की, जर प्रकाश किरण वाकले नसते आणि तुमची थेअरी चूक आहे असे निष्पन्न झाले असते तर? त्यावर क्षणाचाही विलंब न करत आइनस्टाइन उत्तरला, तसे झाले असते, तर मला देवाची दया आली असती, कारण सापेक्षतेचा सिद्धान्त बरोबर आहे! आइनस्टाइनचे शब्द होते - "Then I would feel sorry for the good Lord. The theory is correct!'

कालावकाशाच्या वक्रतेवरून गुरुत्वाची तीव्रता कळते. कालावकाश जास्त वाकले असेल, तर तिथे जास्त गुरुत्वाकर्षण असते. कधी कधी प्रचंड वस्तुमानाच्या खगोलीय वस्तूंमुळे कालावकाश प्रचंड प्रमाणात वाकते. अशा वाकलेल्या

कालावकाशाच्या खोल दरीतून कोणालाही बाहेर निघता येत नाही, अगदी प्रकाशालासुद्धा! असे जेव्हा होते, तेव्हा त्याला आपण **'ब्लॅक होल/कृष्णविवर'** असे म्हणतो. सुरुवातीला ब्लॅक होल्स खरेच आहेत की नाहीत यावर खूप वाद झाला. ब्लॅक होल्सचे अस्तित्व असू शकते असे आइनस्टाइनची सापेक्षता सांगत असली तरी खुद्द आइनस्टाइन त्यांचे अस्तित्व मान्य करायला अनुत्सुक होता. कृष्णविवरांचा स्टीफन हॉकिंग यांनी खूप अभ्यास केला आणि त्यानुसार त्यांनी असे प्रतिपादित केले की, आपण समजतो तसे ब्लॅक होल्समधून काहीच बाहेर पडत नाही, असे नाही. त्यांनी हे सिद्ध केले की, कृष्ण विवरामधून 'हॉकिंग्स रेडिएशन्स' निघते आणि कृष्णविवरे हळूहळू नष्टसुद्धा होतात. सापेक्षता आणि Quantum Mechanics यांमध्ये अंतर्विरोध आहे. मागच्या शंभर वर्षांपासून या दोन्हीही तुल्यबळ आणि वारंवार सिद्ध झालेल्या सिद्धान्तांचे एकत्रीकरण करून सर्वसमावेशक अशी सुसंगत थेअरी मांडण्याचे कित्येक प्रयत्न झाले; पण प्रत्येक वेळी आपल्या हाती अपयशच आले आहे. भौतिक जगात सापेक्षता आणि Quantum Mechanics या दोन्हींचा एकाच वेळी वापर करावा लागेल असे प्रसंग फार कमी वेळा येतात. सुदैवाने कृष्णविवरांची रचना समजून घेण्यासाठी या दोन्ही सिद्धान्तांची गरज भासते म्हणून कृष्णविवरांचा अभ्यास महत्त्वाचा झाला आहे. ज्यांच्या अस्तित्वाबद्दलच शंका उपस्थित केली जात होती त्या कृष्णविवरांच्या बाबतीत २०१९ साली एक फार मोठी घटना घडली ती म्हणजे वैज्ञानिकांनी कृष्णविवराचे चित्रच प्रसिद्ध केले! स्टीफन हॉकिंग यांच्याच शब्दांत सांगायचे, तर कृष्णविवरांचा शोध घेणे म्हणजे कोळशाच्या तळघरात काळ्या मांजरीचा शोध घेण्यासारखे होते; पण त्यात आपण यशस्वी झालो आहोत. येणाऱ्या काळात कृष्णविवरांच्या अभ्यासातून विश्वाची अनेक गुपिते आपल्यासमोर अजून उलगडत जातील अशी अपेक्षा आहे.

एका ठिकाणाहून दुसऱ्या ठिकाणी जाण्यासाठी आजकाल गूगल मॅप्सचा वापर केला जातो. गूगल मॅप GPS (Global Positioning System) तंत्रज्ञानाचा वापर करते आणि हे GPS आइनस्टाइनच्या सापेक्षतेवरती आधारित आहे. काळ आणि अवकाश सापेक्ष आहेत असे हे गृहीत धरूनच GPS काम करते आणि ते प्रत्येक वेळी बरोबरच ठरते. सापेक्षतेच्या सत्यतेचा यापेक्षा चांगला पुरावा मिळणार नाही. सापेक्षतेनुसार ब्लॅक होल्सच्या अस्तित्वाचे गणित मांडले गेले, त्याच्यावर वादविवाद झाले; पण शेवटी २०१९ साली आपल्याला ब्लॅक होल्सचे चित्रच मिळाले. सापेक्षतने 'गुरुत्वीय लहरी/Gravitational Waves'ची शक्यता वर्तवली होती. आपल्याला २०१५ साली प्रयोगांती त्यांचासुद्धा शोध लागला. १९१९ सालीच 'गुरुत्वीय भिंग/Gravitational Lensing'चा पुरावा मिळाला होता हे आपण वर पाहिले आहे. मागच्या वीस-पंचवीस वर्षांत लागलेले गुरुत्वीय लहरी (२०१५), हिग्स बोसॉन पार्टिकल (२०११), कृष्णविवराचा दृश्य पुरावा (२०१९)

हे महत्त्वाचे शोध आहेत; पण या सगळ्यांबद्दलची भाकिते अगोदरच करण्यात आली होती. आता फक्त ती भाकिते प्रयोगांती खरी ठरली, त्यामुळे त्यांना महत्त्वाचे मानावे की नाही हा प्रश्नच आहे; परंतु नव्वदीत जन्मलेल्या पिढीसाठी त्यांच्या जीवनकालखंडात खऱ्या अर्थाने धक्कादायक म्हणता येईल असा शोध १९९८ साली लागला. या एका शोधाने पुन्हा एकदा आपल्या अपेक्षांना हादरा दिला. १९५५ सालीचा आइनस्टाइन वारला, त्यामुळे १९९८ साली तो असण्याचा प्रश्नच येत नाही; पण तो जर असता तर या शोधाबद्दल ऐकून त्याला हसावे की रडावे हेसुद्धा कळले नसते! असे काय होते त्या शोधात?

***

हे विश्व अनादी, अनंत, अविकारी आणि स्थिर आहे ही धारणा हजारो वर्षे मानवाने स्वत:च्या उराशी बाळगली आहे. त्याच्यातून एक प्रकारची आश्वासकता माणसाला मिळते. आपण गेलो तरी हे विश्व असेच असणार आहे यातून मानवाचे भय सुसह्य होते असावे, त्यामुळेच 'Static Universe' हा आपल्या जाणिवेचा अगदी अलीकडच्या काळापर्यंत अविभाज्य भाग होता. अगदी न्यूटन आणि आइनस्टाइनसुद्धा यातून सुटले नाहीत. न्यूटन आणि आइनस्टाइनसारख्या ज्ञानी लोकांच्या नजरेतूनसुद्धा जर हे विश्व स्थिर असेल, तर ते गुरुत्वाकर्षणामुळे एका ठिकाणी गोळा होईल हे कसे सुटले कुणास ठाऊक! कारण, त्या दोघांनीही विश्व विस्तारते आहे किंवा डायनॅमिक आहे असा विचार मांडला नाही. हे ब्रह्मांड अनादी आणि अनंत, अविकारी आणि स्थिर असले पाहिजे या विचाराच्या पगड्यातून तेसुद्धा सुटू शकले नाहीत. विश्व विस्तारात आहे, हा विचार तुलनेने नवा म्हणजे २०व्या शतकातील आहे. आइनस्टाइनच्या व्यापक सापेक्षतेनंतर जवळपास पंधरा वर्षांनी १९२९ साली Edwin Hubble यांनी सर्वप्रथम सांगितले की, हे विश्व विस्तारते आहे.

हे विश्व Static असले पाहिजे ही आइनस्टाइनची धारणा होती; पण १९१५ सालाच्या त्याच्या व्यापक सापेक्षतेच्या सिद्धान्तातील गणितीय समीकरणांचा अन्वयार्थ हे विश्व गतिमान, डायनॅमिक असले पाहिजे असा निघत होता. एकतर ते आकुंचन पावत असले पाहिजे किंवा विस्तारत तरी असले पाहिजे हे आइनस्टाइनचे गणित सांगत होते; पण आइनस्टाइनचे मन ते मानायला तयार होत नव्हते. गुरुत्वाकर्षणामुळे विश्व अस्थिर होऊन आकुंचित होत असावे, असे आइनस्टाइनला वाटले; पण असे असले तरी एकूण विश्व हे स्थिर आहे म्हणजे या गुरुत्वाकर्षणाच्या विरुद्ध काम करणारा काहीतरी अदृश्य घटक असला पाहिजे, असे वाटून त्याने त्याच्या समीकरणात गुरुत्वाकर्षणाला विरोध करण्यासाठी एक फॅक्टर घुसवला. आइनस्टाइनने त्याला 'Cosmological Constant' असे नाव दिले. हे असे

कॉस्मॉलॉजिकल कॉन्स्टन्ट अस्तित्वात आहे किंवा नाही याचा कुठलाही पुरावा आइनस्टाइनकडे नव्हता फक्त तो 'Anti Gravity'चे काम करून हे विश्व स्टॅटिक ठेवण्यात मदत करतो एवढेच त्याचे महत्त्व होते. आपण आपल्या समीकरणात हा 'कॉस्मॉलॉजिकल कॉन्स्टन्ट' घुसवला याबाबत आइनस्टाइन कधीही समाधानी नव्हता. कॉस्मॉलॉजिकल कॉन्स्टंट वापरून हे विश्व स्थिर करणे म्हणजे पेन्सिलीला तिच्या टोकावर उभे करण्याचा प्रयत्न करण्यासारखे होते; पण आइनस्टाइनच्या दृष्टीने युनिव्हर्स स्टॅटिक ठेवण्यासाठी त्याची आवश्यकता होती. त्यामागे ब्रह्मांड स्थिर आहे हे आइनस्टाइनचे गृहीतक होते; पण १९२९मध्ये एडविन हबल यांनी विश्व विस्तारते आहे हा शोध लावल्यानंतर मात्र आइनस्टाइनला प्रचंड पश्चात्ताप झाला. माझे गणित बरोबर होते मी उगाचच त्यात 'Cosmological Constant' घुसवला असे वाटून आइनस्टाइनने हळहळ व्यक्त केली. आइनस्टाइनच्या मते त्याच्या गणितात प्रतिगुरुत्वासारखे काम करणारा कॉस्मॉलॉजिकल कॉन्स्टन्ट घालणे ही त्याच्या आयुष्यातली 'मोठी घोडचूक' होती.

पण एडविन हबलने असे काय केले की, हे विश्व विस्तारते आहे यावर सर्वांचे एकमत झाले आणि आइनस्टाइनलासुद्धा आपण घोडचूक केली असे वाटू लागले? मुळात एडविन हबल याच्याही आधी बेल्जियम देशातील कॅथलिक चर्चचा पाद्री Georges Lemaitre याने आइनस्टाइनच्याच समीकरणांचा अभ्यास करून युनिव्हर्स विस्तारत असले पाहिजे हे सांगितले होते. विज्ञानात एकमेव निर्माता असे काही नसते. प्रत्येक जण कुणाच्या तरी खांद्यावर उभा असतो. अगदी त्याचप्रमाणे एडविन हबल याने १९२९मध्ये जॉर्ज लीमात्रे यांच्या कामात सुधारणा करून 'डॉप्लर इफेक्ट'च्या मदतीने युनिव्हर्स विस्तारत आहे हे सिद्धच केले. तुम्ही रस्त्याच्या कडेला उभे आहात आणि जवळून हॉर्न वाजवत एक गाडी गेली तर काय होते? हॉर्न वाजवत जाणारी गाडी जशी जशी तुमच्या जवळ येते, तसतसा हॉर्नचा आवाज कर्णकर्कश होत जातो आणि ती गाडी पुढे गेली की, हॉर्नचा आवाज सुसह्य होत जातो. कारण, गाडी जेव्हा तुमच्या जवळ येत असते, तेव्हा हॉर्नच्या आवाजाची वारंवारिता (Frequency) वाढत जाते आणि गाडी दूर गेली की त्या हॉर्नची फ्रिक्वेन्सी कमी होत जाते. अगदी त्याचप्रमाणे जर ब्रह्मांडातील इतर तारकामंडळे आपल्यापासून दूर जात असतील, तर त्यांच्याकडून येणाऱ्या प्रकाशाची Frequency कमी होत गेली पाहिजे. दृश्यमान प्रकाशात लाल रंगाची फ्रिक्वेन्सी कमी असते. जेव्हा दूरवरच्या तारकामंडळातून येणाऱ्या प्रकाशाचे निरीक्षण केले तेव्हा तो 'Red Shifted' असल्याचे हबलच्या लक्षात आले. आश्चर्याची गोष्ट म्हणजे जवळपास सगळ्याच Galaxyमधून येणारा प्रकाश 'रेड शिफ्टेड' म्हणजे लाल रंगाकडे झुकलेला आहे हे एडविन हबलचे निरीक्षण सांगत होते म्हणजे सगळी तारकामंडळे एकमेकांपासून दूर जात असावीत, असा निष्कर्ष त्याने मांडला. विश्व

विस्तारते आहे हे आता स्पष्ट झाले होते, अशा परिस्थितीत आइनस्टाइनला आपण उगाचच आपल्या समीकरणात 'कॉस्मॉलॉजिकल कॉन्स्टन्ट' घातला याचा पश्चात्ताप होणे स्वाभाविक होते.

तारकामंडळे एकमेकांपासून दूर जात आहेत म्हणजे एकेकाळी ती आहेत त्यापेक्षा जवळ असली पाहिजेत म्हणजे कोणे एके काळी हे विश्व आहे त्यापेक्षा आकाराने खूप छोटे असले पाहिजे, अशी मांडणी आता लोक करू लागले. पुढच्या अभ्यासात असे लक्षात आले की, भूतकाळात कधीतरी एका अतिप्रचंड महाविस्फोटात युनिव्हर्सची निर्मिती झाली असावी. युनिव्हर्सला जन्म आहे. ते निश्चित काळापूर्वी तयार झाले हा विचार क्रांतिकारी होता; पण या विचाराला अपेक्षेप्रमाणे विरोध झाला. ब्रह्मांड अनादी आहे हा विचार खूप खोलवर रूजलेला होता. काही विचारवंतांनी पर्यायी 'Steady State Theory' सुचवली. यात थॉमस गोल्ड, फ्रेड होईल हे आघाडीला होते. आज ब्रह्मांड १३८२ कोटी वर्षांपूर्वी झालेल्या महाविस्फोटाने अर्थात 'Big Bang'ने तयार झाले आहे यावर जवळपास सर्वांचे एकमत आहे; पण १९४९ पूर्वी या सिद्धान्ताला 'Big Bang Theory' असे नाव नव्हते. विश्व निर्मितीबद्दलच्या स्टेडी स्टेट थेअरीला सपोर्ट करणारे 'फ्रेड होईल' यांनी १९४९ साली एका रेडिओवरच्या मुलाखती दरम्यान महाविस्फोटात विश्व तयार झाले असे म्हणणे किती उथळ आणि चुकीचे आहे हे सांगण्यासाठी तिरस्कारव्यंजक रूपात 'Big Bang' हा शब्द वापरला आणि या थेअरीला 'Big Bang Theory' असे नाव पडले! १९६५ साली कॉस्मिक मायक्रोवेव्ह बॅकग्राउंड रेडिएशन (CMBR)च्या शोधानंतर मात्र लोकांनी बिग बँग थेअरीला आपलेसे केले. **विश्व अनादी नाही! कदाचित, त्याला अंतसुद्धा असू शकतो असा मतप्रवाह आता प्रबळ होऊ लागला होता.** सोबतच विश्व बिग बँगने तयार झालेले असून ते विस्तारते आहे यावर सार्वत्रिक सहमती तयार झाली!

***

विश्व विस्तारते आहे याबाबत जरी एकमत असले तरी ते नेमके कसे विस्तारत आहे किंवा ही विस्तारण्याची प्रक्रिया अशीच चालू राहील की नाही याबाबत मतमतांतरे होती. त्याबाबत तीन-चार शक्यता वर्तवल्या जात होत्या. एक, ब्रह्मांड विस्तारते आहे; पण त्याच्या विस्तारण्याच्या गतीत कुठलाही बदल होत नाही. या शक्यतेनुसार हे विश्व सतत विस्तारत राहील. दोन, 'Big Bang'च्या वेळी सुरू झालेले विश्वाचे विस्तारणे काही काळाने थांबेल आणि मग हे विश्व तसेच राहील. तीन, सध्या जरी विश्व विस्तारत असले, तरी हळूहळू त्याची विस्तारण्याची गती कमी होईल आणि नंतर गुरुत्वामुळे ब्रह्मांडाचे विस्तारणे थांबून आकुंचन सुरू होईल.

जरी या विविध शक्यता असल्या तरी यांपैकी तिसरी शक्यता खरी असू शकते असे अनेक वैज्ञानिकांना वाटत होते. गुरुत्वामुळे विश्वाचा 'Expansion Phase' संपून 'Contraction Phase' सुरू होऊ शकतो. असे झाले तर एंट्रोपी कमी होऊन काळाची दिशा बदलू शकते अशा गोष्टी Science Fictionमध्ये काही लेखक लिहू लागले होते. एंट्रोपी आणि काळाची दिशा यांबद्दल आपण पृथ्वीवरील जीवन समजून घेताना पाहणार आहोत, त्यामुळे त्याचा इथे जास्त विचार करण्याची गरज नाही; पण सांगण्याचा मुद्दा म्हणजे बऱ्याच जणांना असे वाटत होते की, सध्या जरी आपण विस्तारण्याच्या फेजमध्ये असलो तरी भविष्यात विश्वाच्या आकुंचनाचा टप्पा येऊ शकतो आणि त्याचे कारण गुरुत्व असू शकते. नव्वदच्या दशकात विश्व विस्तारण्याची गती १३८२ कोटी वर्षांच्या काळात किती कमी होत गेली याचा अभ्यास करण्यासाठी वैज्ञानिक विविध तारकामंडळातून येणाऱ्या प्रकाशाचे विश्लेषण करत होते.

माणसाला सरप्राइझ देणे निसर्गाला आवडते असे म्हणावे लागेल! कारण, १९९८ साली हबल स्पेस टेलिस्कोपमधून ताऱ्यांचे सुपरनोवे पाहताना वैज्ञानिकांना वेगळेच तथ्य दिसू लागले. त्याच्यानुसार हे विश्व फक्त विस्तारात नसून, या विस्तारण्याची गती वाढते आहे असे संशोधन सांगत होते. याबाबत कुणी विचारच केला नव्हता! Universe is not only expanding; its expansion is accelerating! **विश्वाच्या विस्तारण्याची गती वाढते आहे हा मागच्या वीस-पंचवीस वर्षांतला सगळ्यात मोठा शोध म्हटला पाहिजे.** गती वाढते म्हणजे काय होते? न्यूटनच्या गतीच्या पहिल्या नियमानुसार तारकामंडळे गतीत असतील, तर ते गतीत राहणे नियमाला धरून आहे; पण गती वाढत असेल तर? कुठली तरी शक्ती गॅलॅक्सिजना एकमेकांपासून दूर ढकलत असली पाहिजे! अशी कोणती शक्ती, असा कुठला फोर्स आहे जो तारकामंडळाना एकमेकांपासून दूर ढकलून त्यांची एकमेकांपासून दूर जाण्याची गती वाढवत आहे? आजची स्थिती अशी आहे की, आपल्याला याचे उत्तर माहिती नाही. वैज्ञानिक या अदृश्य शक्तीला 'Dark Energy' म्हणतात. ती काय आहे? कुठून येते? याचा काहीही थांगपत्ता आपल्याला नाही. एकूण ब्रह्मांडात जेवढे वस्तुमान आणि ऊर्जा आहे त्यांपैकी ७३% हिस्सा फक्त डार्क एनर्जीचा आहे. आपण यापूर्वीच 'Dark Matter'बद्दल चर्चा केली आहे. हे दोन्ही मिळून जवळपास विश्वाचा ९६% हिस्सा होतात; पण त्याबद्दल आपल्याला माहिती नाही!

आपल्याला फक्त एवढेच माहिती आहे की डार्क एनर्जी ही गुरुत्वाच्या विरुद्ध 'Anti Gravity' सारखे काम करते. अगदी याच प्रकारचे काम आइनस्टाइनच्या व्यापक सापेक्षतेमध्ये 'Cosmological Constant'चे होते. हे कॉस्मॉलॉजिकल कॉन्स्टन्ट आपल्या समीकरणात घालणे ही सगळ्यात मोठी चूक होती असे आइनस्टाइन

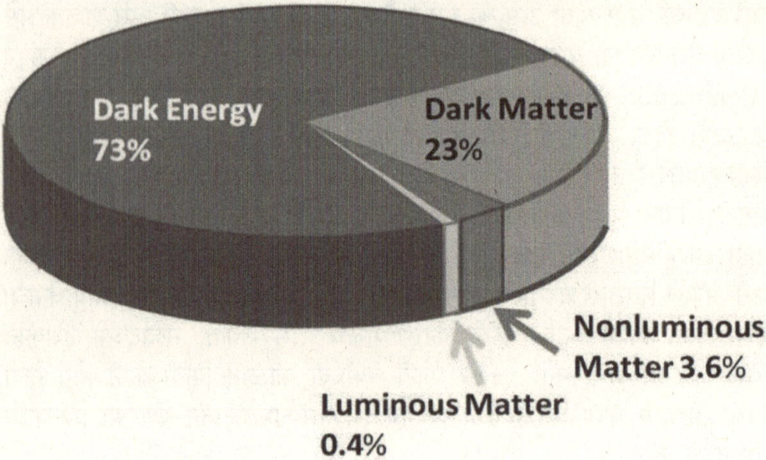

डार्क एनर्जी आणि डार्क मॅटर मिळून विश्वाचा ९६% हिस्सा होतो.

म्हणाला होता; पण ती खरोखरचं चूक होती का? असा प्रश्न 'डार्क एनर्जी'च्या शोधानंतर पडतो? आइनस्टाइन ज्याला त्याच्या आयुष्यातली घोडचूक म्हणाला ती मुळात चूकच नसावी. या शोधाबद्दल ऐकून आइनस्टाइनला हसावे की रडावे हेसुद्धा कळले नसते असे जे आपण वर म्हणालो होतो ते यामुळेच!

डार्क एनर्जीमुळे विश्वाच्या विस्तारण्याची गती वाढते आहे हे कळले आणि त्यामुळे काही प्रश्न उपस्थित झाले. एकतर, डार्क एनर्जीमुळे जर विश्व विस्तारण्याची गती वाढत आहे, तर वाढत जाणाऱ्या गतीमुळे कधीतरी विश्व विस्तारण्याची गती प्रकाशाच्या कालावकाशातील गतीपेक्षा जास्त होऊ शकते; पण मग हे सापेक्षता सिद्धान्ताचे उल्लंघन ठरणार नाही का? तर यावर वैज्ञानिकांचे म्हणणे असे आहे की, कालावकाशात प्रकाशाच्या गतीपेक्षा जास्त वेगाने काहीही जाऊ शकत नाही हे जरी खरे असले तरी खुद्द **'कालावकाश' प्रकाशाच्या वेगापेक्षा जास्त गतीने विस्तारले जाऊ शकते!** त्यामुळेच या पुस्तकात जागोजागी आपण प्रकाशापेक्षा जास्त वेगाने काहीही जात नाही, असे म्हणण्याऐवजी 'कालावकाशात' प्रकाशापेक्षा जास्त वेगाने काहीही जात नाही असे म्हणत आलो आहोत. दुसरे म्हणजे डार्क एनर्जीमुळे कालांतराने हे विश्व इतके विस्तारित होऊन जाईल की आकाशात दुसरी कुठलीही आकाशगंगा दिसणारा नाही. सगळी तारकामंडळे एकमेकांपासून इतकी दूर गेलेली असतील की करोडो वर्षांनी जेव्हा एखादा ज्ञानी सजीव आकाशात पाहील, तेव्हा त्याला काळ्याकुट्ट अंधाराशिवाय काहीही दिसणार नाही, दुर्दैवाने अशा त्या वेळी विश्वनिर्मितीचे रहस्य उलगडणे अशक्य होऊन जाईल. या विश्वात फक्त आपण आणि आपली सूर्यमाला किंवा जास्तीत जास्त आपली आकाशगंगाच आहे असा

त्या सजीवांचा समज होईल, त्यामुळे विश्वाचे वैविध्य आणि उगम यांबदल जाणून घेण्यासाठी असलेल्या सर्वोत्तम काळात आपण जगत आहोत हेच खरे. काळाच्या या टप्प्यावर असल्यामुळे आपल्याला विश्वनिर्मितीचे रहस्य उलगडणे बऱ्यापैकी शक्य झाले असे म्हणावे लागेल. तिसरी गोष्ट म्हणजे डार्क एनर्जीमुळे अधिकाधिक गतीने विस्तारत जाणाऱ्या या विश्वात, आपल्या विश्वाचा आणि इतर भागांत असलेल्या सजीवांचा संपर्क होणे उत्तरोत्तर दुरापास्त होत जाणार आहे.

***

काळ

कालावकाश वाकते, त्याला खळगा पडतो याची कल्पना केली की आपल्या डोळ्यांसमोर प्रामुख्याने अवकाशच दिसते. कालावकाशात 'काळ' आहे याचा विसर पडतो. **काळ कसा काय वाकू शकतो?** काळ वाकतो याचा आपल्या मेंदूला बोध होत नाही, त्यामुळे काळ ही गोष्ट समजून घेताना भल्याभल्यांची त्रेधातिरपीट उडते. 'काळ' काय आहे हे आपल्याला माहिती नसले, तरी वेळेचं अभिक्रमण माणसाला आपसूकपणे कळते. वेळ 'पास' होते आहे माणसाला जाणवते. नदीच्या पाण्यासारखा काळ सतत प्रवाही आहे हे माणसाला जाणवते म्हणूनच खूप काळ लोटला आहे असे सांगायचे असेल तर आपण 'पुलाखालून खूप पाणी वाहून गेले' यासारखे वाक्प्रचार वापरतो. वेळ थांबत नाही ही जाणीव 'Time and Tides wait for none' यासारख्या वाक्यातून स्पष्ट होते.

पृथ्वीचे परिवलन आणि परिभ्रमण यासारख्या वारंवार घडणाऱ्या घटनांचा वापर माणसाने वेळ मोजण्यासाठी केला; परंतु त्याच्यामुळे आपल्याला वेळ किती आहे हे कळले तरी काळ काय आहे ते कळले नाही. घड्याळ आपल्याला किती वाजलेत हे सांगते, काळ म्हणजे नेमका काय आहे हे सांगत नाही. त्या दृष्टीने पाहिले तर घड्याळ आणि वेळ हे समीकरण तसे खूप नवीन आहे. औद्योगिक क्रांतीनंतर कामगारांच्या कामाच्या वेळेत सुसूत्रता आणण्यासाठी, तसेच दूरवर धावणाऱ्या आगगाड्यांमुळे घड्याळे समन्वित करणे गरजेचे वाटू लागेल, त्यामुळे स्टँडर्ड टाइम ठरवण्यात येऊ लागेल. शहरातील मोठमोठ्या इमारतींवर दर्शनी भागात घड्याळे बसवण्याची पद्धतसुद्धा याच काळात सुरू झाली. लंडनच्या वेस्टमिनस्टरवरील बिग बेन असो की मुंबईतले छत्रपती शिवाजी महाराज टर्मिनस किंवा राजाबाई टॉवरवरील घड्याळ असो हे सर्व औद्योगिक क्रांतीनंतर बदललेल्या जगात लोकांच्या जीवनात सुसूत्रता यावी यासाठीच केले जात होते; पण असे असले तरी घड्याळ दाखवते तोच 'Time' असे म्हणणे चुकीचे ठरेल. आपल्या जाणिवेनुसार काळ एका ठरावीक

गतीने म्हणजे एका एका सेकंदानेच पुढे पुढे सरकत जातो. **आपल्याला आपला भूतकाळ आठवतो; पण भविष्यकाळ आठवत नाही असे का?** काळ एका दिशेला जातो हे जाणवते; पण तिकडे जाण्याची गती सारखीच आहे का? की ती गती कमी-जास्त होते? एक सेकंद प्रति सेकंद ही काळाची गती असे आपल्याला वाटते. काळाला गती कशी काय असू शकते? गती $= \frac{\text{अंतर}}{\text{वेळ}}$ हे आम्ही शिकलोय. अंतर भागिले काळ म्हणजे जर गती असेल, तर काळ भागिले काळ याला गती म्हणणे चुकीचे नाही का ठरणार? 'एका ठरावीक दिशेने, निश्चित गतीत अविरतपणे मार्गक्रमण करणारे विश्वाचे स्थायी गुण-वैशिष्ट्य म्हणजे काळ' अशी आपली जाण आहे; पण वास्तवात हे सत्य नाही. आपल्याला काळ तसा भासतो ही आपल्या जाणिवेची मर्यादा आहे, काळाची नाही.

***

काळ हा विशिष्ट दिशेने सरकत राहतो असा आपला दैनंदिन अनुभव असतो. भूत-भविष्य आणि वर्तमान असे आपण काळाचे वर्गीकरण करतो; पण काळाने अमुक एका दिशेनेच का जावे? काळाची दिशा नेहमी वर्तमानाच्या चौकटींतून भविष्याकडे जाते हे आपल्याला जाणिवेच्या पातळीवर कळते; पण आपण ज्याला वर्तमान म्हणतो ती चौकट तरी स्थिर आहे का? आता हेच घ्या ना, ऑलिंपिक किंवा इतर कुठलीही धावण्याची स्पर्धा असेल, तर पिस्टलचा आवाज करून तिची सुरुवात होते. आपल्याला हे माहिती आहे की, प्रकाशाची गती ३ लाख किलोमीटर प्रति सेकंद तर आवाजाची गती फक्त ३०० मीटर प्रति सेकंदाच्या आसपास आहे. मग रेस सुरू करताना आवाज करण्याऐवजी 'फ्लॅश' चमकावला तर धावपटूंना लवकर लक्षात येईल; पण तरीही धावण्याची शर्यत सुरू करण्यासाठी आवाजच का वापरतात? फ्लॅश का वापरत नाहीत? कारण आपला मेंदू आवाज लवकर 'Process' करतो, प्रकाश डोळ्यांतून मेंदूत जाऊन त्यावर प्रक्रिया होण्यासाठी वेळ लागतो. प्रयोगांती हे लक्षात आले की, फ्लॅश मारून सुरू केलेल्या शर्यतीमध्ये धावपटूंना धावायला सुरुवात करण्यासाठी, आवाज देऊन सुरू केलेल्या शर्यतीपेक्षा जास्त वेळ लागतो. त्यामुळे कोणतीही रेस प्रकाशाऐवजी आवाजानेच सुरू करतात; पण मुद्दा हा नाहीये. जर आवाज लवकर प्रोसेस होत असेल आणि व्हिजन प्रोसेस व्हायला वेळ लागत असेल तर मग तुमच्याशी बोलणाऱ्या व्यक्तीच्या ओठांची हालचाल, हातवारे आणि त्याचा आवाज यांमध्ये विसंगती दिसली पाहिजे; पण असेसुद्धा होताना दिसत नाही. मग हे होते कसे? तर मेंदूकडे येणारा आवाज, प्रकाश, वास, स्पर्श, यांची अगोदर तो संगती लावतो, काही गोष्टींवर प्रक्रिया करायला जास्त वेळ लागतो. तोपर्यंत मेंदू वेळ घेतो; पण सगळ्यांचा एकत्रित विचार

करूनच मग मेंदू घडलेल्या घटनांचा अन्वयार्थ लावतो; पण हे सगळे करण्यात काही काळ जातो. म्हणून आपल्या जाणिवा ह्या नेहमी भौतिक जगाच्या दोन पाऊलं मागे चालत असतात. जेव्हा आपल्याला एखादी गोष्ट होते आहे असे वाटते, तेव्हा ती वास्तवात होऊन गेलेली असते म्हणजे जो आपल्याला चालू वर्तमानकाळ वाटतो तो वास्तवात पूर्ण वर्तमानकाळ असतो. अशा प्रकारे काळ आपली फिरकी घेत असतो म्हणजेच ज्याला आपण वर्तमानाची चौकट म्हणतो ती धूसर, अस्पष्ट आहे, तिची सीमारेषा काटेकोर नाही.

***

मग काळ आहे तरी काय? घड्याळाचा टिकटिक करणारा काटा म्हणजे काळ आहे का? ३१ डिसेंबराला रात्री संपून १ जानेवारीला सुरू होतो तो काळ आहे का? या क्षणातून पुढच्या क्षणात जातो तो काळ आहे का? आणि हा काळ मुळात सुरू कधी झाला? त्याला काही उगम आणि अंत आहे का? काळ सुरू कधी झाला? विश्वाची निर्मिती बिग बँगने १३८२ कोटी वर्षांपूर्वी झाली; पण काळाची सुरुवात कधी झाली? बिग बँगच्या अगोदर काय होते? आणि काळाला काही सुरुवात वगैरे असते का? इत्यादींची उत्तरे शोधण्याचे मागच्या शंभर वर्षांत खूप प्रयत्न झाले आणि काही शास्त्रज्ञ या निष्कर्षापर्यंत येऊन पोहोचले की काळच बिग बँगपासून सुरू होतो. 'Space' व्यतिरिक्त काळाचे अस्तित्व नाही. स्टीफन हॉकिंग यांनी लिहिलेल्या पुस्तकाचेच नाव आहे 'Brief History of Time' काळाचा इतिहास सांगताना ते काळाची सुरुवात बिग बँगमध्ये होते असे म्हणतात :

> '...As far as we are concerned, events before the big bang can have no consequences, so they should not form part of a scientific model of the universe. We should therefore say that time had a beginning at the big bang.'

सैद्धान्तिक दृष्टिकोनातून, काळाची सुरुवात बिग बँगमध्ये झाली असे म्हणता येईल. तथापि, सध्याच्या घडीत ही गोष्ट पूर्णपणे तावून सुलाखून सिद्ध झालेले तथ्य म्हणून स्वीकारणे योग्य होईल, असे वाटत नाही. तरीसुद्धा, काळाची सुरुवात बिग बँगमध्ये झाली असे मानले, तरी प्रत्येकासाठी काळ समान आहे, असे म्हणता येणार नाही. प्रत्येकाचा काळ वेगवेगळा असतो. समजा तुम्ही तुमच्या घरातून ऑफिसला गेलात आणि ऑफिसमध्ये जरी असलात तरी तुम्हाला हे पक्के ठाऊक असते की, तुमचे घर आहे त्या ठिकाणीच आहे. अगदी त्याचप्रमाणे तुम्ही ज्या वेळी घरातून ऑफिसला जायला निघलात ती वेळसुद्धा आहे तशीच राहते! ती काही गायब होत नाही.

भूत-वर्तमान आणि भविष्यकाळ हे सगळेच अस्तित्वात असतात. फरक एवढाच की संध्याकाळी ऑफिसाचे काम झाल्यावर परत तुम्ही घरी जाऊ शकता; पण सकाळी ज्या वेळी तुम्ही ऑफिसला जायला निघाले होतात, त्या क्षणाला तुम्हाला परत जाता येत नाही. तुम्ही जाऊ शकत नाही म्हणजे दुसऱ्या कुणाला जाता येणार नाही असे नाही. Your past is not gone. ज्याला कुणाला त्याचा Access असेल अशी व्यक्ती तुमच्या भूतकाळात वावरू शकते. तुमचा भूतकाळ, त्या व्यक्तीचा वर्तमानकाळ असू शकतो.

तुम्ही सकाळी सकाळी फिरायला गेलेले आहात! नुकताच सूर्य उगवून थोडा वर आला आहे. सकाळची स्वच्छ हवा आणि पक्ष्यांची किलबिल मनात साठवून तुम्ही या 'क्षणासाठी' कृतज्ञभाव ठेवून आहात; पण आता हे लक्षात घ्या की, सूर्याची किरणे पृथ्वीवर यायला ८ मिनिटे आणि २० सेकंद लागतात म्हणजे तुम्हाला जो सूर्य दिसत आहे, तो वास्तवात ८ मिनिटे २० सेकंदांपूर्वीचा आहे म्हणजे तुम्हाला जो वर्तमानकाळ वाटतो तो सूर्याचा भूतकाळ आहे. आपल्याला सूर्याच्या भूतकाळाचा Access आहे. त्याचप्रमाणे कुणा व्यक्तीच्या दृष्टीने माझा भविष्यकाळ तिचा वर्तमानकाळ असू शकतो. **भूतकाळ, वर्तमानकाळ आणि भविष्यकाळ हे तिन्हीही अस्तित्वात असतात.** आपल्याला कितीही विचित्र वाटत असले तरी भूतकाळ, वर्तमानकाळ आणि भविष्यकाळ ह्यातील फरक हा आपला भ्रम आहे. हे सगळेच आकलना पलीकडचे आहे. विचित्र गोष्ट म्हणजे Motion affects the passage of time. हे असे होते ते विशिष्ट सापेक्षतेमुळे. त्याच्याही पुढे जाऊन आपण General Relativity अर्थात व्यापक सापेक्षतेला लक्षात घेतले, तर आपल्या डोक्याचे वय आपल्याच पायांपेक्षा जास्त भरते!

ऊर्जेच्या संवर्धनाचा सिद्धान्त कालही लागू होता, आजही आणि उद्याही लागू होत असेल, तर हाच नियम काळाला का लागू होत नाही? भूत-भविष्य आणि वर्तमान तिन्हीही अस्तित्वात असतील आणि भौतिक सत्य कालातीत असतील, तर खुद्द काळ कालातीत का नाही? वेळ एका विशिष्ट दिशेनेच का जाते? सुटून गेलेला क्षण पकडता का येत नाही? असे अनेक अनुत्तरीत प्रश्न आपल्यासमोर आहेत. कदाचित, काळाबद्दलची आपली जाणीव वाढत जाणाऱ्या 'एंट्रोपी'पासून तयार झाली असावी म्हणून तो आपल्याला विशिष्ट दिशेने जातो असे प्रतीत होत असावे. एंट्रोपी आणि काळ यांच्यामध्ये काहीतरी संबंध असला पाहिजे. त्याबद्दल आपण एंट्रोपीच्या प्रकरणामध्ये बोलूच; पण तत्पूर्वी आपल्याला सत्याच्या रंगछटा एकमेकांत कशा गुंफल्या आहेत हे पाहावे लागेल.

***

अवघा रंग एक झाला

काही दिवसांपूर्वी मी 'न्यूटन' नावाचा चित्रपट पाहिला. नक्षलग्रस्त भागातील निवडणूक हा या चित्रपटाचा मुख्य विषय आहे. चित्रपटाच्या सुरुवातीला, निवडणुकीच्या प्रशिक्षणादरम्यान, प्रशिक्षक मतदान केंद्रावर माओवादी हल्ला झाल्यास काय करावे याबाबत सूचना देताना दिसतो. तो सांगतो की, हल्ला झाल्यास हिरो बनण्याचा प्रयत्न करू नका, जर हल्लेखोराने वोटिंग मशिन मागितले तर ते द्या आणि आपण पुन्हा निवडणूक घेऊ. त्यावर एक प्रशिक्षार्थी प्रश्न उपस्थित करतो की, फेरनिवडणुकी दरम्यानही जर नक्षली हल्ला झाला तर काय करावे. प्रशिक्षक सहजपणे उत्तर देतो की, आपण पुन्हा निवडणूक घेऊ. यावर सिनेमाचा नायक उठून अशी फेर-फेर निवडणूक घेताना; पण हल्ला झाला तर काय करायचे असे विचारतो. आता मात्र ट्रेनर विचलित होतो आणि एक मोठा श्वास घेऊन सिनेनायकाला त्याचे नाव विचारतो. नायक 'न्यूटन' असे उत्तर देताच, प्रशिक्षक आश्चर्यचकित होऊन 'न्यूटन..? ॲप्पलवाला न्यूटन ना?' असे विचारतो. सगळ्या प्रशिक्षणार्थींमध्ये हशा पिकतो. त्यानंतर प्रशिक्षक 'न्यूटन जी, दो के बाद क्या आता है?' असे विचारतो, ज्यावर 'तीन' आणि 'तीन के बाद?' असे विचारल्यावर 'चार' असे उत्तर येते. या तिरकस प्रश्नांचा रोख सगळ्यांना कळतो. त्याही वेळेस पुन्हा एकदा निवडणूक होईल हा मेसेज सर्व प्रशिक्षणार्थींपर्यंत पोहोचतो. न्यूटन मात्र खजील होतो.

यानंतर, सीन बदलतो. निवडणूक प्रशिक्षक एका चहाच्या दुकानात चहा पित असताना, न्यूटन तिथे चहा प्यायला येतो आणि अदबीने म्हणतो की माझी साधी शंका होती, तुम्ही त्याची खिल्ली उडवली. त्या दोघांत संवाद सुरू होतो. उत्सुकता म्हणून तुझे न्यूटन हे नाव कुणी ठेवले असे ट्रेनर विचारतो. त्यावर, 'लोक चेष्टा करायचे म्हणून मीच 'नूतन कुमार' हे नाव बदलून 'न्यूटन' असे केले' असे सिनेनायक सांगतो. खूपच भारदस्त नाव ठेवले आहेस असे म्हणत ट्रेनर एक सुस्कारा सोडतो आणि शेवटी थोडा धीरगंभीर होऊन विचारतो की मला सांग 'न्यूटनने कैसे दुनिया चेंज की थी?' सिनेनायक 'ग्रॅव्हिटी.. ऑप्टिक्स...' असे बोलतो; पण ट्रेनर त्याला मधेच तोडत म्हणतो. 'अरे यार... इतने सालों से न्यूटन नाम लगाकर घुम रहे हो... और असली बात भूल गए... उसने जमीन-आसमान सब एक बराबर

कर दिया... पूछो कैसे?' 'कैसे?' असे न्यूटनने विचारताच, ट्रेनर म्हणतो, 'न्यूटन से पहले लोगों को लगता था की जमीन का कानून अलग है आसमान का कानून अलग है। लेकिन न्यूटन ने एक ही झटके में ये साबित कर दिया की कुदरत के सामने सब बराबर है।'

हा डायलॉग त्या चित्रपटातील आहे; पण त्या दिवसापासून मला वाटते की, न्यूटनच्या कामाचा सारांश 'उसने जमीन-आसमान सब एक बराबर कर दिया...' या एका वाक्यात जितक्या स्पष्टतेने व्यक्त होतो, तसा इतर कशाने व्यक्त होणे कठीण आहे म्हणून आता जर कोणी विचारले की, न्यूटनने काय केले, तर मी 'उसने जमीन-आसमान सब एक बराबर कर दिया...' असेच सांगणार आहे. तुम्ही म्हणाल का? का आणि कसे ते आपण पाहूच. तुमच्या मनात असाही प्रश्न आला असेल की, याचा प्रकरणाच्या शीर्षकाशी 'अवघा रंग एक झाला' याच्याशी काय संबंध? तर तेही सांगतो.

***

न्यूटनने गुरुत्वाकर्षणाचा शोध कसा लावला? तर याची एक कहाणी सांगितली जाते. तो सफरचंदाच्या झाडाखाली बसला असताना त्याच्या डोक्यावर सफरचंद पडले. वर असणाऱ्या गोष्टी खाली पडतात त्याचे कारण गुरुत्वाकर्षण असा तो शोध; पण मला सांगा खरंच न्यूटनच्या अगोदर लोकांना वस्तू खाली पडतात हे माहिती नव्हते काय? न्यूटनच्या आधी जवळपास चारशे वर्षे दिल्लीच्या सुलतानशाहीचा पाया घालणारा कुतुबुद्दीन ऐबक १२१० साली पोलो खेळत असताना घोड्यावरून पडून मृत्यू पावला होता. न्यूटनच्या शंभर एक वर्षे अगोदर इसवी सन १५५६मध्ये मुघल बादशाह हुमायून त्याच्या लायब्ररीतील जिन्यावरून कोसळून मृत्यू पावला होता. जिथे लोकांना वरून पडल्यावर जीव जातो हे माहिती होते, तिथे लोकांना वस्तू अथवा माणूस वरून खाली पडतो हे माहिती नव्हते असे म्हणणे चुकीचे ठरेल. न्यूटनच्या अगोदर एक हजार वर्षे म्हणजे इसवी सनाच्या सातव्या शतकातील भारतीय गणितज्ज्ञ 'ब्रह्मगुप्त' लिहितो की, 'वाहणे हा जसा पाण्याचा स्वभाव आहे, अगदी तसेच वस्तूंना आकर्षित करणे हा पृथ्वीचा स्वभाव आहे.' त्यामुळे वस्तू जमिनीकडे ओढल्या जातात हे माणसाला माहिती होते. युद्ध करताना फेकलेला भाला किंवा शेतीचे कामे करताना वस्तू खाली पडतात हे माणसाने अनुभवलेले होते. अगदी अश्मयुगातील माणसालासुद्धा फेकलेला दगड खाली येतो हे माहिती होते. माणसाचे सोडून द्या झाडावर फिरणाऱ्या माकडालासुद्धा माहिती असते की झाडावरचे फळ खालीच पडते. मग न्यूटनने असा काय तीर मारला की, त्याने गुरुत्वाकर्षणाचा शोध लावला असे आपण म्हणावे? कुणी म्हणेल की, न्यूटनने गुरुत्वाकर्षणाचा गणिती फॉर्म्युला दिला हा त्याचा महत्त्वाचा शोध, तर तेही बरोबर आहे असे मला वाटत

नाही. न्यूटन पूर्वी लोकांना जमिनीवरचे नियम आणि आसमंतातील नियम वेगळे आहेत असे वाटायचे. आकाशाला लोक 'स्वर्ग' मानायचे, त्यामुळे तिथे 'स्वर्गीय नियम' लागतात असा समज ते बाळगून होते. पृथ्वीवरचे अर्थात मृत्युलोकातले नियम स्वर्गाला अर्थात आकाशाला आणि पर्यायाने चंद्र-सूर्य आणि तारेतारकांना लागू होत नाहीत, असा लोकांचा समज होता. तसे असते तर सफरचंद जसे पृथ्वीवर पडते तसाच चंद्रदेखील खाली आपटला असता असे लोकांना वाटायचे; पण चंद्र तर खाली पडत नाही, त्यामुळे जमिनीवरील गुरुत्वाकर्षणाचे नियम वेगळे आणि आकाशातले गुरुत्वाकर्षणाचे नियम वेगळे आहेत अशी तोपर्यंतची मान्यता होती. न्यूटनने गुरुत्वाकर्षणाचा शोध लावला म्हणजे काय केले तर हे सिद्ध केले की पृथ्वीवरील गुरुत्वाकर्षण आणि आकाशातले चंद्र-सूर्य, तारेतारकांचे गुरुत्वाकर्षण हे एकाच नियमाने संचलित होतात. जमिनीवरील गुरुत्व (Terrestrial Gravity) आणि आसमानातील गुरुत्व (Celestial Gravity) वेगळे नसून एकच आहे, ही दृष्टी न्यूटनने आपल्याला सर्वप्रथम दिली. एवढेच नव्हे, तर त्यासाठीचा गणिती फॉर्म्युलासुद्धा दिला म्हणून न्यूटनने गुरुत्वाकर्षणाचा शोध लावला असे आपण म्हणतो म्हणजेच चित्रपटातील डायलॉगप्रमाणे, 'जमीन-आसमान सब एक बराबर कर दिया...' असे तो ट्रेनर म्हणतो ते बरोबर आहे.

'जमीन आणि आसमान एकसारखे करणे' हा अवघा रंग एक होण्यातला पहिला आणि महत्त्वाचा टप्पा होता. कालांतराने, अनेक वेगवेगळे रंग मिसळत जात ते एक होत गेले; पण त्याची सुरुवात झाली ती न्यूटनपासून. कारण, त्याने सांगितले की, जमिनीवरील गुरुत्व आणि आसमानातील गुरुत्व वेगवेगळे नसून एकच आहेत. नंतरच्या काळात, वरवर वेगळ्या वाटणाऱ्या रंगछटा बेमालूमपणे एकमेकांत मिसळलेल्या आहेत हे कळू लागले आणि विश्वाचे अद्वैत आपल्याला लक्षात येऊ लागले. त्याचीच ही कहाणी! एका अर्थाने ही कहाणी भौतिकशास्त्राच्या एकीकरणाची आहे. एकीकरणाचे हे मंदिर बांधायला सुरुवात झाली सतराव्या शतकात आणि तिचा पाया घातला न्यूटनने. तोच या एकीकरणाच्या मंदिराचा पायरीचा दगड झाला, म्हणून आपण ही कहाणी सुरू केली ते न्यूटनचे नमन करून!! बरं सतराव्या शतकात सुरू झालेल्या एकीकरणाच्या मंदिराच्या कामात अनेकांनी आपला हातभार लावला; कुणी चौथरा बसविला, कुणी खांब झाले, कुणी पडवी तर कुणी छत बसवले; पण आज इतका काळ लोटला तरी हे मंदिर अपूर्ण आहे. कळस नसलेले हे मंदिर आहे. या एकीकरणाच्या मंदिरावर शिखर बसवण्याची धडपड हीच मागच्या शंभर वर्षांतील ज्ञान-विज्ञानाची धडपड आहे. या शिखरावर विराजमान होण्यासाठी 'String Theory' आणि 'Loop Quantum Gravity' या दोन तुल्यबळ सिद्धान्तांमध्ये स्पर्धा लागलेली आहे. ही झुंज रंगतदार होणार यात मात्र शंका नाही.

***

संभवतः २०००-०१ वर्ष असावे. माझे वय उणेपुरे नऊ-दहा वर्ष असेल. आमच्या गावात, तालुक्यात आणि जिल्ह्यात तेव्हा आणि आजही आरोग्यासंबंधी वेगवेगळे फॅड्स येतात. नखांना नखे घासणे, टाळ्या वाजवणे, तळहातावर विशिष्ट ठिकाणी दाब देणे, काढे पिणे या आणि अशा आरोग्यासंबंधीच्या अनेक लहरी वेळोवेळी तुम्हीही अनुभवल्या असतील. ओळखीतली एखादी व्यक्ती असे काही करू लागली की, तुम्हीसुद्धा अनुकरण सुरू करता आणि या किंवा अशा छंदिष्ट कल्पना वाऱ्याच्या वेगासारख्या पसरतात, त्यामुळे, २०००-२००१ साली आमच्या भागात अशीच एक क्लृप्ती जोमात होती, ती म्हणजे लोक त्यांच्या गळ्यात चुंबकाच्या माळा घालू लागले होते. अशा चुंबकाची माळ गळ्यात घातली, तर हृदयरोग होत नाही आणि रक्ताभिसरण योग्य तऱ्हेने होते असा त्यामागचा दावा. बघता-बघता आजूबाजूचे सगळे लोक अशी माळ घालू लागले आणि एके दिवशी ही माळ माझ्याही गळ्यात विसावली. ३-४ महिने माझ्या गळ्यात चुंबकाची माळ होती. त्याचा फायदा-तोटा अर्थातच मला कळत नव्हता. तसे काही कळण्याचे ते दिवसही नव्हते.

अशातच पावसाळा सुरू झाला. त्या दिवशी ढग दाटून आले होते. मला अजूनही आठवते की, तो सोमवार होता. वडील तालुक्याच्या आठवडी बाजाराहून परत आले होते. सूर्य मावळायचा वेळ झाला होता. अधून-मधून विजा चमकत होत्या. वारा जोर धरू लागला होता. थोड्याच वेळात जोरात पाऊस कोसळेल असे वातावरण झाले होते. मी मात्र बाहेर फिरत होतो. झपाझपा पावले टाकत येणाऱ्या वडिलांनी मला पाहिले. दुरूनच मला आरोळी दिली. त्यांच्या देहबोलीत चिंता आणि राग दोन्ही दिसत होते. 'एवढं पावसाचे वातावरण झालंय... इजा कडाडत्यात... तरी घरात बसायचं कळत नाही का?' त्यांच्या नजरेत जरब होती. तेवढ्यात एक हात खाली येताना दिसला. कधी नव्हे तो आपल्याला प्रसाद मिळतो की काय असे वाटले; पण क्षणार्धात वडिलांनी माझ्या गळ्यातील चुंबकाची माळ काढली आणि रस्त्यापलीकडे असलेल्या ओढ्यात भिरकावून दिली! गळ्यात चुंबकाची माळ घातल्याने अंगावर वीज पडते अशी बातमी पंचक्रोशीत पसरली होती. शेजारच्या गावात म्हणे कुणी तरी असाच व्यक्ती वीज पडून मेला होता. त्यानंतर मात्र चुंबकाची माळ लोकांच्या गळ्यात दिसेनाशी झाली. खरंच, चुंबकाची माळ घातल्याने शारीरिक फायदा होतो का किंवा अंगावर वीज पडते का याबाबत कुठले संशोधन झाल्याचे मला माहिती नाही. त्याबद्दल या ठिकाणी भाष्य करणे हा हेतूदेखील नाही. या सगळ्या प्रकरणानंतर मला चुंबक आणि विद्युत यांचा काहीतरी संबंध असला पाहिजे असे वाटू लागले. आपल्याला काहीतरी नवीन गवसलंय असे वाटू लागले. असे वाटणारा मी काही पहिला नव्हतो. दोनशे वर्षांपूर्वी, एकोणिसाव्या शतकात, मानवाला हळूहळू लक्षात येऊ लागले होते की, चुंबक आणि विद्युत यांच्यात काहीतरी जांगडगुत्ता आहे.

एकोणिसाव्या शतकापूर्वी माणसाचा आणि विजेचा फारसा संबंध नव्हता. आज आपण जशी इलेक्ट्रिसिटी वापरतो तसे तेव्हा तिचा वापर सुरू झालेला नव्हता. माणसाला आकाशात चमकणारी वीज माहिती होती; परंतु आकाशातील वीज आणि जमिनीवर जाणवणारे चुंबकीय बल यांचा काही संबंध असेल असे माणसाला वाटत नव्हते. त्याकाळी म्हणजे एकोणिसाव्या शतकाच्या सुरुवातीला, मायकल फॅराडे यांनी प्रयोगातून हे सांगायला सुरुवात केली की, बदलत जाणाऱ्या चुंबकीय क्षेत्राचा वापर करून इलेक्ट्रिक करंट तयार करता येतो आणि इलेक्ट्रिक करंट घेऊन जाणाऱ्या वायरभोवती चुंबकीय क्षेत्र तयार होते. Electricity आणि Magnetism यांच्यात काहीतरी संबंध आहे, येथून सुरू झालेला हा प्रवास ह्या दोन गोष्टी वेगळ्या नसून एकाच नाण्याच्या दोन बाजू आहेत इथपर्यंत येऊन ठेपला. ते काम केले 'जेम्स क्लार्क मॅक्सवेल' याने. आइनस्टाइनने विसाव्या शतकात जसे Space आणि Time वेगळे नसून एकच आहेत सांगितले आणि Spacetime हा शब्द रूढ केला. अगदी तसेच काम मॅक्सवेलने एकोणिसाव्या शतकाच्या मध्यात केले होते. मॅक्सवेलच्या कामामुळे Electricity आणि Magnetism यांचे एकीकरण होऊन **Electromagnetism** हा शब्द रूळला. मॅक्सवेलने सांगितले की प्रकाश ही एक विद्युत चुंबकीय लहर आहे. प्रकाश म्हणजे विद्युत आणि चुंबकीय क्षेत्राचे स्वयंचलित दोलन आहे असे मॅक्सवेलच्या समीकरणांतून स्पष्ट झाले. याउलट इसवी सन १९०५ उजाडता-उजाडता आइनस्टाइनने फोटोइलेक्ट्रिक इफेक्टद्वारे सांगितले की Light is Particulate in nature. त्यामुळे प्रकाशाचे स्वरूप 'लाटीय' की 'कणीय' असा मोठा वाद उभा राहिला. एकीकडे प्रकाशाला मॅक्सवेलने सांगितल्याप्रमाणे विद्युतचुंबकीय 'लाट' समजून केलेले गणितही बरोबर येत होते आणि प्रकाशाला 'कण' समजून केलेले गणितसुद्धा तितकेच अचूक होते. लाटा-कणांचा हा वाद कधी सुटणार की नाही असे वाटत असतानाच विसाव्या शतकाच्या सुरुवातीला Quantum Physics अर्थात पुंज भौतिकी उदयाला आले आणि प्रकाश 'लाटीय' तसेच 'कणीय' असा दोन्हीही आहे यावर शिक्कामोर्तब झाले. Light is wave as well as particle. अशा प्रकारे पुंज भौतिकीने आपल्याला परस्पर विरोधी शक्यतांचे सहअस्तित्व स्वीकारायला शिकवले. वेगवेगळ्या द्वैताचा निरास करत भौतिकशास्त्रातील एकीकरणाला प्रचंड हातभार लावला. पुंज भौतिकी सांगते की, प्रकाश लाटांचासुद्धा आहे आणि कणांचासुद्धा आहे आणि तो तुम्हाला कणांचा वाटत असेल, तर ते 'ऑबसेर्व्हर इफेक्ट'मुळे घडते आहे. यासोबतच आपण पाहिले की, न्यूटन सांगतो की, टेररिस्टरील आणि खगोलीय अशा दोन वेगळ्या ग्रॅव्हिटी नसून त्या एकच आहेत. मॅक्सवेल सांगतो की, इलेक्ट्रिसिटी आणि मॅग्नेटीझम वेगळे नसून एकच आहेत. डार्विन सांगतो, पृथ्वीवरील सगळे पशु, पक्षी, प्राणी, कीटक आणि सूक्ष्मजीव एकाच पूर्वजापासून आलेले आहेत. मर्यादित सापेक्षतेत (Special

Relativity) आइनस्टाइन सांगतो की काळ आणि अवकाश वेगळे नसून एकच आहेत. पुढे $E=mc^2$ हे समीकरण देऊन आइनस्टाइन सांगतो, की ऊर्जा आणि वस्तुमान समतुल्य आहेत. तत्त्वज्ञानाच्या भाषेत याचा अर्थ सांगायचा, तर जड आणि चेतन हे वेगळे नसून एकच आहेत!

***

आपण भौतिकशास्त्राच्या Unificationबद्दल चर्चा करत आहोत. ते पाहत असताना आपण गुरुत्व बल आणि विद्युतचुंबकीय बल यांबदल बोललो. या ठिकाणी एक प्रश्न उभा राहतो की, या एकीकरणाची दिशा काय? एकीकरणाची सैद्धान्तिक बैठक काय आहे? एकीकरण करावे असे का वाटले? या ठिकाणी एक गोष्ट लक्षात घेणे गरजेचे आहे की, आपण ठरवून एकीकरण घडवून आणायचे असा चंग बांधलेला नाही. एकीकरण साध्य करण्यासाठी ठरवलेली गोष्ट नाही, तर भौतिक जगाच्या आपल्या सखोल आकलनाचा परिणाम म्हणून ती उदयास आली आहे; पण हे एकीकरण म्हणजे नेमके काय आणि कशाचे एकीकरण? तर बिग बँग सिद्धान्तानुसार १३८२ कोटी वर्षांपूर्वी सिंग्युलॅरिटी/एकलतेतून हे विश्व तयार झाले. १३८२ कोटी वर्षांपूर्वी झालेल्या त्या प्रस्फुरणातून यथावकाश आपण ज्यात जगतो ते ब्रह्मांड तयार झाले. आज या ब्रह्मांडात जे काही घडते त्याच्या मुळाशी फक्त चार फंडामेंटल फोर्स आहेत त्यांना अनुक्रमे :

१) Gravitational Force (गुरुत्वीय बल)
२) Electromagnetic Force (विद्युत चुंबकीय बल)
३) Strong Nuclear Force (प्रबळ आण्विक बल)
४) Weak Nuclear Force (कमकुवत आण्विक बल) असे म्हणतात.

हे विश्व बिग बँगमध्ये एका Primordial Atomपासून तयार झाले असे मानले तर विश्व निर्मितीच्या वेळी आज दिसणारे चार फोर्सेस मूलतः एकाच रूपात असेल पाहिजेत अशी काही लोकांची धारणा आहे. अर्थात त्यांना तसे वाटावे याला आधारसुद्धा आहे. विश्व निर्मितीच्या वेळी एकरूप असणारे हे मूलभूत फोर्सेस काळाच्या ओघात वेगवेगळे झाले असावेत. पुरेशी ऊर्जा असेल तर हे चार विभक्त वाटणारे फोर्सेस एकत्र येऊ शकतात. मागची १०० वर्षे जो खटाटोप चालला आहे तो या चार फोर्सेसना एकाच थेअरीमध्ये गुंफण्याचा. तर एकीकरण या चार फोर्सेसचे करायचे आहे. नव्हे-नव्हे भौतिक जगाबद्दलच्या आपल्या सखोल ज्ञानाचा परिणाम म्हणून वेगवेगळे वाटणारे हे चार मूलभूत फोर्सेस एकच आहेत ह्याचे मानवाला आकलन होते आहे. या चारही फोर्सेना एका समीकरणात गुंफून विश्वाचे कोडे

उलगडणारी 'थेअरी ऑफ एव्हरीथिंग' तयार करण्याचा खटाटोप म्हणजे एकीकरणाची ही प्रक्रिया आणि त्याची सैद्धान्तिक बैठक ही आहे की बिग बँगच्या वेळी हे चार फोर्सेस कुठेतरी एकमेकांत संलीप्त होते. नंतर मात्र ते वेगळे होत गेले असावेत आणि जर नंतर वेगळे झाले, तर काय केल्याने त्यांना एकत्र करून पाहता येईल याचा शोध घेणे. तुम्ही स्टीफन हॉकिंग यांच्या आयुष्यावरचा चित्रपट पाहिला असले, तर तुमच्या लक्षात येईल की, त्या चित्रपटाचे नावच मुळी 'थेअरी ऑफ एव्हरीथिंग' असे आहे. बऱ्याच वेळा आपल्यासारख्या सामान्य लोकांना वाटते की, अशी थेअरी ऑफ एव्हरीथिंग जगातल्या सगळ्या गोष्टी स्पष्ट करेल; पण तसे नाही. शास्त्रज्ञ जेव्हा थेअरी ऑफ एव्हरीथिंग म्हणतात तेव्हा त्यांना गुरुत्वीय बल, विद्युत चुंबकीय बल, प्रबळ आण्विक बल आणि कमकुवत आण्विक बल या चार फोर्सेसना एकत्रितपणे स्पष्ट करणारी थेअरी अपेक्षित असते. तुम्ही म्हणाल थेअरी ऑफ एव्हरीथिंग आहे तर तिने समाजात गुन्हेगारी कशी वाढते आणि बेरोजगारी का येते हे; पण सांगावे, तर थेअरी ऑफ एव्हरीथिंगमध्ये ते अभिप्रेत नाही. बरं, अशी थेअरी ऑफ एव्हरीथिंग अस्तित्वात आहे का? आणि ती तयार करावी असे का वाटले? तर हे पाहण्यापूर्वी आपण निसर्गातले हे चार फंडामेंटल फोर्सेस एकदा पाहून घेऊ.

***

१. गुरुत्वीय बल :

गुरुत्वाकर्षणाबद्दल आता जास्त सांगण्याची गरज नाही. कोणत्याही दोन वस्तुमानामध्ये हा एकमेकांना आकर्षित करणारा फोर्स आहे. न्यूटन आणि आइनस्टाइन या दोघांनी आपल्याला ग्रॅव्हिटीची चांगली ओळख करून दिली आहे. आपण कालावकाश या प्रकरणामध्ये पाहिले की, न्यूटनच्या गुरुत्वाकर्षणाच्या सिद्धान्तात काही कमतरता होत्या, त्या आइनस्टाइनने दूर केल्या. न्यूटनने पृथ्वीवरील आणि खगोलीय गुरुत्व एकच आहे हे सांगितले. त्यानंतर आइनस्टाइनने १९०५ साली विशेष सापेक्षतेतून हे सांगितले की, काळ आणि अवकाश वेगळे नसून, एकच आहेत. पुढे न्यूटनच्या गुरुत्वाला विशेष सापेक्षतेशी अर्थात Special Relativityशी सुसंगत करून आइनस्टाइनने १९१५ साली 'व्यापक सापेक्षता' हा सिद्धान्त मांडला. त्या दरम्यानचा त्याचा संघर्ष आपण मागे पाहिला आहे. व्यापक सापेक्षतेत आइनस्टाइनने सांगितले की गुरुत्व हा कालावकाशाचा आकार आहे. आइनस्टाइनची व्यापक सापेक्षता ही गुरुत्वाबद्दलची आपली सगळ्यात अपडेटेड थेअरी आहे. अशा प्रकारे आपली गुरुत्वाबद्दलची समज प्रगल्भ होत गेली; पण आपली ही समज परिपूर्ण आहे का? हे समजून घेण्यासाठी आपल्याला Electromagnetic, Strong, and Weak Nuclear forces यांच्याबद्दल थोडक्यात समजून घ्यावे लागेल.

२. विद्युत चुंबकीय बल :

संपूर्ण विश्वातला सर्व प्रकाश, आपण घरोघरी वापरतो ती इलेक्ट्रिसिटी आणि आपले जीवन यातनामय करून टाकणारी सगळी केमिस्ट्री यांच्या मुळाशी 'विद्युतचुंबकीय बल' आहे असे म्हटले तर वावगे ठरणार नाही. गुरुत्वा इतकेच किंबहुना कांकणभर जास्त विद्युतचुंबकीय बलाने आपले जीवन व्यापून टाकले आहे. हा विद्युत चुंबकीय फोर्स 'इलेक्ट्रोस्टॅटिक्स' आणि 'चुंबकत्व' यांचे मिश्रण आहे असे समजून घेता येतो. इलेक्ट्रोस्टॅटिक्समध्ये समान चार्ज असलेल्या पार्टिकल्समध्ये प्रतिकर्षण होते आणि विरोधी चार्ज असलेल्या पार्टिकल्समध्ये आकर्षण होते. उदाहरणार्थ, इलेक्ट्रॉन आणि प्रोटॉन एकमेकांना आकर्षित करतात, तर दोन इलेक्ट्रॉन आणि दोन प्रोटॉनमध्ये प्रतिकर्षण दिसून येते. यासारखाच प्रकार चुंबकत्वामध्येही आहे. चुंबकाचा नॉर्थ-साऊथ ध्रुव एकमेकांना आकर्षित करतात तर नॉर्थ-नॉर्थ आणि साऊथ-साऊथ ध्रुवांत प्रतिकर्षण आढळून येते. 'इलेक्ट्रोस्टॅटिक्स' आणि 'चुंबकत्व' या एकाच नाण्याच्या दोन बाजू आहेत; पण वैज्ञानिकांना एका गोष्टीने फार छळले ती म्हणजे एक चुंबक कितीही वेळा तोडले तरी त्याच्यामध्ये 'नॉर्थ' आणि 'साऊथ' हे दोन्हीही पोल्स तयार होत राहतात. नॉर्थ आणि साऊथ पोल्स वेगळे करता येत नाहीत; पण याच नाण्याची दुसरी इलेक्ट्रोस्टॅटिक्समध्ये मात्र 'धन' आणि 'ऋण' चार्ज वेगवेगळे करता येतात. इलेक्ट्रोस्टॅटिक्स आणि चुंबकत्व एकाच नाण्याच्या दोन बाजू असतील तर चुंबकाचे ध्रुवसुद्धा इलेक्ट्रिक चार्ज सारखे सुटे-सुटे करता आले पाहिजेत, असा वैज्ञानिकांचा होरा आहे, त्यामुळेच मागच्या काही दशकांपासून 'Magnetic Monopole' शोधण्यासाठी संशोधक झटत आहेत!

विद्युत चुंबकीय बल आणि गुरुत्वीय बल जुळे भाऊ वाटावेत इतके त्यांच्यात साम्य आहे. विद्युत चुंबकीय बलाचा प्रभाव गुरुत्वासारखाच दूरवर राहतो. एवढेच कशाला एका बाजूला न्यूटनचा आणि दुसऱ्या बाजूला कूलम्बचा नियम पाहिला तरी त्यातले गणिती साम्य आपल्या लगेचच लक्षात येते. असे असले तरी विद्युत चुंबकीय बल गुरुत्वीय बलापेक्षा अधिक प्रबळ असते. विद्युत चुंबकीय बल आकर्षण आणि प्रतिकर्षण दोन्हीही गुणधर्म दाखवते याउलट गुरुत्वाची आकर्षण हीच एकमेव बाजू आपण अनुभवत असतो! जर हे दोन्हीही मूलभूत फोर्सेस एकाच मूळ फोर्सपासून तयार झाले आहेत असे मानले तर गुरुत्वानेसुद्धा 'प्रतिकर्षण' बल दाखवले पाहिजे असे काही वैज्ञानिकांना वाटते. आपण वर पाहिले की 'डार्क एनर्जी'मुळे विश्व विस्तारण्याची गती वाढते आहे. कदाचित, डार्क एनर्जी 'Repulsive Gravity'चाच प्रकार असावा असे काही तज्ज्ञांना वाटते, तर काहींच्या मते 'डार्क एनर्जी' हा पाचवा मूलभूत फोर्स आहे. बिग बँगमध्ये विश्व तयार झाले, त्या नंतरच्या काही क्षणातच ते प्रचंड विस्तारले. विश्वाच्या विस्तारण्याची गती कालावकाशात प्रकाशाच्या गतीपेक्षा जास्त होती असे सांगणारी 'Inflationary Theory' १९८०च्या दशकात 'अलन

गुथ' या संशोधकाने पुढे आणली. अगदी सुरुवातीच्या काळात विश्वाचा हा बेसुमार विस्तार 'प्रतिकर्षणीय गुरुत्वामुळे' झाला असावा असे काही तज्ज्ञांचे म्हणणे आहे. त्यामुळे वैज्ञानिक समुदायात 'प्रतिकर्षणीय गुरुत्व' याबद्दल बराच ऊहापोह होताना दिसून येतो. सत्य काय आहे ते येणाऱ्या काळाबरोबर उलगडत जाईलच; पण आपण सत्यान्वेषाच्या एका निर्णायक वळणावर आहोत एवढे मात्र निश्चित आहे!

३. प्रबळ आण्विक बल :

एका गोष्टीने वैज्ञानिकांचे डोके भंडावून सोडले. ते म्हणजे जर 'प्रोटॉन-प्रोटॉन' यांच्यामध्ये इलेक्ट्रिक प्रतिकर्षण होते असेल आणि अणूच्या नुकलेसमध्ये प्रोटॉन आणि न्यूट्रॉन असतील तर 'प्रोटॉन-प्रोटॉन' या प्रतिकर्षणामुळे अणुगर्भ अस्थिर झाला पाहिजे. नुकलेस एक्सप्लोड झाला पाहिजे; पण अणूचा नुकलेस मात्र नेहमी स्थिर आढळून येत होता. हे असे का होत असावे? त्यामुळे प्रोटॉनच्या प्रतिकर्षणाचा प्रतिकार करून त्यांना अणू गर्भात डांबून ठेवण्याची ताकद असणारा 'Electromagnetism'पेक्षा जास्त बलशाली फोर्स अस्तित्वात असला पाहिजे, असा काही लोकांनी कयास केला. त्याचे हे बलाधिक्य अधोरेखित करण्यासाठी वैज्ञानिकांनी या फोर्सला Strong Nuclear Force असे नाव दिले. प्रोटॉनमधल्या प्रतिकर्षणाचा बिमोड करून अणुगर्भ स्थिर करण्यात हा फोर्स हातभार लावतो. यथावकाश 'स्टँडर्ड मॉडेल ऑफ पार्टिकल फिजिक्स' आणि पुंज भौतिकी जशी जशी विकसित होत गेली तसतसे स्ट्राँग न्यूक्लिअर फोर्सबद्दल आपले आकलन वाढत गेले. अणुगर्भाचे विखंडन झाल्यावर जी प्रचंड ऊर्जा निर्माण होते, तिच्या मुळाशी हाच स्ट्राँग न्यूक्लिअर फोर्स असतो, त्यामुळे अणू बॉम्बचा विस्फोट याच प्रबळ आण्विक बलाचा परिणाम आहे.

पण मग प्रोटॉन्समधल्या इलेक्ट्रिक प्रतिकर्षणाचा प्रतिरोध स्ट्राँग फोर्स कसा करतो? प्रोटॉन्स आणि न्यूट्रॉन्स अणूच्या नुकलेसमध्ये असतात म्हणून त्यांना 'न्यूक्लिओन्स' असेदेखील म्हटले जाते. स्ट्राँग फोर्स हा या न्यूक्लिओन्सचा आपापसात चाललेला टेबल टेनिसचा खेळ आहे. टेबल टेनिसमध्ये खेळाडू एकमेकांकडे बॉल मारत असतात अगदी त्याचप्रमाणे स्ट्राँग फोर्सनुसार 'न्यूक्लिओन्स' एकमेकांकडे 'मेसॉन' नावाचे पार्टिकल्स मारत राहतात. जोपर्यंत न्यूक्लिओन्स 'मेसॉन' पार्टिकलच्या रूपात टेबल टेनिस खेळत राहतात, तोपर्यंत ते एकमेकांच्या जवळ राहतात; परंतु त्यांचे हे खेळणे थांबले किंवा ते खूप दूर गेले की, मात्र त्यांच्यातला स्ट्राँग फोर्स खिळखिळा होतो आणि न्यूक्लिअर्स विभक्त होऊ लागतात. या सगळ्या प्रक्रियेत मेसॉन पार्टिकल्स स्ट्राँग न्यूक्लिअर फोर्सच्या संदेश वाहकाचे काम करतात. थोडक्यात स्ट्राँग फोर्स हा गल्लीतल्या बाहुबलीसारखा आहे. त्याचा प्रचंड दबदबा असतो; पण मात्र गल्लीतल्या गल्लीत! बाहेरगावी याला कुणी ओळखत नाही की

भाव देत नाही. एकुणात काय तर 'गुरुत्व' आणि 'इलेक्ट्रोमॅग्नेटिझम' हे लाँग रेंजवर कार्यरत होतात. याउलट प्रबळ अणुगर्भीय बल मात्र कमी अंतर असेल तरच प्रभाव दाखवते; पण तिथे त्याचा इतका प्रभाव असतो की, ते कुणालाच जुमानत नाही. मग ते प्रोटॉन्समधले इलेक्ट्रिक प्रतिकर्षण असू द्या अथवा अन्य काही.

४. कमकुवत आण्विक बल :

आता आपण चौथ्या मूलभूत फोर्सबद्दल थोडक्यात समजावून घेऊया. हा फोर्स आहे Weak Nuclear Force. वीक न्यूक्लिअर फोर्स अत्यंत कमी अंतर असेल तरच काम करतो. याला कमकुवत म्हटले जाते. कारण, तो इलेक्ट्रोमॅग्नेटिझम आणि Strong Nuclear Force पेक्षा खूप कमकुवत आहे; परंतु वीक न्यूक्लिअर फोर्स गुरुत्वाकर्षणापेक्षा प्रबळ असतो. १९३३ साली 'एनरिको फर्मी' यांनी सर्वप्रथम वीक न्यूक्लिअर फोर्सबद्दल भाष्य केले. हेनरी बेकवेरेल आणि कुरी दाम्पत्य यांच्या कार्यामुळे रेडिओॲक्टिव्हिटीचा शोध अगोदरच लागलेला होता. रेडिओॲक्टिव्हिटीमध्ये 'Beta Decay' नावाचा एक प्रकार आहे. तो समजून घेताना हळूहळू वीक फोर्स नावाचा प्रकार माणसाच्या लक्षात येऊ लागला. एवढेच नाही तर ताऱ्यांमध्ये होत असलेल्या अणुगर्भीय सम्मीलन अर्थात Nuclear Fusion मध्येसुद्धा हा फोर्स मोलाचा हातभार लावतो.

अणूच्या केंद्रकात प्रोटॉन आणि न्यूट्रॉन असतात हे आपल्याला माहिती आहे; पण कधी कधी रेडिओॲक्टिव्हिटीमुळे अणूच्या केंद्रकातील 'न्यूट्रॉन' हळूच 'प्रोटॉन'मध्ये कन्व्हर्ट होतो. हे होताना प्रोटॉन सोबत एक 'बीटा पार्टिकल' आणि एक नेऊट्रीनो (किंवा अँटी नेऊट्रीनो)सुद्धा बाहेर निघतो. हीच ती 'Beta Decay' (बीटा क्षय) प्रक्रिया. बीटा पार्टिकल हा इलेक्ट्रॉन किंवा इलेक्ट्रॉनचा अँटी पार्टिकल (पोसिट्रॉन) असतो. न्यूट्रॉनचे प्रोटॉन मध्ये रूपांतर होताना प्रोटॉन सोबत इलेक्ट्रॉन बाहेर पडल्यामुळे दोन्ही बाजूला एकूण चार्ज निरंक, न्यूट्रल राहतो आणि या आण्विक प्रक्रियेतला एकूण चार्ज संवर्धित होतो; परंतु यात मूलद्रव्याचे स्वरूप बदलून जाते. अमुक एक अणू कोणत्या मूलद्रव्याचा आहे हे त्यात किती 'प्रोटॉन्स' आहेत यावरून निश्चित होते. बीटा क्षयाच्या प्रक्रियेत एक न्यूट्रॉन कमी होऊन एक प्रोटॉन वाढतो! त्यामुळे मूलद्रव्ये बदलून जाते. उदा. बीटा क्षयानंतर कार्बनचे रूपांतर नायट्रोजनमध्ये होते. वीक न्यूक्लिअर फोर्स, बोसॉन नावाच्या कणांद्वारे कार्य करतो. 'बोसॉन' वीक न्यूक्लिअर फोर्सच्या संदेश वाहकांसारखे असतात. आपण आधीच्या प्रकरणामध्ये 'डार्क मॅटर'बद्दल बोललो आहोत. काही वैज्ञानिकांच्या मते, डार्क मॅटर हा वीक न्यूक्लिअर इन्टरॅक्शनचाच परिणाम असावा; परंतु या विषयावर अजून संशोधन होणे गरजेचे आहे.

***

तुम्ही एखाद्या प्राणिसंग्रहालयात गेलात, तर तिथे इतक्या वेगवेगळ्या प्रकारचे प्राणी दिसतात की गोंधळून जायला होते. पिंजऱ्यात वाघाला डरकाळी फोडताना बघत असतानाच झाडावर झोपलेला बिबट्या दिसतो. कुठे सिंह आयाळ खाजवताना दिसतो. कधी हत्तीचा चीत्कार ऐकू येतो, तर कधी एखादा वानर दात विचकत जाताना दिसतो. एवढे सगळे प्राणी अचानक समोर पाहून त्यांची संगती लावणे अवघड होऊ लागते. अगदी तसाच प्रकार अणूचे अंतरंग उलगडू लागल्यावर सुरू झाला. विशेषतः १९५० आणि १९६०च्या दशकात इतके वेगवेगळे सबअ‍ॅटोमिक पार्टिकल्स सापडत गेले की लोकांची भंबेरी उडू लागली. याच वेळी पार्टिकल्सच्या या विविध प्रकारांना काही लोकांनी ' पार्टिकल झू' म्हणायला सुरुवात केली. दरवर्षी वेगवेगळे पार्टिकल सापडू लागले, तेव्हा त्याला वैतागून एका शास्त्रज्ञाने म्हटले की, 'आजपर्यंत नवीन सब अ‍ॅटोमिक पार्टिकल शोधणाऱ्याला नोबेल पारितोषिक दिले जायचे; पण आता अशा लोकांना हजारो डॉलर्सचा दंड ठोठावला पाहिजे.'

हेच घ्या ना, नाही म्हणता म्हणता आतापर्यंत प्रोटॉन, न्यूट्रॉन, नेऊट्रीनो, इलेक्ट्रॉन, पोसिट्रॉन, मेसॉन, फोटॉन अशा विविध पार्टिकल्सचा संदर्भ येऊन गेला. हे इतके सगळे पार्टिकल्स लक्षात कसे ठेवायचे? त्यांची संगती कशी लावायची? प्राणिसंग्रहातील प्राण्यांचे सस्तन, पक्षी, सरपटणारे असे वर्गीकरण तरी करता येते; पण पार्टिकल झूमधल्या या अनोख्या प्रजातींची मांडणी करून सगळ्या गोष्टींचा अर्थ कसा लावायचा असा प्रश्न तुमच्या मनात येऊ शकतो. माझ्याही बाबतीत अगदी तसेच काहीसे झाले होते.

२०१२ साली मी इंजीनियरिंगच्या शेवटच्या वर्षाला होतो. नेमके त्याच वेळी मी UPSCची तयारीदेखील करत होतो. कॉलेज पुण्यातच असल्यामुळे दिवसभर कॉलेज करून सायंकाळी चाणक्य मंडल परिवारमध्ये मी UPSCच्या मार्गदर्शनासाठी जात असे. स्पर्धा परीक्षेच्या तयारीचा भाग म्हणून नियमित वृत्तपत्र वाचन करत जा असे आम्हाला सांगितले जायचे म्हणून मीही निमूटपणे दिवसातून किमान दोनेक तास तरी पेपर वाचायचो. अशातच एके दिवशी पेपरात पहिल्या पानावर मोठ्या अक्षरात एक बातमी आली – शास्त्रज्ञांनी 'God Particle'चा शोध लावला आहे. या शोधानंतर सगळीकडे चैतन्याचे वातावरण होते. 'अजि मी ब्रह्म पाहिले' या सुरात वृत्तपत्राचे रकाने भरत होते. पुढचे कित्येक दिवस यावर ऊहापोह झाला. वृत्तपत्रे, मासिके, नियतकालिके आणि टीव्हीवर सगळीकडे या शोधाची वाहवा होत होती. आजच्या या युगात सर्वत्र कसल्याही आणि कुठल्याही पार्टिकल्सचा सुळसुळाट असताना साक्षात 'देव कणा'चा शोध लागला, ही गोष्ट काही सामान्य झाली नाही! त्यामुळे यावर UPSCमध्ये नक्कीच प्रश्न विचारला जाईल; असे मानून मी या विषयाला हात घातला, तर त्याचे झाले असे होते की, फ्रान्स आणि स्वित्झर्लंडच्या सीमेवर असलेल्या CERN ही आद्याक्षरे असणाऱ्या युरोपीय आण्विक संशोधन

संस्थेत Large Hadron Collider (LHC) बनवण्यात आले होते. LHC ह्या शक्तिशाली पार्टिकल कोलायडरमध्ये सबअॅटोमिक पार्टिकल्स अगोदर गोल-गोल फिरवून एकमेकांवर जोरजोरात आदळले जातात. त्यांना असे आदळल्यावर त्यातून काय निघते होते याचा अभ्यास केला जातो. सब अॅटोमिक पार्टिकल्सची LHCमध्ये अशी जोर जोरात आपटाआपट केल्यानंतर शास्त्रज्ञांना बहुप्रतिक्षित 'Higgs Boson Particle' म्हणजेच 'गॉड पार्टिकल'च्या खाणाखुणा सापडल्या. हा असा पार्टिकल अस्तित्वात असला पाहिजे हा तर्क 'पीटर हिग्स' यांनी १९६४ सालीच मांडला होता. त्यांच्या या तर्काला आता प्रायोगिक पुष्टी मिळाली होती. पीटर हिग्स यांच्या नावे असलेल्या या पार्टिकलच्या फील्डमुळे द्रव्यांना 'वस्तुमान' कसे प्राप्त होते याचा उलगडा होत होता. ही सगळी आणि याच्याशी संबंधित महत्त्वाची माहिती मी मिळवली. खूप वेळ या विषयावर डोकेफोड केली. यासंदर्भात UPSC किंवा सराव परीक्षेमध्ये काही प्रश्न आला, तर उत्तर आले पाहिजे याची तजवीज केली. यानंतर काहीच दिवसांनी चाणक्य मंडलमध्ये एक सराव पेपर घेण्यात आला. ज्यात या विषयावर प्रश्न विचारला होता; पण तो गॉड पार्टिकल, हिग्स फील्डचे महत्त्व याबद्दल नव्हता. तो प्रश्न Large Hadron Collider (LHC)मध्ये जो 'हॅड्रॉन' हा शब्द आहे त्याचा अर्थ आणि महत्त्व काय आहे असा होता. बसा बोंबलत! कारण, याबद्दल तर मी विचार केलेलाच नव्हता! कित्येक तासांची माझी सगळी मेहनत पाण्यात गेली असे मला वाटले. नंतर कळले की, 'हॅड्रॉन' हा पार्टिकलचाच एक प्रकार असतो. पार्टिकलच्या विविध जमातींना एकसूत्रतेने मांडणारी काहीतरी व्यवस्था असती तर किती बरं झाले असते, असे मला त्या वेळी वाटले; पण मला काय माहिती की अशी एक व्यवस्था माणसाच्या अपार मेहनतीच्या जोरावर मागच्या ५०-६० वर्षांत हळूहळू तयार होत होती. कोणती होती ती व्यवस्था?

***

आतापर्यंत आपण प्रोटॉन्स आणि न्यूट्रॉन्स यांना फंडामेंटल पार्टिकल्स समजत आहोत; परंतु ते खरे नाही. प्रत्यक्षात प्रोटॉन्स आणि न्यूट्रॉन हे क्वार्क्स i.e., Quarks नावाच्या अगदी लहान कणांपासून बनलेले असतात. सहा प्रकारचे क्वार्क्स आढळून आले आहेत; पण त्यांच्यातील 'अप' आणि 'डाउन' हे नाव दिलेल्या क्वार्क्सपासून प्रोटॉन आणि न्यूट्रॉन बनलेले असतात. प्रत्येक प्रोटॉन्स आणि न्यूट्रॉन्स मध्ये तीन क्वार्क्स असतात. क्वार्क्स यांचे एक वैशिष्ट्य खूप मजेशीर आहे. ते असे की, क्वार्क्स एकटे राहू शकत नाहीत. तुम्ही कितीही प्रयत्न केला तरी एक क्वार्क वेगळा करता येत नाही! क्वार्क्स नेहमी दोन किंवा तीनच्या जुडग्यात राहतात. दोन व दोनपेक्षा अधिक क्वार्क्सच्या या जुडग्यांना 'हॅड्रॉन' असे नाव दिले आहे. हॅड्रॉन या शब्दाचा अर्थ 'जाडजूड' असा होतो. हॅड्रॉनला हॅड्रॉन अर्थात 'जाडजूड' म्हणण्याचे कारण

त्यांच्यात दोन आणि दोनपेक्षा अधिक क्वार्क्सचे असणे हे आहे. हॅड्रॉन हा एक संयुक्त पार्टिकल आहे, तर क्वार्क्स हा फंडामेंटल पार्टिकल आहे. हॅड्रॉनचे त्यांच्यात किती क्वार्क्स आहेत यावरून दोन प्रकार पाडले गेले. त्यांना अनुक्रमे बॅरिऑन (Baryons) आणि मेसॉन्स (Mesons) असे म्हणतात. बॅरिऑनमध्ये तीन क्वार्क्स तर मेसॉनमध्ये दोन क्वार्क्स असतात. आपण वर पाहिले की, प्रोटॉन्स आणि न्यूट्रॉन्स मध्ये प्रत्येकी तीन क्वार्क्स असतात, त्यामुळे ते बॅरिओन ठरतात. बॅरिओन या शब्दाचा अर्थ 'जाडा' असा आहे, तर मेसॉन म्हणजे 'मध्यम जाडा'. त्यांना जाडा आणि मध्यम जाडा असे का म्हणत असावेत हे आता नव्याने सांगायची आता गरज नाही.

तुमच्याकडे 'जाडा' आणि 'मध्यम' असेल तर कुणीतरी 'हलका फुलका'सुद्धा असला पाहिजे ना! तर असा; पण पार्टिकल्सचा प्रकार आहे त्यांना 'Leptons' असे म्हटले जाते. लेप्टोन्स या शब्दाचाच अर्थ आहे हलकाफुलका. इलेक्ट्रॉन आणि न्यूट्रिनो हे 'लेप्टोन्स' आहेत. कारण, इलेक्ट्रॉनचे वजन नगण्य असते, तर न्यूट्रिनोचे जवळ जवळ नाहीच म्हणावे इतके कमी वस्तुमान असते. या ठिकाणी एक गोष्ट स्पष्ट करणे गरजेचे आहे. कारण, कित्येक लोकांचा न्यूट्रॉन आणि न्यूट्रिनोमध्ये गोंधळ उडतो. अणूच्या केंद्रकात प्रोटॉनसोबत विद्युतदृष्ट्या तटस्थ असलेला पार्टिकल असतो, याचा शोध लागल्यावर त्याची ही तटस्थता अधोरेखित करण्यासाठी त्याला 'न्यूट्रॉन' असे नाव देण्यात आले. यथावकाश, वीक न्यूक्लिअर फोर्सचे कोडे उलगडत गेले आणि लक्षात आले की, 'रेडिओॲक्टिव्ह डिके'च्या वेळी अजून एक पार्टिकल निघतो तो; पण न्यूट्रॉनसारखा विद्युतदृष्ट्या तटस्थ तर आहे; पण तो न्यूट्रॉनपेक्षा खूप हलका आहे. तो इतका हलका आहे की, कित्येक वर्षे वैज्ञानिक न्यूट्रिनोला कसलेही वस्तुमान नाही असे मानत होते. त्याच्या या गुण वैशिष्ट्यामुळे आणि न्यूट्रॉनच्या तुलनेत त्याचे लघुत्व अधोरेखित करण्यासाठी या पार्टिकलला 'न्यूट्रिनो' म्हणजेच 'छोटा न्यूट्रॉन' असे नाव दिले गेले.

आता या ठिकाणी 'फोटॉन'बद्दलची एक गोष्ट लक्षात घेण्यासारखी आहे. आपण अगोदर पाहिले की, फोटॉन हा प्रकाशाचा वाहक आहे आणि त्याला कसलेही वस्तुमान नसते. न्यूट्रिनो आणि इलेक्ट्रॉन यांना अत्यल्प वजन असल्यामुळे त्यांना आपण लेप्टोन्स अर्थात 'हलके-फुलके' म्हणत असू तर अजिबात वजन नसलेला 'फोटॉन' हा लेप्टोन या पार्टिकल ग्रुपचा सदस्य असला पाहिजे; पण हे चेक केले तर लक्षात आले की, 'फोटॉन' हा लेप्टोन ग्रुपचा सदस्य नाही. इलेक्ट्रॉन आणि न्यूट्रिनोपेक्षा वजनाने हलका असलेला फोटॉन लेप्टोन ग्रुपचा मेंबर का नाही? या प्रश्नाने डोक्याला ताप द्यायला सुरुवात केली; पण लवकरच त्याचे उत्तर मिळाले. ते वॉल्फगँग पॉलीच्या एक्सक्ल्यूजनच्या सिद्धान्तात लपलेले होते!

आपण तारा कसा मरतो हे समजून घेताना पॉलीच्या बहिष्करण तत्त्वाचा आधार घेतला होता. पॉलीचे बहिष्करण तत्त्व म्हणते की, काही आण्विक कण,

जसे की इलेक्ट्रॉन, प्रोटॉन आणि न्यूट्रॉन हे एका वेळी एक समान क्वांटम स्थिती धारण करू शकत नाहीत म्हणजे शेजारी शेजारी असणारे दोन इलेक्ट्रॉन एका वेळी एका क्वांटम स्थितीत असू शकत नाहीत; पण पॉलीचे हे बहिष्करण तत्त्व सगळ्याच पार्टिकलला लागू होत नाही! ज्या पार्टिकल्सला पॉलीचे तत्त्व लागू होत त्यांना 'Fermions' असे म्हणतात. आण्विक विज्ञान आणि क्वांटम फिजिक्स मध्ये महत्त्वाची भूमिका निभावणाऱ्या 'एनरिको फर्मी' या शास्त्रज्ञाच्या नावावरून 'फेरमियॉन्स' हे नाव घेण्यात आले आहे. आता हा प्रश्न निर्माण होतो की, पॉलीचे तत्त्व सगळ्याच पार्टिकल्सला का लागू होते नाही? तर याचे सोप्पे उत्तर आहे 'Spin'! काही पार्टिकल पूर्ण 'स्पिन' घेतात, तर काही पार्टिकल अर्धवट 'स्पिन' घेतात. पूर्ण घेरी घेणारे दोनपेक्षा अधिक पार्टिकल एकसमान क्वांटम स्थिती धारण करू शकतात, याउलट अपूर्णांकी अर्धवट घेरी घेणारे पार्टिकल एका वेळी एक समान क्वांटम स्थिती धारण करू शकत नाहीत! सगळे फेरमियॉन्स अर्धवट घेरी घेतात किंबहुना, अर्धवट फेरी घेणाऱ्या पार्टिकल्सना 'फेरमियॉन्स' असे म्हणतात आणि ते अर्धवट घेरी घेतात म्हणून दोन किंवा त्यापेक्षा अधिक पार्टिकल एका वेळी एक समान क्वांटम स्थितीत राहू शकत नाहीत आणि म्हणून ते पॉलीचे बहिष्करण तत्त्व अनुसरतात. याउलट काही पार्टिकल पूर्णांकात फेऱ्या घेतात त्यांना मात्र पॉलीचे तत्त्व लागू होत नाही.

मग अशी पूर्ण घेरी घेणाऱ्या पार्टिकल्सला काय म्हणायचे? तर त्यांना 'Boson' असे म्हणतात. कारण असे पूर्ण घेरी घेणारे पार्टिकल्स अस्तित्वात असू शकतात, असा दावा सर्वप्रथम १९२४ साली भारतीय वैज्ञानिक सत्येन्द्रनाथ बोस यांनी केला. त्यांच्या नावावरूनच असे गुणधर्म दर्शवणाऱ्या पार्टिकलला 'बोसॉन' असे म्हणतात. पूर्णांकी घेरी घेणारा एक पार्टिकल तितकीच पूर्णांकी घेरी घेणाऱ्या दुसऱ्या पार्टिकलपासून 'Indistinguishable' असतो. एक फोटॉन दुसऱ्या फोटॉनपासून भिन्न आहे असे म्हणता येत नाही अगदी तसेच. जितके मजेशीर हे बोसॉन पार्टिकल्स आहेत, तितकीच रंजक कथा त्यांच्या शोधाचीसुद्धा आहे. सत्येन्द्रनाथ बोस यांनी त्यांचा पूर्ण घेरी घेणाऱ्या आणि त्यामुळे अगदी क्वांटम पातळीवरसुद्धा एकसंध राहणाऱ्या पार्टिकल्सचा शोध प्रकाशित करण्याचा प्रयत्न केला; पण त्यांना वेळोवेळी नकार मिळत गेला. मग शेवटी त्यांनी आइनस्टाइनला पत्र लिहून आपले संशोधन कळवले. आइनस्टाइनला त्याचे महत्त्व लक्षात आले. मग त्या दोघांनी मिळून 'बोस-आइनस्टाइन स्टॅटिटिक्स'चा सिद्धान्त मांडला. त्यांचा हा सिद्धान्त फोटॉनसारख्या पार्टिकलला लागू पडत होता.

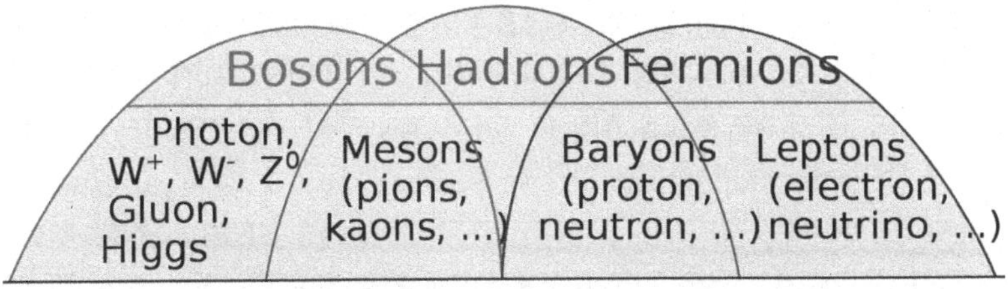

बोसॉन, हॅड्रॉन आणि फेरमियॉन्स यांचे आंतरसंबंध

बोसॉन पूर्ण घेरी घेतात व त्यामुळे सामूहिक पातळीवरसुद्धा या पार्टिकल्सची क्वांटम स्थिती एकसमान राहू शकते, त्यामुळे ते खूप विचित्र वागू शकतात. याच कारणांमुळे सुपरफ्लुइडिटी, सुपरकंडक्टिव्हिटी आणि लेसर लाइट यांसारख्या भौतिकशास्त्रातील अनेक घटनांच्या मुळाशी बोसॉन पार्टिकल असतात. फोटॉन, ग्लुऑन, हिग्स ही बोसॉनची काही उदाहरणे आहेत. आता आपण फोटॉन हा वस्तुमानविरहित असूनही हलक्याफुलक्या पार्टिकल गटाचा सदस्य का नाही या मघाच्या प्रश्नाकडे पाहिले, तर आपल्या लक्षात येईल की, फोटॉन पूर्ण घेरी घेतात. याउलट लेप्टोन्स अर्धवट घेरी घेतात. फोटॉन पूर्ण घेरी घेतात म्हणून त्यांना कुठलेही वस्तुमान नसले तरी ते 'लेप्टोन' गटाचे सदस्य नाहीत. कारण, वरील आकृतीत दाखवल्याप्रमाणे सगळे लेप्टोन्स हे फेरमियॉन्स असतात आणि सगळे फेरमियॉन्स अर्धी फेरी घेतात व पॉलीचे तत्त्व पाळतात.

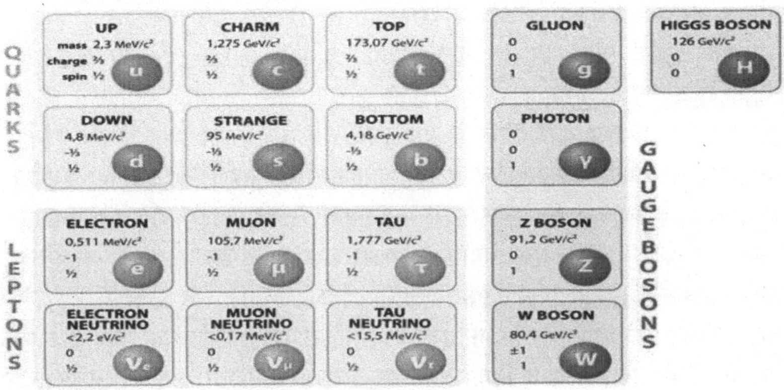

'स्टँडर्ड मॉडेल ऑफ पार्टिकल फिजिक्स'

पार्टिकल जगतातील ही गुंतागुंत सोडवून माणसाने मागच्या ५०-६० वर्षांत एक व्यवस्था तयार केली. ती व्यवस्था आजच्या घडीला अपूर्ण असली तरी ते आपले

बेस्ट मॉडेल आहे. याला आपण 'स्टँडर्ड मॉडेल ऑफ पार्टिकल फिजिक्स' असे म्हणतो. स्टँडर्ड मॉडेलमध्ये सहा प्रकारचे क्वार्क्स, सहा लेप्टोन्स आणि पाच बोसॉन्स आहेत. या छोट्याशा स्टँडर्ड मॉडेलने एकूण चार पैकी तीन फंडामेंटल फोर्सेस अर्थात – Electromagnetism, Strong Nuclear Force आणि Weak Nuclear Force चे एकीकरण केले आहे; पण हे एकीकरण घडवून आणणारे स्टँडर्ड मॉडेल हे क्वांटम फील्ड थेअरीच्या पायावर उभे आहे. काय आहे ही Quantum Field Theory (OFT)?

***

क्वांटम मेकॅनिक्स या डोक्याला ताप देणाऱ्या थेअरीची पायाभरणी विसाव्या शतकाच्या सुरुवातीला झाली. १९२०च्या दशकात ही थेअरी खूपच बहरली; पण त्यानंतरही तिच्यात काळानुरूप सुधारणा होत गेल्या. 'डबल स्लिट एक्सपेरिमेंट'मध्ये क्वांटम मेकॅनिक्सचे रूप खऱ्या अर्थाने प्रकट होते म्हणून रिचर्ड फेयनमनसारखा सायंटिस्ट डबल स्लिट एक्सपेरिमेंटला 'क्वांटम भौतिकीचा गाभा' संबोधितो. दोन समांतर स्लिट्सने छेदलेल्या प्लेटमधून इलेक्ट्रॉन गेला, तर तो लाटेसारखा 'इंटरफेरन्स पॅटर्न' तयार करतो. इलेक्ट्रॉन हा एक पार्टिकल असूनसुद्धा दोन्ही भोकांतून एकाच वेळी कसा काय जातो हे चेक करण्यासाठी डिटेक्टर बसविला, तर तो गपगुमान एकाच भोकातून जातो आणि 'पार्टिकल'सारखे वर्तन करतो म्हणजे इलेक्ट्रॉन कधी लाटेसारखा तर कधी कणांसारखे वर्तन करतो; पण यातली गोम अशी की, क्वांटम प्रक्रिया समजून घेण्यासाठी डिटेक्टर बसविला, तर डिटेक्टर बसवल्यामुळे ती क्वांटम प्रक्रियाच बदलून जाते, अस्थिर होते. याला 'Observer Effect' असे म्हणतात. आता मोजल्यामुळे एखादी गोष्ट बदलत असेल, तर ती मोजायची तरी कशी आणि तिचे खरे रूप काय आहे हे समजायचे तरी कसे असा प्रश्न निर्माण होतो. या असल्या विक्षिप्त वर्तनामुळेच क्वांटम मेकॅनिक्स हा संपूर्ण विज्ञानातील एकमेव सिद्धान्त आहे ज्याच्या इंटरप्रेटेशनबद्दल एकवाक्यता नाही. क्वांटम प्रक्रियेचा एकमात्र अन्वयार्थ अथवा अमुक एक अनोखी व्याख्या करणे शक्य झालेले नाही. काहींच्या मते पार्टिकलचे अमुक एका ठिकाणी असण्याची शक्यता 'वेव्ह फंक्शन' दर्शवते, तर काहींच्या मते पार्टिकल अमुक एका ठिकाणी सापडला म्हणजे तो इतर ठिकाणी नसतोच असे नाही. तो इतर ठिकाणीही असू शकतो फक्त इतर ठिकाणी असण्याची घटना अन्य कुठल्यातरी 'ब्रह्मांडात' घडत असते. यालाच क्वांटम मेकॅनिक्सचे 'Many Worlds Interpretation' असे म्हणतात. या असल्या अस्थिर, चंचल, चकवा देणाऱ्या क्वांटम भौतिकीला समजून घेण्यासाठी क्वांटम फील्ड थेअरी (OFT) खूप मोलाची ठरली.

फील्ड म्हणजे प्रभाव क्षेत्र. चुंबकाच्या भोवती टाकलेला लोखंडाचा चुरा विशिष्ट पद्धतीने त्या चुंबकाभोवती पसरला जातो. कारण, तो चुंबकाच्या प्रभाव क्षेत्रात असतो. तसाच काहीसा क्वांटम फील्ड हा प्रकार आहे. अतिशय सूक्ष्म अशा क्वांटम फिजिक्सच्या पातळीवर एक फील्ड असून ते सर्वदूर पसरले आहे असे क्वांटम फील्ड थेअरी म्हणते. १९२०च्या दशकात पॉल डीरॅक या वैज्ञानिकाने आइनस्टाइनची १९०५ सालची विशिष्ट सापेक्षता आणि क्वांटम मेकॅनिक्स यांची गुंफण बांधून क्वांटम फील्ड थेअरीचे पुष्प माळले. या क्वांटम फील्ड थेअरीमुळे एखादा इलेक्ट्रॉन फोटॉन कसे उत्सर्जित करतो किंवा कसे शोषून घेतो याचे आकलन झाले. इतकेच नाही तर दोन इलेक्ट्रॉनमधील प्रतिकर्षण नेमके कसे होते याचाही सुगावा लागला. दोन इलेक्ट्रॉन एकमेकांपासून कुठल्यातरी अदृश्य शक्तीमुळे नाही, तर फोटॉनच्या देवाण-घेवाणीमुळे दूर जातात हे स्पष्ट झाले. क्वांटम फील्ड समजून घेण्यासाठी डोळ्यांसमोर एक समुद्र आणा. क्वांटम फील्ड या समुद्राप्रमाणे बॅकग्राउंडला अविरतपणे हेलावत आहे असे समजा. या समुद्रातल्या लाटा कधी कधी उचंबळून येतात, उत्तेजित होतात तर कधी कधी स्थिरावतात. समुद्र उचंबळून आल्यावर आपल्याला येणारी लाट स्पष्ट दिसते अगदी तसेच क्वांटम फील्ड उत्तेजित झाले असेल, तर जे दिसते ते म्हणजे पार्टिकल. क्वांटम फील्डची उत्तेजित अवस्था म्हणजेच पार्टिकल! या फील्ड थेअरीमुळे क्वांटम पातळीवर 'पार्टिकल' कसे तयार होतात आणि का लुप्त होतात याचे विश्लेषण करणे शक्य झाले.

***

'Quantum Field Theory (QFT) काय आहे हे आपण थोडक्यात बघितले, तर या क्वांटम फील्ड थेअरीतूनच पुढे १९४०च्या दशकात Quantum Electrodynamics (QED) ही थेअरी विकसित झाली. QEDनुसार, 'फोटॉन' अर्थात प्रकाश इलेक्ट्रोमॅग्नेटिक फील्डची कणसदृश अभिव्यक्ती आहे. आपण वर पाहिले की, क्वांटम फील्डची उत्तेजित अवस्था म्हणजेच पार्टिकल असतात. अगदी तसेच या QED थेअरीनुसार इलेक्ट्रोमॅग्नेटिक फील्डची उत्तेजित अवस्था म्हणजे फोटॉन ठरतो. या थेअरीच्या आधारे आपण कॉम्प्युटरमधील चिपपासून ते मेंदूमधील न्यूरॉनच्या फायरिंगपर्यंत सगळ्या गोष्टी कशा घडतात याचे गणित मांडू शकतो. असे असले, तरी QED ही थेअरी निसर्गातल्या चार मूलभूत फोर्सेसपैकी केवळ विद्युतचुंबकीय बलावरच भाष्य करते.

पुढे १९६०च्या दशकात, या QEDला 'वीक न्यूक्लिअर फोर्स'च्या फील्डसोबत गुंफले गेले आणि त्यातून 'Electro Weak' थेअरी पुढे आली! या थेअरीनुसार, Electro Weak फोर्सची समरूपता अर्थात 'Symmetry'

तुटल्यामुळे, तो Electromagnetism आणि Weak Nuclear Force या दोन फोर्सेसमध्ये विभागला जातो. Electro Weak थेअरीने चारपैकी दोन फोर्सेसचे एकीकरण करण्यात यश मिळवले! सामान्य माणसाच्या दृष्टीने 'फुटबॉल' आणि 'बास्केटबॉल' हे दोन वेगळे खेळ आहेत; पण कुणी या खेळाचा तज्ज्ञ असेल, तर त्याच्या दृष्टीने दोन्ही खेळ एकाच मोठ्या खेळाची दोन वेगवेगळे रूपे असू शकतात. कारण, दोन्ही खेळ सांघिक आहेत, दोन्ही खेळ निश्चित कालावधीत आणि निश्चित केलेल्या सीमारेषेच्या आत पंचाच्या निगराणीखाली खेळले जातात, दोन्ही खेळांचे उद्दिष्ट प्रतिस्पर्ध्याच्या क्षेत्रात जाऊन 'गोल' करणे हेच असते. अगदी तसेच Electro Weak थेअरी सांगते की, Electromagnetism आणि Weak Nuclear Force हे वेगळे वाटत असले तरी मूलतः एकच आहेत, फक्त ते वेगवेगळ्या रूपांत अभिव्यक्त होतात!

***

ज्याप्रमाणे QFT आणि इलेक्ट्रोमॅग्नेटिसम यांना एकत्र गुंफून QED थेअरी बनली, अगदी तसेच QFT आणि स्ट्राँग न्यूक्लिअर फोर्स यांच्या एकत्रीकरणातून Quantum Chromodynamics ही थेअरी तयार झाली. ज्यांना शॉर्टफॉर्म्स आवडतात असे लोक या थेअरीला 'QCD' म्हणू शकतात. या थेअरीमध्ये 'Color Confinement' नावाची एक भानगड आहे. यानुसार क्वार्क्स एकमेकांशी कसे जुडतील याचा उलगडा होतो. क्वार्क नेहमी जुडग्यात राहतात हे आपण पाहिले. क्वार्कचे हे जुडगे विजोड

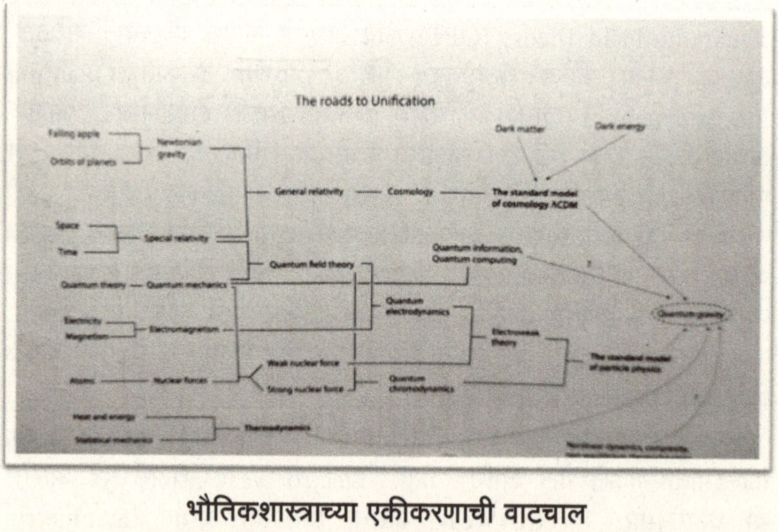

भौतिकशास्त्राच्या एकीकरणाची वाटचाल

(Source: The World According to Physics by Jim Al-Khalili)

असणार नाहीत, याची काळजी 'रंग बंदिस्तता' घेते. कलर कन्फयनमेंट एकप्रकारे अनुरूप जोडी जुळविण्याचे काम आहे, त्यामुळे क्वार्क्स वेगवेगळ्या प्रकारचे असले तरी सुयोग्य क्वार्क्स एकमेकांच्या सान्निध्यात राहतात. क्रोमो म्हणजे कलर. त्यामुळे Quantum Chromodynamics (QCD) मधला क्रोमोडायनॅमिक्स हा शब्द या Color Confinementला अधोरेखित करतो. अशा प्रकारे QCD थेअरी क्वांटम फील्डचा वापर करून स्ट्राँग न्यूक्लिअर फोर्सला स्पष्ट करते.

शेवटी, 'इलेक्ट्रोवीक थेअरी' आणि 'क्वांटम क्रोमोडायनॅमिक्स' यांचे एकीकरण करून आपल्याला मिळते स्टँडर्ड मॉडेल ऑफ पार्टिकल फिजिक्स! स्टँडर्ड मॉडेलमध्ये सहा प्रकारचे क्वार्क्स, सहा लेप्टोन्स आणि पाच बोसॉन्स आहेत. या स्टँडर्ड मॉडेलने एकूण चार पैकी तीन फंडामेंटल फोर्सेस अर्थात Electromagnetism, Strong Nuclear Force आणि Weak Nuclear Force यांचे एकीकरण केले आहे. चारपैकी तीन भाऊ भेटले. आता शेवटचा भाऊ म्हणजे 'गुरुत्व' उरला होता. त्याला एकदा या धाग्यात गुंफले की, सगळे सोबत नांदतील असा विश्वास होता, त्यामुळे सगळ्यांच्याच दृष्टीने आता या एकिकरणातील शेवटची पायरी म्हणजे या स्टँडर्ड मॉडेलचे गुरुत्वीय बलाशी एकीकरण करणे उरले होते!

***

इथपर्यंतचा एकीकरणाचा घाट दुस्तर असला तरी माणसाने तो आपल्या कौशल्याने आणि हिमतीने पार केला. वरवर वेगळ्या दिसणाऱ्या छटा 'मी-तू; पण गेले वाया!' म्हणू लागल्या. छोटे-छोटे ओढे, नदी-नाले एकत्र मिळू लागले. शेवटी अनेक नद्यांचा संगम होत एक विस्तीर्ण नदीपात्र बनले. समोरूनही तितकीच मोठी, तितकेच प्रवाह आणि अंतर पार करून आलेली नदी दिसू लागली. एका बाजूला 'गंगा' आणि दुसऱ्या बाजूला 'ब्रह्मपुत्रा' अशा या दोन महाकाय ज्ञानगंगा एकमेकींच्या समोर आल्या. आता या दोन नद्यांचा संगम झाला की, त्या सागरात मिळतील अशी आशा निर्माण झाली; पण एकाएकी या दोन्ही नद्यांतील पाणी एकमेकींत मिसळेनासे झाले. जणू काही पाणी आणि तेल एकमेकांत मिसळत आहेत!

अगदी अशीच स्थिती 'पार्टिकल फिजिक्सच्या स्टँडर्ड मॉडेल'चे 'गुरुत्वीय बलाशी' एकीकरण करताना होऊ लागली, त्यामुळे चारपैकी तीन फोर्सेसना एका सूत्रात बांधणारे 'स्टँडर्ड मॉडेल' बलवत्तर की आइनस्टाइनच्या तर्कबुद्धीने तावून सुलाखून निघालेले, काळ आणि अवकाशाचे एकीकरण करणारे गुरुत्वीय बल बरोबर असा पेच निर्माण झाला. अणू भौतिकीचे स्टँडर्ड मॉडेल हे 'क्वांटम फिजिक्स' तर गुरुत्व आइनस्टाइनच्या 'रिलेटिव्हिटी'वर आधारलेले असल्यामुळे हा पेच 'क्वांटम फिजिक्स' विरुद्ध 'रिलेटिव्हिटी' असासुद्धा व्यक्त होतो. आइनस्टाइनची व्यापक

सापेक्षता ब्रह्मांडाच्या विराट पातळीवर तर क्वांटम फिजिक्स सूक्ष्मातिसूक्ष्म अशा अणूंच्या पातळीवर कार्य करते, त्यामुळे यांचे एकीकरण अवघड मुद्दा होऊन बसला होता. काही लोकांनी या एकीकरणाची सुरुवात अणू भौतिकीच्या स्टँडर्ड मॉडेल अर्थात क्वांटम फिजिक्सच्या बाजूने केली आणि आइनस्टाइनच्या गुरुत्वाला या धाग्यात कसे ओवता येईल याचा प्रयत्न केला. असे लोक 'String Theory'च्या दारावर येऊन धडकले. याउलट ज्यांनी रिलेटिव्हिटी/गुरुत्वाच्या बाजूने चढाई सुरू करून क्वांटम फिजिक्सपर्यंत पोहोचण्याचा चंग बांधला असे लोक 'Loop Quantum Gravity'च्या बुरुजाखाली एकवटले.

व्यापक सापेक्षता आणि क्वांटम मेकॅनिक्स, या दोन मूलभूत तरीही विसंगत सिद्धान्तांचा ताळमेळ घालण्यासाठी स्ट्रिंग थेअरी पुढे आणली. हा ताळमेळ घालण्यासाठी, पार्टिकल्स बिंदुस्वरूप नसून छोट्याशा थरथरणाऱ्या एकमितीय स्ट्रिंगसारखे असतात, असे स्ट्रिंग थेअरी गृहीत धरते. या स्ट्रिंग्स/तारा वेगवेगळ्या फ्रिक्वेन्सींवर कंपन करू शकतात, त्यांचे हे कंपन वेगवेगळ्या पार्टिकल्स/कणांमध्ये प्रतिबिंबित होते. त्यानुसार स्ट्रिंग थेअरी पुढचे गणित मांडते. या स्ट्रिंग थेअरीतूनच पुढे 'सुपरस्ट्रिंग थेअरी' आली. सुपर स्ट्रिंग थेअरी मध्ये Supersymmetry हे तत्त्व अंगीकारलेले असते म्हणून नावापुढे 'सुपर' हा शब्द जोडला गेला. सुपर स्ट्रिंग थेअरीच्या गणितात कालावकाशाचे १० डायमेंशन्स आहेत; पण आपल्याला तर कालावकाशाचे लांबी, रुंदी, उंची आणि काळ हे एवढेच चार डायमेंशन्स माहिती आहेत. बाकीचे डायमेंशन्स कुठून आले? असा प्रश्न विचारल्यावर हे अधिकचे डायमेंशन्स अगदी लहान स्केलवर कॉम्पॅक्ट झालेले अथवा दुमडलेले असतात, त्यामुळे ते आपल्याला दिसत नसावेत असे ही थेअरी म्हणते. ग्रॅव्हिटीच्या बाबतीत तर स्ट्रिंग थेअरी फारच बौद्धिक कसरत करताना दिसते. स्ट्रिंग थेअरी असे सूचित करते की, कालावकाशातील एक्स्ट्रा डायमेंशन्समध्ये 'स्ट्रिंग्स'चे विशिष्ट पद्धतीने कंपन झाल्यामुळे गुरुत्वीय बल तयार होते. विद्युत चुंबकीय बल, प्रबळ आण्विक बल आणि कमकुवत आण्विक यांचे वहन करण्याचे काम अनुक्रमे फोटॉन, ग्लुऑन आणि W व Z बोसॉन करतात. अगदी त्याचप्रमाणे गुरुत्वीय बलाचे वहन करणारासुद्धा एखादा पार्टिकल असला पाहिजे असे स्ट्रिंग थेअरी सांगते. त्या काल्पनिक पार्टिकलला 'ग्रॅव्हिटोन' असे नाव देण्यात आले आहे. असा काहीसा स्ट्रिंग थेअरीचा प्रवास सुरू होता; परंतु १९९०चे दशक येता-येता या थेअरीच्या गणितातून असे स्पष्ट होऊ लागले की, स्ट्रिंग थेअरीचे तब्बल पाच प्रकार निघून येत आहेत. भरीत भर म्हणजे या पाचपैकी बरोबर प्रकार कोणता हे कुणालाही कळत नव्हते, त्यामुळे या सर्व पाच आवृत्त्यांना एका छत्राखाली एकत्र आणू शकेल अशी अजून एक व्यापक सुपर सिमेट्रिक थेअरी पुढे करण्यात आली, तिला 'M-Theory' असे म्हटले गेले. या M-theoryमध्ये कालावकाशाचे १०ऐवजी ११ डायमेंशन्स/

मिती आहेत. अशा प्रकारे स्ट्रिंग थेअरी, सुपरस्ट्रिंग थेअरी आणि एम-थेअरी हे परस्परसंबंधित सिद्धान्त आहेत जे क्वांटम मेकॅनिक्स आणि सामान्य सापेक्षता यांचे एकीकरण करण्याचा प्रयत्न करतात.

स्ट्रिंग थेअरी एखाद्या प्रतिभावान; पण बंडखोर रॉकस्टारप्रमाणे एका बाजूला एक्स्ट्रा-डायमेंशन्स आणि पॅरलल युनिव्हर्ससारख्या गोष्टींशी प्रणयचेष्टा करत असताना 'लूप क्वांटम ग्रॅव्हिटी' मात्र एखाद्या निष्णात शास्त्रीय संगीतकारासारखी शांतपणे तानपुरा छेडत बसली आहे. एक्सट्रा डायमेंशन्स आणि पॅरलल युनिव्हर्सच्या भानगडीत लूप ग्रॅव्हिटी पडत नाही. गुरुत्वाला म्हणजेच काळ आणि अवकाशाला क्वांटाइझ कसे करता येईल या एकमेव प्रश्नाने लूप क्वांटम ग्रॅव्हिटीला छळले आहे. स्ट्रिंग थिअरीमध्ये 'Gravitational Field'चे क्वांटम गुणधर्म स्पेस-टाइममध्ये अस्तित्वात असतात, तर लूप क्वांटम ग्रॅव्हिटीमध्ये खुद्द 'स्पेस-टाइम' क्वांटम गुणधर्मांने युक्त असतात, त्यामुळे लूप क्वांटम ग्रॅव्हिटी म्हणजे एक प्रकारे कालावकाशाला क्वांटम धाग्यांनी शिवून काढण्याचा प्रयत्न आहे. गुरुत्वाच्या आपल्या आकलनाला पहिला धक्का दिला तो न्यूटनने. पुढे न्यूटनचे आकलन कसे अपूर्ण आहे हे आइनस्टाइनने सांगितले आणि आता स्ट्रिंग थेअरी आणि लूप ग्रॅव्हिटी हे दोन्हीही सिद्धान्त आइनस्टाइनच्या ग्रॅव्हिटीमध्ये दुरुस्त्या सुचवत आहेत, त्यामुळे गुरुत्वाबद्दलची आपली समज परिपूर्ण आहे का असा प्रश्न उपस्थित झाला आहे. रिलेटिव्हिटी आणि क्वांटम फिजिक्स यांच्या रस्सीखेचीत सत्य थोडेफार क्वांटम फिजिक्सच्या बाजूने झुकलेले असावे असे बऱ्याच तज्ज्ञांना वाटते. तसे वाटणेही रास्त आहे, कारण चारपैकी तीन फोर्सना एका मुशीत बांधण्याची किमया क्वांटम फिजिक्सने केली आहे.

वैज्ञानिक प्रक्रियेवर नेहमी आरोप केला जातो की, ती आपल्याला जग तुकड्या-तुकड्यांत पाहायला शिकवते; परंतु याच वैज्ञानिक प्रक्रियेतून आपण 'Theory of Everything' दारापर्यंत येऊन पोहोचलो आहोत. विश्वाकडे समग्रतेने पाहण्याची दृष्टी निर्माण झाली आहे. स्ट्रिंग थेअरी आणि क्वांटम ग्रॅव्हिटी यांच्या माध्यमातून विश्वाबद्दलची आपली एकात्मिक समज अजून समृद्ध होण्याचीच शक्यता आहे. कदाचित, एकीकरणाचा कळस बसवण्यापूर्वी आपल्याला डार्क एनर्जी, डार्क मॅटर यांचे कोडे सोडवणे अपरिहार्य होणार आहे. या एकीकरणाला थर्मोडायनामिक्स आणि कॉम्प्लेक्सिटी थेअरी साह्यभूत होतील अशीसुद्धा आशा आहे. एक बुद्धिमान जीव म्हणून हे कार्य तडीस नेणे हे आपले कर्तव्य आहे; पण तत्पूर्वी सजीवांचा प्रवास 'मानव' या बुद्धिमान जिवापर्यंत कसा झाला हे पाहावे लागेल.

***

भाग २

पृथ्वी

पृथ्वी आणि जीव

माणसे आत्महत्या का करतात अथवा एकाएकी हिंसक का होतात? पृथ्वीचे वय किती? आणि गाडी चालवताना तिचा खडखड होणारा आवाज कसा कमी करायचा? हे वेगवेगळे प्रश्न आहेत; पण या प्रश्नांची उत्तरे एकमेकांशी जुळलेले आहेत असे कुणी सांगितले, तर तुम्हाला पटणार नाही. एवढेच नाही, तर याच प्रश्नांच्या उत्तरात विसाव्या शतकातील एक मोठा संघर्ष दडलेला आहे असे कुणी सांगितले, तर तुम्ही त्याला वेडाच ठरवून टाकाल; पण हे सगळे असे झालेले आहे. पृथ्वीचे वय किती असावे, हा प्रश्न माणसाला कित्येक वर्षे सतावत होता. पृथ्वीचे वय अंदाजे ४६० कोटी वर्षे इतके आहे हे वर एक दोन ठिकाणी सांगून झाले आहे; पण पृथ्वीचे वय ४६० कोटी वर्षेच आहे हे कशावरून? हे कुणी आणि कसे मोजले. असे प्रश्न तुमच्या डोक्यात आलेच असतील. एकंदरीतच आपली पृथ्वी, सर्व सजीव आणि आपण सगळे अजबच प्रकरण आहे! पृथ्वी आणि येथील जीवन हे सगळे कधी सुरू झाले? हा प्रश्न शतकानुशतके माणसाला भुरळ घालतो आहे. या प्रश्नाच्या उत्तराकडे जाण्याचे अनेक मार्ग आहेत. जसे, खडक, जीवाश्म, उल्कापिंड आणि हो अगदी चंद्राचा अभ्याससुद्धा. यातील काही पद्धती आपल्याला पृथ्वीच्या वयाचा अंदाज देतात, तर काही आपल्याला शक्यतांची व्याप्ती कमी करण्यास मदत करतात. बायबलसारखे काही धर्मग्रंथ आणि प्राचीन मान्यतांनुसार पृथ्वीचे वय हे फक्त सहा हजार वर्षे इतके होते, त्यामुळे काही जण ऐनकेनप्रकारेण पृथ्वीचे वय सहा हजार वर्षांच्या आतच आणायचे या इरेला पेटले होते; परंतु आधुनिकतेची कास धरलेल्या काही लोकांना मात्र पृथ्वीचे वय काही कोटी वर्षे असावे असे खुणावत होते; पण नेमकेपणाने पृथ्वी कधी तयार झाली हे काही उमगत नव्हते. याचे उत्तर काढण्यासाठी कैक वैज्ञानिकांनी प्रयत्न केले. असाच एक प्रयत्न केला 'क्लॅर पॅटरसन' या पठ्ठ्याने!

क्लॅर पॅटरसन यांनी पृथ्वीचे वय मोजण्यासाठी 'Heavy Element'चा आधार घेतला. जड मूलद्रव्ये त्यांच्या घनत्वामुळे दीर्घकाळापर्यंत Decay होत नाहीत, त्यामुळे या जड मूलद्रव्यांचे जुन्यात जुने अवशेष शोधले, तर पृथ्वीचे वय मोजता येईल, असा त्यामागे तर्क होता. या कामासाठी त्यांना ८२ अॅटोमिक नंबर असलेला

लीड अर्थात शिसे हा धातू अतिशय योग्य वाटला. शिसे हा अत्यंत जड धातू असल्याने या जडपणामुळे तो दीर्घकाळापर्यंत पूर्णपणे नष्ट होण्यापासून वाचतो, त्यामुळे याचे जुन्यात जुने अवशेष मिळू शकतात म्हणूनच क्लॅर पॅटरसनला पृथ्वीचे वय मोजण्यासाठी शिशाचे जुने नमुने शोधायचे होते. त्यांचे हे संशोधन १९४०च्या दशकात सुरू झाले आणि १९४७ साली त्यांनी पृथ्वीचे वय ४.५४ अब्ज वर्षे असल्याचे जाहीर केले. त्यामुळे माणसाला खऱ्या अर्थाने पृथ्वीच्या वयाचा अचूक अंदाज आला; पण याच संशोधनात क्लॅर पॅटरसन यांना माणसे वरचेवर हिंसक का होऊ लागली आहेत अथवा आत्महत्या का करू लागली असावीत याचासुद्धा सुगावा हाती लागू लागला. पृथ्वीचे वय शोधण्यासाठी सुरू केलेले त्यांचे संशोधन त्यांना एका वेगळ्या दिशेने नेणार होते.

महासागरातून काढलेल्या शिशाच्या नमुन्यात खोल पाण्यात आढळणाऱ्या शिशाच्या तुलनेत उथळ पाण्यात शिशाचे प्रमाण अनेक पटीने जास्त आहे असे क्लॅर पॅटरसन यांना आढळून आले! त्यावरून त्यांनी असा निष्कर्ष काढला की, समुद्राच्या वरच्या थरांमधील अतिरिक्त शिसे अगदी अलीकडच्या काळात पाण्यात दाखल झाले आहे; पण असे काय झाले की अलीकडच्या काळात आणि विशेषतः विसाव्या शतकाच्या मध्यात पृथ्वीच्या वातावरणात अतिरिक्त शिसे वाढले होते? तर त्याचे असे झाले की, विसाव्या शतकाच्या सुरुवातीला काही लोकांना असे लक्षात आले की, पेट्रोलमध्ये थोडे शिसे टाकले की गाड्यांची खडखडाट/Knocking कमी होते. शिसे हा जड धातू असल्याने हे शक्य होत होते, त्यामुळे तेल कंपन्यांनी पेट्रोलमध्ये सर्रास शिसे टाकून 'Leaded Petrol' विक्री करण्यास सुरुवात केली. बरं, जड धातू असणे एवढाच शिशाच्या गुणधर्म नाही. शिसे कमी तापमानावर वितळते म्हणून सोल्डरिंगच्या कामात शिशाचा वापर केला जातो. एवढेच नाही तर शिसे हे एक 'Neurotoxin'सुद्धा आहे. शिशाच्या एक्सपोजरचे आरोग्यावर लक्षणीय परिणाम होतात. विशेषतः लहान मुलांसाठी आणि गर्भवती महिलांसाठी शिसे खूप हानिकारक आहे. यामुळे मेंदू आणि मज्जासंस्थेच्या विकासाच्या समस्या उद्भवू शकतात. ज्यामुळे माणसे हिंसक वागतात किंवा आत्महत्यासुद्धा करू शकतात. शिशामुळे प्रौढांमध्ये उच्च रक्तदाब आणि मूत्रपिंडाचे विकार उद्भवतात.

त्यामुळे पृथ्वीचे वय शोधण्यासाठी कार्य करणाऱ्या क्लॅर पॅटरसन यांनी लगोलग लीडयुक्त पेट्रोल आणि त्यातील शिशाच्या विषारीपणाबद्दलचे निष्कर्षसुद्धा प्रकाशित केले, त्यामुळे पेट्रोलमध्ये शिसे टाकून विकणाऱ्या कंपन्यांची गोची झाली. परिणामस्वरूप, एका रात्रीत क्लॅर पॅटरसन यांचा सगळा संशोधन निधी गोठविला गेला. कारण, ज्या कंपन्यांनी संशोधन करण्यासाठी निधी दिला होता, त्या तेल कंपन्या होत्या. पॅटरसनच्या संशोधनामुळे या तेल कंपन्यांच्या हितसंबंधांना बाधा येणार होती. त्यांना लीडयुक्त पेट्रोल बंद करावे लागणार होते, त्यामुळे पॅटरसनवर

त्याचे संशोधन मागे घेण्यासाठी दबाव येऊ लागला; पण तो बधला नाही! 'सत्य असत्याशी मन केले ग्वाही। मानियेले नाही बहुमता।।' या उक्तीप्रमाणे तो लढत राहिला. पॅटरसनचे संशोधन कसे चुकीचे आहे हे सिद्ध करण्यासाठी तेल कंपन्या वेगवेगळ्या लोकांना संशोधन निधी पुरवू लागल्या. वृत्तपत्रात शिशाचे कसे काहीच तोटे नाहीत किंवा पॅटरसनचे निष्कर्षच कसे चुकीचे आहेत यावर स्पॉन्सरड लेख लिहिण्यात येऊ लागले. त्याकाळी घरांना देण्यात येणाऱ्या रंगामध्येसुद्धा शिसे मिसळले जात असे, त्यामुळे कित्येक मुले मतिमंद होत असत. घरातील शिशामुळे लोकांना आरोग्याच्या समस्या होत असत, हिंसक घटना होत असत; परंतु रंगामध्ये आणि पेट्रोलमध्ये टाकण्यात येणारे शिसे कमी करण्याऐवजी भिंतीवरचा रंगाचा पोपडा लहान मुले खातात आणि त्यावर आईवडील लक्ष ठेवत नाहीत त्यामुळे काही समस्या निर्माण होते, असे सांगून सर्व परिस्थितीला आई-वडिलांना जबाबदार धरण्यात येत होते; पण शेवटी लोकांना पॅटरसनचे म्हणणे पटू लागले. पर्यावरणवादी लोकांनी सरकारावर दबाव आणायला सुरुवात केली. तेल कंपन्यांची नफेखोरी या सर्व प्रकाराला कारणीभूत आहे, याचा उलगडा होऊ लागला. जनसामान्यांचा सरकारवर रेटा वाढला आणि १९७५ येता-येत अमेरिकेत गाड्यांना लीडचे उत्सर्जन कमी करण्यासाठी कॅटॅलीटीक कन्व्हर्टर बसवणे बंधनकारक करण्यात आले. पुढे १९८६मध्ये अमेरिकेतून लीडयुक्त पेट्रोल हद्दपार झाले तर भारतासहित जगातील सर्व देशांनी इसवी सन २०००पासून लीडयुक्त पेट्रोलचा वापर संपुष्टात आणला. अशा प्रकारे क्लॅर पॅटरसन यांनी पृथ्वीचे आयुर्मान नेमके किती हे तर सांगितलेच; पण ते सांगताना माणसाचे आयुर्मानसुद्धा वाढवण्यात मोलाचा हातभार लावला. हा अवलिया मात्र शेवटापर्यंत नोबेल पारितोषिकापासून दूर राहिला!

***

पृथ्वीवर जीवन का आहे? विश्वात इतर ठिकाणी न सापडणारे काही खास मूलद्रव्ये फक्त पृथ्वीवर सापडतात असे आहे का? तर नाही. आता हेच घ्या. आपल्या शरीरात जवळपास ७०% पाणी आहे. पाण्याच्या एका रेणूत (H_2O) ऑक्सिजनचा एक अणू आणि हायड्रोजनचे दोन अणू असतात, म्हणजे आपल्या शरीरात सर्वांत जास्त प्रमाणात असलेले मूलद्रव्य हायड्रोजन आहे. विश्वातसुद्धा सर्वांत जास्त प्रमाणात असलेले मूलद्रव्य हायड्रोजन हेच आहे. हायड्रोजन नंतर आपल्या शरीरात ऑक्सिजन, कार्बन, नायट्रोजन हे जास्त प्रमाणात सापडतात. विश्वातसुद्धा हायड्रोजन, ऑक्सिजन, कार्बन आणि नायट्रोजन त्याच प्रमाणात सापडतात. आपण काही फार दुर्मीळ मूलद्रव्यांपासून बनलेलो नाही. विश्वात जे जास्त आहे तेच आपल्या शरीरात जवळपास त्याच प्रमाणात सापडते, त्यामुळे आपण काही फार Special आहोत असे मानायची गरज नाही. हजारो वर्षे आपण स्वत:ला विश्वाच्या

केंद्रस्थानी आहोत असे मानत आलो. सूर्य पृथ्वीभोवती फिरतो, हीच आपली धारणा होती; पण विश्वाच्या पसाऱ्यात आपली पृथ्वी धूलिकणांएवढीसुद्धा नाही, नव्हे-नव्हे आपला सूर्यसुद्धा एकदम साधा-सुधा आहे. काहींना वाटले निदान आपण आपल्या आकाशगंगेच्या केंद्रस्थानी तरी असू; पण छे! आपण, आपला सूर्य आणि सूर्यमाला आपल्या आकाशगंगेच्या एका कोपऱ्यात आहोत. बरं तेही सोडा, निदान आपली आकाशगंगा तरी एकमेवाद्वितीय असली पाहिजे, तर तेही नाही. ना आपण विश्वाच्या केंद्रस्थानी आहोत, ना आपल्या भोवती जग फिरते.

आपल्या कल्पनाशक्तीपेक्षाही हे विश्व अधिक व्यापक, विशाल आणि विचित्र आहे. आपल्या आकाशगंगेसारख्या जवळ जवळ १०,००० कोटी आकाशगंगा ह्या फक्त दृश्यमान ब्रह्मांडात आहेत. असल्या तर जास्तच असतील; पण कमी नाही आणि प्रत्येक आकाशगंगेत १०,००० कोटी तारे असावेत असा अंदाज आहे. १०,००० कोटी ताऱ्यांत एखाद्या ताऱ्याच्या भोवती फिरणाऱ्या ग्रहावर जीवन असेल अशी अत्यल्प शक्यता धरली तरीसुद्धा १०,००० कोटी ठिकाणी जीवन असण्याची शक्यता येते. हे सगळे समजून घेताना आपण हे लक्षात घेतले पाहिजे की, **पृथ्वीवरील जीवन हे काही फार दुर्मीळ मूलद्रव्यांपासून बनलेले नाही.** आपण दुर्मीळ मूलद्रव्यांपासून बनलेलो नसलो तरी आपल्या भावभावना, जाणिवा, धर्म, संस्कृती आणि सोबतच ज्ञान-विज्ञानातील प्रगती हे सर्व अचाट करणारे आहे, त्यामुळे माणसाला आपल्या विशेषत्वाचा अभिमान वाटत असला तरी एकटेपणाची भीती असणेसुद्धा स्वाभाविक आहे. विश्वाच्या पसाऱ्यात आपण एकटेच आहोत का? हा प्रश्न मानवाला हजारो वर्षे सतावतो आहे. याच कारणामुळे आपण अगदी १९६०पासून Search For Extraterrestrial Intelligence (SETI)च्या माध्यमातून इतर ठिकाणी जीवसृष्टीच्या खाणाखुणा शोधत आहोत. आजपावेतो जीवसृष्टी फक्त पृथ्वीवरच आहे. एवढेच आपल्याला माहिती आहे. आपण खरेच अपवाद म्हणून अस्तित्वात आहोत की विश्वात इतर ठिकाणीसुद्धा जीवन आहे? असेल तर त्यांची आणि आपली भेट होईल का?

विश्वात इतर ठिकाणी जीवन असण्याची दाट शक्यता असली, तरी आपली आणि त्यांची भेट होण्याची शक्यता तितकीच कमी आहे. कारण आपल्यावर प्रकाशाच्या गतीचे बंधन आहे. ३ लाख किलोमीटर प्रति सेकंद यापेक्षा जास्त गतीने कालावकाशात काहीही प्रवास करू शकत नाही. प्रकाशाच्या गतीने जरी गेले तरी फक्त आपल्या आकाशगंगेचे अंतर पार करायला लाख वर्षे लागतील. शेजारच्या आकाशगंगा ह्या करोडो प्रकाशवर्षे दूर आहेत. त्यात भर म्हणजे एकतर आपण प्रकाशाच्या वेगाने जाऊ शकत नाही, दुसरे म्हणजे हे विश्व विस्तारते आहे, त्यामुळे तारकामंडळातील अंतर वाढते आहे. तिसरे म्हणजे विश्वाच्या विस्तारण्याची गती वाढते आहे आणि कालावकाश प्रकाशाच्या वेगापेक्षा जास्त गतीने विस्तारू शकते,

त्यामुळे इतर ग्रहांवरील प्रगत जिवांची आणि आपली भेट होणे दुरापास्त आहे. आपल्याकडे आहे, ती पृथ्वी आहे, तेच आपले घर आहे. तीच आपली आई आहे. पृथ्वीवर जीवसृष्टी निर्माण होऊ शकली यामागे पृथ्वीच्या अंतर्गत रचनेचा फार मोठा हातभार आहे, त्यामुळे आपल्याला ती आधी समजून घ्यायला हवी.

***

पृथ्वी तिच्या आयुष्याच्या सुरुवातीच्या काळात वितळलेला गोळा होती, त्यामुळे या काळात जास्त घनतेचे लोह आणि निकेलसारखे मूलद्रव्ये पृथ्वीच्या केंद्राकडे गेले आणि हलक्या वजनाचे ऑक्सिजन, सिलिकॉन, ॲल्युमिनिअमसारखे मूलद्रव्ये पृथ्वीच्या वरच्या भागात म्हणजेच शिलावरणात जमा झाले. यामुळे पृथ्वीचे स्तरीकरण झाले; परंतु पृथ्वीच्या उदरातील आग तशीच दबून राहिली. पृथ्वीच्या उदरात धगधगणाऱ्या या आगीमुळेच इथली जीवसृष्टी जगली आणि वाढली. शिलावरण, प्रावरण आणि गाभा हे पृथ्वीचे अंतर्गत भाग आहेत. त्यांना आपण अनुक्रमे Earth Crust, Mantle आणि Core असे म्हणतो. शालेय अभ्यासक्रमात आपल्याला पृथ्वीची आंतरिक रचना शिकवली जाते. पृथ्वीच्या आत काय आहे हे आपल्याला कसे कळले? पृथ्वीच्या आत बघायला तर कोणी गेले नसणार. मग माणसाने पृथ्वीच्या आतली रचना कशी शोधून काढली? तर भूकंप लहरींच्या मदतीने! भूकंपाची तीव्रता Richter Scale वर मोजली जाते, रिश्टर स्केल ही काही वस्तू नसून, एक संकल्पना आहे. एक्सपोनेन्शियल ग्रोथ कव्हर्स त्यांच्या स्वभावानुसार एकाएकी 'शूट अप' होतात, त्यामुळे त्यांना ग्राफवर दाखवण्यात बऱ्याच अडचणी येतात. याकरिता ग्राफवर एक्सपोनेन्शियल ग्रोथ कव्हर्स दाखवताना बऱ्याचदा 'लॉगॅरिथमिक स्केल' वापरून चित्रित केले जातात. जेणेकरून त्या खूप वेगाने विस्तारू नयेत आणि आलेखामध्ये न बसण्याइतपत मोठ्या होऊ नयेत. रिश्टर स्केलसुद्धा अगदी असेच कार्य करते. एक भूकंप ४ रिश्टरचा आणि दुसरा भूकंप ५ रिश्टर असेल, तर दुसरा भूकंप पहिल्यापेक्षा दहा पट पॉवर फुल असतो म्हणून रिश्टर स्केल ही लॉगॅरिथमिक स्केल आहे असे म्हटले जाते.

आपण पृथ्वीला एक सफरचंद समजले, तर भूकवच/Crust हे त्या सफरचंदाच्या साली इतके जाड भरते आणि आपण तितकेसुद्धा खोल जाऊ शकलेलो नाही. पृथ्वीच्या आत काय आहे हे पाहण्याचा सोपा उपाय, पृथ्वीला खणून छिद्र करणे हा आहे. माणसाने ते करून पाहण्याचा प्रयत्न केला; पण आपण जास्तीत जास्त १२.२ किलोमीटर खाली जाऊ शकलो. आजच्या रशियातील कोला द्वीपकल्पावर हे होल आहे. वाढत जाणाऱ्या तापमानामुळे त्यापेक्षा खाली जाणे शक्य झाले नाही. भूकवचाच्या खाली Mantle अर्थात प्रावरण असून, त्यात

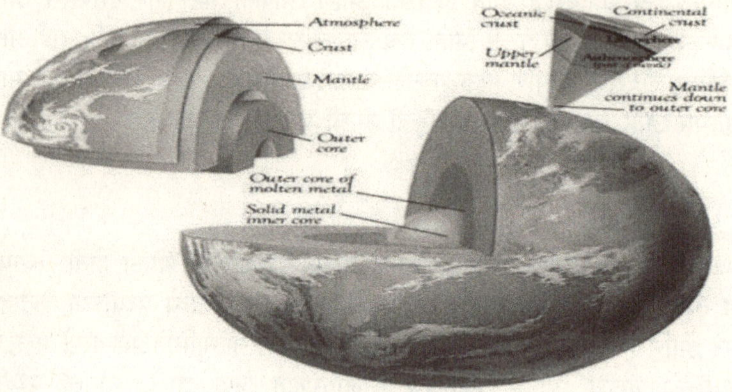

पृथ्वीची आंतरिक रचना

ऑक्सिजनपेक्षा तुलनेने जास्त 'ॲटोमिक नंबर' असलेले सिलिकॉन, मॅग्नेशियम इ. मूलद्रव्ये मिळतात. प्रावरणातील मूलद्रव्यांचे वस्तुमान जास्त असल्यामुळे, भूकवचापेक्षा येथील घनतासुद्धा जास्त असते. आपण ऐकलेला शिलारस/लाव्हा प्रावरणातच असतो. हा तप्त लाव्हा द्रवरूपात आहे. कधी कधी पृथ्वीच्या अंतर्गत हालचालीमुळे ज्वालामुखी, भूकंप आणि त्सुनामी यांसारख्या नैसर्गिक आपत्ती येतात, तेव्हा हा तप्त लाव्हा पृथ्वीच्या पृष्ठभागावर येतो. त्यानंतरचा आणि पृथ्वीच्या सगळ्यात आतला भाग म्हणजे गाभा हा आहे. सूर्याच्या पृष्ठभागावर जितके तापमान असते, जवळपास तितकेच म्हणजे जवळपास ६००० डिग्री सेल्सियस तापमान पृथ्वीच्या गाभ्याचे आहे. या गाभ्याचे दोन भाग आहेत असे मानले जाते ते म्हणजे बाह्य गाभा आणि आंतरिक गाभा!

मजेची गोष्ट म्हणजे पृथ्वीच्या गाभ्याचा बाह्य भाग हा द्रव स्वरूपात, तर जास्त तापमान असूनसुद्धा आंतरिक गाभा हा घन स्वरूपात आहे. असे का? याचे उत्तर आपल्याला प्रेशर कुकरच्या उदाहरणातून समजू शकते. आपण घरात अन्न शिजवण्यासाठी प्रेशर कुकरचा वापर करतो, त्यामुळे अन्न लवकर शिजते. प्रेशर कुकरमध्ये तयार होणाऱ्या दाबामुळे पाण्याचा उकळण्याचा बिंदू १००° सेल्सिअस पेक्षा पुढे जातो, त्यामुळे कुकरमध्ये वाफ जास्त तापमानावर तयार होते. ही जास्त तापमानाची वाफ अन्नावर अधिक प्रभावीपणे कार्य करते, ज्यामुळे अन्न लवकर शिजते. अगदी याप्रमाणेच, पृथ्वीच्या अंतर्गर्भ्यात प्रचंड प्रेशरमुळे त्या ठिकाणी असलेल्या लोखंड, निकेलसारख्या मूलद्रव्यांची उष्णता धारण करण्याची क्षमता वाढते, त्यामुळे त्यांच्या द्रावणांक बिंदू पुढे सरकतो म्हणून जास्त तापमान असूनसुद्धा आंतरिक गाभा घन स्वरूपात आहे. त्यासोबतच, पृथ्वीच्या गाभ्यात असलेल्या लोखंड आणि निकेल या मूलद्रव्यांमुळे पृथ्वीभोवती चुंबकीय क्षेत्र तयार झाले आहे, त्यामुळे सूर्याच्या

आपल्यासाठी हानिकारक किरणांपासून आपले आणि इतर सजीवांचे रक्षण होते. एकुणात, आत असलेल्या या आगीमुळेच ४६० कोटी वर्षांच्या आयुष्यात पृथ्वी सतत सक्रिय राहू शकली, त्यामुळे भूशास्त्र रंजक झाले; परंतु या रंजक भूशास्त्राचे एक रंजक गुपित अगदी इसवी सन १९६०पर्यंत बाहेर आलेलेच नव्हते.

***

जगाचा नकाशा पाहिल्यावर आपल्याला दिसून येते की, दक्षिण अमेरिकेतील ब्राझीलचा किनारा, आफ्रिकेच्या पश्चिम किनाऱ्यावरील काखेच्या आकारात फिट बसतो. पंधराव्या आणि सोळाव्या शतकात जेव्हा जगाचे अभ्यासपूर्ण नकाशे बनवण्यास सुरुवात झाली, तेव्हा काही लोकांना हे लक्षात आले; पण पहिल्या विश्वयुद्धाच्या दरम्यान याचा सखोल अभ्यास करून, १९१५ साली अल्फ्रेड वेगनेर या जर्मन हवामानशास्त्रज्ञाने 'The Origin of Continents and Oceans' हे पुस्तक लिहिले आणि पृथ्वीवरील खंड एकमेकांपासून दूर जाताहेत हे सांगितले. आफ्रिकेच्या पश्चिम आणि दक्षिण अमेरिकेच्या पूर्व किनाऱ्यांवर सरपटणाऱ्या प्राण्यांचे एकसारखे जीवाश्म सापडतात म्हणजे ते प्रदेश पूर्वी शेजारी शेजारी असले पाहिजेत असेही वेगनेर म्हणाला. वेगनेरच्या या थेअरीला 'Continental Drift' असे म्हटले गेले. हा अल्फ्रेड वेगनेर खुद्द Köppen Classificationचा जनक असणाऱ्या व्लादीमीर कोप्पेनचा जावई होता, तरीही अल्फ्रेड वेगनेरचे म्हणणे कुणीच मनावर घेतले नाही. कारण, तो भूशास्त्रज्ञ नसून हवामानशास्त्रज्ञ होता. एका हवामानशास्त्रज्ञाने भूशास्त्रावर भाष्य केल्याने अनेक भूशास्त्रज्ञांना त्यांचा उपमर्द झाल्यासारखे वाटले. काहीही करून वेगनेरला चूक ठरवायचे असा चंग त्यातील काही जणांनी बांधला. दुसरे म्हणजे, त्या वेळी पहिले विश्व युद्ध सुरू होते, त्यामुळे वेगनेरकडे लक्ष द्यायला कोणाकडेही वेळ नव्हता. तिसरे, तो जर्मनीचा होता, ते ही युद्ध काळात. विशेष म्हणजे त्याने पुस्तक जर्मन भाषेत लिहिले होते. या पुस्तकाचा इंग्रजी अनुवाद खूप वर्षांनी करण्यात आला. चौथे आणि सगळ्यात महत्त्वाचे म्हणजे खंड हे एकमेकांपासून दूर जात आहेत असे तो म्हणत असला तरी ते दूर का जात आहेत याचे कुठलेही सबळ कारण त्याने दिलेले नव्हते, त्यामुळे तो आणि त्याचे पुस्तक दुर्लक्षितच राहिले. अल्फ्रेड वेगनेरकडे कुणी लक्ष दिले नाही इथपर्यंत ठीक होते; पण १९२६ साली अमेरिकेतील भूशास्त्र संघटनेने वेगनेरची Continental Drift थेअरी चूक आहे असा निर्वाळाच देऊन टाकला. आता मात्र प्रकरणावर पडदा पडल्यात जमा होता!

पण इतिहासाला वेगनेरची अवहेलना मान्य होत नसावी! तसेही कोंबडे झाकले म्हणून तांबडे फुटायचे राहत नाही, या न्यायाप्रमाणे आज ना उद्या सत्य बाहेर

येणारच होते. भूखंड हे एकमेकांपासून दूर का जात आहेत याचे कुठलेही कारण अल्फ्रेड वेगनेरने दिलेले नसले, तरी 'आर्थर होम्स' या ब्रिटिश भूशास्त्रज्ञाने पृथ्वीच्या उदरात असलेल्या उष्णतेची 'संनयन धारा' अर्थात Convection Current तयार होते असे सांगितले आणि या धारेमुळे खंड एकमेकांपासून दूर जातात हे मांडले. आता Continental Drift सिद्धान्ताला Convection Current या कारणाची पुष्टीसुद्धा मिळाली होती, तरीही कुणी त्याची दखल घेतली नाही. त्यानंतर बराच काळ लोटला. दुसरे विश्व युद्ध (१९३९-४५) सुरू झाले. नेमके त्या दरम्यान 'हॅरी हेस' या प्रिन्स्टन विद्यापीठातल्या भूशास्त्राच्या प्राध्यापकाला अमेरिकेच्या नाविक दळाचा कमांडर म्हणून काम करावे लागले. SONAR तंत्रज्ञानाचा वापर करून अटलांटिक महासागरात जर्मनीच्या पाणबुड्या शोधण्याचे काम हॅरी हेसच्या खांद्यावर होते. ते काम करत असताना त्याला लक्षात आले की, अटलांटिक महासागरात मध्यभागी पर्वत रांगा/कडा आहेत. या पर्वतरांगांना यथावकाश 'Mid Oceanic Ridges' असे म्हटले गेले. पुढे सोनार तंत्रज्ञानाचा वापर करून प्रशांत महासागराचा तळभागसुद्धा मोजण्यात आला. त्याचे काम चालू असताना हॅरी हेसला प्रशांत महासागराच्या चहूबाजूला पाण्याखाली ज्वालामुखीय पर्वताच्या रांगा आढळून आल्या. या सगळ्याचा अभ्यास केल्यानंतर, असे लक्षात आले की जमिनीप्रमाणेच सागराचा तळभागसुद्धा विस्तारत आहे. या थेअरीला 'Seafloor Spreading' असे म्हटले गेले. यथावकाश, भूकवच हे विविध प्लेट्सपासून बनले आहे आणि त्या प्लेट्स सतत हलत असतात हे लक्षात आले. फक्त Continentsच नव्हे, तर वेगवेगळ्या प्लेट्सपासून बनलेले सबंध भूकवच अस्थिर आणि गतिमान आहे हे कळल्यानंतर मात्र 'Continental Drift' हे नाव मागे पडले आणि १९६०च्या दशकात 'Plate Tectonics' हे नाव पुढे आले.

प्लेट-टेक्टोनिक्सनुसार कधी कधी एकमेकांपासून दूर जाणाऱ्या 'Divergent Plates'मुळे जमिनीतला लाव्हा बाहेर येऊन नवीन कर्स्ट तयार होते, तर कधी एकमेकांवर आदळणाऱ्या 'Convergent Plates'मुळे काही भाग पृथ्वीच्या उदरात गाडला जातो आणि पर्वतांची निर्मितीसुद्धा होते. भारतीय प्लेट युरेशियन प्लेटवर आदळल्यामुळे हिमालय पर्वताची निर्मिती झाली आहे. या सर्व गोष्टींमुळे पृथ्वी एक जिवंत ग्रह बनला आहे. या प्लेट्स जिथे एकमेकांना मिळतात, त्या ठिकाणी भूकंप-ज्वालामुखी सक्रिय असतात. ज्वालामुखीचा उद्रेक झाला की, पृथ्वीच्या उदरातील कार्बन डायऑक्साइड त्याद्वारे बाहेर येऊन वातावरणात मिसळतो, त्यामुळे 'हरित ग्रह परिणाम' होऊन पृथ्वीचे तापमान वाढू लागते. पृथ्वीला वेळोवेळी हिमयुगाच्या तडाख्यातून बाहेर काढण्यासाठी ज्वालामुखी धावून आल्याच्या घटना इतिहासात कित्येकदा घडल्या आहेत, त्यामुळेच पृथ्वीच्या आतली आग इथल्या जीवसृष्टीच्या अस्तित्वासाठी लाभकारक ठरली. ज्वालामुखी नसते तर पृथ्वी

कायमचीच गोठून गेली असती. पृथ्वी सूर्यापासून योग्य अंतरावर आहे त्यामुळे इथले तापमान उबदार राहिले. त्यासोबतच ज्वालामुखी आणि इतर भुजैविक प्रक्रिया यांच्या मदतीने पृथ्वी नैसर्गिकपणे स्वत:चे तापमान स्थिर ठेवू शकते, याला 'Geological Thermostat/भू-तापस्थापी' म्हणतात. यामुळेच पृथ्वीवर तापमान एक विशिष्ट मर्यादेच्या आत राहिले, परिणामतः इथे सजीवांची निर्मिती आणि त्यानंतरचे अस्तित्व शक्य झाले.

प्लेट टेक्टोनिक्समुळे पर्वत तयार होतात, तर ऊन, वारा आणि पाऊस यांमुळे त्या पर्वतांची अविरत झीज होत राहते. अशी झीज झाली नसती तर आज दिसतात त्यापेक्षा पर्वत खूप उंच असले असते. ज्वालामुखीमुळे पृथ्वीच्या आतला कार्बन डायऑक्साइड बाहेर येतो, त्यामुळे वातावरण उष्ण-उबदार होते; पण हे असेच चालू राहिले, तर पृथ्वी गरम होऊन जाईल; पण जेव्हा पाऊस पडतो तेव्हा पावसाच्या पाण्यात ज्वालामुखीमुळे, पर्वतनिर्मितीमुळे पृथ्वीतून बाहेर आलेला कार्बन डायऑक्साइड विरघळतो आणि तो कॅर्बोनिक ॲसिडच्या रूपात परत खाली जमिनीवर येतो. ते कॅर्बोनिक ॲसिड जमिनीवर पडले की, मोठ्या प्रमाणात कार्बन तयार होतो. मग वाहत्या पाण्यासोबत हा कार्बन समुद्रात जातो, तिथे लाइमस्टोनसारखे दगड-धोंडे तयार होतात आणि प्लेट टेक्टोनिक्समुळे हे दगड कायमचे पृथ्वीच्या आत गाडले जातात. अशा प्रकारे वातावरणातील कार्बन डायऑक्साइडचे प्रमाण स्थिर राहते. परिणाम स्वरूप पृथ्वीचे तापमान नियंत्रित राहिले आहे; पण म्हणून पृथ्वीच्या ४६० कोटी वर्षांच्या आयुष्यात काही चढ-उतार आलेच नाहीत असे नाही. किंबहुना, पृथ्वीच्या आयुष्यात इतके चढ-उतार आले की त्यांचा हिशोब ठेवणे माणसाला जड जाऊ लागले, त्यामुळे माणसाने पृथ्वीचे आयुष्य प्रामुख्याने चार युगांत विभागून तिचा इतिहास समजून घेण्याचा प्रयत्न केला. कोणती आहेत ही चार युगे?

***

४६० कोटी वर्षांपूर्वी पृथ्वीची निर्मिती झाली, तेव्हा ती आजच्या पृथ्वीसारखी नसणार हे निश्चित आहे; पण आजच्या माणसाला ४६० कोटी वर्षांपूर्वी पृथ्वी निर्माण होत असतानाच्या काळात नेले, तर जो माणूस पृथ्वीला आई म्हणतो तोच माणूस पृथ्वीला 'माता न तू वैरिणी' असे म्हणेल. कारण, ४६०-४५० कोटी वर्षांपूर्वीची पृथ्वी, पृथ्वी नसून नरक होता. या काळाला Hadean Eon उगाच नाही म्हणत, हेडियन म्हणजेच नरक. **४५० कोटी वर्षांपूर्वी पृथ्वी एक तप्त गोळा होती.** सूर्यमाला अजून स्थिरावत होती, पृथ्वीच्या वातावरणात विषारी समजतो अशा वायूंचा प्रभाव होता, भरीत भर म्हणजे अवकाशातून उल्कापाताची रीघ लागली होती. पृथ्वी तयार

झाली आणि काही काळातच एक मोठा ग्रह पृथ्वीवर येऊन आदळला त्यातून चंद्र तयार झाला. चंद्रामुळे पृथ्वी स्थिर व्हायला मदत झाली, तरी अजून उल्कापात सुरूच होते. पृथ्वी एक तप्त गोळा होती म्हणूनच तिचे घनतेनुसार वेगवेगळे स्तर तयार झाले. वजनाने जड असलेली मूलद्रव्ये उदा. लोह, निकेल पृथ्वीच्या गाभ्यात जमा होऊ लागले. हळूहळू पृथ्वीचे Stratification/स्तरीकरण सुरू झाले आणि Crust/भूकवच तयार झाले. हे सगळे व्हायला ६० कोटी वर्षे लागली. पृथ्वीच्या निर्मितीपासून भूकवच निर्मितीपर्यंतचा ६० कोटी वर्षांचा काळ म्हणजे पृथ्वीचे नरक युग/Hadean Eon होय. या काळात अजून खडक तयार झालेले नव्हते म्हणून त्या काळातले भूवैज्ञानिक पुरावे सापडणे कठीण समजले जाते.

***

यानंतरचा पृथ्वीच्या आयुष्यातील महत्त्वाचा टप्पा 'Archean Eon' या नावाने ओळखला जातो. Archean म्हणजे प्राचीन. तप्त गोळा असलेल्या पृथ्वीचे आवरण थंड झाल्यापासून म्हणजे ४०० कोटी वर्षांपूर्वी, आर्कियन युगाची सुरुवात होते. पृथ्वीचे बाहेरील आवरण जरी थंड झाले, तरी अजूनही ४६० कोटी वर्षांपूर्वीची आग आत धगधगत आहे. पृथ्वीच्या उदरात धगधगणारी ही आगच इथल्या जीवसृष्टीच्या उदयाच्या मुळाशी आहे. या मुद्द्यावर आपण परत येणार आहोत; पण तात्पुरते हे लक्षात ठेवू या की ही आग जिवाच्या निर्मितीच्या आणि वाढीच्या प्रक्रियेत खूप महत्त्वाची आहे, तर ४०० कोटी वर्षांपूर्वी सुरू झालेल्या आर्कियन युगाच्या सुरुवातीला नरक युगापासून चालू असलेला उल्कापात अजूनही चालूच होता. आर्कियन युगातल्या या उल्कापाताला 'Late Heavy Bombardment' असे म्हणतात. या 'लेट हेवी बोम्बार्डमेंट'चाच परिणाम म्हणून आज चंद्रावर दिसणारी विवरे तयार झाली. या काळाच्या अगदी सुरुवातीचे, ४०० कोटी वर्षांपूर्वीचे, जिवाच्या अस्तित्वाचे आपल्याला पुरावे मिळाले आहेत. त्यांना 'Isotopic Signatures' असे म्हटले जाते.

या आर्कियन/प्राचीन युगातील, ३५० कोटी वर्षांपूर्वीचे, सजीवांच्या अस्तित्वाचे पुरावे आपल्याला 'Stromatolites' या जीवाश्मांच्या रूपात सापडले आहेत. स्ट्रोमाटोलाइट्स असे अवघड शब्द बघून गडबडून जायचे कारण नाही. स्ट्रोमाटोलाइट्सला बॅक्टेरिया अर्थात जिवाणूंपासून बनलेला खडक समजा. स्ट्रोमाटोलाइट्सचा शब्दश: अर्थ 'खडकांची गादी' असा होतो. स्ट्रोमाटोलाइट्स ज्या जिवाणूंपासून बनलेले आहेत त्या जिवाणूंना 'Cyanobacteria' असे म्हणतात;

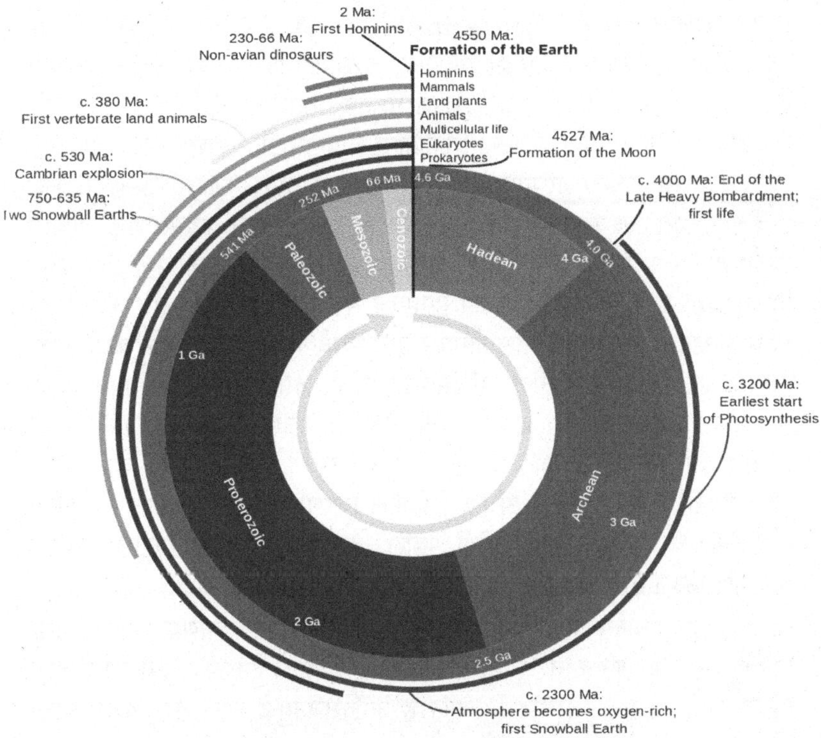

पृथ्वीच्या आयुष्यातील चार युगे : हेडियन, आर्कियन, प्रोटेरोझोइक आणि फॅनेरोझोइक.

पण सायनोबॅक्टेरियाचे या सजीवांचे खडक कसे काय असू शकतात? तर त्याचे झाले असे की, अगदी सुरुवातीच्या काळात तयार झालेले सायनोबॅक्टेरिया हे जीवाणू समुद्राच्या तळाशी असणाऱ्या भागावर पसरले. यथावकाश हे जीवाणू समुद्री तुफानात गाडले गेले. त्यानंतर सायनोबॅक्टेरियाचा पुराच्या वाळूवर पुन्हा एक नवीन थर तयार झाला. पुढच्या समुद्री तुफानात वाळूने या सायनोबॅक्टेरियांना पुन्हा एकदा पुरले. ही प्रक्रिया अशीच चालत राहिली. त्याच्यातून थरयुक्त चिखल आणि गाळाचा गादीसारखा ढिगारा तयार झाला. या खडकाच्या ढिगाऱ्यांना आज 'स्ट्रोमाटोलाइट्स' म्हणून ओळखले जाते.

याच दरम्यान म्हणजे पृथ्वीच्या 'प्राचीन युगात' साधारण ३५० कोटी वर्षांपूर्वी तिच्या आयुष्याला कलाटणी देणारी घटना घडली. सायनोबॅक्टेरिया यांनी एक फार वेगळी गोष्ट केली. त्यांनी प्रकाशाच्या आणि कार्बन डायऑक्साइडच्या मदतीने पाण्यातील हायड्रोजनला ऑक्सिजनपासून वेगळे करण्याचे कसब अवगत केले. हायड्रोजन ऊर्जेसाठी वापरून ऑक्सिजन वेस्ट म्हणून बाहेर सोडणे सुरू केले. यालाच

प्रकाश संश्लेषण अथवा 'Photosynthesis' म्हणतात. हे लक्षात घेणे गरजेचे आहे की, प्रकाश संश्लेषण सर्वप्रथम झाडांनी नव्हे, तर सायनोबॅक्टेरिया या जिवाणूंनी शोधले होते; पण मग त्या अगोदरचे जीव प्रकाश संश्लेषण करत नव्हते का? तर नाही. मग त्या अगोदरचे जीव नेमके कोणत्या प्रक्रियेद्वारा जीवनासाठी आवश्यक ऊर्जा मिळवत असत? तर सुरुवातीला जगण्यासाठी आवश्यक ऊर्जा रासायनिक अभिक्रियेतून किंवा पृथ्वीच्या उदरातील उष्णतेतून मिळवून जीव तगून होते असा कयास आहे. प्रकाश संश्लेषणानंतर सायनोबॅक्टेरिया आता जगण्यासाठी आवश्यक ऊर्जा सूर्य प्रकाशातून मिळवू लागले. हे सर्व सबंध प्राचीन युगामध्ये सुरू होते. या प्रक्रियेद्वारा करोडो वर्षे सायनोबॅक्टेरिया वातावरणात ऑक्सिजन सोडण्याचे काम अविरतपणे करत होते, त्यामुळे सुरुवातीला समुद्रातील ऑक्सिजन वाढला, तरीही ऑक्सिजन तयार होतच होता. मग त्याचा परिणाम म्हणून पृथ्वी अक्षरशः गंजायला लागली. मूलद्रव्यांची ऑक्साईड्स तयार होऊ लागली. नंतर तर ऑक्सिजन इतका वाढला की त्यामुळे पृथ्वीभोवती 'Ultra Violet' अर्थात अतिनील किरणांपासून आपले संरक्षण करणारा ओझोनचा थर तयार झाला, तरीही पुढील कित्येक वर्षे सायनोबॅक्टेरिया प्रकाश संश्लेषण करून पृथ्वीच्या वातावरणातील ऑक्सिजन वाढवतच होते.

आपण ऑक्सिजनला प्राणवायू म्हणतो. प्रत्येक श्वासागणिक आपले शरीर ऑक्सिजनची मागणी करत असते. तुम्हाला जर सांगितले की, पृथ्वीवरील सजीवांचे पहिले 'Extinction' अर्थात विलोपन हे ऑक्सिजनमुळे झाले तर तुमचा त्यावर विश्वास बसणार नाही; पण हे खरे आहे. त्याकाळी सायनोबॅक्टेरिया वातावरणातील ऑक्सिजन वाढवण्याचे काम करत होते हे आपण पाहिले, त्यामुळे आधी समुद्रातला ऑक्सिजन वाढला, नंतर पृथ्वी ऑक्सिडाइज्ड झाली. त्यानंतर मग पृथ्वीभोवती ओझोनचा (O_3) थर तयार झाला; पण या वाढत्या ऑक्सिजनचा सगळ्यात मोठा फटका Anaerobic Respiration करणाऱ्या जिवांना झाला. २५० कोटी वर्षांपूर्वी सर्व जीव हे एकपेशीय 'Prokaryotes' होते. ऑक्सिजन आपल्यासाठी अत्यावश्यक असला तरी एनारोबिक श्वसन करणाऱ्या सजीवांसाठी ऑक्सिजन हा अतिशय विषारी वायू होता. या एकपेशीय जिवांसाठी हा विषारी वायू नवीनच आलेले संकट होते. इतक्या जास्त प्रमाणातील ऑक्सिजनची त्यांना सवय नव्हती, त्यामुळे २५० कोटी वर्षांपूर्वी सगळी जीवसृष्टी नष्ट होण्याच्या उंबरठ्यावर येऊन ठेपली. पृथ्वीच्या इतिहासात सायनोबॅक्टरीयामुळे ऑक्सिजनचे प्रमाण वाढण्याच्या या घटनेला Great Oxygenation Event तर त्यामुळे सजीवांचे जे विलोपन झाले त्याला Oxygen Holocaust असे म्हटले जाते.

सायनोबॅक्टेरियांच्या प्रकाश संश्लेषणामुळे वाढत जाणाऱ्या प्राणवायूचा तांडव सजीवांच्या विलोपनावरच थांबला नाही. त्याने सगळी पृथ्वीच गोठून टाकली! कसे काय असा प्रश्न तुमच्या डोक्यात येईल. तुम्ही Ice Age हा चित्रपट पहिला

असेल, तर त्यात Woolly Mammoth हे आकाराने प्रचंड मोठे असलेले हत्ती दाखवले आहेत. हे हत्ती एवढे मोठे होण्याचे कारण काय? आणि Ice Age हा प्रकार आहे तरी काय? वातावरणातील ऑक्सिजनचे प्रमाण वाढले की सजीव हळूहळू आकाराने मोठे होऊ लागतात आणि प्रमाण कमी झाले की सजीवांचा आकार छोटा होऊ लागतो. हिमालयासारख्या उंच प्रदेशात ऑक्सिजन कमी असतो म्हणून गिर्यारोहक Hypoxia अर्थात प्राणवायू दुर्भिक्षतेने त्रस्त होतात हे आपल्याला ठाऊक असते; पण मूळ हिमालयातील लोकांना हा त्रास का होत नाही? आपण पाहिले असेल की हिमालयातील लोकांची देहयष्टी इतर लोकांपेक्षा बारीक असते, तसेच त्यांचे हात-पायसुद्धा लांब नसतात. याच्या मुळाशी कमी प्रमाणात असलेला ऑक्सिजन असतो. **प्राचीन युगात सगळे जीव हे Prokaryotes होते.** बहुपेशीय जीव अजून क्षितिजावरसुद्धा नव्हते, त्यासाठी अजून करोडो वर्षे जावी लागणार होती, त्यामुळे माणूस किंवा हत्ती अस्तित्वात असण्याचा प्रश्नच येत नाही; पण सांगायचा मुद्दा हा की, पृथ्वीवर जेव्हा-जेव्हा ऑक्सिजनचे प्रमाण वाढते तेव्हा तेव्हा पृथ्वीचे तापमान कमी होते आणि हिमयुगांची सुरुवात होते. आपल्या सोयीसाठी वाढलेला ऑक्सिजन म्हणजे आकाराने मोठे सजीव, हिमयुग आणि सतत पेटणारे वणवे असा संबंध पक्का करून घेऊ या. पृथ्वीवर असाच एक हिमकाळ २५० कोटी वर्षांपूर्वी वाढलेल्या ऑक्सिजनमुळे सुरू झाला त्याला 'Snowball Earth' असे म्हटले गेले. या हिमकाळाच्या आगमनाबरोबरच साधारणतः २५० कोटी वर्षांपूर्वी आर्कियन युग संपून Proterozoic Eonची सुरुवात झाली.

***

पृथ्वीच्या इतिहासातील २५० कोटी वर्षांपूर्वीपासून ५४ कोटी वर्षांपूर्वीपर्यंतचा, जवळपास २०० कोटी वर्षांचा प्रदीर्घ कालखंड 'Proterozoic Eon' म्हणून ओळखला जातो. Proterozoic Eon या शब्दाचा अर्थ 'आदी-जीव युग' असा होतो. या काळाच्या अगोदरपासूनच सायनोबॅक्टरियामुळे वातावरणातील ऑक्सिजन वाढत होता. वाढत जाणाऱ्या ऑक्सिजन आणि कमी होत जाणाऱ्या कार्बन डायऑक्साइडमुळे हिमकाळ सुरू झाला होता, त्यामुळे सजीव आता समुद्राच्या तळाशी, बर्फाच्छादित आवरणाखाली कसेबसे तग धरून होते. अर्थात सगळे जीव हे एकपेशीय 'Prokaryotes' होते. हे असेच चालू राहिले असते, तर बहुतांश सर्व जीवसृष्टी नष्ट होण्याच्या मार्गावर होती; पण ऐनवेळी म्हणजे २०० ते १०० कोटी वर्षांपूर्वीच्या काळात कधीतरी मदतीला 'Eukaryotes' धावून आले. युकारयोटिक पेशीपासून बनलेले सजीव हे वातावरणातील ऑक्सिजन कमी करण्यास उपयुक्त ठरले. अर्थात पृथ्वीच्या उदरात असलेली उष्णता ज्वालामुखीच्या रूपात बाहेर पडून वातावरणात कार्बन डायऑक्साइड सोडत होतीच. ऑक्सिजन वाढला की, हिमयुगे

येतात आणि कार्बन डायऑक्साइड वाढला की, पृथ्वी गरम होऊन जीवसृष्टी नष्ट होण्याचा धोका निर्माण होतो. ज्वालामुखी आणि युकारयोटिक सजीवांमुळे ऑक्सिजन कमी तर कार्बन डायऑक्साइड वाढत राहिला. यामुळे पृथ्वी कायमची गोठण्यापासून वाचली. ऑक्सिजन आणि कार्बन डायऑक्साइड या दोन्हींच्या संतुलनावर इथल्या जीवसृष्टीचे अस्तित्व अवलंबून आहे. अति तिथे माती यानुसार जास्त थंड किंवा जास्त गरम दोन्हीही जीवसृष्टीसाठी मारक आहेत. सुदैवाने पृथ्वीचे तापमान जिवाच्या वाढीसाठी पोषक टप्प्यातच राहिले. कधी थोडेफार इकडेतिकडे झाले; पण गाडी वारंवार रुळावर येऊ शकली. पृथ्वी नैसर्गिकपणे तिचे तापमान खूप कमी आणि खूप जास्त होणार नाही याची काळजी घेत असते याला 'Geological Thermostat/भू-तापस्थापी' असे म्हणतात; पण औद्योगिक क्रांती नंतरच्या दीड-दोनशे वर्षांत मानवाने वातावरणात इतक्या प्रचंड प्रमाणात कार्बन डायऑक्साइड उत्सर्जित केला आहे की भूतापस्थापी ह्याबाबत काहीही करण्यास असमर्थ ठरताना दिसते आहे. हे असेच चालू राहिले तर पृथ्वीचा निर्जन तापलेला गोळा व्हायला वेळ लागणार नाही!

***

जीवशास्त्र पेशी सिद्धान्तावर उभारलेले आहे. यानुसार सर्व सजीव हे पेशीपासून बनलेले आहेत व सजीवातील रचना आणि संघटनेचे मूलभूत एकक पेशी हेच आहे. पृथ्वीच्या प्राचीन युगाबद्दल ४०० ते २५० कोटी वर्षे बोलतानासुद्धा Prokaryotesचा संदर्भ येऊन गेला होता, आता Eukaryotesबद्दल आपण नुकतेच बोललो. माझ्या वाचनाच्या प्रवासात प्रोकेरियोट आणि युकेरियोट हे शब्द वारंवार येऊ लागले, तेव्हा हा काय प्रकार आहे हे समजून घेण्यासाठी एका रात्री बुक शेल्फमधून या विषयाशी संदर्भात एक-दोन पुस्तके काढली आणि स्टडी रूममध्ये वाचायला बसलो. नेमके

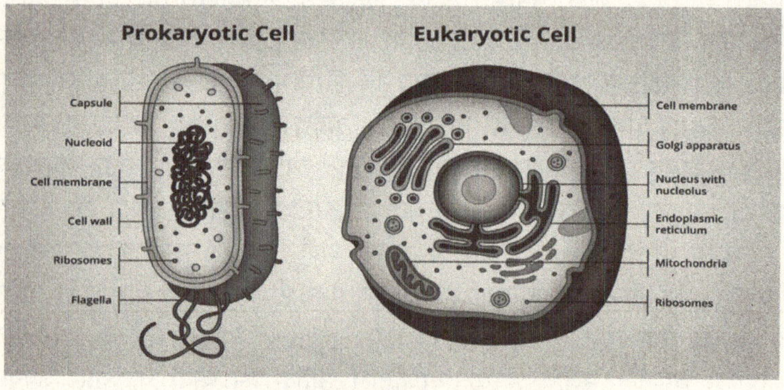

आदि-केंद्रकी (Prokaryotses)
आणि दृश्य-केंद्रकी (Eukaryotes) पेशी.

त्या वेळी मागे रेडिओवर 'देवा तुझ्या गाभाऱ्याला उंबराच न्हाई, सांग कुठं ठेवू माथा? कळंनाच काही' हे गाणे चालू होते. एकाएकी पेशी मला देवळासारख्या तर पेशींचा नुकलेस गाभाऱ्यासारख्या वाटू लागला. त्या क्षणी डोक्यात विचार आला की, प्रोकेरियोट पेशी म्हणजे 'अगं, तुझ्या देवळाला गाभाराच नाही!' असा प्रकार आहे! गाभारा नाही असे म्हणायचे कारण म्हणजे प्रोकेरियोट पेशींचे नुकलेस उत्क्रांतच झालेले नसते!

प्रोकेरियोट पेशीत नुकलेस नसते म्हणून यांना आपण नुकलेस पूर्व म्हणजेच आदि-केंद्रकी पेशी असे नाव दिले आहे. याउलट 'युकेरियोट' या शब्दाचा अर्थच मुळी 'खराखुरा न्यूक्लियस' असा होतो. युकेरियोट पेशींना आपण दृश्य-केंद्रकी पेशी असे म्हणू या. युकेरियोट पेशींमध्ये मध्ये पडदा-बद्ध 'Organelles' असतात. Cell Organellesचा अर्थ 'पेशी अंगके' असा होतो. विभिन्न प्रकारच्या अंगकांना सामावून घेतल्यामुळे युकेरियोट पेशींचा आकार प्रोकेरियोट पेशीपेक्षा मोठा असतो. युकेरियोट पेशीमध्ये Mitochoondria हे अत्यंत महत्त्वाचे अंगक समजले जाते. कारण, मायटोकाँड्रियामुळे ऑक्सिजनमधील ऊर्जा वापरणे पेशींना शक्य झाले. मानवासहित सगळे बहुपेशीय सजीव युकेरियोट पेशींपासून बनलेले आहेत. पुढे जाण्यापूर्वी ह्या युकेरियोट पेशी उत्क्रांत कशा झाल्या आणि त्यात ह्या मायटोकाँड्रियाचा रोल काय आहे हे पाहणे गरजेचे आहे.

***

उत्क्रांती म्हणजे स्पर्धा, उत्क्रांती म्हणजे जगण्याची धडपड, उत्क्रांती म्हणजे 'Struggle for Existence'. हर्बर्ट स्पेन्सर यांच्या भाषेत सांगायचे तर उत्क्रांती म्हणजे 'Survival of the fittest' पण उत्क्रांती म्हणजे फक्त झगडा, फक्त स्पर्धा नाही असे एका व्यक्तीने सांगितले, ती व्यक्ती म्हणजे लिन मार्गूलस. मार्गूलस यांचे जीवन वादळी होते. त्यांच्या शोधकार्यात त्यांना लोकांचा विरोध सहन करावा लागला, तर वैयक्तिक जीवनही तितकेच चढ-उतारांनी भरलेले होते. ख्यातनाम विज्ञान लेखक आणि खगोलशास्त्रज्ञ 'कार्ल सेगन' यांच्याशी मार्गूलस यांचा विवाह झाला; पण काही वर्षांतच ते दोघे वेगळे झाले. त्यानंतर त्यांचा दुसरा विवाह झाला, जो काही वर्षांतच संपुष्टात आला. एकदा बोलताना मार्गूलस म्हणाल्या, 'मी दोनदा पत्नीची नोकरी सोडली,' आणि 'एक चांगली पत्नी, एक चांगली आई आणि प्रथम श्रेणी शास्त्रज्ञ होणे मानवीदृष्ट्या शक्य नाही. कोणीही हे करू शकत नाही.' लिन मार्गूलस यांनी आपल्या अभूतपूर्व कार्याने वैज्ञानिक समुदायावर अमीट ठसा उमटविला. १९६०च्या दरम्यान मार्गूलस यांनी सांगायला सुरुवात केली की, उत्क्रांती म्हणजे फक्त स्पर्धा नसून, सहकार्यसुद्धा आहे. सुरुवातीला हा विचार कुणालाच पटला नाही, त्यामुळे त्यांना प्रखर विरोध सहन करावा लागला.

मार्गूलस यांच्या मते, स्वतंत्र असलेली बॅक्टेरीयाची एक पेशी Archea नावाच्या दुसऱ्या पेशीमध्ये गेली आणि तिच्यात गुण्यागोविंदाने राहू लागली. त्यांच्या सहकार्यातूनच युकारयोटिक पेशी उदयाला आल्या. एकमेकांच्या फायद्यासाठी एक पेशी दुसऱ्या पेशीत जाऊन राहणे, याला मार्गूलस यांनी 'Endosymbiosis' किंवा 'पेशीय भक्षण' म्हटले. त्यांच्या मते, उत्क्रांती ही फक्त स्पर्धेच्या माध्यमातून नव्हे तर सहकार्याद्वारे पुढे जात राहते. एंडोसिम्बिओसीस हे त्याचे उदाहरण आहे असे त्यांनी मांडले. लिन मार्गूलस यांच्या मते पेशीय भक्षण किंवा आंतरिक सहजीवन हा जीवनाचा गाभा होता. सहकार्य हे उत्क्रांतीचे स्त्रीरूप तर स्पर्धा तसेच अस्तित्वाचा झगडा हे उत्क्रांतीचे पुरुष रूप आहे असे त्यांची धारणा होती. सहकार्याने स्पर्धेवर मात केली असे त्यांना 'Endosymbiosis'द्वारे सुचवायचे होते. आज सगळेच एंडोसिम्बिओसीसच्या माध्यमातूनच 'Eukartyotic Cells' तयार झाल्या असे मानतात.

एंडोसिम्बिओसीस सत्य आहे हे मानायला काहीतरी पुरावा पाहिजे. विज्ञानाला पुरावा लागतो. दीड-दोनशे कोटी वर्षांपूर्वी युकेरियोटिक पेशींची निर्मिती झाली आणि एक पेशी दुसऱ्या पेशीत राहायला आली असे तुम्ही म्हणता; पण याचा पुरावा काय? आपल्या पेशींच्या केंद्रकात DNA असतो हे आपल्याला माहिती आहे; पण केंद्रकाबाहेर असलेल्या मायटोकाँड्रिया मध्येसुद्धा स्वतःचा DNA असतो. होय! स्वतःचा DNA आहे म्हणजे मायटोकाँड्रिया कधी काळी स्वतंत्र पेशी असला पाहिजे. एकेकाळी स्वतंत्र पेशी असलेला मायटोकाँड्रिया आज आपल्या शरीरातील पेशींचे अंगक असूनसुद्धा DNA बाळगून आहे हाच एंडोसिम्बिओसीसचा पुरावा आहे. आपल्याला Mitochondrial DNA आईकडून मिळतो, त्यात वडिलांचा कसलाही वाटा नसतो. कारण, स्त्री बीज फलित होताना शुक्राणू पेशी आणि स्त्री बीज पेशी यांच्या नुकलेसमध्ये असलेला DNAच्या अर्धसूत्री विभाजनातून बाळाचा नवा DNA बनतो. अर्धसूत्रीविभाजनाच्या या प्रक्रियेला Meiosis असे म्हणतात. मायटोकाँड्रिया पेशीच्या नूकलेसच्या बाहेर असल्यामुळे मायटोकाँड्रियाचा स्वत:चा DNA हा आईकडून मुलांकडे जसा आहे तसा जात राहतो. अशा प्रकारे Mitochondrial DNAच्या मदतीने आपला मातृवंश कळतो. सबंध मानवजातीचा मातृवंश आफ्रिकेतील एका स्त्रीपासून सुरू होतो, त्या स्त्रीला **'माइटोकॉन्ड्रियल इव्ह'** असे म्हटले जाते. माइटोकॉन्ड्रियल इव्हसाठी आपण जगज्जननी अथवा जगन्माता हा शब्द वापरू शकतो. **मायटोकाँड्रिया आजही स्वत:चा DNA बाळगून आहे ही सृष्टीची कमालच म्हटली पाहिजे.** जवळपास दोनशे कोटी वर्षं तुम्ही कुणाच्या तरी घरात राहत आहात; पण घरमालक कधीही हाकलून देऊ शकतो या भीतीपोटी तुम्ही तुमच्या पिशव्या भरून तयार ठेवण्यासारखा हा प्रकार आहे. तब्बल दोनशे कोटी वर्षे घरात राहणाऱ्या मायटोकाँड्रिया या भाडेकरूला आपल्या पेशींनी घरचाच

सदस्य मानला आहे. या भाडेकरूशिवाय आपल्या पेशी एक क्षणसुद्धा राहू शकत नाहीत; पण मायटोकाँड्रिया मात्र आपल्या बॅगा भरून तयार आहे.

सर्व Eukaryotic अर्थात दृश्यकेंद्रकी पेशीमध्ये मायटोकाँड्रिया असतो; पण पुढे कधीतरी यातील काही युकेरियोटिक पेशींनी 'सायनोबॅक्टेरिया' गिळला. वर उल्लेखलेला तोच हा सायनोबॅक्टेरिया आहे जो करोडो वर्षे प्रकाश संश्लेषण करून पृथ्वीच्या वातावरणातील ऑक्सिजन वाढवत होता! अशा सायनोबॅक्टेरिया असलेल्या दृश्य केंद्रकी पेशी पुढे 'Plant Cells' म्हणून ओळखल्या जाऊ लागल्या. त्या पेशीत असलेला सायनोबॅक्टेरिया आज 'Cholroplast' या नावाने ओळखला जातो. हा क्लोरोप्लास्टसुद्धा मायटोकाँड्रियासारखाच शंकेखोर भाडेकरू आहे. त्यानेसुद्धा आपल्या बॅगा भरून ठेवलेल्या आहेत! म्हणजे Cholroplastकडेसुद्धा स्वत:चा DNA आहे. लिन मार्गूलस यांनी फक्त एंडोसिम्बिओसीसची थेअरी मांडली नाही तर, अशा प्रकारचे आंतरिक सहकार्य हे सतत होत गेले त्याला 'Serial Endosymbiosis' असे म्हटले गेले; परंतु निक लेन या ब्रिटिश जीवरसायनशास्त्रज्ञाने The Vital Question या पुस्तकातून एंडोसिम्बिओसीस मान्य केले असले, तरी सिरीयल एंडोसिम्बिओसीसची शक्यता नाकारली आहे.

वाढत जाणाऱ्या ऑक्सिजनमुळे पृथ्वी बर्फाचा गोळा झाली, त्यातून पृथ्वीला वाचवण्यात युकारयोटिक पेशी महत्त्वपूर्ण ठरल्या. त्यांनी वातावरणातील ऑक्सिजन वापरून जगण्यासाठी लागणारी आवश्यक ती ऊर्जा मिळवून वातावरणात कार्बन डायऑक्साइड सोडायला सुरुवात केली, त्यामुळे पृथ्वीचे वातावरण उबदार झाले. आज वनस्पती पेशी Cholroplastच्या मदतीने ऑक्सिजन वातावरणात सोडतात, तर प्राणी पेशी तो ऑक्सिजन घेऊन कार्बन डायऑक्साइड बाहेर सोडतात. अशा प्रकारे प्राणी आणि वनस्पती एकमेकांना परस्परपूरक/Symbiotic जीवन जगत असतात. सृष्टीतील प्रत्येक गोष्ट दुसऱ्यावर अवलंबून आहे. बुद्धाने सांगितलेला 'प्रतीत्यसमुत्पाद' अर्थात Dependent Origination हा विचार निसर्गात जागोजागी दिसून येतो. **आपले अस्तित्व झाडांवर अवलंबून आहे, कारण ते आपल्याला ऑक्सिजन देतात; पण झाडांना लागणार कार्बन डायऑक्साइड आपण देत असतो.** आयुष्यात खूप नैराश्य आले, आपण काहीच करत नाही अशी भावना तयार झाली, तर क्षणभर थांबा आणि विचार करा की, मी झाडांना लागणारा कार्बन डायऑक्साइड तरी तयार करतोय!

***

पृथ्वीवर एकपेशीय Prokaryote सजीव तब्बल ४०० कोटी वर्षांपूर्वी तयार झाले. पृथ्वीच्या इतिहासात जीवसृष्टी इतक्या लवकर तयार होऊनसुद्धा तिला

बहुपेशीय दृश्य रूपात बहरून यायला करोडो वर्षे का लागली हा प्रश्न वैज्ञानिकांना कित्येक वर्षे सतावतो आहे. कारण, बहुपेशीय दृश्य जीवसृष्टी केंब्रियन काळात म्हणजे अवघ्या ५० कोटी वर्षांपूर्वी सुरू झाली म्हणजे ४०० कोटी ते ५० कोटी वर्षांपूर्वीपर्यंत या मधली ३५० कोटी वर्षं इथली जीवसृष्टी कुंठित झालेली होती. हे असे का झाले असावे? ऊर्जेची उपलब्धता हे एक कारण होतेच; पण युकारयोटिक पेशी तयार झाल्यापासून तो प्रश्नसुद्धा निकालात निघाला होता. युकेरियोटिक पेशी आणि त्यातला मायटोकाँड्रिया हे सर्व साधारणतः १८० कोटी वर्षांपूर्वी तयार झाले तरी लगेच जीवसृष्टी बहरली नाही. १८० कोटी वर्षांपूर्वीपासून ते ८० कोटी वर्षांपूर्वी पर्यंतच्या १०० कोटी वर्षांत पृथ्वीवर फार काही घडताना दिसत नाही असे वाटल्यामुळे त्या काळाला 'Boring Billion' हे नाव देण्यात आले. युकारयोटिक पेशी तयार झाल्यानंतर वातावरणातील ऑक्सिजन कमी झाल्यामुळे या १०० कोटी वर्षांत विशेष काही घडले नाही, असे बऱ्याच वैज्ञानिकांना वाटत होते. कारण, या काळात मोठी Ice Ages आली नाहीत, जीवसृष्टी बहरली नाही; पण असे असली तरी टेक्टॉनिक ॲक्टिव्हिटीमुळे या १०० कोटी वर्षांत पृथ्वीचे रूप सतत बदलत होते. ऑक्सिजन कमी होता, जीवसृष्टी आणि वातावरण स्थिर होते. ८० कोटी वर्षांपूर्वी हे सगळे बदलायला लागले. पृथ्वीवर वारंवार हिमयुगे येऊ लागले; परंतु याच 'Boring Billion' मध्ये बहुपेशीय जिवांची सुरुवात व्हायला लागली होती, Sexual Reproduction ची सुरुवात झाली होती, असे आता होऊ लागलेल्या संशोधनातून समोर येऊ लागले आहे. त्यामुळे १८० कोटी ते ८० कोटी वर्षांपूर्वी पर्यंतच्या या काळाला 'Boring Billion' ऐवजी 'Not So Boring Billion' म्हणणेच जास्त संयुक्तिक ठरेल.

***

८० कोटी वर्षांपूर्वी सुरू झालेली हिमयुगांची आवर्तने झेलत पृथ्वी आता अशा एका टप्प्यावर येऊन पोहोचली होती जिथून पुढे खऱ्या अर्थाने दृश्यमान जीवन पृथ्वीवर बहरणार होते; पण त्याला अजून वेळ होता. आपण मागे आर्कियन युगाच्या शेवटी आणि प्रोटेरोझोइक युगाच्या सुरुवातीला म्हणजे २५० कोटी वर्षांपूर्वी हिमयुग येऊन पृथ्वी बर्फाचा गोळा झाली होती हे पाहिले आहे. हिमयुग का येतात याचे कारण पाहताना आपण वातावरणातील वाढलेला ऑक्सिजन हे एक कारण पाहिले; पण भूजैविक घटना इतक्या सरळसरळ घडत नाहीत, त्यासाठी एकाच वेळी बऱ्याच गोष्टी कारणीभूत असतात. पृथ्वीवर पूर्वी हिमयुगे येऊन गेली असावीत हे एकोणिसाव्या शतकात कळायला लागले होते; पण त्यांच्या कारणांचा योग्य ठाव-ठिकाणा लागत नव्हता. १८६०च्या आसपास जेम्स क्रोल (१८२१-१८९०) याने असे सांगायला सुरुवात केली की, पृथ्वीची सूर्याभोवती फिरण्याची कक्षा कधी

वर्तुळाकार तर कधी लंबवर्तुळाकार होत बदलत जाते; त्यामुळे पृथ्वीवर हिमयुगे आली असावीत; परंतु जेम्स क्रोलने पृथ्वीच्या अक्षाबद्दल विचार केलेला नव्हता. पृथ्वीच्या कलणाऱ्या अक्षामुळे ऋतू निर्माण होतात हे आपल्याला माहिती असते.

पृथ्वीची कक्षा आणि अक्ष यांचा डाटा हिमयुगाच्या कारणांचा धांडोळा घेताना महत्त्वाचा ठरला. पृथ्वीची 'कक्षा/Orbit' आणि 'अक्ष/Axis' यांचा २० वर्षे अहोरात्र अभ्यास करून मिलानकोव्हिच या सर्बियन इंजिनिअरने बदलत जाणारी कक्षा आणि कलणारे अक्ष हे हिमयुगाच्या सुरुवातीला कारणीभूत ठरतात असे सांगितले. त्याचे हे कार्य 'मिलानकोव्हिच सायकल्स' या नावाने ओळखले जाते. कडाक्याचा हिवाळा हिमयुगाच्या सुरुवातीला कारणीभूत असतो असे मिलानकोव्हिचला वाटत होते; पण त्यानंतर 'व्लादीमीर कोप्पेन' याच्या लक्षात आले की कडाक्याचा हिवाळ्यामुळे नाही तर कधी-मधी येणाऱ्या सौम्य उन्हाळ्यामुळे हिमयुग सुरू होते! भूगोलामध्ये Köppen Classification खूप महत्त्वाचे मानले जाते ते याच व्लादीमीर कोप्पेनच्या नावाने आहे. हिवाळा कितीही कडक असू द्या; पण त्यानंतर येणाऱ्या उन्हाळ्यात सगळा बर्फ वितळून गेला, तर हिमयुग सुरू होण्याचा प्रश्नच येत नाही. याउलट उन्हाळा सौम्य असेल, तर हिवाळ्यात जमा झालेला सगळा बर्फ वितळत नाही. हा थोडासा राहिलेला बर्फसुद्धा हिमयुगाला कारणीभूत ठरतो. बर्फ पांढऱ्या रंगाचा असल्यामुळे तो पडणारा सूर्यप्रकाश परावर्तित करू लागतो, त्यामुळे अजूनच तापमान कमी होत जाते. तापमान कमी झाले की, अजून बर्फ जमा होऊ लागतो. हा जमा झालेला बर्फ अजून सूर्यप्रकाश परावर्तित करतो आणि ही साखळी जोर धरू लागते याला 'Albedo Effect' असे म्हटले जाते.

आपण ऑक्सिजन आणि कार्बन डायऑक्साइड यांच्या पृथ्वीच्या वातावरणावरील परिणामाबद्दल अगोदरच बोललो आहोत. त्यांचे प्रमाण हिमयुग येणे अथवा न येणे यावर खूप प्रभाव टाकते. पृथ्वीच्या ध्रुवीय भागात पाण्याऐवजी भूप्रदेश जास्त असेल तरी त्यामुळेसुद्धा हिमयुग येणे ट्रिगर होऊ शकते. यासोबतच सूर्याची प्रखरता मागच्या ४५० कोटी वर्षांत बदलत गेलेली आहे, त्याचासुद्धा हिमयुग अवतरण्यावर परिणाम होतो. अशा प्रकारे वातावरणातील वाढलेला ऑक्सिजन, कमी झालेला कार्बन डायऑक्साइड, पृथ्वीची कक्षा आणि कलणारे अक्ष, तयार होणारे आणि जोडले जाणारे भू प्रदेश, सतत हलणाऱ्या अस्थिर प्लेट्स, सौम्य उन्हाळा, Albedo Effect आणि कमी झालेल्या ज्वालामुखी प्रक्रिया यांमुळे हिमयुगे अवतरतात. अशाच हिमयुगांच्या सपाट्यात प्रोटेरोझोइक युगाच्या शेवटच्या काळात पृथ्वी सापडली होती. Proterozoic कालखंडाच्या या शेवटच्या १०-१५ कोटी वर्षांना Cryogenian Earth म्हणजेच थंड पृथ्वी असे म्हणतात. सगळी पृथ्वी बर्फाचा गोळा झालेली होती. अगदी विषुववृत्तीय प्रदेशसुद्धा बर्फाच्छादित होता. सगळी पृथ्वी लाखो-करोडो बर्फाने झाकलेली होती तरी इथली जीवसृष्टी

कशी काय तग धरून राहिली हा खरंच कोड्यात टाकणारा प्रश्न आहे. या प्रश्नाकडे आपण जाणारच आहोत; पण अगोदर आपल्याला पृथ्वीच्या आयुष्यातील चौथ्या आणि सध्या चालू असलेल्या Phanerozoic युगाबद्दल थोडक्यात माहिती करून घेणे गरजेचे आहे.

***

पृथ्वीवरील जीवसृष्टीसाठी वसंत ऋतूची सुरुवात ५०-५५ कोटी वर्षांपूर्वीच्या 'कॅम्ब्रियन काळात' झाली. या कॅम्ब्रियन काळापासूनच सध्या चालू असलेले फॅनेरोझोइक युग सुरू होते. Phanerozoic Eon या शब्दांचा अर्थ डोळ्यांनी दिसणाऱ्या, दृश्यमान सजीवांचा कालखंड असा आहे. या युगात दृश्यमान जिवांची निर्मिती झाली. त्या अगोदरची जवळपास ३५० कोटी वर्षे पृथ्वीवरील जीव एकपेशीय पातळीवर जगत होते. प्रोटेरोझोइक युगात बहुपेशीय जिवांची निर्मिती सुरू झाली असली तरी त्याला बहर यायला फॅनेरोझोइक युगापर्यंत म्हणजे थांबावे लागले. Trilobiteपासून माशांपर्यंत, उभयचर, सरपटणारे, सस्तन प्राणी आणि पक्षी असा प्रवास करत येथील जीवसृष्टी आजपर्यंत येऊन पोहोचली. दरम्यानच्या काळात पृथ्वी कधी बर्फाखाली गोठली, तर कधी करोडो वर्षे पृथ्वीवर आधिपत्य गाजवणाऱ्या प्राण्यांचा शेवट झाला. मागच्या ५० कोटी वर्षांत तब्बल ५ वेळा ही जीवसृष्टी नष्ट होता होता वाचली. यातले सगळ्यात मोठे विलोपन पंचवीस कोटी वर्षांपूर्वी झाले, ज्यात जवळपास ९०% जीवसृष्टी नष्ट झाली. त्या विलोपनाला Permian Extinction म्हणतात; पण यातूनही उभारी घेत पृथ्वीवर जीवन पुन्हा स्थापित झाले. मग जवळपास १५ कोटी वर्षे इथे डायनॉसोरने राज्य केले नंतर तेही संपले. डायनॉसोर नामशेष होऊन आज साडेसहा कोटी वर्षं उलटली आहेत. मागच्या काही लाख वर्षांत माणसाने हळूहळू इथे पाय रोवायला सुरुवात केली. मागच्या पाच-दहा हजार वर्षांत मानवी संस्कृती, शेती, शहरे, धर्म, शासनव्यवस्था निर्माण झाल्या. पृथ्वीच्या आयुष्यातील ही मागची ५० कोटी वर्षे चमत्कृतीपूर्ण घटनांनी भरलेली आहेत. त्यांचा आढावा आपण 'दृश्यमान जीवन' या स्वतंत्र प्रकरणामध्ये घेणार आहोत.

***

पृथ्वीच्या ४५० कोटी वर्षांच्या आयुष्यात जवळ जवळ ४०० कोटी वर्षे तिच्यासोबत सजीव राहत आहेत, त्यामुळे पृथ्वीचा इतिहास हा सजीवांचा इतिहास आहे. या प्रकरणामध्ये आपण पृथ्वी आणि जिवांच्या नात्याचा अभ्यास केला. पृथ्वीच्या आयुष्यातील कालानुक्रमानुसार आपण पुढील चार टप्प्यांचा विचार केला :

१) **नरक युग** (Hadean Eon)	:	४५० कोटी ते ४०० कोटी वर्षांपूर्वीपर्यंतचा कालखंड
२) **प्राचीन युग** (Archean Eon)	:	४०० कोटी ते २५० कोटी वर्षांपूर्वीपर्यंतचा कालखंड
३) **आदी-जीव युग** (Proterozoic Eon)	:	२५० कोटी ते ५४ कोटी वर्षांपूर्वीपर्यंतचा कालखंड
४) **दृश्यजीव युग** (Phanerozoic Eon)	:	५४ कोटी वर्षांपूर्वीपासून ते आजपर्यंतचा कालखंड

प्रत्येक युगातल्या महत्त्वाच्या घटना लक्षात घेण्याचा आपण प्रयत्न गेला. ४५० कोटी वर्षांचा हा दीर्घ इतिहास पाहता, मानवाचा इतिहास काळाच्या पटलावर अतिशय लहान वाटतो. जर हे पुस्तक पृथ्वीच्या इतिहासाचे असेल, तर शेवटच्या वाक्यानंतरचा पूर्णविराम मानवाचा इतिहास दर्शवितो. काळाच्या पटलावर मानवी इतिहास लहान असला तरी त्याचे गहत्त्व कमी नाही. ब्रह्मांडाच्या १३८२ कोटी वर्षांच्या इतिहासात काही निश्चित क्षणांनी पुढील कोट्यवधी वर्षांचा मार्ग निश्चित केला आहे, त्यांपैकी एक अत्यंत महत्त्वाचा क्षण म्हणजे **जिवाची उत्पत्ती**!

***

जिवाची उत्पत्ती

इ. स. १९५०च्या दशकात आणि त्यानंतर काही काळासाठी, पृथ्वीवरील जीवन हे सुमारे ६० कोटी वर्षांपूर्वी सुरू झाले असावे असे मानले जात होते. नंतर, काही लोकांनी अंदाज लावला की जीवसृष्टी २५० कोटी वर्षे जुनी असावी. आता, संशोधनानुसार, जीवसृष्टी ४०० कोटी वर्षे जुनी असल्याचे पुरावे सापडू लागले आहेत; पण **पृथ्वीवर जीवसृष्टी का निर्माण झाली?** यामागे अनेक कारणे आहेत. त्यापैकी एक म्हणजे पृथ्वी ही सूर्यापासून ना खूप जवळ आहे ना खूप दूर; ज्यामुळे तापमान ० ते १०० डिग्री सेल्सियसच्या आसपास राहिले. आजही विश्वात अन्य ग्रहांवर जीवसृष्टी अस्तित्वात आहे का, हे शोधताना 'Goldilocks Zone'मध्ये ग्रह आहे का, हे पाहिले जाते. 'Goldilocks Zone' म्हणजे ग्रहाचे स्थान त्याच्या सूर्यापासून इतके योग्य अंतरावर असावे की तेथील पाणी गोठून जाणार नाही किंवा बाष्पीभूत होणार नाही. सुदैवाने आपली पृथ्वी सूर्यापासून जीवसृष्टीसाठी पोषक अंतरावर आहे, त्यामुळे इथले पाणी द्रवरूपात आहे. पाणी द्रवरूपात असणे हे जीवसृष्टीच्या निर्मितीसाठी आवश्यक आहे. एखाद्या ग्रहावर जीवसृष्टी आहे का हे शोधायचे असेल, तर आपण त्या ग्रहावर पाणी आहे का ते अगोदर पाहतो; पण पाणी जीवसृष्टीसाठी इतके का आवश्यक आहे?

एकतर पाणी हे "Universal Solvent (सार्वत्रिक द्रावक)' आहे, पाण्यात सर्व काही विरघळते. जिवाच्या निर्मितीसाठी आवश्यक असलेले हायड्रोजन, कार्बन, नायट्रोजन, ऑक्सिजन हे आणि सल्फर, फॉस्फरस, कॅल्शिअम यांसारखी इतर मूलद्रव्ये एकमेकांच्या सान्निध्यात येऊन त्यांचे एक 'केमिकल सूप' तयार होणे गरजेचे आहे आणि ती संधी पाणी त्यांना उपलब्ध करून देते. १९५३ साली स्टॅन्ले मिलर ह्या विद्यार्थ्याने त्याचा नोबेल पारितोषिक विजेता मार्गदर्शक हॅरोल्ड उरे यांच्या मार्गदर्शनाखाली एक प्रयोग केला. त्याला 'स्टॅन्ले-उरे प्रयोग' म्हणतात. या प्रयोगात त्यांनी ४००-४५० कोटी वर्षांपूर्वीचे पृथ्वीचे वातावरण तयार करण्याचा प्रयत्न केला. त्यासाठी दोन Flask/चंबू घेतले. एकात समुद्राचा प्रतीक म्हणून पाणी भरले आणि दुसऱ्या चंबूत पृथ्वीवर त्याकाळी असणारे वायू उदा. मिथेन, अमोनिया, हायड्रोजन सल्फाइड भरले. या दोन्ही भांड्यांना एका नळीने जोडले. पृथ्वीवर त्या

काळी विजा कडाडत असल्या पाहिजेत असे गृहीत धरून त्या भांड्यात/चंबूत विजेचे 'स्पार्क'सुद्धा सोडले आणि काय आश्चर्य! काही दिवसांतच चंबूतले पाणी पिवळसर, हिरवे पडू लागले. त्या पाण्यात अमिनो ॲसिड, फॅटी ॲसिड, शुगर आणि इतर जैविक संयुगे तयार झालेली होती. हे सर्व घटक सजीवांच्या निर्मितीसाठी अत्यावश्यक असतात. अमिनो ॲसिड याना तर 'Building Blocks of Life' असे म्हटले जाते. द्रव पाण्यात जिवांच्या निर्मितीसाठी आवश्यक अशी स्थिती तयार होते याला 'Primordial Soup Theory' असे म्हटले जाते; पण हे वाटते तितके सोपे नाही हे नंतर लक्षात आले. अमिनो ॲसिड बनवले तरी त्यापासून लगेचच प्रोटीन बनतील असे नाही. वेगवेगळे अमिनो ॲसिड विशिष्ट क्रमाने जोडले गेले, तरच प्रोटीन तयार होते. अनंत शक्यतांच्या धुक्यातून अमिनो ॲसिड्स एका विशिष्ट क्रमाने जोडले जाऊन प्रोटीन तयार होणे हे एक आश्चर्यच आहे. ते काहीही असो द्रवरूप पाणी हे जीवनाचा आधार आहे असे आपण म्हणू शकतो. उत्क्रांतीचा जनक चार्ल्स डार्विन एके ठिकाणी 'Warm Little Pond' अर्थात कोमट गरम पाण्याच्या तळ्यात जीवन सुरू झाले असावे असे म्हणतो. चार्ल्स डार्विनचे शब्द आहेत :

> "It is often said that all the conditions for the first production of a living organism are now present, which could ever have been present. But if (and oh! what a big if!) we could conceive in some warm little pond with all sorts of ammonia and phosphoric salts, light, heat, electricity etc, present, that a protein compound was chemically formed, ready to undergo still more complex changes, at the present day such matter would be instantly devoured, or absorbed, which would not have been the case before living creatures were formed."

या परिच्छेदात जीवन कसे सुरू झाले असावे यावर डार्विन भाष्य करतोच; पण आजही जीवन मुळापासून पुन्हा एकदा तयार होण्याच्या शक्यता अस्तित्वात आहेत हेसुद्धा नमूद करतो; पण त्याच बरोबर ते आपण आणि आपले विज्ञान पाहू शकणार नाही याबद्दल खंतसुद्धा व्यक्त करतो. ४०० कोटी वर्षांपूर्वी सर्वप्रथम जसे जीवन सुरू झाले तसे ते आत्तासुद्धा होत असेल; पण ते आपल्याला कळणार नाही. कारण, असे तयार झालेले जीव लगेचच बॅक्टरियासारख्या पूर्वीपासून अस्तित्वात असलेल्या सजीवांच्या भक्ष्यस्थानी पडतील!

पाणी जीवनासाठी आवश्यक आहे याचे दुसरे; पण तितकेच महत्त्वाचे कारण म्हणजे 'पाण्याचे असंगत आचरण/Anomalous Behavior of Water' होय. हा काय प्रकार आहे? उन्हाळ्याच्या दिवसात पाण्याने काठोकाठ भरलेली बाटली फ्रीजमध्ये ठेवल्यामुळे पाण्याचा बर्फ तयार झाला तर त्या बाटलीचा आकार बदलतो.

कधी कधी बाटली फुटते याचासुद्धा अनुभव तुम्हाला आलेला असेल; पण हे असे का होते? सामान्यत: जसे-जसे तापमान कमी होत जाते तसे-तसे 'आकारमान/Volume' कमी होऊ लागते. पाण्याच्या बाबतीतसुद्धा सुरुवातीला असेच होते; पण पाण्याचे तापमान जेव्हा ४° डिग्री सेल्सियसच्या आसपास पोहोचते तेव्हा विचित्र गोष्टी घडू लागतात. घटत्या तापमानाबरोबर कमी होत जाणारे पाण्याचे आकारमान कमी व्हायचे सोडून एकाएकी वाढू लागते. बर्फ तयार होताना आकारमान वाढल्यामुळे फ्रीजमधल्या बाटलीचा आकार बदलतो. त्याहीपेक्षा महत्त्वाचे म्हणजे या असंगतपणे वाढलेल्या आकारमानाचा परिणाम बर्फाच्या घनतेवर होतो. वस्तुमान भागिले आकारमान म्हणजे घनता (Density=Mass/Volume) हे आपल्याला माहिती असते. वाढलेल्या आकारमानामुळे बर्फाची घनता ही द्रव पाण्यापेक्षा कमी भरते आणि त्यामुळे बर्फ पाण्यावर तरंगतो! अजून मजेशीर म्हणजे जसजसे पाणी सामान्य तापमानापासून 0° डिग्री सेल्सियसकडे जाऊ लागते, तसतसे पाण्याची उष्णतेचे वहन करण्याची क्षमतासुद्धा कमी होते जाते म्हणजे एकदा का बर्फाचा थर पाण्यावर तयार झाला की, त्या थराखालचे पाणी गोठणे कठीण होते म्हणूनच हिवाळ्याच्या दिवसात पाण्याचा वरचा थर बर्फाच्छादित असला, तरी त्याच्या खाली पाणी तसेच असते. बर्फ पाण्यावर तरंगतो आणि तो उष्णतेचा सुवाहक नसल्यामुळे बर्फाखाली पाणी तसेच टिकून राहते.

बर्फाची घनता पाण्यापेक्षा कमी असल्यामुळे समुद्र वरून खाली गोठत जातो. एवढेच नाही तर असे गोठत जाण्याच्या प्रक्रियेलासुद्धा मर्यादा येतात आणि सगळे पाणी गोठले जात नाही. बर्फाची घनता जर पाण्यापेक्षा जास्त असती, तर समुद्र खालून वर गोठत गेला असता आणि असे झाले असते तर जेव्हा पृथ्वीवर 'Snowball Earth' यासारखी हिमयुगे आली त्याच वेळेस समुद्रातील सगळी जीवसृष्टी नष्ट झाली असती. पाण्याच्या असंगत आचरणामुळे बर्फाखाली पाणी टिकून राहिले आणि जीवसृष्टी नष्ट झाली नाही. व्होस्टोक तळे हे पृथ्वीवरील सगळ्यात मोठ्या तळ्यांपैकी एक आहे. अंटार्टिका खंडातील हे तळे नकाशावर कुठेच दिसणार नाही कारण ते करोडो वर्षांपासून बर्फाने झाकलेले आहे. वैज्ञानिकांनी जेव्हा जवळपास ३.५ किलोमीटर जाडीच्या बर्फाला छेद करून खाली काय आहे त्याचा शोध घेतला, तेव्हा त्यांना त्या पाण्यात अनेक सजीव आढळून आले! साधारणत: २५० कोटी वर्षांपूर्वी पृथ्वी बर्फाचा थंडगार गोळा झाली होती हे आपण पाहिले, लाखो-करोडो वर्षे पृथ्वी बर्फाने गोठून गेली होती. त्याही परिस्थितीत पाण्याच्या असंगत आचरणामुळे इथली जीवसृष्टी टिकून राहिली; पण जीवसृष्टी टिकून राहणे पुरेसे नव्हते. येथील जीवसृष्टी खऱ्या अर्थाने बहरायची असेल, तर पृथ्वीला हिमयुगाच्या तडाख्यातून बाहेर यावे लागणार होते. अशावेळी पृथ्वीच्या उदरात धगधगणारी आग धावून आली.

***

पृथ्वीच्या आत धगधगणारी ही आग वेळोवेळी ज्वालामुखीच्या रूपात बाहेर पडत आली आहे. अशाच एका ज्वालामुखीचा उद्रेक इसवी सन १८१५ साली झाला. तो ज्वालामुखी इंडोनेशियातील तंबोरा येथील होता. या ज्वालामुखीमुळे त्या वर्षी सगळे जग झाकोळून गेले होते. असे म्हणतात की, १८१६ या वर्षाने उन्हाळा पाहिलाच नाही. नेमके त्याच दरम्यान त्याच वेळी इकडे स्वित्झर्लंडमध्ये १८ वर्षांची मेरी, तिचा जोडीदार आणि मेरीची सावत्र बहीण विख्यात कवी लॉर्ड बायरन यांच्याकडे आले होते. मेरीच्या सावत्र बहिणीचे लॉर्ड बायरन यांच्याशी संबंध होते, त्यामुळे बायरन साहेबांनी पाहुण्यांची खासी व्यवस्था केलेली होती. जेनेवातील तळ्याकाठी असणाऱ्या एका आलिशान हवेलीत ते सर्व जण राहायला होते. ज्वालामुखीच्या उद्रेकाचा फटका थेट युरोपपर्यंत बसलेला होता, त्यामुळे मेरी आणि तिच्या साथीदारांना घराबाहेर पडता येईना. एकूण वातावरण कुंद आणि उदासवाणे होते. एका रात्री बाहेर धो-धो पाऊस आणि विजा कोसळत असताना मेणबत्तीच्या प्रकाशात मेरीसहित सर्व पाहुण्यांनी आणि खुद्द लॉर्ड बायरन यांनी आपापसात एक पैज लावली की कोण सगळ्यात जास्त भीतिदायक कथा लिहू शकतो. हे चॅलेंज स्वीकारून पोरसवदा असणाऱ्या 'मेरी शेली'ने लिहिलेली हॉरर स्टोरी होती. - डॉ. व्हिक्टर फ्रँकेन्स्टाइनची!

या कथेत डॉक्टर म्हणून काम करत असताना, व्हिक्टरला क्षणोक्षणी दिसणारा मृत्यू व्यथित करतो आणि तो मृत्यूलाच नामोहरम करण्याचा विडा उचलतो. त्याच वेळी, व्हिक्टर फ्रँकेन्स्टाइनची पत्नी आजारी पडते, ज्यामुळे त्याची मृत्यूवर विजय मिळवण्याची इच्छा अधिकच प्रबळ होते; पण मृत्यूवर विजय मिळवायचा असेल, तर अगोदर जीवन आणि मृत्यूला समजून घेतले पाहिजे, असे वाटून तो वेगवेगळे प्रयोग करू लागतो. डॉक्टर असल्यामुळे त्याला मृतदेह पाहणे आणि हाताळणे नवे नसते. तो मृतदेहांवर प्रयोग करू लागतो. मृतदेहाचे तुटलेले भाग गोळा करून कुणाचा हात, कुणाचे धड तर अन्य कुणाचे डोके असे वेगवेगळे अवयव शिवून तो एक बॉडी तयार करतो. अशा तयार झालेल्या बॉडीला तो विजेचे झटके देतो आणि काय आश्चर्य त्या मृतदेहात 'प्राण' संचारतो! तो देह उठून उभा राहतो. ते पाहून डॉक्टर फ्रँकेन्स्टाइनची घाबरगुंडी उडते व तो पसार होतो. नव्याने जिवंत झालेल्या या विद्रूप जिवाला फ्रँकेन्स्टाइनला असा का वागला हे समजू शकत नाही. तो मानवी आपुलकी आणि प्रेमाच्या शोधात असतो; परंतु त्याच्या रूपामुळे कोणीही त्याला आपलेसे करत नाही. अखेरीस, सगळे लोकच वाईट आहेत असे समजून फ्रँकेन्स्टाइनने निर्मिलेला हा दैत्य दिसेल त्याचा जीव घेऊ लागतो. डॉक्टर फ्रँकेन्स्टाइनची पत्नीसुद्धा या राक्षसाच्या हातून मारली जाते. हे सर्व कळल्यावर डॉक्टरला प्रचंड पश्चात्ताप होतो आणि तो या दैत्याचा नाश करण्याचे ठरवतो; परंतु शेवटी हा दैत्य व्हिक्टर फ्रँकेन्स्टाइनलाही

मारतो. अशा प्रकारे फ्रँकेन्स्टाइनने निर्माण केलेला हा मॉन्स्टर शेवटी त्याच्या निर्मात्यावरच उलटतो!

या कथेचा उल्लेख करण्याचे कारण म्हणजे मेरी शेली जेव्हा 'फ्रँकेन्स्टाइन' लिहित होती, त्या काळातील लोकांची धारणा अशी होती की, अणू-रेणू जे स्वतः निर्जीव आहेत, त्यापासून सजीव निर्माण होऊ शकत नाहीत. अठराव्या आणि एकोणिसाव्या शतकातील वैज्ञानिक आणि तत्त्वज्ञांचा विश्वास होता की, जीवनाची उत्पत्ती तेव्हाच होऊ शकते जेव्हा निर्जीव अणू-रेणूंमध्ये चैतन्याची फुंकर मारली जाते. त्यांच्या मते, जीवनाच्या निर्मितीसाठी अणू-रेणूंच्या केमिस्ट्रीशिवाय अदृश्य चैतन्य असणे आवश्यक होते. त्याच तत्त्वावर आधारित असलेल्या कथेत, डॉक्टर फ्रँकेन्स्टाइन विजेच्या जादुई शक्तीचा उपयोग करून मृतदेहांच्या तुकड्यांमध्ये प्राण फुंकू शकला. फक्त अणू-रेणू नाही, तर काहीतरी तितकेच महत्त्वपूर्ण 'Vital' तत्त्व त्यात घातल्याशिवाय सजीव तयार होऊ शकत नाही, असे म्हणणारे जे लोक होते त्यांना 'Vitalist' आणि त्यांच्या या विचाराला Vitalism अर्थात प्राणतत्त्ववाद असे म्हटले गेले. या अदृश्य चैतन्याला त्यांनी तितकेच गूढरम्य आणि रहस्यमय वाटणारे Élan vital असे फ्रेंच नाव दिले होते, ज्याला मराठीत जीवनऊर्मी किंवा प्राणतत्त्व म्हणता येईल. गेल्या दोनशे वर्षांत अनेकांनी या Élan vital चा शोध घेण्याचा प्रयत्न केला.

पृथ्वीवरील जीवन हे कार्बन आधारित असल्यामुळे जीवनासाठी आवश्यक असलेले प्राणतत्त्व अर्थात Élan vital कार्बनच्या संयुगात असू शकते असा विचार पुढे आला. हे प्राणतत्त्व कार्बन आधारित संयुगामध्ये असून, ते इतर मूलद्रव्याच्या संयुगात नाही असे गृहीत धरूनच केमिस्ट्रीचे Organic आणि Inorganic असे दोन गटसुद्धा पाडण्यात आले; पण अशा प्रकारे रसायनशास्त्राचे हे दोन भाग काही मजबूत पायावर उभे आहेत असे वाटत नाही. आता हेच घ्या ना, आपले शरीर हे जवळपास ७०% पाणी आहे; पण वरील विभागवारीनुसार पाणी इनऑरगॅनिक आहे. या Élan vital सारखेच एकोणिसाव्या शतकातील लोक 'Ether'च्या शोधात होते. प्रकाश जर विद्युतचुंबकीय लहर असेल, तर ती कोणत्या तरी माध्यमातून प्रवास करत असली पाहिजे असा तो विचार होता. त्या माध्यमाला इथर असे म्हटले गेले. यथावकाश इथर वगैरे असे काही नसते हे सिद्ध झाले. या इथर सारखीच अवस्था Élan vital ची झाली. कितीही शोध घेतला तरी हे प्राणतत्त्व काही मिळालेच नाही. आजच्या आघाडीच्या वैज्ञानिकांना जिवांची निर्मिती कशी झाली हे सांगण्यासाठी Élan vital ची गरज पडत नाही. तो विचार मागे पडून आता खूप काळ लोटला आहे. **पृथ्वीवरील जीवन कार्बन आधारित आहे.** कारण, कार्बन पृथ्वीवर सापडतो सोबतच कार्बनच्या बाह्य कक्षेत ४ इलेक्ट्रॉन आहेत (Tetravalency) त्यामुळे त्यांची देवाण-घेवाण करून कार्बन इतरांशीसुद्धा मैत्री करू शकतो आणि कुणीच मित्र नाही मिळाला तरी कार्बन नाराज न होता स्वतः सोबतच मैत्री करतो (Catenation).

आजसुद्धा जिवाची उत्पत्ती कशी झाले हे आपल्याला पूर्णपणे कळलेले नाही; पण जिवाच्या निर्मितीच्या मागे कोणती तरी पारलौकिक शक्ती आहे असे आता विज्ञानाला वाटत नाही, जिवांच्या निर्मितीच्या इहवादी कारणांचा सध्या शोध सुरू आहे.

***

पृथ्वीवर जीवसृष्टी कशी निर्माण झाली, याचे आपण प्रीमोरडीएल सूप, वॉर्म लिटल पॉन्ड आणि प्राणतत्त्ववाद इत्यादी सिद्धान्त पाहिले. यापेक्षा जिवाच्या उत्पत्तीचा वेगळा असा 'सर्वंबीज सिद्धान्त'सुद्धा आहे. सर्वंबीज सिद्धान्ताला इंग्रजीत Panspermia असे म्हणतात. या सिद्धान्ताच्या मते पृथ्वीवरचे जीवन उल्कापातांच्या माध्यमातून तयार झाले असावे. जिवाच्या निर्मितीसाठी आवश्यक असलेले जीवनाचे 'बीज/Sperm' ब्रह्मांडात सगळीकडे विखुरलेले आहे आणि ते उल्कापातांच्या माध्यमातून पृथ्वीवर पडले, त्यातून इथे जिवांची उत्पत्ती झाली असावी असा हा सिद्धान्त आहे. काही वर्षांपूर्वी ऑस्ट्रेलियातील मेलबर्न शेजारी असलेल्या मरचीसन या गावात उल्का पाषाण सापडले. त्यांचा अभ्यास केल्यावर असे लक्षात आले की, ते ४५० कोटी वर्षं इतके जुने आहेत आणि विशेष म्हणजे त्या उल्का पाषाणात जीवननिर्मितीसाठी अत्यावश्यक असणारे अमिनो ॲसिडसुद्धा सापडले ही माहिती पुढे आल्यानंतर मात्र सर्वंबीज सिद्धान्ताकडे लोक आशेने पाहू लागले. Panspermia सिद्धान्तानुसार अवकाशातून उल्कापात होऊन इथे जीवसृष्टी तयार झाली असण्याची शक्यता नाकारता येत नाही. असे असले तरी सर्वंबीज सिद्धान्तात काही त्रुटी आहेत. थोडा वेळ आपण असे जरी मानले की पृथ्वीवर जीवन या उल्कांच्या माध्यमातून तयार झाले; पण असे असले तरी उल्कांवर तरी जीवन कसे तयार झाले हा मूळ प्रश्न मात्र अनुत्तरीतच राहतो. एकंदरीत सर्वंबीज सिद्धान्त पृथ्वीवर जीवन कसे सुरू झाले हे सांगण्याचा प्रयत्न करतो; पण मुळात जीवनच कसे तयार झाले हे तो सांगू शकत नाही म्हणून हा सिद्धान्तसुद्धा जीवनाचे कोडे सोडवण्यास यशस्वी होताना दिसत नाही.

आपण जिवांच्या उत्पत्तीबद्दलचे हे तीन-चार सिद्धान्त पाहिले, तरीही आपण निश्चित अशा अनुमानाच्या जवळपास पोहोचू शकत नाहीत. कदाचित, हा प्रश्न वाटतो त्यापेक्षा खूप कठीण आहे किंवा आपली त्याकडे पाहण्याची दृष्टी खूप उथळ आहे. जिवांची उत्पत्ती कशी झाली हे समजून घ्यायचे असेल, तर मुळात आपण जीवन म्हणजे काय या प्रश्नाला भिडले पाहिजे.

***

याला, मोठा दैवदुर्विलासच म्हटले पाहिजे नाहीतर काय! अहो, संपूर्ण जीवशास्त्र 'जीव' या एका गोष्टीवर आधारलेले आहे; पण तेच जीवशास्त्र आजपर्यंत 'जीवन' म्हणजे काय याची व्याख्या देऊ शकलेले नाही. What is Life? हा प्रश्न वाटतो तितका सोप्पा नाही. कित्येक लोकांनी या प्रश्नाच्या उत्तराच्या शोधात आयुष्य खर्ची घातले आहे. भौतिकशास्त्रज्ञ एरविन श्रोडींजर यांचे योगदान, 'Quantum Mechanics/पुंज भौतिकी' समजून घेताना फार महत्त्वाचे ठरते. त्यांचा Schrödinger Cat हा विचार प्रयोग विश्वविख्यात आहे, तर या श्रोडींजर महोदयांनासुद्धा जीवन काय आहे, या प्रश्नाने सतावले होते. त्याचाच परिणाम म्हणून त्यांनी १९४४ साली, 'What is Life?' या नावाचे पुस्तकच लिहिले. हे पुस्तक म्हणजे भौतिकशास्त्राच्या चौकटीतून जीवन समजून घेण्याचा प्रयत्न आहे. जीवन आणि एंट्रोपी यांचा संबंध असला पाहिजे, असे त्यांनी सांगितले. एंट्रोपीबद्दल आपण पुढे पाहणारच आहोत, थोडक्यात ती विश्वात वाढत जाणाऱ्या अव्यवस्थेचे स्वरूप आहे, असे समजा. पुढे, जीवन काय आहे या पुस्तकातून प्रेरणा घेत, जीवशास्त्राची 'मॉलिक्युलर बायोलॉजी' ही नवीन शाखा तयार झाली. त्याचाच परिणाम म्हणून यथावकाश DNAचा शोध लागला, त्यामुळे जिवाची उत्पत्ती कशी झाली याचा शोध घेणे सोपे झाले.

सजीव आणि निर्जीव यांच्या सीमारेषेवर बारीक लक्ष दिले, तर अमुक एका ठिकाणी सजीव आणि निर्जीव वेगळे होतात असे सांगताच येत नाही. **सजीव आणि निर्जीव हे दोन्ही अणूंपासूनच बनलेले आहेत.** तुमच्या घरातील टेबल, खुर्ची, भिंत, नळ किंवा नळातून येणारे पाणी यात जे अणू-रेणू आहेत त्याच अणू-रेणूंपासून आपण बनलेलो आहोत. दुसरे म्हणजे **जीवनाचा आधार असणारे सारे घटक निर्जीव आहेत.** उदा. अमिनो ॲसिड, DNA, RNA आणि प्रोटिन्स हे काही सजीव नाहीत; पण जीवन त्यांच्यावरच आधारलेले आहे. व्हायरसबद्दल आपण ऐकून असतो; पण ते सजीव आहेत की निर्जीव याबद्दलसुद्धा एकमत नाही. व्हायरस हे सजीव आणि निर्जीव यांच्या सीमारेषेवर कुठेतरी आहेत, त्यांच्यात फक्त जनुकीय सामग्री असते, त्यांच्याकडे स्वत:ची पेशीरचना नसते, तरी ते आपल्या शरीरातील पेशीत घुसून त्यांचा ताबा घेतात आणि स्वत:ची संख्या वाढवण्याचा प्रयत्न करतात, त्यामुळे सजीव-निर्जीव यात असेलच तर फरक 'Information'चा असू शकतो. सजीवांच्या अस्तित्वाचे कोडे उलगडताना आपण निर्विवादपणे DNA पाशी येऊन थांबतो आणि त्यात सजीवांच्या अस्तित्वासाठी आवश्यक असलेल्या सूचनांची हार्डकोडेड माहिती असते म्हणूनच 'जीवन' आणि 'माहिती' कुठेतरी खोलवर एकमेकांशी जुळलेले असले पाहिजेत. जीवसृष्टीच्या बाबतीत हा 'इन्फॉर्मेशन' दृष्टिकोन खूप महत्त्वाचा आहे; परंतु सजीव आणि निर्जीव यांच्यातील अंतर फक्त Informationच्या फरकामुळे आहे असे मानले, तर ४०० कोटी

वर्षांपूर्वी ते होऊनसुद्धा त्याला बहर येण्यासाठी ३५० कोटी वर्षे का लागली? इथले जीवन तयार झाल्यानंतरसुद्धा करोडो वर्षे एकपेशीय पातळीवर ठप्प, साचलेले, स्थिर का होते याचे उत्तर मिळत नाही, त्यामुळे सजीवांना निर्जीव गोष्टीपासून वेगळे करणारा दुसरा महत्त्वाचा घटक म्हणजे 'ऊर्जा' हा असला पाहिजे, असे वाटते. एकंदरीत 'माहिती' आणि 'ऊर्जा' यांच्याबद्दल अजून खोलात जाऊन आपण जाणून घेतले, तर जीवनाचे कोडे उलगडणे सोप्पे होईल. काही दारे किलकिली होतील, आपल्याला सत्याच्या अजून जवळ जाता येईल असा विश्वास वाटतो; पण हे सगळे व्हायला अजून वेळ लागणार आहे, त्यामुळे आताच्या घडीला आपल्याकडे किमान कामचलाऊ मॉडेल असणे गरजेचे आहे.

जीवन काय आहे याची उकल करणे सोपे नाही. मात्र, जिवंतपणा काय आहे यावर लक्ष केंद्रित केल्यास आपल्याला काहीतरी लीड मिळू शकेल, त्यामुळे प्रथम सजीवांची वैशिष्ट्ये कोणती आहेत हे पाहूया. सजीव आजूबाजूच्या पर्यावरणाशी जुळवून घेण्याचा प्रयत्न करतात, सजीवांचे स्वत:चे मेटाबोलिजम असते. त्याआधारे ते ऊर्जेचा वापर करून स्वत:ला जिवंत ठेवतात. सजीव त्यांच्यासारख्याच इतर सजीवांना जन्म देतात, सजीवांत सतत बदल होऊन ते उत्क्रांत होत जातात, सर्व सजीव पेशींपासून बनलेले आहेत आणि पेशी पडदाबद्ध असून तो पडदा पेशींना इतर गोष्टीपासून वेगळे ठेवतो.

***

जिवांच्या निर्मितीसाठी आवश्यक असणाऱ्या तीन गोष्टी १). Nucleic Acid अर्थात DNA/RNA, २) प्रोटीन्स आणि ३) लिपिड्स या आहेत. या तिन्ही गोष्टी एका वेळी एकत्र आल्यावरच जीवन तयार होऊ शकते. न्यूक्लेइक ॲसिड्स, प्रोटीन्स आणि लिपिड्स यांच्या संयोगातून जिवांची निर्मिती झाली. अशा प्रकारे, जिवांची उत्पत्ती होणे याला Abiogensis असे म्हटले जाते. जीव निर्माण झाल्यानंतर उत्क्रांतीची प्रक्रिया सुरू होते. जीव तयार होण्याची घटना उत्क्रांतीच्या अखत्यारीत येत नाही. Abiogensis आणि Evolution या दोन वेगळ्या गोष्टी आहेत हे आपण समजून घेतले पाहिजे.

इसवी सन १९५३ साली, DNA म्हणजेच Deoxy Ribonucleic Acidची Double Helical रचना माणसाने शोधली. गोल-गोल शिड्यांसारखा आकार असलेला DNA, शरीरातील पेशींना कोणते प्रोटीन्स तयार करायचे हे सांगतो. प्रोटीन्स, अमिनो ॲसिडपासून बनलेले असतात. एकूण २० अमिनो ॲसिड्स आहेत. हे २० अमिनो ॲसिड्स विशिष्ट क्रमाने लावले की आपल्या शरीरातील प्रोटीन्स बनतात; पण प्रोटीन्स तयार करणे जितके वाटते, तितके सोपे नाही. विशिष्ट

प्रोटीन तयार होण्यासाठी विशिष्ट अमिनो ॲसिड्स एका निश्चित क्रमानेच असावे लागतात. या अमिनो ॲसिड्सचा क्रम थोडा जरी इकडे-तिकडे झाला तरी हवे ते प्रोटीन तयार होत नाही, त्यामुळे अमिनो ॲसिड्सपासून प्रोटीन तयार होणे फार कठीण आहे. तरी प्रोटीन्स तयार होतात. बरे, नुसते प्रोटीन तयार होऊन भागत नाही, ते तयार झालेले प्रोटीन विशिष्ट आकारातच दुमडलेले असले पाहिजेत तरच ते प्रोटीन 'Enzyme' म्हणून काम करू शकतात. रासायनिक अभिक्रियेची गती वाढवण्याचे काम कॅटॅलीस्ट करतात हे आपल्याला माहिती असते. कॅटॅलिस्टला मराठीत 'उत्प्रेरक' म्हणतात. असे उत्प्रेरक जर प्रोटीनपासून बनलेले असेल आणि जैव-रासायनिक प्रक्रियेत सहभागी होऊन, त्यांचे स्वरूप आणि गती बदलण्यास कारणीभूत होत असेल, तर त्यांना एंझाइम अर्थात वितंचक म्हटले जाते. असे एंझाइम तयार झाले तरच जैव-रासायनिक प्रक्रिया होऊन सजीव जिवंत राहू शकतात, त्यामुळे जिवांच्या अस्तित्वासाठी प्रोटीन आणि एंझाइम दोन्हीही गरजेचे आहेत. जीवनासाठी आवश्यक असलेली तिसरी गोष्ट म्हणजे लिपिड्स, यांच्यापासूनच पेशी भित्तिका/Cell Wall तयार होते.

पण जिवांच्या निर्मितीच्या सगळ्या प्रकारात एक न सुटलेले कोडे आहे. ते म्हणजे, DNA कोणते प्रोटीन तयार करायचे हे सांगत असला तरी, खुद्द DNA तयार होण्यासाठी एंझाइम लागते आणि ते एंझाइम प्रोटीनपासून तयार होते. **DNAशिवाय प्रोटीन तयार होऊ शकत नाही आणि प्रोटीनशिवाय DNA तयार होत नाही**! आता तुम्ही म्हणाल की, DNA एकाच वेळी, प्रोटीन म्हणून आणि कोणते प्रोटीन तयार करायचे हे सांगणारा टूल बॉक्स म्हणून काम करू शकणार नाही का? तसे झाले तर हा तिढा सुटेल; पण दुर्दैवाने तसे होत नाही. आपण वर पाहिले आहे की, प्रोटीनला त्यांचे काम करायचे असेल तर ते नुसते तयार होऊन भागत नाहीत, तयार झाल्यानंतर ते विशिष्ट आकारात दुमडले पाहिजेत, तरच ते काम करू शकतात. याठिकाणी, समस्या अशी आहे की DNA त्या विशिष्ट आकारात दुमडले जाऊ शकत नाही आणि न जाणो तसे झालेच तर, वेड्या-वाकड्या आकारात दुमडल्यामुळे DNA मध्ये असलेल्या हार्डकोडेड Instructions/सूचना वाचता येत नाही. त्या सूचना वाचता नाही आल्या तर कोणते प्रोटीन तयार करायचे हे सांगण्याचे काम DNA करू शकत नाही आणि कोणते प्रोटीन तयार करायचे हे DNA सांगू शकला नाही तर, प्रोटीन तयार होणार नाही आणि प्रोटीन तयार नाही झाले तर जीवन तयार होण्याचा प्रश्नच येत नाही! DNA नाही म्हणून प्रोटीन नाही आणि प्रोटीन नाही म्हणून DNA नाही अशी ही परिस्थिती आहे. हाच जीव निर्मितीच्या प्रक्रियेतला मूलभूत प्रश्न आहे. कोंबडी आधी की अंडे आधी असाच हा प्रकार आहे. ज्या दिवशी आपल्याला या प्रश्नाचे उत्तर मिळेल, त्या दिवशी जिवाच्या निर्मितीचे गूढ उकलले असे आपण म्हणू शकतो.

या कोड्याला सोडवणारा एक सिद्धान्त आहे, त्याला 'RNA World Hypothesis' म्हणतात. विशेष म्हणजे या सिद्धान्ताला बऱ्यापैकी मान्यता प्राप्त झाली आहे. या सिद्धान्तानुसार, पृथ्वीवर जीवन तयार झाले तेव्हा ते DNA ऐवजी RNA म्हणजे Ribonucleic Acidवर आधारलेले होते. DNAपेक्षा RNA कमी गुंतागुंतीचा असतो. DNA दुपदरी आहे हे आपण पाहिले; पण याउलट, RNA एकपदरीच असल्यामुळे तो दुमडला जाऊ शकतो. त्यामुळेच तो एकाच वेळी कोणते प्रोटीन तयार करायचे ह्या सूचना देऊ शकतो आणि एंझाइम म्हणूनसुद्धा काम करू शकतो. एवढेच नव्हे RNA स्वतः एंझाइम म्हणून काम करू शकतात याचा आपल्याकडे पुरावासुद्धा आहे. अशी दुहेरी भूमिका बजावणाऱ्या RNAला Ribozyme म्हणतात. महत्त्वाची गोष्ट म्हणजे आजही आपल्या पेशीत संदेशवहनाचे काम RNAच करतो. आपल्या पेशींच्या केंद्रकात DNA असतो; पण मग पेशींच्या केंद्रकाबाहेर असलेल्या पेशी-अंगकांना कोणते प्रोटीन तयार करायचे हे DNA कसा सांगतो? DNAचा प्रोटीन बनवण्याचा संदेश नुकलेस बाहेर कसा पोहोचतो?

तर DNAचा हा संदेश नुकलेस बाहेर घेऊन जाण्यासाठी "Transcription' प्रक्रियेद्वारे DNA पासून RNA तयार होतो. असा तयार झालेला RNA पेशीच्या केंद्रकाबाहेर जाऊन अंगकांना कोणते प्रोटीन तयार करायचे हे सांगतो, म्हणूनच याला 'Messenger RNA' किंवा 'mRNA' असे म्हटले जाते. आजही mRNA मार्फतच पेशींतील संदेशवहन होते. त्यामुळे, अगदी सजीवांची उत्पत्ती झाली तेव्हापासून, संदेशवहनाचे काम RNAच करत असला पाहिजे असा तर्क केला जातो. या सर्व कारणांमुळे जीव निर्माण झाले तेव्हा, ते RNAवर आधारित होते या सिद्धान्ताला पुष्टि मिळते; परंतु तेच सत्य आहे असे आज खात्रीशीर सांगू शकत नाही.

जरी आपल्याला जीवनाची सुरुवात कशी झाली हे पूर्णपणे माहीत नसले; तरी आपण उत्तराच्या दिशेने अग्रेसर आहोत, हे नक्की. प्रीमोरडीएल सूप, वॉर्म लिटल पॉन्ड, प्राणतत्त्ववाद आणि सर्वंबीज सिद्धान्त हे जिवांच्या उत्पत्तीबद्दल भाष्य करणारे वेगवेगळे सिद्धान्त आपण पाहिले. जीवन पाण्यात सुरू झाले असावे याबाबत सर्वांचे एकमत होताना दिसते. नवीन संशोधनानुसार जीवन महासागरांच्या तळाशी असलेल्या 'Hydrothermal vent'च्या शेजारी सुरू झाले असावे. नुकतेच जिम-अल-खलिली आणि मकफेडेन यांचे 'Life on the Edge' हे पुस्तक वाचनात आले. या पुस्तकात जीवनाच्या निर्मितीची प्रक्रिया मूळात क्वांटम मेकॅनिक्सच्या सिद्धान्तांवर आधारित आहे, अशी त्यांनी मांडणी केली आहे. क्वांटम मेकॅनिक्स आणि जीवशास्त्राच्या आंतरसंबंधांचा अभ्यास करणारी **'क्वांटम जीवशास्त्र'** ही नवीन शाखा विकसित झाली आहे आणि भविष्यात या क्षेत्राकडून अनेक अपेक्षा आहेत.

***

जिवांची उत्पत्ती कशी झाली, हे माणसाला अजून पूर्णपणे कळलेले नाही. हा विषय थोडासा तांत्रिक आणि क्लिष्ट आहे. ते सोडून द्या, जिवांची उत्पत्ती कशी झाली हे आपल्याला कळले नसले; तरी आज ना उद्या ते कळेलच; पण या सगळ्या प्रक्रियेत आपल्याला कळलेली, आतापर्यंतची सगळ्यात महत्त्वाची गोष्ट म्हणजे **'पृथ्वीवरचे जीवन एकदाच तयार झाले'** ही आहे. याचा दुसरा अर्थ असा की, **पृथ्वीवरच्या सगळ्या सजीवांचा पूर्वज एकच आहे**! या पूर्वजाला, LUCA अर्थात Last Universal Common Ancestor असे म्हणतात. या प्रकरणामधून जर एक गोष्ट घ्यायची असेल तर ती ही आहे, की सगळे सजीव एकाच कुटुंबातले आहेत. सर्व प्राणी, वनस्पती, आर्किया, जीवाणू, वाघ, हरीण, विंचू, साप, गोगलगाय, बुरशी, शेवाळे, सरडा, डायनॉसोर, मोगरा, आंबा, तुळस, निवडुंग आणि आपण; या सगळ्यांची वंशावळ एकाच ठिकाणी सुरू होते. पृथ्वीवरील इतर जिवांपेक्षा माणूस वेगळा आणि दैवी आहे, असे मानायला कुठलाही पुरावा नाही. इथले सगळे जीव एकमेकांचे नातेवाईक आहेत, त्यामुळे 'वृक्ष वल्ली आम्हां सोयरी, 'अवघे विश्वची माझे घर' किंवा 'वसुधैव कुटुम्बकम्' ही काही फक्त भाषणात वापरण्यासाठीची आणि घासून गुळगुळीत झालेली वाक्ये नाहीत, तर एका अर्थाने ती वैज्ञानिक सत्ये आहेत!

***

लाइफ आणि एंट्रोपी

देवेंद्र हा आमचा शाळेतील मित्र आहे. सध्या तो पुण्यात क्लासेस घेतो. त्याच्या आयुष्यात नेहमीच काही ना काही घडत असतं. अलीकडेच काही कामानिमित्त पुण्यात गेलो होतो तेव्हा त्याला भेटलो. कॉलेजात नेहमी उत्साही असणारा तो आता थोडा स्थूल दिसत होता. दाढी वाढवली होती आणि डोक्यावरचे केस काही ठिकाणी पांढरे झाले होते. त्याला पाहून लगेच मी विचारलं, ''काय रे, गंजायला काय झालं? पांढरा का होत आहेस? त्यावर त्याने उत्तर दिलं, "Rust never sleeps." त्याची ही तिरकस उत्तरं मला नवीन नव्हती. म्हणून मी पुन्हा विचारलं, ''पण नेमकं काय झालं?''

तो म्हणाला, "Shit happens, मित्रा, Shit happens!"

''म्हणजे या वेळी; पण काहीतरी नवीन कांड केलंस, हो ना?'', मी म्हटलं.

तो म्हणाला, "Whatever can go wrong will go wrong!", आज तो भलताच फॉर्मात होता. त्याच्या अशा बोलण्यामुळे मी विषय बदलण्याचं ठरवलं. कोरोनाच्या साथीनंतर जवळपास दोन वर्षांनी आम्ही भेटत होतो, त्यामुळे मी म्हणालो, ''कोरोनाने खूप काही बदललं आहे.''

तेवढ्यात, "Things fall apart! Covid or no Covid, things fall apart." या शब्दांनी माझ्या बोलण्याला ब्रेक लावला. माझे सगळे प्रयत्न हाणून पाडले जात होते. इतक्या दिवसांनी आम्ही भेटत होतो, तरीही "Shit happens, Things fall apart' या त्याच्या बोलण्याला वैतागून मी म्हटलो, "Why you are getting so gloomy? Life is beautiful"

""Life is not beautiful, it is a struggle against entropy. It is an attempt to create order in the world of ever-increasing disorder. and wait that which you call beautiful are nothing but anti-entropic patterns."

आता मात्र त्याच्या डोक्यात काय शिजतंय हे मला कळले होते. म्हणालो, ''क्लासमध्ये मुलांना एंट्रोपी शिकवतोयस का?'' तो हसला आणि माझ्या खांद्यावर हात ठेवून म्हणाला, ''खूप दिवस झाले राव, बसायला लागतंय.''

***

जेव्हा आपण पंधरा-वीस दिवसांसाठी गावाला जाऊन येता, तेव्हा आपल्या घरात धूळ साचलेली दिसते. घर अस्ताव्यस्त असते. कधी कधी आपल्याला वाटते की, घर बंद करून गेल्यावर घर का खराब झाले, स्वच्छ का राहिले नाही? टेबलवर ठेवलेला चहाचा कप थंड का होतो, गरम का नाही? वेळेनुसार आपण म्हातारे का होतो, तरुण का नाही? माणूस आधी जन्मतो आणि नंतर मरतो, मृत्युशय्येवरून उठून म्हाताऱ्यापासून तरुण का होत नाही? नवीन गाडी हळूहळू खराब का होते, चांगली का नाही? ग्लास हातातून पडला की, तो तुटतो, तुटलेला ग्लास परत का जुळत नाही? बुद्धाने सांगितल्याप्रमाणे अंगुलीमाल झाडाची पाने आणि फांद्या परत का जोडू शकला नाही? तर याचं उत्तर, Thermodynamics च्या दुसऱ्या नियमात अर्थात वाढत जाणाऱ्या Entropy मध्ये आहे. थर्मोडायनामिक्सला मराठीत 'उष्मागतिकी' असा जाडजूड शब्द आहे. एंट्रोपीला 'अव्यवस्था' असे म्हणता येऊ शकते. ही काय भानगड आहे ते पाहू.

ऊर्जेचे संवर्धन हा विज्ञानाचा मूलभूत सिद्धान्त आहे. त्यानुसार विश्वातील एकूण ऊर्जा संवर्धित होते म्हणजे एकूण ऊर्जा सारखीच राहते. हे असे होत असताना ऊर्जेचे स्वरूप बदलू शकते म्हणजे तुम्ही खाल्लेल्या अन्नातील रासायनिक ऊर्जा तुमच्या शरीरातून उष्णतेच्या रूपात बाहेर पडते. उंचावर ठेवलेल्या वस्तूंची स्थितीज ऊर्जा खाली पडताना गतीज ऊर्जेत रूपांतरित होते; पण हे सगळे होत असले तरी एकूण ऊर्जा मात्र तेवढीच राहते. भौतिकशास्त्रात 'Work/कार्य' ही एक महत्त्वाची संकल्पना आहे. 'कार्य' करण्याची क्षमता ऊर्जेपासून प्राप्त होते. जर नीट पाहिलं तर लक्षात येईल की 'वर्क' आणि 'एनर्जी' या दोन्हींचे मापन 'ज्यूल' याच एककात केले जाते. जर दोन्हींचे मापन 'ज्यूल' याच एककात केले जात असेल, तर या दोन्हीमध्ये, फरक तो काय? फरक असा की, विश्वात उपलब्ध असलेल्या सगळ्याच ऊर्जेपासून 'कार्य' करता येत नाही! एकूण ऊर्जेतील अशी ऊर्जा जिने कार्य केलं जाऊ शकते, त्या ऊर्जेला 'Free Energy' असे म्हटले जाते. विश्वातील एकूण ऊर्जा जरी संवर्धित होत असली तरी या सगळ्या प्रकारात एक मोठी गोम आहे. ती म्हणजे Even though total energy is conserved free energy is not conserved. म्हणजे विश्वातील एकूण ऊर्जा संवर्धित होते आहे; पण ऊर्जेची कार्य करण्याची क्षमता कमी-कमी होते आहे. कारण, कोणतेही कार्य करताना काही ऊर्जा उष्णतेच्या रूपात वाया जाते. अशा Dissipate अर्थात अपव्यय

झालेल्या ऊर्जेत कार्य करण्याची क्षमता नसते. ही वाया गेलेली, निश्चित एक प्रवाह नसलेली ऊर्जा अस्थिर असते तिच्यातून कार्य करता येत नाही म्हणून आपण आपल्या सोयीसाठी तिला 'बिनकामाची ऊर्जा' म्हणू या.

हे सगळे समजून घेण्यासाठी उंचीवरून कोसळणाऱ्या धबधब्याकडे पाहू. धबधब्यातील पाण्याला सुरुवातीला एक निश्चित दिशा असते, गुरुत्वाकर्षणाच्या नियमानुसार पाणी खाली कोसळते आणि त्यातील स्थितीज ऊर्जेचे गतीज ऊर्जेमध्ये रूपांतर होते. या ऊर्जेमार्फत कार्य केले जाऊ शकते आणि म्हणूनच असे हे पडणारे पाणी टर्बाईन फिरवून वीजनिर्मिती करू शकते; पण पाणी खाली पडल्यानंतर, त्यातील काही ऊर्जा खालील दगडांवर आदळून 'Disspiate' होते. खाली दगडावर आदळल्यानंतर पाण्यातील गतीज ऊर्जा दगडातील अणूंना जोरात कंपन करायला लावते. अणूंच्या कंपनामुळे उष्णता तयार होते; पण अशी तयार झालेली ऊर्जा कोणतेही कार्य करण्यास असमर्थ असते. अशा प्रकारे एकूण ऊर्जा संवर्धित राहिली तरी तिची कार्यक्षमता कमी होत जाते. शेवटी काय तर विश्वातील एकूण ऊर्जा फिक्सड असली तरी कामाची ऊर्जा कमी होत असून, बिनकामाची ऊर्जा वाढत आहे. बिनकामाची ऊर्जा वाढत जाणे हे विश्वातील अव्यवस्था वाढत जाण्याचे लक्षण आहे, याला एंट्रोपी असे म्हटले जाते. विश्वाची एकूण एंट्रोपी वाढत आहे हे ठीक आहे; पण मग याचा शेवट कुठे होणार? तर क्षणभर असा विचार करा की, विश्वातील सगळी कामाची ऊर्जा संपली असून, फक्त बिनकामाची ऊर्जा बाकी आहे. तिथपर्यंत ही प्रक्रिया चालू राहील. विश्वाच्या या अवस्थेला 'Heat Death of Universe' असे म्हटले जाते. 'हीट डेथ' झालेल्या विश्वामध्ये कुठेही जीवसृष्टीने राहिलेली नसेल. सर्व तारे विझलेले असतील. सर्व आकाशगंगा निस्तेज झालेल्या असतील. सबंध विश्वात अंधार दाटलेला असेल. विश्वाची ही अशी निस्तेज, भेसूर अशी पडक्या वाड्यासारखी अवस्था म्हणजेच हीट डेथ. आपल्यासाठी आनंदाची गोष्ट म्हणजे हे सगळे होण्यासाठी आपण कल्पनाही करू शकत नाही त्यापेक्षासुद्धा खूप जास्त कालावधी लागणार आहे. 'हीट डेथ' हेच विश्वाचे प्राक्तन आहे आणि विश्व अविरतपणे 'हीट डेथ'कडे प्रवास करत आहे.

उष्मागतिकीच्या दुसऱ्या नियमानुसार, विश्वातील एकूण Entropy वाढत जाते; परंतु एंट्रोपीचा नियम अबसोल्यूट नाही; हा नियम स्टॅटिस्टिकल आहे. याचा अर्थ एंट्रोपी वाढते याच्या मुळाशी प्रोबॅबिलिटी/शक्यतांचे आधिक्य हे कारण आहे, आता या पुस्तकाचेच उदाहरण घ्या. या पुस्तकातील सगळी पाने व्यवस्थित त्यांच्या क्रमानुसार लावणे हे ती उलटसुलट लावण्यापेक्षा जास्त कठीण आहे. याउलट हीच पाने उलटसुलट असण्याच्या शक्यता अनेक आहेत. या पुस्तकाची पाने हवेत भिरकावून दिली, तर ती पाने अनुक्रमे सापडतील याची शक्यता प्रचंड कमी आहे याउलट अस्ताव्यस्त सापडतील ही शक्यता जास्त आहे. तुमचे घर

टापटीप ठेवण्याच्या पद्धती कमी आहेत; पण तेच घर अनंत पद्धतीने खराब किंवा व्यवस्थित करता येते. For a particular thing there are more states it can be in disorder than there are states wherein it can be in order याच कारणांमुळे जगातील अव्यवस्था अर्थात एंट्रोपी वाढत जाते. Entropyच्या नियमानुसार विश्वातील ऐकून Disorder वाढत जाणे हीच विश्वाची दिशा आहे. एकदा हे लक्षात घेतले की, जीवसृष्टीचे निर्माण का झाले आणि जीवनाची दिशा काय आहे हे समजून घेता येते. एंट्रोपी वाढत जाणे ही विश्वाची दिशा आहे असे आपण म्हणालो; पण ब्रह्मांड हेतुपुरस्सर एंट्रोपी वाढवण्याचा प्रयत्न करते असे आपल्याला म्हणायचे नाही. आधुनिक विज्ञान ब्रह्मांडावर मानवी प्रेरणा प्रक्षेपित करत नाही. किंबहुना, संपूर्ण जग हे कोणत्यातरी उद्देशाने संतृप्त आहे या विचाराचे खंडन हाच वैज्ञानिक क्रांतीचा आधार आहे, त्यामुळे एंट्रोपी वाढवणे हा विश्वाचा हेतू नसून ती वाढणे ही विश्वाची दिशा आहे, एवढाच त्याचा अर्थ घेणे अभिप्रेत आहे म्हणून एंट्रोपी वाढत असली तरी त्यामागे विश्वाचा कसलातरी हेतू आहे, कोणता तरी उद्देश आहे असा निष्कर्ष काढणे चूक ठरेल.

***

विज्ञानाची कोणतीही थेअरी बरोबर आहे की चूक हे ठरवण्यासाठी ती थेअरी इतर सिद्ध झालेल्या थेअरीशी सुसंगत आहे की नाही ते तपासून पाहिले जाते. कोणतीही थेअरी सादर केल्यानंतर, तिला एंट्रोपीच्या कसोटीवर तपासून पाहण्याचे काम वैज्ञानिक इमाने इतबारे करत असतात. एंट्रोपीची ही चाचणी, लिटमस चाचणीइतकी किंवा त्याहून अधिक महत्त्वाची आहे. यासंदर्भात, विसाव्या शतकातील प्रसिद्ध भौतिकशास्त्रज्ञ सर आर्थर एडिंग्टन यांचे एक विधान खूपच बोलके आहे. ते म्हणतात :

> "The law that entropy always increases - the second law of thermodynamics - holds I think, the supreme position among the laws of Nature. If someone points out to you that your pet theory of the universe is in disagreement with Maxwell's equations - then so much worse for Maxwell equations. If it is found to be contradicted by observation - well these experimentalists do bungle things sometimes. But if your theory is found to be against the second law of Thermodynamics, I can give you no hope; there is nothing for it but to collapse in deepest humiliation."

म्हणजेच जर कोणताही सिद्धान्त थर्मोडायनॅमिक्सच्या दुसऱ्या नियमाच्या 'एंट्रोपी' संकल्पनेला आव्हान देत असेल, तर त्या सिद्धान्ताला इतिहासातील कचराकुंडीत टाकावे लागेल. यामुळे पुढे जाण्या अगोदर उत्क्रांतीची थेअरी 'एंट्रोपी'च्या तर्कावर तपासून घेतली पाहिजे. डार्विनने सांगितलेल्या उत्क्रांतीच्या थेअरीनुसार 'Life'एकपेशीय सजीवांपासून उत्क्रांत होत बहुपेशीय सजीवांपर्यंत जाऊन वरचेवर सुव्यवस्थित होत उत्क्रांत होते आहे. यावरून उत्क्रांतीची प्रक्रिया 'एंट्रोपी' म्हणजेच अव्यवस्था कमी करत आहे असे वाटते; परंतु थर्मोडायनॅमिक्सच्या दुसऱ्या नियमानुसार, विश्वातील एकूण अव्यवस्था म्हणजेच एंट्रोपी वाढली पाहिजे, त्यामुळे उत्क्रांतीची थेअरी चूक आहे असा तर्क केला जातो. उत्क्रांती आणि एंट्रोपी मध्ये दिसणारा हा विरोधाभास वरवरचा आहे. खोलात डोकावून पाहिल्यास उत्क्रांती आणि एंट्रोपी मध्ये कोणतेही वैर नाही. उष्मागतिकीच्या दुसऱ्या नियमानुसार कोणत्याही 'बंदिस्त प्रणाली/Closed System'ची एंट्रोपी वाढत जाणे अपेक्षित आहे; परंतु पृथ्वी ही काही बंदिस्त प्रणाली नाही. पृथ्वीवर सूर्याकडून ऊर्जेचा सतत प्रवाह होत असतो, त्याचा वापर करून सजीव उत्क्रांत होत आहेत. विश्वाची एकूण एंट्रोपी उत्क्रांतीमुळे वाढतेच आहे. मुळात, सजीव विश्वातील एकूण अव्यवस्था वाढवण्यात मोठा हातभार लावत आहेत. "We are creating order within our bodies at the cost of increasing disorder outside our body" उदाहरणादाखल मानव किंवा इतर कुठलाही सजीव एंट्रोपीच्या बाबतीत तुमच्या घरातील अळी Conditioning Systemसारखे काम करतो. एसी ज्या खोलीत लावला जातो त्याचे तापमान नियंत्रित करतो आणि तिथली अव्यवस्था कमी करून एक 'ऑर्डर' तयार करतो; परंतु त्याच वेळी एसीचा 'एक्झॉस्ट फॅन' खोलीबाहेरील वातावरणात उष्णता सोडून एकूण एंट्रोपी वाढवत असतो. त्याचप्रमाणे मानव आणि इतर सजीव त्यांच्या शरीरात ऑर्डर स्थापून शरीराबाहेर उष्मा सोडून डिसऑर्डर वाढवत असतात. मुळात, जीवन हे नदीच्या पुरात तयार झालेल्या भोवऱ्यासारखे आहे. पूर आल्यावर नदीचे पाणी अनागोंदी, अव्यवस्था आणि गोंधळ माजवत बेभानपणे पुढे-पुढे जात असते, तरीही त्या पाण्यात, कुठे कुठे पाणी एक विशिष्ट दिशा घेत, व्यवस्थित आकार घेत गोलगोल फिरू लागते. तिथे व्यवस्था निर्माण होते; पण हे असे तयार झालेले भोवरे एकूणातला गोंधळ, अव्यवस्था वाढवण्याचेच काम करत असतात. Lifeचेही तसेच आहे, ती विश्वातील एकूण एंट्रोपी वाढवते.

पृथ्वी ही बंदिस्त सिस्टीम नाही; कारण पृथ्वीला सूर्याकडून सतत ऊर्जा प्राप्त होत असते. त्याच ऊर्जेचा वापर पृथ्वीवरील सर्व सजीव करत आहेत. हे जरी खरे असले तरी 'पृथ्वी-सूर्य व्यवस्थेत' सूर्यापासून मिळणारी ही ऊर्जा संवर्धित झाली पाहिजे आणि सोबतच एकूण एंट्रोपीसुद्धा वाढली पाहिजे. प्रकाश किरणांची ऊर्जा त्यांच्या फ्रिक्वेन्सींवर अवलंबून असते; जास्त फ्रिक्वेन्सी म्हणजे जास्त ऊर्जा.

सूर्याकडून मिळणारा प्रकाश हा बहुतांश 'व्हिसिबल स्पेक्ट्रम' म्हणजे उच्च ऊर्जेचा आणि म्हणून अधिक वारंवारितेचा असतो. त्या व्हिसिबल स्पेक्ट्रमचा १ फोटॉन पृथ्वीने स्वीकारला तर पृथ्वी त्यावर वेगवेगळ्या प्रक्रिया करून इन्फ्रारेड लाइटचे २० फोटॉन बनवून आकाशात परत सोडते. हे म्हणजे असे झाले की, एखाद्याकडून १ रुपयाचा एक ठोकळा घ्यायचा, त्याचा वापर करून आपले काम करून घ्यायचे आणि त्या व्यक्तीला वापस देताना ५ पैशाची २० नाणी परत करायची. त्या व्यक्तीला पाच पैशाची वीस नाणी म्हणजे एकूण १ रुपया परत तर करायचा, कुठले कर्जसुद्धा डोक्यावर राहत नाही. अहो; पण ५ पैशाचे नाणे बाजारात चालत नाही, त्याच्यापासून कुठलीही वस्तू विकत घेता येत नाही की काही काम करता येत नाही! असले उद्योग पृथ्वी सूर्यापासून मिळणाऱ्या ऊर्जेसोबत करते. पृथ्वीच काय कोणतेही कार्य करत असताना आणि ऊर्जेचे स्वरूप बदलते तेव्हा अशी प्रक्रिया अविरतपणे होत असते. ऊर्जेचा हा बंदा रुपया ५-५ पैशात बदलत जाणे म्हणजे एंट्रोपी होय. ऊर्जेच्या बाजारात या पाच पैशाची काही किंमत नसते कारण कुठलेही 'कार्य' त्यापासून करता येत नाही. असे समजा की, तुमच्या मित्राने तुमच्या शेतात १०० फूट खोलीची विहीर खोदून दिली, त्या विहिरीला पाणीसुद्धा लागले. त्याची परतफेड म्हणून तुम्ही त्याला १ फूट खोलीचे १०० खड्डे खणून दिले तर तुमच्या त्या मित्राला पाणी मिळेल का, तर नाही. एंट्रोपीमुळे विश्वातील एकूण बिनकामाची ऊर्जा वाढत आहे.

***

एंट्रोपीचा ऊर्जा, कार्य आणि उत्क्रांती यांच्याशी असलेला संबंध आपण पाहिला; पण एंट्रोपीची महती इथेच संपत नाही. तिने, काळालाही व्यापून टाकले आहे. एंट्रोपी आणि काळ/Time यांचाही घनिष्ट संबंध आहे. निसर्गात 'एंट्रोपी' वाढत जाण्याचा जो प्रकार आहे, त्यामुळे 'काळ' एका विशिष्ट दिशेने जातो असे वाटते. भौतिकशास्त्राचे नियम त्रिकालाबाधित असतात. उदाहरणार्थ, गुरुत्व बल कालही होते आजही आहे आणि उद्यासुद्धा असणार आहे. भौतिक शास्त्राचे नियम त्रिकालाबाधित असतील तर काळसुद्धा त्रिकालाबाधित असला पाहिजे; पण तसा आपला अनुभव नाही, काळाला एक निश्चित दिशा आहे असे आपल्याला जाणवते. काळाला मागे फिरता येत नाही, असे आपण अनुभवतो. काळ एका विशिष्ट दिशेने जातोय असे वाटते, काळाची ही दिशा 'Thermodynamic Arrow of Time' या नावाने संबोधली जाते. आता याचेच उदाहरण घ्या की तुम्ही हे पुस्तक पुढे वाचण्याचा किंवा न वाचण्याचा निर्णय घेऊ शकता; परंतु आपण आतापर्यंत वाचलेले भाग न वाचल्याचा निर्णय घेऊ शकत नाही, त्यामुळे काळाच्या आपल्या जाणिवेमागे एंट्रोपी आहे, त्यामुळे काळानुरूप एंट्रोपी वाढत जाते असे म्हणणे संयुक्तिक नाही, एंट्रोपी वाढत जाण्याच्या दिशेने काळ सरकत

जातोय असे आपल्याला वाटते, असे म्हणणे जास्त योग्य आहे. काळाचा हा ॲरो वर सांगितल्याप्रमाणे 'थर्मोडायनॅमिक ॲरो' या नावाने ओळखला जातो. प्रश्न हा नाहीये की एंट्रोपी का वाढत जातेय, प्रश्न हा आहे की बिग बँगच्या वेळेला विश्वाची एंट्रोपी इतकी कमी का होती? विश्व निर्माण झाले तेव्हा ते कमालीचे सुव्यवस्थित, कमालीचे ऑर्डरड् होते. ते तसे का होते याचे उत्तर आपल्याकडे आजच्या घडीला नाहीये; पण विश्व निर्माण झाल्याच्या क्षणापासून आजपर्यंत त्यातील एकूण अव्यवस्था वाढतच आहे. अशा वाढणाऱ्या अव्यवस्थेमुळे एक वेळ अशी येईल की विश्वाची कार्य करण्याची क्षमता संपूर्णपणे नष्ट झालेली असेल. तो ब्रह्मांडाचा मृत्यू ठरेल. हे विश्व नष्ट होणार आहे, त्या दिशेनेच विश्वाचा प्रवास सुरू आहे. थोडक्यात एंट्रोपीच्या माध्यमातून 'Heat Death' हे विश्वाचे प्राक्तन आहे. आपण असे म्हणू शकतो की, अव्यवस्था वाढवण्यासाठी युनिव्हर्सला 'Life'ची गरज आहे म्हणूनच जीवसृष्टीची निर्मिती झाली असावी. जीव निसर्गातील अव्यवस्था वाढवतात आणि ब्रह्मांडाला त्याच्या 'हीट डेथ'कडे नेण्यात मदत करतात. या प्रक्रियेची गती वाढवतात. ब्रह्मांडाला त्याच्या अंतिम ध्येयाच्या दिशेने जाण्यास, त्याच्या प्राक्तनाशी एकरूप होण्यास सजीव हातभार लावतात. कदाचित, म्हणूनच विश्वात 'Life' असणे ही विश्वाची गरज असली पाहिजे.

जरी विश्वातील एकूण एंट्रोपी वाढत असली, तरी ती वाढत असताना विश्वाची जटिलता म्हणजेच कॉम्प्लेक्सिटी सुरुवातीला वाढते आणि नंतर कमी होत जाते. उत्क्रांतीद्वारे सजीवांची जटिलता वाढत गेली आहे हे आपल्याला माहीत आहे. उत्क्रांतीच्या प्रक्रियेत एकपेशीय सजीवांपासून बहुपेशीय कॉम्प्लेक्स सजीव कसे तयार होत गेले, हे आपण पाहणार आहोत; पण उत्क्रांतीच्या प्रक्रियेत वाढत जाणारी ही जटिलता मुळात सतत वाढणाऱ्या एंट्रोपीमुळे तयार होते हे एकदा लक्षात आले की – एंट्रोपी, लाइफ, उत्क्रांती, जटिलता आणि काळाची आपल्याला जाणवणारी उष्मागतिकी दिशा हे एकमेकांशी कसे जुळलेले आहेत हे कळते. विश्वाची जटिलता वाढत जाण्याच्या टप्प्यात 'Life' तयार होणे आणि त्याचे उत्तरोत्तर जटिल होत जाणे त्यामुळे स्वाभाविक आहे. पृथ्वीवरील जीवसृष्टीची निर्मिती आणि विकास यांच्या मुळाशी वाढत जाणारी एंट्रोपी आणि त्या एंट्रोपीचा जटिलतेशी असलेला आंतरसंबंध आहे. तो आंतरसंबंध पुढील ग्राफमधून स्पष्ट होतो.

जटिलता आणि अव्यवस्था यांच्यातील रस्ता दुहेरी आहे. वाढत जाणारी कॉम्प्लेक्सिटी एंट्रोपी वाढवण्यास मदत करते. याचा दुसरा अर्थ असा की, Lifeमुळे एंट्रोपी वाढण्यास हातभार लागतो. उदाहरणार्थ, पृथ्वीच्या गर्भातील कोळशाची ऊर्जा मानव अस्तित्वात नसता, तर अनेक वर्षे तशीच पडून राहिली असती; परंतु मानवाने ती ऊर्जा वापरून कार्य केले आणि ऊर्जित ऊर्जा उत्सर्जित करून एंट्रोपी वाढवली.

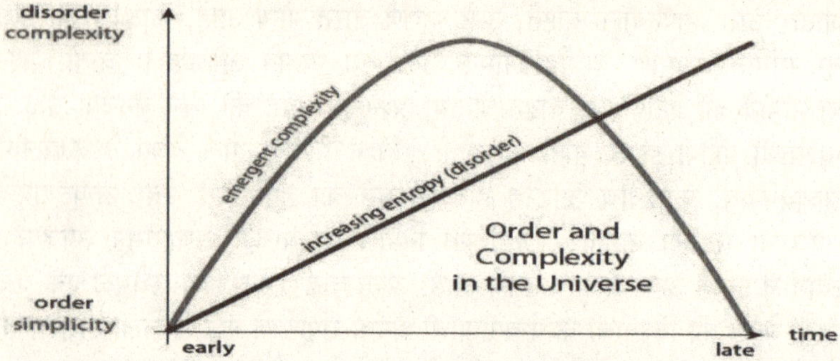

विश्वातील एकूण एंट्रोपी/अव्यवस्था सतत वाढते;
पण कॉम्पलेक्सिटी/जटिलता सुरुवातीला वाढते आणि नंतर कमी होत जाते.

थोडक्यात, आपण हे सर्व असे समजून घेऊ शकतो की, विश्वाची एकमेव दिशा एंट्रोपी वाढवण्याकडे आहे. 'उपजे ते नाशे' या नियमाप्रमाणे विश्व काम करते. विश्वाला संपूर्ण अव्यवस्थेच्या म्हणजेच 'हीट डेथ'च्या ध्येयापर्यंत लवकर घेऊन जाण्यासाठी युनिव्हर्सने 'सजीवांची' निर्मिती केली. त्याअर्थाने, एंट्रोपी वाढवणे हा जीवनाचा हेतू आहे; परंतु सजीवसुद्धा 'उपजे ते नाशे' या एंट्रोपीच्या नियमांनी बांधलेले आहेत म्हणून त्यांचा मृत्यू होतो. सर्व सजीव जर मृत पावले, तर विश्वाच्या अव्यवस्थेचे उद्दिष्ट लवकर पूर्ण होणार नाही म्हणून निसर्गाने सजीवांसाठी Reproductionचा मार्ग शोधला, जेणेकरून सजीव टिकून राहतील! अशा प्रकारे विश्वाच्या मूळ प्राक्तनाशी बांधल्या गेलेल्या सजीवांचे, 'प्रजनन' करत राहणे हे मुख्य उद्दिष्ट बनले आहे. एंट्रोपी वाढवणे हा जीवनाचा हेतू आहे याचा व्यावहारिक पातळीवरचा अर्थ अधिक जीव तयार करणे असा काढता येतो, त्यामुळे सजीवांच्या असण्याचा एकमेव उद्देश आहे तो म्हणजे अधिक सजीव तयार करणे. एकंदरीत, सजीवांचा प्रजननाच्या माध्यमातून जिवंत राहण्याचा हेतू, विश्वाची एंट्रोपी वाढत जाण्याच्या दिशेशी फक्त सुसंगतच नाही तर पूरकसुद्धा आहे.

***

प्रजनन हे जिवांचे मूलभूत वैशिष्ट्य आहे. अगदी व्हायरससुद्धा स्वत:ला रिप्लिकेट करण्याचा प्रयत्न करतात. व्हायरस हे रूढार्थाने सजीव नाहीत! त्यांच्यात फक्त जनुकीय मटेरियल्स अर्थात DNA/RNA असतात. DNA स्वत: सजीव असत नाही. व्हायरस त्याचा DNA/RNA इतर सजीव पेशीत घुसून स्वत:ची संख्या वाढवण्याचे काम करतात. व्हायरस, बॅक्टरिया हे एकपेशीय सजीव आणि सर्व

प्राणीमात्र त्यांची संख्या वाढवण्याचा प्रयत्न करतात. सजीव त्यांच्यासारखेच इतर सजीव तयार करत राहतात हा एक चमत्कारच म्हटला पाहिजे. प्रजनन लैंगिक आणि अलैंगिक अशा दोन्ही पद्धतीने होते. लैंगिक पद्धतीने होणाऱ्या पुनरुत्पादनात जनुकीय विविधता येते, त्यामुळे वेगवेगळ्या परिस्थितीत जिवांचे अस्तित्व टिकून राहणे शक्य होते. आपण उत्क्रांती बदल पाहणारच आहोत; पण वर पाहिल्याप्रमाणे विश्वाची एकूण एंट्रोपी वाढवण्याच्या कामात सजीव हातभार लावतात. सजीवांचे सातत्य राहावे, यासाठी प्रजनन गरजेचे आहे. त्यामुळे इतर जिवांच्या किंवा माणसाच्या आयुष्यात Reproduction हे अत्यंत महत्त्वाचे उद्दिष्ट आहे. आता तुम्ही म्हणाल की, माणसे किंवा इतर सजीव काही सतत प्रजनन करत नाहीत. ते अन्नाच्या शोधात भटकतात, घर बनवतात, संपत्ती गोळा करतात, सामाजिक वर्चस्व निर्माण करण्याचा प्रयत्न करतात, झोपतात आणि कधी कधी भांडणसुद्धा करतात. ही सर्व दुय्यम ध्येये आहेत जी प्रजननाची शक्यता वाढवण्यास मदत करतात. स्वतःसारखे आणखी जीव तयार करणे हे उत्क्रांतीच्या सूत्रानुसार सजीवांचे मुख्य ध्येय आहे. सर्व सजीव, मानव किंवा नर-वानर गटातील प्राणी, सामाजिक वर्चस्व निर्माण करून त्यांचे रिप्रोड्युटीव्ह यश वाढवण्याचा प्रयत्न करत असतात, त्यामुळे संपत्ती, संसाधने, सामाजिक प्रतिष्ठा ही मुख्य ध्येये नसून, प्रजनन या ध्येयाला सुसंगत अशी उप-ध्येये आहेत. प्रजननामुळेच पृथ्वीवर जिवांचे अस्तित्व टिकून आहे. आपले 'Selfish Gene' त्याची अखंडता टिकून ठेवते. माणूस गेला तरी त्याचेच जीन्स आणि त्याच्याच सारखे असलेले वारसदार मागे आहेत, हा विचार मृत्यूला धीरोदात्तपणे सामोरे जाण्याची ताकद देतो.

***

मानवी आयुष्य नश्वर असले, तरी विश्व अनादी आणि अनंत असल्याची कल्पना माणसाला आधार देते. 'मरावे परी कीर्ति रूपी उरावे' असे म्हणत, माणूस मरण्यापूर्वी स्वतःची काहीतरी ओळख मागे सोडून जाण्याचा प्रयत्न करतो, कारण त्याला असे वाटते की, आपण गेलो तरी मानवजात किंवा सजीव सृष्टी अबाधित राहील.

'जन पळभर म्हणतील, 'हाय हाय!' मी जाता राहील कार्य काय।।
सूर्य तळपतील चंद्र झळकतील। तारे अपुला क्रम आचरतील।।
असेच वारे पुढे वाहतील। होईल कांहिं का अंतराय।।'

कवी भा. रा. तांबे यांच्या ओळी, आपल्या मृत्यूनंतरसुद्धा हे विश्व असेच राहील, असा आपल्याला विश्वास देतात. हे असे जरी वाटत असले तरी, एंट्रोपी अतिशय क्रूर आहे, अंगावर काटा येईल इतकी क्रूर आहे. माणूस जसा नश्वर आहे, तसेच

मानवजात आणि विश्वही नश्वर आहे. विश्व अनादी नसून, त्याला सुरुवात आणि अंत दोन्हीही आहेत. त्याचप्रमाणे विश्वाची जटिलता कमी होत जाण्याच्या टप्प्यात 'Life' नष्ट होत जाणे अपरिहार्य आहे. संत ज्ञानेश्वरांनी सांगितल्याप्रमाणे 'उपजे ते नाशे' हेच इथले अंतिम सत्य आहे. जीव जन्म घेतो आणि मरतो, माणूससुद्धा जन्मतो आणि मरतो. इथे करोडो वर्षे आधिपत्य गाजवणारे डायनॉसोरसुद्धा नष्ट झाले. फक्त सजीवच नाही, तर तुमच्या घरातल्या वस्तूसुद्धा खराब होतात. तुमचा आवडता रेडिओ, टी.व्ही., कॉम्प्युटर आणि तुमची गाडीसुद्धा खराब होते. या वस्तू नष्ट होतात किंवा तुम्ही त्या वस्तू भंगारात घालून मोकळे होता. माणूस, इतर जीव, तुमच्या घरातल्या वस्तू इतकेच काय आपली पृथ्वीसुद्धा याच नियमांनी बांधलेली आहे. एवढेच नव्हे आपला सूर्यसुद्धा यातून सुटणार नाही. ग्रह, तारे जन्म घेतात आणि कालांतराने तेसुद्धा नष्ट होतात. उपजे ते नाशे हे तत्त्व फक्त सजीवांना लागू नसून ग्रह, तारे, कृष्णविवरे, आकाशगंगा आणि ब्रह्मांड या सर्वांना लागू आहे. थोडक्यात 'हीट डेथ' हेच विश्वाचे प्राक्तन आहे! कारण, ब्रह्मांडाची भाग्यरेषा आणि जीवनाचे, जाणिवेचे आणि माणसाच्या धडपडीचे सार व अंतिम उद्दिष्ट सर्व काही एंट्रोपी निर्धारित करते.

हे सगळे पाहता, प्रश्न हा नाही की मानव आणि मानवी संस्कृती नष्ट होईल का नाही, तर प्रश्न हा आहे की, ती कशी आणि कधी नष्ट होईल? नष्ट होणार हे निश्चित आहे! उल्कापात होऊन नष्ट होईल की उत्तर अमेरिकेतल्या येल्लोस्टोनसारख्या महाज्वालामुखीचा उद्रेक होऊन! तारे जन्माला येतात आणि नंतर नष्ट होतात हे आपण पाहिले आहे. जितका मोठा तारा तितक्या लवकर तो नष्ट होतो हेसुद्धा आपण पाहिले. सुदैवाने आपला सूर्य मध्यम आकाराचा असल्यामुळे तो दीर्घायुषी आहे; पण मागच्या उण्या-पुऱ्या ५०० कोटी वर्षांत सूर्याचे जवळपास अर्धे आयुष्य संपले आहे, त्यामुळे आजपासून जवळपास ४५०-५०० कोटी वर्षांनी आपला सूर्य 'Red Giant' होऊन त्याच्या शेवटाला आलेला असेल. त्या वेळेस सूर्याचा आकार प्रचंड वाढलेला असेल. बुध, शुक्र हे ग्रह आणि कदाचित पृथ्वीसुद्धा सूर्याच्या उदरात गुडूप झालेली असेल किंवा त्याच्याही आधी आपल्या शेजारी असलेली अँड्रोमेडा गॅलॅक्सी आणि आपल्या आकाशगंगेचा अपघात होऊन इथे काहीही होऊ शकेल. आजच्या घडीला जवळपास १०० किमी प्रति सेकंद या वेगाने अँड्रोमेडा तारकामंडळ आपल्या आकाशगंगेकडे येते आहे. याच गतीने चालू राहिले, तर जवळपास ४५० कोटी वर्षांनंतर या दोन तारकामंडळाचा अपघात घडून येईल.

जर आपण किंवा इथली जीवसृष्टी वाचली आणि आपली सूर्यमाला सोडून इथले सजीव दुसऱ्या सूर्यमालेत स्थायिक झाले, तरी त्यानंतर आकाशातील सगळे तारे एक-एक करून विझायला लागतील. या विझणाऱ्या काही ताऱ्यांची

यथावकाश कृष्णविवरे बनतील; पण नंतर हळूहळू 'हॉकिंग्स रेडिएशन्स'नुसार ती कृष्णविवरेसुद्धा नष्ट होतील. त्यानंतर कार्य करण्यायोग्य कुठलीही ऊर्जा या विश्वात शिल्लक राहणार नाही. आपण विचार करतो, तेव्हा मेंदूतून काही उष्णता बाहेर पडते; पण आजपासून हजारो-लाखो-लाख-करोडो-करोड किंवा त्याहीपेक्षा तितक्याच पटीने प्रचंड मोठ्या कालखंडाने, विचार केल्यानंतर बाहेर पडणारी उष्णतासुद्धा शोषून घेण्याची क्षमतासुद्धा विश्वात राहिलेली नसेल. अशा वेळी तो विचार करणारा जीव विचार केल्यामुळे तयार झालेल्या उष्णतेतच करपून जाऊन नष्ट होईल! अर्थात त्या वेळेपर्यंत विचार करणारा कुणी असणारच नाही. एंट्रोपी जिंकणार हे मात्र निश्चित!

सत्याचे हे भयावह रौद्र रूप काळजाचा थरकाप उडवणारे आहे, तरीही सत्याच्या नजरेशी नजर मिळवून त्याच्याकडे बघण्याचे धाडस आपण दाखवले पाहिजे. एंट्रोपीची ही क्रूरता पाहून आपण हताश होऊन जाण्याचे कारण नाही. विश्वाच्या विस्तीर्ण पसाऱ्यात शक्यतांच्या असंख्य, अगणित पायऱ्या चढत अणू-रेणूपासून बनलेल्या या देहाच्या माध्यमातून आपण हे विश्व समजून घेऊ शकतो, त्याबद्दल विचार करू शकतो. अत्यंत विस्मयकारक अशा विश्वाबद्दल जाणून घेऊ शकतो. जन्मापूर्वी आणि मृत्यूनंतरच्या काळोखाच्या अनंततेत क्षणभर चमकणारा प्रकाशाचा इवलासा कवडसा म्हणजेच मानवी जीवन! तरीही, आपल्या क्षणभंगुर अस्तित्वाच्या छोट्याशा खिडकीतून आपण अनंत, अजस्र विश्वाची अद्‌भुतरम्य रहस्ये अनुभवू शकतो. प्रेम, वात्सल्य, करुणा, दया या भावनांची अनुभूती करत विश्वाची सुरुवात आणि शेवट यांबद्दल चर्चा करू शकतो आणि हे सर्व आता, इथे, या क्षणी! केवढी मोठी गोष्ट आहे ही! त्याबद्दल आपण मनात कृतज्ञता भाव ठेवला पाहिजे. 'आता तरी पुढे हाचि उपदेश, करू नका नाश आयुष्याचा' ह्या संत तुकारामांच्या अभंगातील ओळी लक्षात ठेवून, मिळालेल्या या जीवनाचा आपण सदुपयोग केला पाहिजे. मागील १३८२ कोटी वर्षांत हायड्रोजनच्या अणूंनी बदलत वेगवेगळी वळणे घेत, माणसाचे रूप धारण केले आहे! १३८२ कोटी वर्षांत हायड्रोजन अणूचा माणूस होणे, हा प्रवास निश्चितच सोपा नव्हता. उद्याचे जग असे असणार नाही. एंट्रोपीच्या वरवंट्याखाली सर्व सजीव, ग्रह-तारे, तारकामंडळे आणि अवघे विश्वच भरडून जाणार आहेत. असे असले, तरी असंख्य अडथळे पार करत आपण इथपर्यंत पोहोचलो आहोत आणि इथे पोहोचल्यानंतरही, हा देह फालतू गोष्टी करत किंवा एकमेकांचे उणेदुणे काढत वाया घालवणार असू, तर हा पराकोटीचा मूर्खपणा ठरेल!

***

भाग ३

जीवन

उत्क्रांतीची क्रांती

'कुत्र्यांपेक्षा जोडीदाराची संगत नक्कीच चांगली आहे.'

'...आणि समजा लग्नच केलं नाही, तर सगळा युरोप आणि कदाचित अमेरिकाही फिरू शकतो की...'

'पण लग्न केल्यास उतारवयात कुणीतरी सोबतीला असेल...'

१८३८ साली डार्विनने त्याच्या डायरीत नात्यातील मुलीला लग्नाची मागणी घालावी की नाही या विचारात असताना हे लिहिले होते. इंग्लंडमध्ये १२ फेब्रुवारी १८०९ या दिवशी चार्ल्स डार्विनचा जन्म झाला. नेमके त्याच अटलांटिक महासागराच्या पलीकडे असणाऱ्या अमेरिकेत अब्राहम लिंकन यांचासुद्धा जन्म झाला! लिंकन यांची कहाणी; पण डार्विन इतकीच चित्त थरारक आहे; पण तो ह्या कहाणीचा हिरो नाही. आपल्या कहाणीचा हिरो चार्ल्स इंग्लंडमधल्या सुखवस्तू कुटुंबात जन्माला; परंतु वयाच्या अवघ्या आठव्या वर्षी त्याची आई सोडून गेली. चार्ल्सचे वडील डॉक्टर असल्याने साहजिकच त्यांना अपेक्षा होती की, मुलगाही डॉक्टर व्हावा. चार्ल्सने डॉक्टरीसाठी एडीनबर्ग विद्यापीठात प्रवेश तर घेतला खरा; पण तिथे त्याचे मन रमेना. त्याकाळी शस्त्रक्रिया अतिशय सुमार पद्धतीने होत असल्याने, भुलीचा शोध लागलेला नसल्याने रुग्ण वेदनेने कळवळत असत. चार्ल्सला हे सगळे पाहावत नव्हते. डॉक्टरीपेक्षा त्याचे मन नॅचरल हिस्टरीमध्ये गुंतले होते, त्यामुळे डॉक्टरीतून सुटका मिळवायची असा चार्ल्सने चंग बांधला. त्याने वडीलांचा विरोध पत्करून डॉक्टरी सोडली. आता वडिलांना मुलाची काळजी वाटू लागली, त्यांनी चार्ल्सला धर्मगुरू होण्याचा सल्ला दिला. त्यानुसार चार्ल्स केंब्रिजच्या ख्रिस्त कॉलेजमध्ये धर्मशास्त्र अभ्यासण्यासाठी दाखल झाला. तिथे धर्मशास्त्राचा अभ्यास करण्याऐवजी डार्विन दुसरेच किडे करू लागला. त्याला कीटकशास्त्राची गोडी लागली. त्याने या काळात हजारो किडे गोळा केले. सोबतीला घोडेस्वारी, निशाणेबाजी आणि वाचन चालूच होते. १८३१ साली डिग्री मिळवल्यावर त्याच्यासमोर ख्रिस्ती पाद्री होण्याची संधी होती; पण याच्या अंगात वेगळीच खुमखुमी होती. ऐन तारुण्यातील पाच वर्षे या पठ्ठ्याने एका जहाजावर काढली.

जहाजावरील जग भ्रमंतीनंतर १८३८ साली, २९ वर्षीय चार्ल्स डार्विन लग्न करावे की नाही या विवंचनेत होता. वरीलप्रमाणे लग्नाचे फायदे-तोटे यांची यादी बनवून मनाचा निर्धार केल्यानंतर शेवटी चार्ल्स डार्विनने 'एम्मा'ला लग्नाबद्दल विचारलेच. तिनेही हो-नाही-हो करत तीन-चार महिन्यांनी होकार कळवला. होकार मिळाला त्या रात्री डार्विन झोपलेला नसणार कारण 'हा दिवस सोन्याचा आहे!' असे त्याने लिहून ठेवले आहे. एम्माच्या होकारानंतरही डार्विनच्या मनात धाकधूक होती; त्याला आपल्या होणाऱ्या पत्नीसोबत काही गोष्टी शेअर करायच्या होत्या. डार्विन नुकताच जगाची सफर करून आला होता; १८३१ साली, २२ वर्षांचा कोवळा पोरगा असताना डार्विन HMS Beagle या जहाजावर चढला आणि पुढील पाच वर्षे जगातल्या वेगवेगळ्या भागांत फिरला. जागोजागी फिरून त्याने विविध जीवाश्म गोळा केले आणि १८३६ साली तो मायदेशी परतला होता.

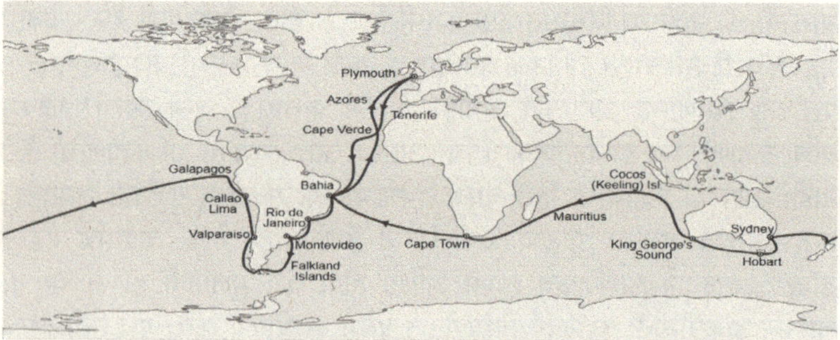

बीगल जहाजाचा मार्ग, १८३१ ते १८३६ ही पाच वर्षे डार्विनने या जहाजावर जगाची सफर केली.

मायदेशी परतल्यानंतर १८३७-३८च्या कालावधीत डार्विनने जीवाश्मांचा अभ्यास केला आणि प्रजातींच्या उत्क्रांतीबद्दल त्याचे मत विकसित झाले. हे त्याचे मत लग्नागोदर त्याला होणाऱ्या पत्नीसोबत शेअर करायचे होते. डार्विनच्या मते, सर्व सजीव एकमेकांशी जोडलेले असून, त्यांना देवाने तयार केलेले नाही, तर ते हळूहळू उत्क्रांत झालेले होते. एवढेच नाही माणूस कुणी दैवी नसून, निसर्गातल्या इतर प्राण्यांसारखाच उत्क्रांत झालेला एक प्राणी आहे. डार्विनने त्याचे हे विचार एम्माला ऐकवले. एम्मा धार्मिक वृत्तीची होती, डार्विनचे हे विचार ऐकून तिला धक्काच बसला. कमालीची समंजस, त्यागी आणि निष्ठावान असली तरी तिला भीती वाटली की, विचारांमधील भिन्नता त्यांच्या नात्यात अंतर आणू शकते, तरीही डार्विनने दाखवलेला मोकळेपणा तिला भावला. तिने डार्विनला बायबलचा एक अध्याय

वाचायला सांगितला आणि वाचून झाल्यावर त्याबद्दलचे मत मला सांगू नको असे कळवले. तिने सुचवलेल्या अध्यायात 'जो कोणी माझ्यामध्ये राहणार नाही त्याला एखाद्या फांदीप्रमाणे बाहेर फेकून देण्यात येईल आणि तो सुकून जाईल; अशा फांद्या गोळा करून अग्नीत टाकल्या जातात व त्या जाळल्या जातात!' असे लिहिलेले आहे. डार्विनला यातून एक स्पष्ट संदेश मिळाला. मायदेशी परत आल्यानंतर मागच्या दोन वर्षांत त्याचे हे विचार पुस्तकबद्ध करण्यासाठी लिहून झाले होते; पण एम्माची प्रतिक्रिया पाहून डार्विनला त्याचे विचार समाजात मान्य होणार नाहीत असे वाटले असावे. त्याने त्याचे हस्तलिखित ड्रॉवरमध्ये ठेवले, जे पुढील २०-२१ वर्षे तसेच पडून राहिले. यामुळे त्याला फायदाच झाला, कारण त्यामुळे त्याचे लिखाण प्रकाशित करण्याची घाई झाली नाही.

याच दरम्यान डार्विनवर अर्थशास्त्री थॉमस माल्थसच्या लोकसंख्येच्या सिद्धान्ताचा प्रभाव पडला. माल्थसचे मत होते की, लोकसंख्या गुणोत्तरात्मकपणे वाढत असताना अन्नधान्य आणि इतर संसाधने केवळ अंकगणितीयपणे वाढतात, त्यामुळे संसाधनासाठीचा झगडा, उपासमार, दुष्काळ आणि आजारपण हे मानवाच्या पाचवीलाच पुजलेले आहेत. माल्थस त्याच्या सिद्धान्तातून जगण्यासाठीचा संघर्ष मांडत होता. याचा डार्विनवर खूप प्रभाव पडला, त्यामुळे डार्विनला स्वत:च्या थेअरीबद्दल खोलात जाऊन विचार करण्याची संधी मिळाली, पुरावे तपासता आले. एकूणच २१ वर्षांच्या गहन चिंतनानंतर त्याचा सिद्धान्त अधिक परिपक्व झाला. १८४४ सालीच डार्विन लिहितो की, 'शेवटी प्रकाशाचा किरण दिसू लागला आहे आणि माझी जवळ जवळ खात्री झाली की, प्रजाती अपरिवर्तनीय नाहीत; अर्थात हे असे म्हणणे म्हणजे खुनाची कबुली देण्यासारखेच आहे.' असे असले तरी त्याने लगेच आपला सिद्धान्त मांडला नाही. दरम्यान, एम्मा आणि डार्विनचा संसार बहरला त्यांना १० अपत्ये झाले. डार्विन आजारी पडला, तेव्हा कित्येक वर्षे एम्माने त्याचे हवे नको ते पाहिले आणि अखेरपर्यंत डार्विनला साथ दिली; पण आयुष्याच्या एका टप्प्यावर डार्विनला जीवनाची दाहकता अनुभवायला मिळाली, त्याची सगळ्यात आवडती मुलगी 'ॲनी'चे निधन झाले. यानंतर मात्र डार्विन 'अस्तित्वासाठीचा झगडा' या त्याच्या विचारांबद्दल अजून आश्वस्त झाला. एव्हाना एम्माने डार्विनला पूर्णपणे स्वीकारले होते. आता सजीवांची निर्मिती आणि बदल या मुद्द्यांवरून त्यांच्यात दुरावा निर्माण होण्याचा प्रश्न उरला नव्हता. अशातच डार्विनला त्याचा मित्र अल्फ्रेड वॉलेसचे एक पत्र मिळाले. त्यात वॉलेस कमी अधिक फरकाने तेच म्हणत होता, जे डार्विनने वीस वर्षांपूर्वी आपल्या हस्तलिखितात नोंदवले होते. हे पत्र आणि त्यातला आशय पाहून डार्विन उडालाच. आता तो बेचैन झाला होता. भरीत भर म्हणजे त्याचा थोरला मुलगासुद्धा मृत्युमुखी पडला. मृत्यू आणि दु:ख इतक्या जवळून पाहिल्यानंतर आता डार्विनची त्याच्या विचारांविषयी अजूनच खात्री

झाली असणार. अशा प्रकारे डार्विनचे म्हणणे त्याच्या लिखाणानंतर तब्बल २१ वर्षांनी, १८५९ साली पुस्तक रूपात प्रकाशित झाले. त्याच्या या पुस्तकाचे नाव होते **'On the Origin of Species!'**

***

सतराव्या-अठराव्या शतकात आणि त्यापूर्वी, पृथ्वीवरील सजीवांकडे पाहण्याचा दृष्टिकोन आजच्यापेक्षा खूप वेगळा होता. कोणत्याही व्यक्तीने त्याच्या सरासरी साठ ते सत्तर वर्षांच्या आयुष्यात सृष्टीतील प्रजातींचे परिवर्तन पाहिले नव्हते. प्राचीन मानवी साहित्यात आणि धर्मग्रंथांमध्ये वाघ, हरीण, हत्ती इत्यादी प्राण्यांचे वर्णन आहे आणि त्यांचे स्वरूप आजही तसेच आहे. या सर्व अनुभवांमुळे सजीव अपरिवर्तनीय आहेत असे वाटणे स्वाभाविक होते, त्यामुळे सृष्टीत कोणकोणते सजीव आहेत यांची यादी तयार करणे, त्या सजीवांना शास्त्रीय नावे देणे, त्यांचे वर्णन करणे आणि नाव देण्याच्या पद्धतीत सुसूत्रता आणणे एवढेच काम प्राणिशास्त्र, वनस्पतीशास्त्र आणि जीववर्गीकरणशास्त्र या विषयातले तज्ज्ञ करत होते; पण लवकरच सर्व सजीव अपरिवर्तनीय आहेत या जीवसृष्टीकडे पाहण्याच्या स्थितीवादी दृष्टिकोनाला डार्विन सुरुंग लावणार होता. आज सजीव सृष्टी जशी दिसते तशी ती सदा-सर्वदा नव्हती, सजीव काळानुरूप हळूहळू बदलत जातात, उत्क्रांत होतात, एवढेच नव्हे ते नामशेषसुद्धा होतात असा सजीवांविषयीचा डायनॅमिक, परिवर्तनशील दृष्टिकोन देऊन डार्विनने प्रस्थापित विचारांना हादरे दिले. परिणामस्वरूप तत्त्वज्ञान, विज्ञान, इतिहास या क्षेत्रांत आमूलाग्र बदल झाला. सगळ्यात मोठा हादरा धर्मव्यवस्थेला बसला. माणूस हा सजीवांच्या साखळीतील निर्मितीचा आदर्श आहे, माणूस हाच सजीव सृष्टीचा अंतिम थांबा आहे हा प्रयोजनवादी विचार डार्विनमुळे कोलमडला; पण डार्विनने नेमके असे काय केले की प्रस्थापित व्यवस्था त्याच्या विरुद्ध उभी राहिली आणि संघर्ष सुरू झाला आणि त्याचे पडघम आजतागायत ऐकू येतात.

***

एखादी जटिल आणि अनुत्तरित समस्या, जिची सुरुवात आणि शेवट कळत नसेल, तर तिला रूपकात्मक पद्धतीने 'कोंबडी आधी की अंडे आधी' स्वरूपाची समस्या म्हटले जाते. उत्क्रांतीच्या सिद्धान्ताने बरेच प्रश्न सोडवले. एवढेच नव्हे 'कोंबडी आधी की अंडे आधी' या प्रश्नाचे उत्तरसुद्धा उत्क्रांतीने दिलेले आहे. उत्क्रांतीनुसार - अंडे आधी आले; पण ते अंडे ज्या पक्ष्याने दिले होते, तो पक्षी कोंबडी अर्थात (Gallus gallus domesticus) या प्रजातीचा नव्हता. पृथ्वीवरील जिवांची विपुलता आणि विविधता डोळे दिपवणारी आहे. ह्या विविधतेच्या विशाल

सागरात गटांगळ्या खाल्ल्यासारखी मानवाची अवस्था झाली होती. जीवसृष्टीची अपार व्याप्ती समजून घेणे मानवाला उत्तरोत्तर कठीण जात होते. ह्या सर्वांच्या मुळाशी कुणीतरी 'Designer' असला पाहिजे, असा विचार येणे स्वाभाविक होते. सजीवांच्या विविधतेची आणि अस्तित्वाची ही न उकलता येणारी गॉर्डियन गाठ डार्विनने सहज सोडवली. सगळे सजीव उत्क्रांत होते गेले आहेत हा दृष्टिकोन ठेवला की जीवसृष्टीचे सगळे प्रश्न सुटायला लागतात. उत्क्रांतीचा सिद्धान्त जीवशास्त्राचा जीव की प्राण आहे. Nothing in Biology Makes Sense Except in the Light of Evolution. उत्क्रांतीशिवाय जीवशास्त्रातील कोणत्याच गोष्टीचा अन्वयार्थ लावता येत नाही.

जेव्हा डार्विन गॅलापागोस बेटांवर पोहोचला, तेव्हा त्याला शेजारी-शेजारी असणाऱ्या बेटांवर एकमेकांपासून वेगळी वैशिष्ट्ये असणारे पक्षी आणि कासवे दिसली. एकसारख्या दिसणाऱ्या, एकाच प्रकारचे हवामान असणाऱ्या या बेटांवर भिन्न-भिन्न दिसणारे हे पक्षी आणि कासवे कुणी कशाला तयार करील असा त्याला प्रश्न पडला. भौगोलिक विलगतेमुळे एकाच प्रजातीचे पक्षी आणि कासवे वेगवेगळ्या प्रजातींमध्ये उत्क्रांत झाले असावेत, असे त्याला वाटले. याच विचारांतून उत्क्रांतीवादाचा सिद्धान्त जन्माला आला. खरे सांगायचे, तर डार्विनच्याही आधी कित्येक लोकांना उत्क्रांतीची पुसटशी कल्पना होती. एवढेच कशाला खुद्द डार्विनच्या आजोबांनीच यावर चिंतन केलेले होते; पण जी दृष्टी आणि तर्काची धार डार्विनने उत्क्रांतीला दिली ती पाहता डार्विनचे नाव उत्क्रांतीशी कायमचे जोडले गेले. उत्क्रांतीच्या प्रक्रियेत सजीवांत होणारे बदल संथ गतीने होतात. या प्रक्रियेत समजा सुरुवातीला एखादी चूक झाली तर ती चूक पूर्णपणे दुरुस्त करता येत नाही. कारण, येथे सजीव मुळापासून 'Design' होत नाहीत, तर सुरुवातीला जे होते त्यांच्यात हळूहळू बदल होत जातो. निसर्गात नेमके असेच होताना आपल्याला दिसते. आता जिराफाचेच उदाहरण घ्या. जिराफाच्या मेंदूपासून त्याचा Voice Box अगदी जवळ आहे; पण मेंदू आणि कंठाला जोडणारी मज्जातंतू जिराफाच्या लांबलचक मानेतून हृदयापर्यंत जाते. १५ फूट लांबीचा वेटोळे घालून परत मेंदू जवळच्या कंठाला जाऊन मिळते. माणसातसुद्धा मेंदू आणि कंठमणी यांना जोडणारी मज्जातंतू हृदयाला वेटोळे घालून जाते. आपण 'माणूस हृदयापासून बोलतो' असे म्हणतो ते शब्दश: खरे आहे; पण माणसाची मान जिराफाइतकी लांब नसल्याने मज्जातंतू इतकी लांब नसते, त्यामुळे त्याचा परिणाम इतका जाणवत नाही. माणूस किंवा जिराफ जर Design केलेला असता, तर असला चुकीचा आराखडा कुणी कशाला बनवला असता, त्यामुळे उत्क्रांतीच्या सिद्धान्ताला सपोर्ट करणारे खूप सारे पुरावे आहेत. ते सगळ्याच्या सगळे इथे सांगणे पुस्तकाच्या विषयाला पूरक ठरणार नाही. डार्विन जेव्हा उत्क्रांती बदल सांगत होता, तेव्हा त्याला जीन्स अर्थात जनुके

काय आहेत ते माहिती नव्हते. जीन्स बदल ग्रेगर मेंडल या ऑस्ट्रीयाच्या भिक्षुकाने संशोधन केले. याच्यातूनच अनुवंशशास्त्र हा विषय तयार झाला. अनुवंशशास्त्रामुळे उत्क्रांतीची पाळेमुळे अजूनच घट्ट झाली. त्यानंतर यथावकाश २०व्या शतकाच्या मध्यात DNAचा शोध लागला. DNAचा अभ्याससुद्धा उत्क्रांतीच्या सिद्धान्ताला बळकटी देतो. एवढेच नव्हे, प्राणिशरीररचनाशास्त्र, गर्भशास्त्र, जीवाश्मशास्त्र, जीवरसायनशास्त्र, भूगोल आणि गणित या सगळ्या भिन्न-भिन्न असलेल्या स्वतंत्र ज्ञानशाखा उत्क्रांतीच्या सिद्धान्ताची पुष्टीच करतात.

उत्क्रांतीच्या सिद्धान्ताचे महत्त्वाचे म्हणणे म्हणजे पृथ्वीवरील सर्व सजीव एकमेकांशी संबंधित आहेत. दुसरे म्हणजे 'Natural Selection'च्या प्रक्रियेनुसार अनुकूल वैशिष्ट्ये असलेले सजीव टिकून राहतात आणि अनानुकूल गुण वैशिष्ट्यांचे सजीव कालांतराने नष्ट होतात. तिसरा मुद्दा म्हणजे 'Survival of the fittest' हा उत्क्रांतीचा मूलमंत्र आहे. बऱ्याच वेळा 'Fittest' म्हणजे ताकदवान असा अर्थ लावला जातो; पण तो योग्य नाही. आपल्याला माहिती आहे की बलिष्ठ आणि धिप्पाड असलेले डायनॉसोर नष्ट झाले; पण उंदीर, घुशी टिकून राहिल्या. उत्क्रांतीच्या प्रक्रियेत लायक आहेत ते टिकून राहतात. बलवान म्हणजेच लायक असा त्याचा अर्थ घेणे चुकीचे होईल. संत तुकारामांच्या 'महापुरे झाडे जाती, तिथे लव्हाळे वाचती' या अभंगातून याचा फरक समजू शकतो. चौथा मुद्दा हा चान्सच्या संदर्भात आहे. बरेच तज्ज्ञलोकसुद्धा बोलताना उत्क्रांती 'चान्स'वर अवलंबून आहे असे म्हणतात; पण ते बरोबर नाही. जनुकीय बदल रँडम असले, तरी त्या रँडम बदलांना निवडणारी 'Natural Selection' ही प्रक्रिया रँडम नाही. त्यामुळे उत्क्रांती 'चान्स' आहे असे म्हणणे योग्य ठरणार नाही. याउलट उत्क्रांती म्हणजे 'Non random selection of random variations' आहे असे म्हणणे जास्त संयुक्तिक आहे. उत्क्रांती संदर्भात पाचवा महत्त्वाचा मुद्दा म्हणजे उत्क्रांती सजीवांची निर्मिती कशी झाली याबद्दल काही सांगत नाही. आपण 'जीवांची उत्पत्ती' या प्रकरणमध्ये उत्क्रांती आणि Abiogensis, अजैविक उत्पत्ती या दोन वेगळ्या गोष्टी आहेत हे पाहिले आहे. जीव कसे तयार झाले हे जरी उत्क्रांती सांगत नसली तरी एकदा जीव तयार झाल्यानंतर त्यांच्यात इतकी विविधता कशी आली हे सांगते. मानवाची निर्मिती हे उत्क्रांतीचे उद्दिष्ट नाही; उत्क्रांती ही प्रयोजनवादी प्रक्रिया नाही, त्यामुळे मानव हाच सर्वोत्कृष्ट सजीव आहे, असा आपला भ्रम असेल, तर आपण त्यातून लवकरात लवकर बाहेर आले पाहिजे. माणूस सजीवांच्या उतरंडीचा कळस नाही; मुळात सजीव म्हणजे काही श्रेणीबद्ध शिडी नाही. उत्क्रांती ही शिडी नसून झाडासारखी आहे आणि माणूस या झाडाचे फक्त एक पान आहे.

हे असे असले तरी एका व्यक्तीने डार्विनची पळता भुई थोडी करून सोडली होती, ती व्यक्ती म्हणजे लॉर्ड केल्विन. भौतिकशास्त्रापासून रसायनशास्त्र जन्म घेते

आणि जीवशास्त्र हे रसायनशास्त्राचीच व्यावहारिक आवृत्ती असल्यामुळे जीवशास्त्राला भौतिकशास्त्राचे नियम पाळणे अनिवार्य असते. त्यादृष्टीने, एखादी गोष्ट Physicsला मान्य नसेल तर Biology तिथे काहीही करू शकत नाही. आडात नसेल, तर पोहऱ्यात येण्याचा प्रश्नच येत नाही; पण डार्विन मात्र आडात नसताना पोहऱ्यात पाणी भरण्याचा प्रयत्न करतोय असे लॉर्ड केल्विन यांचे संशोधन सांगत होते.

***

उत्क्रांती थर्मोडायनॅमिक्सच्या दुसऱ्या नियमाला म्हणजेच एंट्रोपीच्या सिद्धान्ताला छेद देते असे काही जणांचे म्हणणे असते; परंतु हे चुकीचे आहे. पृथ्वी ही 'Closed System' नसल्यामुळे, उत्क्रांती आणि एंट्रोपीमध्ये कोणताही संघर्ष नाही, हे आपण 'लाइफ आणि एंट्रोपी' या प्रकरणामध्ये पाहिले आहे. येथे तो मुद्दा नाही. डार्विन उत्क्रांतीचा सिद्धान्त मांडत असताना, एंट्रोपीमुळे नाही तर एका दुसऱ्याच बाबीमुळे त्याच्यासमोर मोठे आव्हान उभे राहिले. एकोणिसाव्या शतकात स्टीम इंजिन, रेल्वे आणि कोळशावर आधारित उद्योग यांमुळे विशेषतः औद्योगिक क्रांतीची पंढरी असलेल्या ब्रिटनमध्ये थर्मोडायनॅमिक्स हा विषय अत्यंत जिव्हाळ्याचा झाला होता. कोळसा हे औद्योगिक क्रांतीचे इंधन होते. औद्योगिक क्रांती खरे म्हणजे एका ऊर्जेचे रूपांतर दुसऱ्या ऊर्जेत करण्यातली क्रांती होती. त्या काळातील लोकांना कोळसा जाळल्यावर मिळणारी ऊर्जा, उष्मगतिकेचे नियम, तापमान, उष्णता आणि ऊर्जेचा संबंध यांच्याविषयी अनेक प्रश्न होते. यावर वेगवेगळे वैज्ञानिक काम करत होते. त्यांपैकी एक महत्त्वाचे व्यक्तिमत्त्व होते लॉर्ड केल्विन. त्यांनी सगळ्यात कमी Absolute Zero (–२७३.१५ डिग्री Celcius) तापमान किती असू शकते हे सांगितले म्हणून लॉर्ड केल्विन यांच्या नावाने 'केल्विन तापमानमापी' आहे. लॉर्ड केल्विन यांच्या व्यक्तिमत्वाला मोठा आदर होता. त्यांच्या शब्दाला मान असे. लॉर्ड केल्विन यांना थर्मोडायनॅमिक्समध्ये गती होती त्याचा उपयोग करून त्यांनी पृथ्वीचे आणि सूर्याचे वय मोजले. तप्त गोळा असलेल्या पृथ्वीचे तापमान आजच्या तापमानाइतके व्हायला थर्मोडायनॅमिक्सनुसार किती वेळ लागेल, याचे गणित करून लॉर्ड केल्विनने पृथ्वीचे वय अंदाजे २ ते ४ कोटी वर्षे असेल असे सांगितले. सूर्याचे वयसुद्धा त्यांच्यानुसार २ कोटी वर्षे इतके येत होते. याउलट डार्विन मात्र असे म्हणत होता की उत्क्रांती ही दीर्घकाळ हळूहळू चालणारी प्रक्रिया आहे. डार्विनच्या सिद्धान्तानुसार सजीव उत्क्रांत होण्यासाठी करोडो वर्षे लागत होती आणि दुसरीकडे लॉर्ड केल्विन यांच्यानुसार पृथ्वी आणि सूर्यच मुळी २ कोटी वर्षांपूर्वी तयार झाले असल्यामुळे डार्विनच्या थेअरीला लागणारा वेळच अस्तित्वात नव्हता. पृथ्वी आणि सूर्य हेच जर तुलनेने अलीकडे तयार झालेले असतील, तर उत्क्रांतीला काही करोडो वर्षे लागली हे जे डार्विन म्हणत होता त्याला काहीच अर्थ नव्हता. लॉर्ड केल्विन यांच्याकडून डार्विनच्या थेअरीला मोठे

आव्हान उभे राहिले होते. त्यातच डार्विनच्या मित्रांनासुद्धा डार्विनला अपेक्षित आहे, इतकी पृथ्वी जुनी नसली पाहिजे असे वाटू लागले.

भरीत भर म्हणजे डार्विन चूकच असला पाहिजे, नव्हे नव्हे काहीही करून त्याला चूकच ठरवले पाहिजे असे काही धर्मवाद्यांना वाटत होते. त्याकाळी पाश्चिमात्य जनमानसावर आजच्यापेक्षा खूप जास्त ख्रिस्ती धर्मश्रद्धांचा पगडा होता. ख्रिस्ती धर्म परंपरेनुसार, पृथ्वी आणि सर्व सजीव ६ हजार वर्षांपूर्वी ईश्वराने तयार केले, अशी लोकांची धारणा होती. अर्थात याला कुठलाही आधार नव्हता; पण त्यामुळे डार्विनच्या थेअरीमध्ये काहीतरी चूक असली पाहिजे असे सगळ्यांचे म्हणणे होते. तरीही डार्विन हलला नाही. नंतर, रेडिओ-ॲक्टिव्हिटीच्या अभ्यासाने पृथ्वीचे वय ४६० कोटी वर्षे असल्याचे सिद्ध झाले. सूर्यातील ऊर्जा जळणाऱ्या कोळशामुळे नव्हे, तर न्यूक्लिअर फ्यूजनमुळे निर्माण होते आणि त्याचे वयही सुमारे ५०० कोटी वर्षे असल्याचे स्पष्ट झाले. लॉर्ड केल्विन यांचे गणितच मुळी चुकीच्या गृहीतकावर आधारलेले होते. डार्विनच्या उत्क्रांती सिद्धान्ताला लागणारा वेळ आता उपलब्ध झाला होता. एका मोठ्या संकटातून उत्क्रांतीचा सिद्धान्त वाचला, तेव्हापासून आजपर्यंत डार्विनच्या उत्क्रांती सिद्धान्तावर चहूबाजूने नियमित हल्ला होत असतो, तरीही हा सिद्धान्त तसूभरसुद्धा डळमळलेला नाही. उलट उत्क्रांतीच्या सिद्धान्ताचा किल्ला अभेद्य होत चालला आहे. येणाऱ्या दिवसागणिक आणि होणाऱ्या प्रत्येक हल्ल्यानंतर उत्क्रांती भोवतीची तटबंदी मजबूत होते आहे.

***

डार्विनच्या उत्क्रांतीचा माणसाच्या दृष्टीने सगळ्यात महत्त्वाचा परिणाम म्हणजे माणूस वानरापासून उत्क्रांत झालेला आहे, हा होता. माणूस वानरासारख्या प्राण्यापासून आलेला आहे हे ऐकूनच कित्येक जणांना शिसारी येऊ लागली. माणसाच्या निर्मितीची दैवी कहाणी सांगणारे धर्मग्रंथ कुठे आणि माणूस वानरापासून आला असे सांगणारा डार्विन कुठे. सगळाच विसंवाद होता. अशातच कुणीतरी इंग्लंडमधल्या वोरसेस्टर गावातील चर्चेमधील धर्मोपदेशकाच्या पत्नीला जेव्हा डार्विनचा उत्क्रांतीचा सिद्धान्त सांगितला व डार्विननुसार माणूस वानरापासून उत्क्रांत झाला आहे हे सांगितले, तेव्हा तर ती पारच चक्रावली 'काय? माणूस वानरांचा वंशज आहे! हे देवा, आपण अशी आशा करू की हे खरे नाही; परंतु जर खरे असेल तर आपण प्रार्थना करू या की हे सगळ्यांना निदान समजणार तरी नाही!' तिची ही प्रतिक्रिया धर्मवाद्यांनी उत्क्रांतीच्या सिद्धान्ताला कसा प्रतिसाद दिला, याचे योग्य प्रतिनिधित्व करते. डार्विनने उत्क्रांतिवाद मांडला तो काळ वसाहतवादाचा होता. इंग्लंड, फ्रान्स, डच, पोर्तुगीज यांच्या आशियात आणि आफ्रिकेत वसाहती होत्या आणि तेथील

लोकांना युरोपियन लोक तुच्छ समजत असत. युरोप-अमेरिकेतील काही गोरे लोक आफ्रिकेतील काळ्या लोकांना तर माणूससुद्धा समजत नव्हते. काही जण आशिया-आफ्रिकेतील लोकांना संस्कृती शिकवणे त्यांची जबाबदारी आहे म्हणून वसाहतवाद गरजेचा आहे असे मानत होते. एकंदरीत युरोपात वर्णवर्चस्ववादी विचारसरणीला उधाण आलेले होते. ज्या काळी युरोपातील लोक जगातील इतर माणसांनाच तुच्छ मानत होते, त्या काळी डार्विनने त्यांना वानरांच्या रांगेत बसवलेले मुळीच आवडले नसणार. एकूणच उत्क्रांती आणि विशेषतः मानवाची उत्क्रांती यावरून चर्चा रंगू लागल्या, वाद होऊ लागले आणि कधी कधी तर हाणामाऱ्यासुद्धा होऊ लागल्या. असाच एक किस्सा सांगितला जातो ज्यात उत्क्रांतीच्या विषयावर चर्चा सुरू असताना एका बिशपने एका प्रख्यात उत्क्रांतिवाद्याकडे पाहून खोचकपणे विचारले 'वानर तुमचे पूर्वज आईकडून लागतात की वडिलांकडून?' त्यावर त्या उत्क्रांतिवाद्याने, 'गंभीर वैज्ञानिक चर्चेत असा मूर्खासारखा प्रश्न विचारणारा माणूस आणि वानर यांच्यात जर कोणी एक पूर्वज म्हणून निवडायचा झाला तर मी नक्कीच वानराला निवडेन!' असा टोला लगावला होता. यथावकाश १८७१ साली, डार्विननेच माणसाची उत्क्रांती कशी झाली हे सांगणारे **'The Descent of Man'** हे पुस्तक लिहिले. हे पुस्तक तर 'On Origin Species' पेक्षाही जास्त झोंबणारे होते.

उत्क्रांती चूक आहे हे सिद्ध करण्यासाठी तिच्यात 'Missing Links' आहेत असे म्हटले जाते. माणूस वानरापासून उत्क्रांत झाला; पण माणूस आणि वानरात 'Missing Links' आहेत, तसेच माणूस जर वानरापासून म्हणजेच 'एप'पासून तयार झाला तर आज अजून वानरे कसे आहेत, असा प्रश्न ते करतात आणि शेवटी थेअरी चूक आहे असा निष्कर्षसुद्धा काढतात. आज अस्तित्वात असणाऱ्या चिंपांझी, बोनोबू, गोरिला आणि ओरांगुटान या वानरांपासून माणूस उत्क्रांत झाला असे उत्क्रांती कुठेही म्हणत नाही. माणूस आणि चिंपांझी, बोनोबू, गोरिला, ओरांगुटान यांचे पूर्वज एकच आहेत असे उत्क्रांती म्हणते. चिंपांझी आणि माणूस यांची जनुकीय रचना ९८.८%सारखीच आहे. आपण चिंपांझीपेक्षा जास्त उत्क्रांत झालेलो नाहीत, त्यामुळे चिंपांझीला आपला काका समजण्यापेक्षा चुलतभाऊ समजणे जास्त योग्य आहे आणि तसेही जर खरंच खोलात जाऊन उत्क्रांती समजून घ्यायची असेल, तर माणसाची उत्क्रांती माशापासून झाली आहे हे समजून सुरुवात केली की, बऱ्याचशा गोष्टी स्पष्ट होऊ लागतात. उत्क्रांती दीर्घकाळ चालणारी प्रक्रिया आहे. परवा मासा, आज वानर आणि उद्या मानव असे उत्क्रांतीत होत नसते. उत्क्रांतीचा अभ्यास न करता अवैज्ञानिक आरोप करून कित्येक लोक स्वत:चेच बचमंगळ, हसे करून घेतात. उत्क्रांती ही मॅगी नूडल्सप्रमाणे काही क्षणात होणारी प्रक्रिया नाही. Archaeopteryx किंवा तत्सम काहीच जीवाश्म 'मिसिंग लिंक्स' आहेत असे मानणे मुळात चुकीचे आहे. प्रत्येक जीव आणि जीवाश्म हा कोणत्या

तरी प्राण्याची 'Missing Links' असतो. उत्क्रांती ही काही घटना नाही, तर ती निरंतर चालणारी प्रक्रिया आहे.

उत्क्रांती ही चांगली थेअरी तरी आहे का आणि मुळात कोणत्या थेअरीला चांगली थेअरी म्हणावे? कितीही प्रयत्न केला तरी ज्या थेअरीला चूक सिद्ध करण्याचा पर्यायच नसेल तिला चांगली थेअरी म्हणावे का? तर नाही! अशी थेअरी जी चूक आहे हे सिद्ध करणे सोपे आहे, तरी तिला चुकीची सिद्ध करता आलेले नाही तिला चांगली थेअरी म्हणतात. विज्ञानात "If it is not falsifiable, It is not scientific" हे सर्वमान्य तत्त्व आहे. या कसोटीवर तपासले तर उत्क्रांती ही चांगली वैज्ञानिक थेअरी आहे का? उत्क्रांतीच्या थेअरीत भूतकाळात काय झाले, पृथ्वीवरील जीवन कसे बदलत गेले याबाबत ऊहापोह करण्यात येतो. हे म्हणजे एकप्रकारे गुन्हा घडून गेल्यावर तुम्ही त्या ठिकाणी येऊन काय झाले असावे याचा अंदाज लावण्यासारखे आहे. आता मागे जाऊन आपण पाहू तर शकत नाही की नेमके काय झाले होते. मग उत्क्रांतीला चुकीचे सिद्ध करण्याची काही कसोटी आहे का? आणि असेल तर ती कोणती? आणि जर उत्क्रांतीला चुकीचे सिद्ध करण्याची कोणतीही कसोटी नसेल तिला अवैज्ञानिक म्हणून सोडून का देऊ नये?

पण उत्क्रांतीला चुकीचे सिद्ध करण्याची सोपी कसोटी आहे. ती म्हणजे Trilobite आणि माणसाचे जीवाश्म एकाच थरात किंवा शेजारी-शेजारी सापडले आहेत याचा पुरावा घेऊन या किंवा कॅम्ब्रियनपूर्व काळातले मानवाचे, चिंपांझींचे किंवा सश्यांचे जीवाश्म शोधून आणा. हे केले तर ही उत्क्रांतीची थेअरी पत्त्यांच्या बंगल्याप्रमाणे धडाधड कोसळेल; परंतु जोपर्यंत हे होत नाही, तोपर्यंत उत्क्रांतीची थेअरी बरोबर आहे. बऱ्याच वेळा उत्क्रांती ही फक्त एक 'थेअरीच' आहे, आम्ही तिला सत्य का मानायचे असेदेखील काही लोक विचारतात. त्यांना थेअरी या शब्दाचा अर्थ 'अंदाज' असा वाटतो. विज्ञान फार विनयशील आहे हे आपण समजून घेतले पाहिजे. आपण चुकू शकतो या आधारावर विज्ञान उभे आहे, त्यामुळे एखादी गोष्ट ते खूप काळजीपूर्वक सांगते. विज्ञान ज्याला थेअरी म्हणते ती गोष्ट सर्वसामन्यांच्या भाषेत फॅक्ट असते, त्यामुळे तुम्हाला जर कोणी म्हणाले की उत्क्रांती ही फक्त एक थेअरीच आहे तर त्या व्यक्तीला वैज्ञानिक थेअरी काय असते ते माहिती आहे का ते अगोदर विचारा. उत्क्रांती हे प्रकरण दिसते तितके सोपे नाही. 'उत्क्रांती म्हणजे फुकाचे शब्दावडंबर नसून, पृथ्वीवरील जीवसृष्टीचे मानवाच्या तुटपुंज्या आयुष्यात उघड्या डोळ्यांनी न दिसणारे अननुभूत सत्य सूर्यप्रकाशाइतके स्पष्ट करून दाखवणारे साधन' आहे. उत्क्रांतीची थेअरी ही फक्त थेअरी नसून, तावून सुलाखून सिद्ध झालेले सत्य आहे!

***

दृश्यमान जीवसृष्टी

१३८२ कोटी वर्षांपूर्वी महाविस्फोटाने ब्रह्मांडाची उत्पत्ती झाली. त्याच्या सव्वा नऊशे कोटी वर्षांनंतर म्हणजेच ४६० कोटी वर्षांपूर्वी, पृथ्वीची निर्मिती झाली. पृथ्वी तयार झाल्यापासून पुढे काही कोटी वर्षांतच, इथे जीवसृष्टीचा उगम झाला. पृथ्वीवरचे जीवन साधारणतः ४०० कोटी वर्षांपासून अस्तित्वात आहे, याचे पुरावे आपल्याला मिळाले आहेत. पृथ्वीवरील जीवसृष्टीचा उगम ही एक अद्भुत घटना होती. **जीवसृष्टीची सुरुवात पाण्यात झाली.** सुरुवातीचे सजीव एकपेशीय होते, बहुपेशीय सजीव तयार व्हायला अजून करोडो वर्षे लागणार होती. सजीवांच्या इतिहासाचा बहुतांश हिस्सा एकपेशीय जिवांनी व्यापून टाकलेला आहे. सुमारे १५० कोटी वर्षांपूर्वी पहिला बहुपेशीय सजीव तयार झाला असावा; पण डोळ्यांना दिसेल असे बहुपेशीय दृश्यमान जीव ५५-६० कोटी वर्षांपूर्वी बहरायला लागले. सुमारे ५० कोटी वर्षांपूर्वी बहुपेशीय दृश्यमान सजीवांचा उदय झाल्यानंतर पृथ्वीवर नव्या युगाची सुरुवात झाली. या नव्या युगाला 'Phanerozoic Era' असे म्हटले जाते. फॅनेरोझोइकचा अर्थ **'दृश्यमान जीवन'** असा आहे. त्यापूर्वीचे पृथ्वीवरील जीवन एकपेशीय जिवांचे आणि उघड्या डोळ्यांनी न दिसणारे होते. दृष्टीस दिसणाऱ्या जिवांच्या रूपाने आलेली ही नव्या युगाची नांदी Cambrian Period मध्ये सुरू झाली असे मानले जाते. कॅम्ब्रियन काळ हा फॅनेरोझोइक युगातला पहिला कालखंड आहे. या काळातच जीवन खऱ्या अर्थाने बहरले. जलचर-उभयचर-सरपटणारे प्राणी-सस्तन प्राणी आणि पक्षी अशी वेगवेगळी रूपे आणि वळणे घेत जीवनाने कात टाकली. प्रचंड धामधुमीच्या या ५० कोटी वर्षांचा आपण धावता आढावा घेणार आहोत.

आजपासून ५५-६० कोटी वर्षांपूर्वी एकपेशीय प्राण्यांपासून बहुपेशीय प्राणी तयार व्हायला लागले. साधारण ५० कोटी वर्षांपूर्वी ज्याला आपण 'Cambrian Explosion' म्हणतो ती प्रक्रिया सुरू झाली. या काळाच्या अगोदरचे म्हणावेत असे बहुपेशीय जीवाश्म सापडत नाहीत. या काळाचे जीवाश्म सर्वप्रथम युनायटेड किंग्डम (UK)चा पश्चिम भाग असलेल्या Wales मध्ये सापडले. वेल्स देशाचे प्राचीन रोमन साम्राज्याच्या काळातले नाव Cambria असे होते म्हणूनच या काळातील जीवाश्म

कॅम्ब्रियन काळाचे म्हणून ओळखले जातात. 'Cambrian' काळाचे म्हणजे ५० कोटी वर्षांपूर्वीचे जीवाश्म सापडतात. सुरुवातीला जेव्हा हे वैज्ञानिकांना लक्षात आले, तेव्हा त्यांना असे वाटले की, ५० कोटी वर्षांपूर्वी बहुपेशीय सजीव प्रजातींचा जणू स्फोट होऊन त्या भरभर तयार झाल्या. अचानक खूप सारे बहुपेशीय दृश्यमान जीव तयार झाले असे सापडलेल्या जीवाश्मांवरून वाटत होते म्हणून ५० कोटी वर्षांपूर्वीच्या घटनेला रूपकात्मक अर्थाने 'कॅम्ब्रियन एक्सप्लोजन' असे म्हटले गेले. जीवसृष्टीच्या 'कॅम्ब्रियन स्फोटात' एकाएकी बहुपेशीय सजीव पृथ्वीवर दिसू लागले झाले. ही गोष्ट काही चमत्कारापेक्षा कमी नव्हती. मुळात हे उत्क्रांतीच्या नियमांना धरून आहे असेसुद्धा वाटत नव्हते. उत्क्रांती म्हणजे हळूहळू होणारे दीर्घकालीन बदल. येथे तर चुटकीसरशी बहुपेशीय सजीव तयार झाल्याचे निदान सापडलेल्या जीवाश्मांवरून तरी वाटत होते, त्यामुळे कॅम्ब्रियन एक्सप्लोजन हा विषय निर्मितीवादी आणि उत्क्रांतिवादी लोकांमध्ये कळीचा मुद्दा झाला. कॅम्ब्रियन स्फोटामुळे उत्क्रांतीच्या सिद्धान्तातील त्रुटी गवसली असे निर्मितीवाद्यांना वाटू लागले. काही लोक कॅम्ब्रियन स्फोटाला जीवशास्त्राचे 'बिग-बँग' म्हणू लागले. अचानक इतके बहुपेशीय दृश्यमान जीव तयार करण्यामागे कुणीतरी कर्ता-करविता, कुणीतरी निर्मिक असला पाहिजे, अशी एकोणिसाव्या शतकातील बहुतांश ज्ञानी माणसांची आणि निर्मितीवाद्यांची श्रद्धा होती. हा झगडा कसा शमणार हे कुणालाच माहिती नव्हते.

निर्मितीवादी आणि उत्क्रांतिवादी यांच्यात हा झगडा चालू असतानाच विसाव्या शतकाच्या सुरुवातीला, १९०९मध्ये कॅनडाच्या रॉकी पर्वतांमधील 'Burgess' खिंडीजवळ जीवाश्मांनी भरलेले पातळ थरांचे खडक सापडले, ज्यांना Burgess Shale म्हणून ओळखले जाते. या ठिकाणी यथावकाश उत्खनन करण्यात आले. अर्थात, या जीवाश्मांचे महत्त्व लक्षात येण्यास बराच काळ जावा लागला. त्या जीवाश्मांत आज प्राण्यांमध्ये जशी Symmetry दिसते तशी नव्हती. याचा अर्थ असा की, Cambrian पूर्व काळात उत्क्रांतीची 'ट्रायल आणि एरर' प्रक्रिया सुरू होती. त्यानंतर १९४० च्या दशकात, ऑस्ट्रेलियाच्या दक्षिण भागातील Ediacara टेकड्यांमध्ये कॅम्ब्रियन पूर्व काळातील बहुपेशीय सजीवांचे अवशेष सापडले, ज्यांना 'एडिकेरियन जीवाश्म' म्हणतात. या सर्वांतून हे सिद्ध झाले की, बहुपेशीय सजीव 'Cambrian Explosion'च्या अनेक कोटी वर्षांपूर्वीपासून तयार होऊ लागले होते; परंतु त्यांच्यात सुसूत्रता येण्यासाठी कॅम्ब्रियन काळापर्यंत वेळ लागला म्हणजे हे सर्व हळूहळू आणि उत्क्रांतीच्या नियमाप्रमाणेच झाले होते. **पन्नासेक कोटी वर्षांपूर्वी, समुद्रात बहुपेशीय दृश्य जीवसृष्टीची पहाट झाली.** कॅम्ब्रियन काळात समुद्रात असलेली जीवसृष्टी अगोदर तिथे बहरली आणि नंतर जमिनीवर आली. वनस्पती-प्राण्यांच्या अगोदर समुद्रातून बाहेर येऊन जमिनीवर पसरल्या, तर प्राण्यांना जमिनीवर येण्यासाठी थोडा

वेळ लागला. जलचरांपासून उभयचर आणि नंतर सरपटणारे प्राणी असा प्रवास झाला. या रंगमंचावर सस्तन प्राणी आणि पक्षी यांचा प्रवेश उशिराच झाला.

***

कॅम्ब्रियन पूर्व काळात, बहुपेशीय जीवसृष्टीने स्वत:वर प्रयोग करून, कॅम्ब्रियन काळापर्यंत म्हणजेच पन्नास कोटी वर्षांपूर्वी, एक सुसूत्रता विकसित केली होती. जीवसृष्टी पाण्यात तयार झाली हे आपण पाहिले. या कॅम्ब्रियन काळात Trilobite हे सजीव मोठ्या प्रमाणात होते, असे जीवाश्म पाहून लक्षात येते. हे ट्रायलोबाईट सजीव पुढे तीस कोटी वर्षे अविरतपणे पृथ्वीवरील समुद्रात जगले, वाढले आणि कालांतराने नष्टसुद्धा झाले. कॅम्ब्रियननंतर जीवसृष्टीचा पहिला टप्पा अपेक्षेप्रमाणे अर्थातच जलचरांचा होता. ४७ कोटी वर्षांपूर्वी प्राणी पाण्यात होते, तेव्हा शेवाळसदृश वनस्पती पाण्यातून बाहेर येऊन जमिनीवर आक्रमण करू लागल्या होत्या. **आजपासून साधारण: ४० कोटी वर्षांपूर्वी पृथ्वीवर माशांचे युग होते.** सुरुवातीचे मासे बिना जबड्याचे होते. यातील काही मासे गुळगुळीत तर बहुतांश मासे बख्तरबंद, चिलखती त्वचा असलेले होते. जबडा नंतर उत्क्रांत झाला. जमिनीवर कूच करणारे पहिले प्राणी अर्थोपॉड्स हे होते. अर्थोपॉड्स म्हणजे आजच्या आपल्या भाषेत सांगायचे तर कीटक आणि त्यांचे पूर्वज. अर्थोपॉड्स अपृष्ठवंशी म्हणजे पाठीचा कणा नसलेले प्राणी आहेत. या वेळी पाठीचा कणा असलेले माशांसारखे प्राणी मात्र अजून पाण्यातच होते. इंग्लंडच्या दक्षिण-पश्चिम भागात Devon नावाचा परगणा आहे. सुरुवातीच्या काळात इंग्लंडमधील लोकांनी भूवैज्ञानिक संशोधनात मुसंडी मारली. त्यांना या काळातील बरेचसे जीवाश्म Devon परगण्यात सापडले म्हणून त्यांनी माश्यांच्या या काळाला Devonian Period असे नाव दिले. डेव्होनियन काळाच्या शेवटी, सजीव मोठ्या प्रमाणात नामशेष झाले; पण लवकरच या धक्क्यातून जीवसृष्टी सावरली आणि पुन्हा एकदा तग धरून उभी राहिली.

सुमारे ३६ कोटी वर्षांपूर्वी डेव्होनियन कालखंड संपून 'Carboniferous Period' सुरू झाला. कार्बोनिफेरस म्हणजे काय असा प्रश्न तुम्हाला पडू शकतो. याचा शब्दश: अर्थ कोळसा देणारा कालखंड असा होतो. आज आपण वापरतो तो कोळसा याच काळात तयार झाला. डेव्होनियन कालखंड जलचरांचा अर्थात माशांचा असेल, तर त्यानंतर आलेला कार्बोनिफेरसचा जवळपास ६-७ कोटी वर्षांचा कालखंड उभयचरांनी गाजवला. या काळात उभयचर समुद्राच्या कडेने राहत असले, तरी वनस्पतींनी मात्र जमीन व्यापून टाकली होती. समुद्राकाठी, दलदलीच्या भागात उभयचर प्राणी आणि जमिनीवर लायकोपोड वनस्पती यांचा तो काळ होता. ३०-३५ कोटी वर्षांपूर्वी आज दिसतात तशा वनस्पती नव्हत्या. बहुतांश झाडे आतून पोकळ

होती! त्यामुळे वय झाले की, ही झाडे कोसळून जमिनीवर पडत. बरं, आज झाडांना खाणारी वाळवी, बीटल आणि मुंग्या तेव्हा अस्तित्वातच नव्हत्या, त्यामुळे झाडांचा हा ढिगारा जमिनीवर तसाच साठून राहू लागला. या काळात लायकोपोड झाडे बेफाम वाढली, त्यामुळे वातावरणातील कार्बन डायऑक्साइड कमी झाला आणि ऑक्सिजन वाढला. ऑक्सिजन वाढल्यामुळे साधी वीज चमकली तरी वणवे पेटू लागले. असे वणवे दलदलीच्या जंगलात; पण पेटले आणि त्यामुळे जागोजागी कोळशाच्या राशी जमा होऊ लागल्या. वातावरणातील ऑक्सिजनची पातळी वाढल्यामुळे, प्राण्यांचा आकार वाढला, तरी ते त्यांच्या स्नायूंना ऑक्सिजनचा पुरवठा सहजपणे करू शकत होते, त्यामुळे या काळात प्राण्यांचा आकार भलामोठा होत गेला. ऐकून आश्चर्य वाटेल; पण त्याकाळचे विंचू आकाराने आजच्या कुत्र्याएवढे होते!! एकंदरीत, हा कोळसा देणारा काळ ३०-३५ कोटी वर्षांनंतर येणाऱ्या औद्योगिक क्रांतीची पायाभरणी करत होता, असे म्हटले तर चूक ठरणार नाही.

***

कार्बोनिफेरस पिरियडच्या निमित्ताने लायकोपोड वनस्पतींचा उल्लेख झालाच आहे, तर थोडे वनस्पतींच्या प्रवासाविषयीसुद्धा बोलू या. सुमारे ३५० कोटी वर्षांपूर्वी सायनोबॅक्टेरिया या जिवाणूंनी प्रकाश संश्लेषण सुरू केल्याचा उल्लेख वर येऊन गेला. प्रकाश संश्लेषण करण्याच्या या परंपरेत पुढे वेगवेगळ्या प्रकारचे शेवाळ येतात. एकपेशीय शेवाळापासून, बहुपेशीय तपकिरी शेवाळ असा प्रवास करत, लाल शेवाळ उत्क्रांत झाले. आजच्या वर्गीकरणानुसार लाल शेवाळाला वनस्पती मानले जाते. कारण, याच्या उत्क्रांतीच्या आसपास, काही युकेरियोटिक पेशींनी सायनोबॅक्टेरिया गिळला असावा. सायनोबॅक्टेरिया असलेल्या या युकेरियोटिक पेशी आज 'वनस्पती पेशी' म्हणून ओळखल्या जातात, तर त्या पेशींमध्ये असलेला सायनोबॅक्टेरिया आज 'क्लोरोप्लास्ट' म्हणून ओळखला जातो. या लाल शेवाळातून पुढे हिरवे शेवाळ उत्क्रांत झाले. त्यानंतर, या शेवाळसदृश वनस्पती, साधारणतः ४७ कोटी वर्षांपूर्वी म्हणजे प्राण्यांच्या जवळपास पाच कोटी वर्षे अगोदर, समुद्रातून बाहेर येऊन जमिनीवर पसरल्या; पण मग त्यांनी लगेच सगळी जमीन व्यापून हिरवीगार करून टाकली असे नाही. समुद्राच्या कडेने, खाड्यांमध्ये या वनस्पती पसरल्या असाव्यात. या वनस्पती पाण्यातून बाहेर आल्या आल्या त्यांच्यात झालेला महत्त्वाचा उत्क्रांतीय बदल त्यांच्या पानांवर तेलकट थर तयार होणे हा होता. या तेलकट थराला आज आपण 'क्युटिकल' म्हणतो. पाण्यातून नुकत्याच बाहेर आलेल्या या वनस्पतींना, उन्हामुळे पाण्याचे होणारे बाष्पीभवन परवडण्यासारखे नव्हते, त्यामुळे हा बदल झाला असावा.

बरं, जमिनीवर आलेल्या त्याकाळच्या वनस्पती, आजच्यासारख्या आभाळाशी स्पर्धा करत उंचच उंच वाढलेल्या नव्हत्या. त्यामागे कारणही तसेच होते. एखादे झाड लांबलचक वाढायचे असेल, तर एका भागातील पाणी आणि पोषक तत्त्वे दुसऱ्या भागात घेऊन जाण्यासाठी त्या झाडात 'वाहिन्या' असल्या पाहिजेत, तरच ते लांबपर्यंत वाढू शकते; परंतु सुरुवातीच्या काळात या 'वाहिन्याच' उत्क्रांत झालेल्या नव्हत्या, त्यामुळे अगदी सुरुवातीच्या वनस्पती आकाराने लहान आणि ओलसर भागात वाढणाऱ्या मॉसेस, धोंडफुलांसारख्या होत्या. त्यानंतर, हळूहळू काळ सरकत गेला आणि साधारणः ४२ कोटी वर्षांपूर्वी, पोषक द्रव्याचे आणि पाण्याचे वहन करू शकणाऱ्या 'वाहिनीवंत' वनस्पती उत्क्रांत झाल्या. या वाहिन्या असणाऱ्या वनस्पतींना इंग्रजीत Vascular Plants असे म्हणतात. या वाहिन्यांना Xylem आणि Pholem असे नाव दिले आहे. आता, वनस्पतींचा आकार मोठा होण्याचा मार्ग मोकळा झाला; पण या सगळ्या धामधुमीत काही अशा वनस्पती तयार झाल्या, ज्यांना आपण ना घरच्या ना घाटच्या म्हणू शकतो. त्या वनस्पती म्हणजे लायकोपोड. त्याचे झाले असे की, वनस्पतीमध्ये वाहिन्या तयार झाल्यानंतर त्यांचा आकार तर वाढला; पण सुरुवातीला या वाहिन्या या झाडांना पाहिजे तितकी स्ट्रेंथ देऊ शकल्या नाहीत. ही झाडे आतून पोकळ आणि कमकुवत होती, त्यामुळे कार्बोनिफेरस काळात यातील काही वनस्पती गाडल्या गेल्या, ज्याचा यथावकाश आज आपण वापरतो तो कोळसा तयार झाला.

४७ कोटी वर्षांपूर्वी, झाडांनी पाण्यातून जमीनीवर कूच केली खरी; पण एक गोष्ट त्यांना वारंवार पाण्याजवळच राहण्यास बाध्य करत होती; ती म्हणजे सुरुवातीला वनस्पतीचे प्रजनन 'Spores/बीजाणू'च्या माध्यमातून होत असे. आजही फर्नसारख्या काही वनस्पती याद्वारेच प्रजनन करतात; परंतु या प्रकारच्या प्रजननामध्ये काही समस्या होत्या. एकतर बीजाणू आकाराने खूप लहान असतात. ते जेव्हा एक ठिकाणाहून दुसरीकडे जातात, तेव्हा त्यांच्याकडे स्वतःचे पोषण करण्याचे कुठलेही साधन नसते. हे म्हणजे असे झाले की, तुम्ही दूरच्या आणि महत्त्वाच्या प्रवासाला निघाला आहात; पण तुमच्याकडे ना प्रवासात लागणारी शिदोरी आहे ना ऊन-वाऱ्यापासून रक्षण करण्याकरिता कपडे आहेत, त्यामुळे प्रजननात भरपूर अडथळे येत. शिवाय बीजाणूंच्या मार्फत प्रजननासाठी पाण्याची आवश्यकता असते, त्यामुळे झाडांना प्रजननासाठी पाण्याच्या आसपास राहणे गरजेचे झाले होते. यथावकाश 'Seed/बी' उत्क्रांत झाले, ज्यामध्ये प्रजननासाठी लागणारी पोषक घटक ठेवणे शक्य झाले. 'बी' तयार झाल्याने प्रजननाच्या प्रवासात लागणारी शिदोरी मिळाली आणि ऊन-वाऱ्यापासून रक्षण मिळाले, त्यामुळे प्रजननासाठी वनस्पतींचे पाण्यावरचे अवलंबित्व कमी झाले आणि वनस्पतींनी जमिनीवर मुसंडी मारली.

वनस्पती समुद्रातून जमिनीवर दूरपर्यंत पसरल्या याच्या मुळाशी 'बी' उत्क्रांत होणे ही पूर्वअट होती. अगदी तेच काम प्राण्यांच्या बाबतीत ऍम्नीऑट अंड्याने केले; पण याबद्दल आपण नंतर पाहणार आहोत. साधारण ३६ कोटी वर्षांपूर्वी वनस्पतींमध्ये सर्वप्रथम 'बी' दिसून येऊ लागले. सुरुवातीच्या खूप मोठ्या काळासाठी 'बी' आज जसे विविध फळांच्या आत आढळून येते तसे नव्हते. अशा वनस्पतींना आपण 'दृश्यबीज' अर्थात Gymnosperms वनस्पती असे नाव दिले आहे. यातील काही वनस्पती आजही अस्तित्वात आहेत. यथावकाश, उत्क्रांतीने वनस्पतींना आपले बीज गुप्त ठेवण्याचे फायदे शिकवले आणि साधारण १४ कोटी वर्षांपूर्वी 'गुप्तबीज' अर्थात Angiosperms वनस्पती उदयाला आल्या. झाडांना फळे का येत असतील हा प्रश्न माणसाला निश्चित पडला असावा. एक संस्कृत सुभाषितकार म्हणतो, 'परोपकाराय फलन्ति वृक्षः परोपकाराय वहन्ति नद्यः' परोपकारासाठीच झाडाला फळे येतात असे तो म्हणतो. नद्या स्वतःच स्वतःचे पाणी पीत नाहीत, झाडे आपली फळे स्वतः खात नाहीत अगदी त्याचप्रमाणे माणसानेदेखील परोपकार करावा असे या सुभाषितकाराला सांगायचे आहे; परंतु प्राण्यांनी फळ खावे यात वनस्पतींचा फायदा असतो. कारण, या फळांच्या आत या वनस्पतींचे 'गुप्तबीज' असते. ते बीज या प्राण्यांच्या माध्यमातून दूरवर पसरते म्हणून उत्क्रांतीच्या प्रक्रियेत फुले वरचेवर रंगीबेरंगी आणि फळे वरचेवर चविष्ट होत गेली, जेणेकरून पशू, पक्षी, प्राणी आणि कीटक यांना आकर्षित करू शकतील. हे सर्व व्हायला अजून खूप मोठा काळ जायचा होता. कारण, वनस्पती समुद्रातून बाहेर कशा आल्या हे तर आपण पाहिले; पण प्राणी समुद्रातून जमिनीवर कसे आले हे आपण पाहिलेले नाही.

***

उभयचरांच्या किंवा त्यापूर्वीच्या कालखंडात जेव्हा पृष्ठवंशी प्राणी सर्वप्रथम पाण्याबाहेर आले, तेव्हा त्यांच्यासमोर मोठा पेच उभा राहिला. सजीव पाण्याबाहेर जगायला तर शिकले होते; पण पाण्याबाहेर प्रजनन करणे त्यांना अजून जमत नव्हते. पाण्यातून जमिनीवर स्थायिक होण्यापूर्वी जमिनीवर प्रजनन करता येणे प्राण्यांसाठी आवश्यक होते. पाण्यात राहणारे सजीव त्यांचे 'अंडे' पाण्यातच घालत असत. अशा अंड्याभोवती कोणतेही संरक्षणात्मक आवरण नसे. सुरुवातीच्या काळात काही सजीव पाण्यातून बाहेर आले; पण त्यांना अंडे घालण्यासाठी परत पाण्यात जाणे आवश्यक होते. कारण, त्यांचे अंडे जमिनीवरच्या कोरड्या वातावरणात सुकून जात असे. जिवाच्या पुनरुत्पादनासाठी त्यांचे अंडे ओल्या ठिकाणी असणे गरजेचे होते, त्यामुळे पाण्यातून बाहेर आल्यानंतर सजीवांना पुनरुत्पादनासाठी पुनःपुन्हा

पाण्याकडे येणे बंधनकारक झाले, त्यामुळेच उभयचर प्राणी त्यांची पाण्याशी असलेली नाळ तोडू शकले नाहीत. खऱ्या अर्थाने भूचर होऊन जमिनीवर जिवांचा फैलाव होण्याकरिता अंडे घालण्यासाठी परत परत पाण्यात जावे लागण्याची अट संपुष्टात येणे गरजेचे होते. या दृष्टीने संरक्षणात्मक आवरण असलेले अंडे घालणे ही फारच मोठी झेप होती. आज आपल्याला माहिती आहे की, बहुतांश सरपटणारे प्राणी आणि पक्षी अंडे देतात आणि त्या अंड्यातले बलक आणि इतर महत्त्वपूर्ण घटक कॅल्शियमच्या कठीण आवरणाने संरक्षित असतात. अशा प्रकारच्या अंड्यांना 'Amniotic Egg' म्हणतात. यानंतर मात्र सजीव आता जमिनीवर कुठेही अंडे देऊ शकत होते. पाण्यातून जमिनीवर जाण्यातला महत्त्वपूर्ण टप्पा आता पार झाला होता. ॲम्निऑटिक अंड्याच्या उत्क्रांतीमुळे पृष्ठवंशी प्राण्यांनी समुद्रावर पाणी सोडले!

जमिनीवर पृष्ठवंशी प्राण्यांच्या यशाची गुरूकिल्ली ॲम्निऑटिक अंड्याच्या उत्क्रांतीत आहे. वर पाहिल्याप्रमाणे सुरुवातीला वनस्पतींना पुनरुत्पादनासाठी पाण्यावर अवलंबून राहावे लागत असे. शेवाळ आणि लिव्हरमोर्ट वनस्पतींच्या बाबतीत हे खरे होते; पण पुढे उत्क्रांतीच्या प्रक्रियेत वनस्पतींनी बी तयार करण्याचे तंत्र अवगत केले आणि त्यांचेसुद्धा पाण्यावरचे अवलंबित्व संपले. अगदी त्याचप्रमाणे जमिनीवर टिकू शकणारे, वरून संरक्षणात्मक आवरण आणि आत द्रव पदार्थाचे पाण्यासारखे वातावरण यामुळे अंडे उबवून त्यातून प्राणी जन्म घेऊ लागले आणि जमिनीवर जाण्यातला महत्त्वपूर्ण टप्पा आता पार झाला; परंतु उत्क्रांतीच्या टप्प्यात असे जमिनीवर टाकलेले अंडे फुटण्याची किंवा कुणीतरी ते खाण्याची शक्यता जास्त होती म्हणून काही सजीवांनी अंडे देण्याऐवजी ते पोटातच बाळगणे पसंत केले असावे. अशा प्रकारे ते अंडे शरीरातच फलित होऊन काही प्राणी अंड्यातून जन्म घेण्याऐवजी आता थेटपणे उदरातून जन्म घेऊ लागले. अशा प्राण्यांना सस्तन प्राणी म्हटले गेले. माणूस याच परंपरेतील आहे. माणसाचे बाळ आईच्या उदरातून जन्म घेते ते यामुळेच; पण हे नेमके असेच झाले आणि सजीव पाण्यातूनच बाहेर आले याचा पुरावा काय?

***

मासे पाण्याबाहेर तडफड करतात हे आपल्याला माहिती आहे. मग हे मासे पाण्याबाहेर आले कसे? जमिनीवरील जीवसृष्टी कशी तयार झाली? असे अनेक प्रश्न पडणे साहजिक आहे. आपल्याकडे पाण्यातील माशांचे आणि सरपटणाऱ्या प्राण्यांचे जीवाश्म उपलब्ध होते; पण असा कुठला तरी मासा असला पाहिजे जो पाण्यात राहू शकत होता आणि जमिनीवरसुद्धा चालू शकत होता. त्या संदर्भाने पाण्यातून जमिनीवर जाण्याची प्रक्रिया कशी झाली याचा उलगडा होऊ शकेल;

पण त्याचे अवशेष आत्ता आत्तापर्यंत आपल्याला मिळालेले नव्हते. नील शुबीन या अमेरिकन जीवाश्म शास्त्रज्ञाने हे महत्त्वाचे कोडे सोडवले. अशा माशाचे अवशेष शोधण्यासाठी नील शुबीन आणि त्याचे सहकारी यांनी २००४ साली कॅनडाच्या उत्तर भागात खोदकाम केले आणि तिथे त्यांना एक महत्त्वाचा जीवाश्म सापडला. या शोधाचे वैज्ञानिक वर्णन २००६ साली Nature या जर्नलमध्ये प्रकाशित झाले. ३७.५ कोटी वर्षांपूर्वी पाण्यातून डोकावून पाहणाऱ्या माशाचे अवशेष आपल्याला मिळाले. या माशाला त्यांनी Tiktaalik असे नाव दिले. हा मासा तुम्हाला मगरीसारखा वाटेल; पण नीट पाहिले, तर कळेल की हा तर माशा आहे. नील शुबीन यांनी हाच विषय घेऊन **'Your Inner Fish'** हे पुस्तक लिहिले. त्या पुस्तकात माणूस माशापासून कसा उत्क्रांत झाला हे विशद केले आहे.

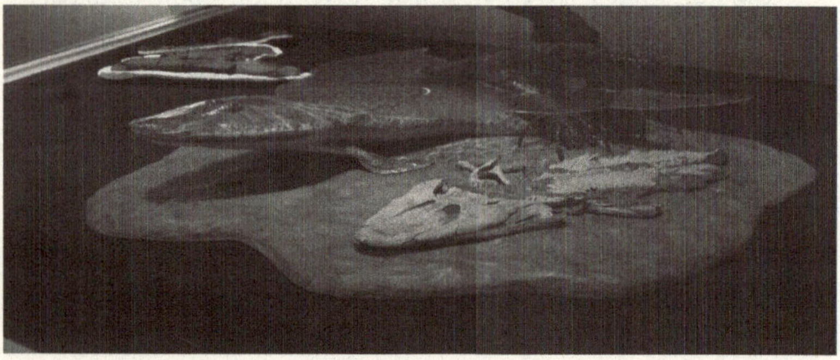

टिकटालिक माशाचे जीवाश्म व त्याआधारे पुनर्रचित नमुना

टिकटालिक माशाच्या जीवाश्माची पुनर्रचना करून पाहिल्यावर सरड्याच्या देहावर मगरीचे धड ठेवून शेपटी मात्र माशांची बसवली आहे असे वाटते. टिकटालिक माशाला स्वत:ची मान आहे, ती वळवतासुद्धा येऊ शकते. हा मासा कल्ल्यांचा उपयोग पायासारखा करताना दिसतो. टिकटालिक जीवाश्मामुळे प्राण्यांची पाण्यातून जमिनीकडे कशी वाटचाल झाली हे कोडे उलगडले आहे.

***

आजपर्यंत तब्बल पाच वेळा पृथ्वीवरील दृश्यमान जीवसृष्टी मोठ्या प्रमाणात विलोपित झालेली आहे. त्यातील सगळ्यात भयंकर आणि सगळ्यात मोठे Extinction/विलोपन २५ कोटी वर्षांपूर्वी झाले. त्यात पृथ्वीवरील जवळ जवळ सगळेच जीव नष्ट झाले. या धक्क्यातून सावरायला जीवसृष्टीला लाखो-करोडो वर्षे लागली. आजच्या रशियात उरल पर्वत रांगांमध्ये Perm नावाचे शहर आहे.

२५ कोटी वर्षांपूर्वी त्या भागात ज्वालामुखीचे उद्रेक झाल्याने वातावरणातील कार्बन डायऑक्साइड प्रचंड प्रमाणात वाढला, त्यामुळे पृथ्वीचे तापमान वाढले, त्यामुळे पृथ्वीवरील बहुतांश जीव नामशेष झाले. ज्वालामुखीतून निघणाऱ्या धुरात आणि राखेत संपूर्ण जग तब्बल पाच लाख वर्षे होरपळून गेले होते. त्यात वरून हायड्रोक्लोरिक ॲसिडचा पाऊस पडत होता. पर्म शहराच्या नावावरूनच २५ कोटी वर्षांपूर्वी झालेल्या या घटनेला Permian Extinction असे म्हटले जाते. पर्मियन काळात म्हणजे ३० कोटी ते २५ कोटी वर्षांपूर्वी सस्तन प्राण्यांसारखे सरपटणारे प्राणी दिसून येतात त्यांना थेरपसिड्स असे म्हटले जाते. नाव महत्त्वाचे नाही; पण याच काळात सस्तन प्राण्यांची पाळेमुळे रुजत होती हे लक्षात घेणे गरजेचे आहे.

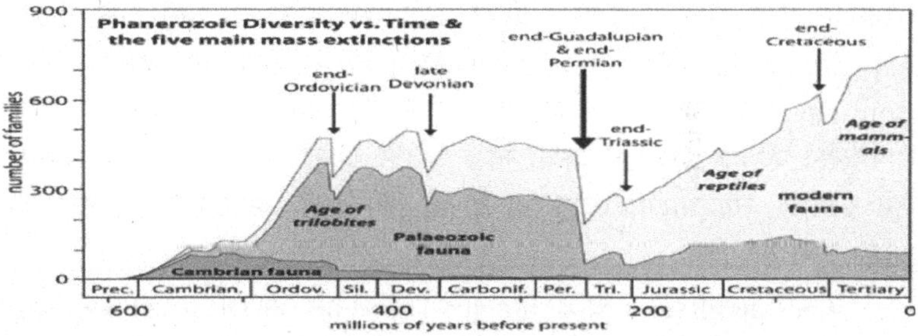

दृश्यमान जिवांचे पंच महा–विलोपने कालानुक्रमे दाखवणारा ग्राफ

एलिझाबेथ कोलबर्ट या अमेरिकेतील प्रथितयश पत्रकार, लेखिका आहेत. त्यांनी **'The Sixth Extinction'** (सहावे विलोपन) नावाचे अभ्यासपूर्ण पुस्तक लिहिले आहे. त्यामध्ये आजपर्यंत पाच वेळा बहुपेशीय जीवसृष्टी कशी मृत्यूच्या दारात जाऊन परत आली याचे तपशीलवार वर्णन केलेले आहे. मागच्या ५०–५५ कोटी वर्षांच्या पृथ्वीच्या आयुष्यात ५ वेळा मोठ्या प्रमाणात जीवसृष्टी नष्ट होण्याचे प्रकार झाल्याचे सांगून त्या पुढे असे प्रतिपादित करतात की, आता आपण सहाव्या विलोपनातून जात आहोत आणि त्यासाठी मानवाने पर्यावरणाची केलेली हानी, वाढणारे हरित वायू कारणीभूत आहेत. 'The Sixth Extinction' हे पुस्तक वाचत असताना मला सतत असे जाणवत होते की, वेळीच सुधारलो नाही, तर आपण आपलाच अंत ओढून घेत आहोत.

पर्मियन विलोपनानंतर परिस्थिती इतकी भयंकर होती की, समुद्रातल्या वीसपैकी एकोणीस प्रजाती नामशेष झाल्या तर जमिनीवरच्या दहांपैकी सात प्रजाती संपुष्टात आल्या. ट्रायलोबाईट नावाचे पृथ्वीवरील सर्वांत दीर्घकाळ जगलेले बहुपेशीय सागरी जीवदेखील कायमचे नामशेष झाले आणि संपूर्ण जमीन उजाड, शांत झाली होती. समुद्र मृत अवस्थेत होता. जीवसृष्टीला ब्रेक लागल्यागत सगळी परिस्थिती होती.

या धक्क्यातून कधी सजीव सावरतील की नाही अशी परिस्थिती होती; पण तरीही जीवन पुन्हा उमलून आले आणि ते आले, तेव्हा त्याचा बहर, त्याचे वैभव दृष्ट लागण्याजोगे होते!

***

वॉल्टर अल्वारेझ नावाच्या माणसाने पृथ्वी इतिहासाच्या आपल्या जाणिवेमध्ये आमूलाग्र बदल घडवून आणला. वॉल्टर अल्वारेझ हा भूशास्त्रज्ञ होता, तर त्याचे वडील लुई अल्वारेझ हे अणुशास्त्रज्ञ होते. लुई अल्वारेझ यांना नोबेल पारितोषिकदेखील मिळाले होते. १९८० साली इटलीतील गुब्बीओ या गावी भूशास्त्रीय काम करत असताना वॉल्टर अल्वारेझच्या यांच्या असे लक्षात आले की, Cretaceous आणि Tertiary काळाला विलग करणाऱ्या स्तरांमध्ये (KT Boundary) वर एक लाल रंगाचा छोटासा थर आहे. भूशास्त्रानुसार खोलवर सापडलेले जीवाश्म/Fossil किंवा गाळ खडक हे वर सापडलेल्या जीवाश्मापेक्षा जुने असतात. त्यानुसार या लाल रंगाच्या छोटाशा थराचा काळ साडेसहा कोटी वर्षे इतका जुना येत होता.

वॉल्टर अल्वारेझने हे त्याचा वडिलांच्या निदर्शनास आणले. वडील अणुशास्त्रज्ञ होतेच. मग त्या दोघांनी या प्रकरणाचा पिच्छा पुरवायचे ठरवले. त्यांनी त्या रंगाचा नमुना प्रयोगशाळेत नेला आणि त्यांच्या असे लक्षात आले की त्या छोटाशा थरात 'Iridium (Ir)' हे मूलद्रव्य खूप जास्त प्रमाणात आहे; पण गोची अशी होती की, भूकवचात जिथे हा लाल रंगाचा पातळ स्तर सापडला होता तिथे इतके इरिडियम अजिबात सापडत नाही. मग हे इरिडियम आले कुठून? बरं, अवकाशात पृथ्वीपेक्षा हजारो पट अधिक इरिडियम सापडते. सतत धूलिकणांच्या स्वरूपात पृथ्वीवर ते जमासुद्धा होत असते; पण इतक्या जास्त प्रमाणात ते नेमके या दोन काळांच्या सीमारेषेवर जमा होण्याचे काय कारण असावे? अल्वारेझने डोके लावले. इतक्या जास्त प्रमाणात इरिडियम जमा होण्याचे उत्तर अवकाशात असले पाहिजे; पण हे अवकाशातील इरिडियम पृथ्वीवर आले कसे? तर वॉल्टर अल्वारेझच्या लक्षात आले की, साडेसहा कोटी वर्षांपूर्वी पृथ्वीवर खूप मोठा उल्कापात झालेला असला पाहिजे!

तोपर्यंत शास्त्रज्ञांना हे माहिती होते की, Cretaceous आणि Tertiary सीमारेषेच्या आसपास आणि त्यानंतर डायनॉसोरचे अवशेष सापडणे बंद झाले होते म्हणजे डायनॉसोर त्या काळाच्या आसपासच नामशेष झाले असावेत; पण डायनॉसोर का नष्ट झाले याचे उत्तर सापडत नव्हते. बऱ्याच वैज्ञानिकांना असे वाटत होते की, लाखो वर्षांच्या प्रक्रियेत डायनॉसोर हळूहळू नष्ट होत गेले असावेत. उत्क्रांतीच्या प्रक्रियेत नाकारले गेलेले म्हणून डायनॉसोरकडे बघितले जात होते

म्हणून सांस्कृतिक जीवनामध्येसुद्धा डायनॉसोरचे चित्रण एक सुस्त प्राणी असेच केले जात होते; पण वॉल्टर अल्वारेझने असे प्रतिपादित केले की, साडेसहा कोटी वर्षांपूर्वी झालेल्या उल्कापातामुळे डायनॉसोर नष्ट झाले. सुरुवातीला याला विरोध झाला. तुम्ही उल्कापातामुळे डायनॉसोर नष्ट झाले म्हणता ते ठीक आहे; पण उल्कापात झाल्यावर त्याच्या आघातामुळे विवर अर्थात Crater तयार होते. असे विवर कुठे आहे ते दाखवा असे वॉल्टर अल्वारेझला विचारले जाऊ लागले; पण अल्वारेझकडे त्याचा कुठलाही पुरावा नव्हता. नुसते आघाती विवर दाखवून भागणार नव्हते. त्याचा आकार संबंध पृथ्वीवरील जीवसृष्टीतल्या प्रभावी प्राण्याला नष्ट करता येईल एवढा मोठा असणे अपेक्षित होते. त्यावर कडी म्हणजे ते विवर बरोबर साडेसहा कोटी वर्षे जुने असणे अपेक्षित होते. हे सगळे सिद्ध व्हायला अजून दहा वर्षे लागणार होती.

मेक्सिकोच्या तेल कंपन्यांना त्या देशातील युकाटन द्वीपकल्पाच्या कडेला मोठ्ठा खड्डा आहे, हे १९८० पूर्वीच माहिती होते. या विवरचा काही भाग समुद्रात आहे, तर काही भाग जमिनीवर आहे; पण या विवराचा व्यास अर्थात Diameter आणि त्याचे महत्त्व यांच्याबाबत त्यांना माहिती नव्हती. अल्वारेझ पिता-पुत्रांनी त्यांची थेअरी मांडल्यानंतर हळूहळू या क्रेटरचे महत्त्व लक्षात येत गेले आणि सगळ्या प्रश्नांचा उलगडा होत गेला. जिथे उल्कापात झाला आज ती जागा 'Chicxulub crater' म्हणून ओळखली जाते. हे क्रेटर बरोबर साडेसहा कोटी वर्षं जुने आहे. त्याचा व्यास १८० किलोमीटर आहे.

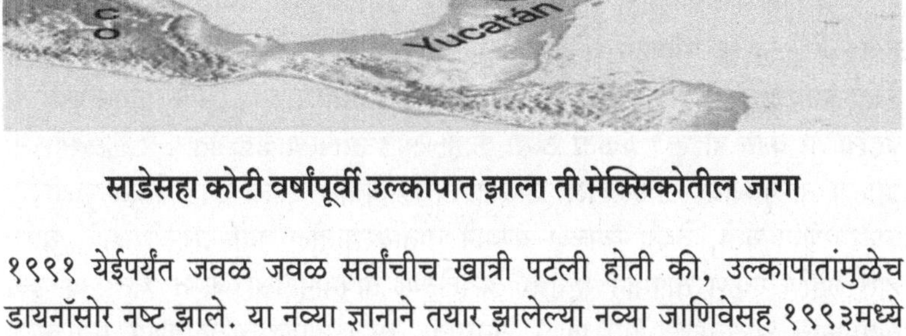

साडेसहा कोटी वर्षांपूर्वी उल्कापात झाला ती मेक्सिकोतील जागा

१९९१ येईपर्यंत जवळ जवळ सर्वांचीच खात्री पटली होती की, उल्कापातांमुळेच डायनॉसोर नष्ट झाले. या नव्या ज्ञानाने तयार झालेल्या नव्या जाणिवेसह १९९३मध्ये स्टीव्हन स्पीलबर्ग यांनी 'Jurassic Park' हा चित्रपट काढला. संशोधनामुळे डायनॉसोर म्हणजे थंड रक्तामुळे सुस्त, उत्क्रांतीने नाकारलेला प्राणी म्हणून बघितले

जात नव्हते, तर चपळ आणि वेगवान प्राणी अशी त्याची ओळख तयार झाली होती. याच गोष्टीचे प्रतिबिंब या चित्रपटात पुरेपूर दिसून आले. या चित्रपट मालिकेने आमच्या पिढीतील कित्येक मुलांमध्ये डायनॉसोरबद्दल कुतूहल निर्माण केले. उल्कापात झाला नसता, तर पृथ्वीवर आजही डायनॉसोरचे राज्य असू शकले असते. ना मी हे पुस्तक लिहू शकलो असतो, ना ते वाचायला तुम्ही इथे असता. साडेसहा कोटी वर्षांपूर्वीच्या त्या दिवशी तो उल्कापात झाला नसता, तर पृथ्वीचा इतिहास कोणत्या वळणाने गेला असता कुणास ठाऊक? पृथ्वीवर पंधरा कोटी वर्षं डायनॉसोरचे राज्य होते, एके दिवशी ते संपले. आभाळातून एक दगड पडला आणि पृथ्वीच्या इतिहासाला एक वेगळीच कलाटणी मिळाली. मुद्दा असा आहे की आज, उद्या किंवा भविष्यात असे काही होणारच नाही या भ्रमात आपण राहता कामा नये.

ते सर्व ठीक आहे; पण तुम्ही तर म्हणाला होतात की, Cretaceous आणि Tertiary काळाला विलग करणाऱ्या स्तरांमध्ये KT Boundary वर इरिडियम असलेला लाल रंगाचा स्तर १९८० साली इटलीतील गुब्बीओ या गावी सापडला होता आणि आता सांगता आहेत की, उल्कापात मेक्सिकोमध्ये झाला? मेक्सिको कुठे इटली कुठे? आणि केवढा मोठा दगड पडला तरी सगळ्या पृथ्वीवरचे डायनॉसोर कसे काय मरू शकतात? असे प्रश्न पडणे स्वाभाविक आहे. एकतर साडेसहा कोटी वर्षांपूर्वी इटली आणि मेक्सिको आज आहेत त्यापेक्षा जवळ होते. आज ज्या ठिकाणी हिमालय आहे त्या ठिकाणी समुद्र होता, भारतीय प्लेट अजून विषुववृत्ताच्या दक्षिणेलाच होती. महत्त्वाचे म्हणजे 'Deecan Traps' म्हणजे आपला 'सह्याद्री' तयार व्हायला नुकतीच सुरुवात झाली होती. सह्याद्री तयार होत असताना खूप मोठ्या प्रमाणात धूळ, राख आणि कार्बन डायऑक्साइड वातावरणात मिसळल्यामुळे डायनॉसोरांच्या अस्ताला हातभारच लागला असणार. थोडक्यात, पृथ्वी आज दिसते, त्यापेक्षा खूप वेगळी होती. एकूण परिस्थिती डायनॉसोरांच्या नाशाला कारक अशीच होती.

या परिस्थितीपेक्षाही महत्त्वाचे म्हणजे उल्कापाताचा आघातच एवढा मोठा होता की, त्याचा परिणाम संपूर्ण पृथ्वीवर झाला होता. त्यासाठी उल्कापात होतो, तेव्हा काय होते ते पाहू. आज जर १८० किमी व्यासाचा दगड आकाशातून पृथ्वीवर पडला तर काय होईल? एकतर असा काही दगड आपल्याकडे येतोय हे कळण्याच्या आतच तो पृथ्वीवर आदळलेला असेल. प्रचंड वेगाने येणारा दगड जेव्हा पृथ्वीच्या वातावरणात येतो, तेव्हा त्याच्या येण्याने वातावरणातील हवा दाबली जाते, घर्षण होते आणि एकूण तापमान सूर्यावर असलेल्या तापमानापेक्षा जास्त होते. या उच्च तापमानात आजूबाजूचे सर्व प्राणी, वनस्पती, वस्तू आणि वाटेत येणारे सर्व काही क्षणार्धात जळून खाक होऊन जाईल. निमिषार्धात Asteriod अर्थात लघुग्रह पृथ्वीवर आदळून विरघळून गेलेला असेल. या लघुग्रहाचा हा आघात इतका भयंकर असेल

की, एकाच वेळी शंभर कोटी अणुबॉम्ब फुटावेत अशी स्थिती निर्माण होईल. त्यानंतर शॉक वेव्ह धुमाकूळ घालतील. हजारो किलोमीटर वेगाने धुळीचे लोळ उठलेले दिसतील. सबंध पृथ्वी काळ्याकुट्ट अंधारात बुडून जाईल. आघातामुळे सगळीकडे भूकंपच-भूकंप होऊ लागतील, अक्राळविक्राळ ज्वालामुखी सक्रिय होतील, त्सुनामीने सगळे समुद्र खवळून उठतील आणि आकाशातून दगडांचा वर्षाव होऊ लागेल. हे सगळे शमल्यावर धूळ, राख पृथ्वीला वेढून टाकील आणि कित्येक वर्षे सूर्यप्रकाश पृथ्वीपर्यंत पोहोचूसुद्धा शकणार नाही. या सर्व प्रक्रियेत बहुतांश जीव मरून जातील. हे असेच डायनॉसोरच्या बाबतीतसुद्धा झाले असावे, परिणामी ते नामशेष झाले.

पण उल्कापातामुळे डायनॉसोर खरेच नष्ट झाले का? घ्या! आता एवढे सगळे सांगितल्यावर हा प्रश्न विचारायचे प्रयोजन काय? पण मजेची गोष्ट अशी की, या प्रश्नाचे उत्तर 'हो' आणि 'नाही' असे दोन्हीही आहे. आपण पाहिले की, डायनॉसोर सरपटणारे प्राणी म्हणून गणले जातात; पण काळाच्या ओघात डायनॉसोरमध्ये वैविध्य येत गेले. उत्क्रांतीच्या पुढच्या टप्प्यात सरपटणाऱ्या प्राण्यांपासून उडणारे पक्षी तयार झाले आहेत. उत्क्रांत होत डायनॉसोरचा असा एक प्रकार तयार झाला जो उडू शकत होता. हो डायनॉसोर उडू शकत होते! अर्थात हे सर्व काही झटपट झाले नाही. उत्क्रांती ही दीर्घकाळ चालणारी प्रक्रिया आहे. सरपटणाऱ्या प्राण्यांतून पक्षी तयार झाले याचा पुरावा काय? तर आपल्याला सरपटणारे प्राणी आणि पक्षी यांना जोडणाऱ्या दुव्याचे अर्थात 'Missing Links'चे जवळपास १५ कोटी वर्षं जुने जीवाश्म सापडले आहेत. त्यांना Archaeopteryx/आर्कियोप्टेरिक्स असे म्हटले जाते. हे जीवाश्म सापडण्याचे टायमिंगसुद्धा तितकेच भारी होते. १८६१ साली म्हणजे डार्विनने 'The Origin of Species' हा ग्रंथ प्रकाशित केल्याच्या दोन वर्षांनी आजच्या जर्मनीमध्ये सर्वप्रथम जीवाश्म सापडले आणि त्या वादग्रस्त काळात डार्विनच्या सिद्धान्ताला भक्कम आधार मिळाला. आर्कियोप्टेरिक्सचा शब्दशः अर्थ

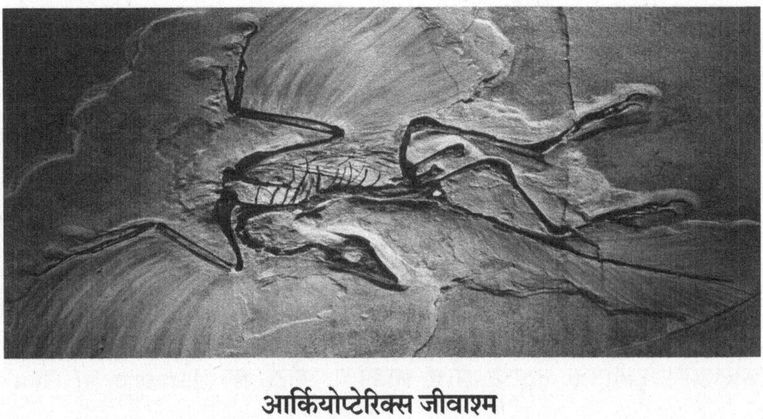

आर्कियोप्टेरिक्स जीवाश्म

जुने पंख किंवा जुने पक्षी असा होतो. हे जीवाश्म पाहिल्यावर आपल्याला त्यात सरपटणारे प्राणी आणि पक्षी या दोन्हींचे वैशिष्ट्ये स्पष्टपणे दिसतील. त्यांना सरपटणाऱ्या प्राण्यांप्रमाणे शेपटी, जबडा आणि दात आहेत. सोबतच पक्ष्यांसारखी पिसे आणि पंखसुद्धा आहेत.

थोडक्यात, मेक्सिकोतील चिकक्सुलब या ठिकाणी झालेल्या प्रलयकारी उल्कापातामुळे हवेत उडू न शकणारे डायनॉसोर नष्ट झाले; पण हवेत उडू शकणारे, आजच्या पक्ष्यांशी साधर्म्य असणारे डायनॉसोर नष्ट झाले नाहीत. आज जे पक्षी आपल्याला दिसतात ते या नष्ट न झालेल्या डायनॉसोरचे थेट वारसदार आहेत. तुमच्या घराच्या गॅलरीत जर चिमणी येऊन चिवचिव करत असेल, तर एक क्षण थांबून विचार करा की, तुमच्या घरात डायनॉसोर आला आहे!

***

बरं आपण पाहिले की, डायनॉसोर नष्ट कसे झाले; पण ते जिवंत होते तेव्हा पृथ्वीवरचे जीवन कसे होते? २५ कोटी वर्षांपूर्वी झालेल्या पर्मियन विलोपनापासून ते साडेसहा कोटी वर्षांपूर्वी झालेल्या उल्कापातापर्यंतचा जवळपास १८ कोटी वर्षांचा काळ हा सर्वसाधारणपणे डायनॉसोरचे युग आहे असे आपण म्हणू शकतो. या युगात अनुक्रमे Triassic, Jurassic आणि शेवटचा Cretaceous हे कालखंड येतात. Triassic हा ५ कोटी वर्षांचा कालखंड आहे. या कालखंडाच्या संदर्भात शास्त्रज्ञांना तीन वेगवेगळ्या प्रकारचे खडकांचे स्तर दिसून आले म्हणून याला Triassic असे नाव देण्यात आले. या कालखंडात डायनॉसोर प्रबळ नव्हते. हा संक्रमणाचा कालखंड होता. डायनॉसोरसारखे दिसणारे इतर बरेच Reptiles या काळात होते. प्रथमतः बेडूक आणि कासवसुद्धा याच काळात उत्क्रांत झाले. ट्रायसिक हा कासवांचा सुवर्णकाळ म्हटला पाहिजे. कारण, वेगवेगळ्या प्रकारची कासवे या काळात विकसित झाली. या काळात सुरुवातीला पक्षी नव्हते. उडणाऱ्या ड्रॅगनफ्लायसारख्या कीटकांना खाण्यासाठी काही सरपटणारे प्राणी हवेत झेपा घेऊ लागले त्यातूनच पुढे पक्षी तयार झाले असावेत. २०-२१ कोटी वर्षांपूर्वी ट्रायसिक काळात अमेरिकन प्लेट युरेशियन प्लेटपासून वेगळी होऊ लागली. आज असलेला अटलांटिक महासागर तयार होऊ लागला; पण या प्रकियेत पुन्हा एकदा आतला लाव्हा बाहेर येऊन कार्बन डायऑक्साइड, राख आणि धुरांमुळे पुन्हा एकदा जीवसृष्टी हादरली आणि कित्येक प्रजाती नष्ट झाल्या यासोबतच ट्रायसिक काळावर पडदा पडला.

२० कोटी वर्षांपूर्वी झालेल्या End Triassic विलोपनानंतर बरेच Reptiles नष्ट झाले आणि हळूहळू डायनॉसोरचा प्रभाव वाढत गेला. हाच तो जुरासिक कालखंड! ट्रायसिक नंतरची पाच-साडेपाच कोटी वर्षे Jurassic या नावाने

ओळखली जातात. फ्रान्स आणि स्वित्झर्लंड यांच्या सीमारेषेवर 'जुरा' नावाचा पर्वत आहे. अठराव्या शतकात या पर्वत प्रदेशात या काळाचे जीवाश्म सापडेल म्हणून या काळाला जुरासिक असे आपण नाव दिले. जुरासिकपासून सुरू झालेले डायनॉसोरचे प्राबल्य क्रेटेशियस काळातही सुरूच होते. दोन्ही कालखंड मिळून उणेपुरे १५ कोटी वर्षे डायनॉसोरने पृथ्वीवर एक प्रकारे राज्य केले. ट्रायसिक संपून जुरासिक कालखंड येता-येता सरपटणारा सरडा किंवा तत्सम प्राण्यापासून साप विकसित झाला. सरडासदृश प्राण्याचे पाय उत्क्रांतीच्या प्रक्रियेत गळून पडले आणि साप तयार झाला असावा. अर्थात हे काही एकाएकी झाले नाही. कारण, फक्त मागचे पाय असणारा Pachyrhachis साप होता हे आपल्याला सापडलेल्या जीवाश्मामुळे कळले आहे.

जुरासीकनंतर आलेल्या काळाला Cretaceous असे म्हणतात. साधारण आठ कोटी वर्षांचा कालखंड असणाऱ्या या काळाचे अवशेष शोधताना एक गोष्ट लक्षात आली की, या काळात कॅल्शिअम कार्बोनेट खूप सापडते म्हणूनच याला Cretaceous अर्थात 'खडूसारखा' असे म्हणतात. या काळात एक मजेशीर गोष्ट घडली! ती म्हणजे आजपासून साधारण १३-१४ कोटी वर्षांपूर्वी कधीतरी वनस्पतींचा वेगळाच प्रकार अस्तित्वात आला. हा वेगळा प्रकार म्हणजे फुले येणारी झाडे. यापूर्वी बीज तयार करण्याचे तंत्र वनस्पतींनी अवगत केले होते. यापूर्वी वनस्पतींचा गर्भ/बीज त्यांच्या बियांमध्ये सुरक्षित होता; पण फुले येणारी झाडे तयार व्हायला लागल्यापासून तो गर्भ अजूनच सुरक्षित झाला. फुलांचे Pollination/परागीभवन झाले की, त्यापासून फळ तयार होऊ लागले आणि त्या फळाच्या आत असलेल्या बियांमध्ये वनस्पतीचा गर्भ/बीज राहू लागला, त्यामुळे तो अधिकच सुरक्षित झाला. सोबतच फळ खाणाऱ्या प्राण्यांमुळे झाडाच्या बिया आता सर्वदूर पसरू लागल्या आणि अशी फुले येणारी झाडे उत्क्रांतीतील जगण्याच्या लढ्यात यशस्वी ठरू लागली. भरीस भर म्हणजे याच दरम्यान Pollination करणाऱ्या मधमाश्या, गांधील माश्या, मुंग्या आणि बीटल्स यांचीसुद्धा जीवसृष्टीच्या पटलावर एंट्री झाली. हीच फुले-फळे देणारी झाडे पुढे सस्तन प्राणी असलेल्या वानरांच्या आणि पर्यायाने आपल्या उत्क्रांतीत अतिशय महत्त्वाचा वाटा उचलणार होती; पण त्याला अजून वेळ होता. कारण साडेसहा कोटी वर्षांपूर्वीपर्यंत पृथ्वीवर डायनॉसोरचाच कायदा चालत होता. सस्तन प्राणी कुठेतरी कड्या-कपारीने, अंधाऱ्या रात्री दिवाभीतासारखे आपली गुपचूप गुजराण करत होते; पण हे सगळे बदलले ते एके दिवशी आभाळातून पडलेल्या भल्यामोठ्या दगडामुळे! मेक्सिकोच्या आसपास पडलेल्या या उल्कापाताची कहाणी आपण पाहिली! ज्या दिवशी दगड पडला तो इतर प्राण्यांच्या दृष्टीने सोनियाचा दिनू होता. कारण, आता त्यांचे भाग्य फळफळणार होते!!

***

डायनॉसोर नामशेष झाल्यानंतर जीवसृष्टीच्या पटलावर प्रबळ दावेदार म्हणून दोन प्रकारचे प्राणी पुढे आले ते म्हणजे : पक्षी आणि सस्तन प्राणी. या दोघांत वर्चस्वाचा सामना रंगणार होता. उष्ण रक्तामुळे शरीराच्या तापमानाचे नियमन करता येते. सस्तन प्राणी आणि उष्ण रक्ताचे प्राणी दोघेही उष्णरक्ताचे होते, त्यामुळे दोघांनाही होणारे फायदे समान होते. सस्तन प्राणी आणि पक्षी दोघेही पृष्ठवंशी आहेत. सस्तन प्राण्यांनी बिळात राहून आपली जागा निर्माण केली होती, तर पक्ष्यांनी आकाशात आपली पताका फडकवली होती. पक्ष्यांकडे पंख आणि चोच होती, तर सस्तन प्राण्यांकडे फर अर्थात मऊ केस आणि दात होते. पक्षी हे डायनॉसोरचे थेट वारसदार असल्यामुळे त्यांचे पारडे थोडे जड होते. पक्ष्यांनी आकाश काबीज केलेलेच होते; पण काही पक्ष्यांनी हवेत उडणे सोडून दिले होते, त्यामुळे जमिनीवरही त्यांचा चंचुप्रवेश झाला होता. यातील 'Phorusrhacids' सारख्या काही भयावह उड्डाणहीन पक्ष्यांनी मांसाहारी जीवनपद्धती अवलंबली होती. आपल्या बिळातून कुणी एखादा अविचारी सस्तन प्राणी बाहेर पडला, तर तो या पक्ष्यांचे भक्ष्य ठरत होता. एकुणात पक्षी प्रबळ ठरतील किंवा झालेच तर सामना बरोबरीत सुटेल अशी परिस्थिती होती; पण झाले मात्र नेमके याच्या उलटे. या सामन्यात सस्तन प्राणी पक्ष्यांपेक्षा कांकणभर वरचढ ठरले आणि सस्तन प्राण्यांनी उत्क्रांतीला वेगळ्याच उंचीवर नेऊन ठेवले. हे नेमके झाले कसे?

लहान असताना गावातील पिठाच्या गिरणीतून पीठ आणणे हे काम बऱ्याच वेळा माझ्याकडे यायचे. गावात एकच गिरणी आणि तीसुद्धा आमच्या घरापासून चांगलीच दूर होती. गिरणीचालक दिवसभर शेतीची कामे करायचे आणि दिवसभर वीजसुद्धा नसायची म्हणून ही पिठाची गिरणी शक्यतो संध्याकाळी चालू असायची. दळण दळून वापस येताना हमखास अंधार व्हायचा, त्यामुळे खूप भीती वाटायची. कित्येकदा पायात चप्पल नसायची, त्यामुळे अंधाऱ्या रात्री साप, विंचू यांची भीती होतीच; पण वाटेत असलेल्या बोरीच्या झाडाखाली भूत आहे अशी चर्चा होती, त्यामुळे बोरी जवळून जाताना छातीत धडकी भरायची. एकदा दळण घेऊन येताना बोरीजवळ आलो. भूत असले तर काय करायचे असे वाटून हातापायांना कापरे फुटले. लवकर पुढे जाण्याच्या हेतूने झपाझपा चालू लागलो आणि एक वेळ अशी आली की, चालणे सोडून पळू लागलो; पण तिथे असलेल्या चिखलामुळे पाय घसरून खाली पडलो आणि पिठाचा अर्धाअधिक डब्बा अंगावर सांडला. अंगावर पडलेल्या पिठामुळे आता मी भुतासारखा दिसत होतो! दळण केल्यावर पीठ गरम व्हायचे आणि असा गरम झालेला डब्बा डोक्यावर घेणे कठीण व्हायचे. गोणीत पीठ घेऊन यावे तर सगळे अंग पिठाने पांढरे व्हायचे, तर एकंदरीत दळण आणणे ही गोष्ट अजिबात आवडण्यासारखी नव्हती. मला नेहमी असे वाटायचे की, हे दळण दळायची कटकट नसती तर बरे झाले असते. नंतर आठवीत असताना

आम्हाला शाळेत कोंबडी, गाय इत्यादी प्राण्यांची आंतरिक रचना अभ्यासाला होती. तासाला ही गोष्ट शिकवण्यापूर्वीच मी वाचून काढली. यातील कोंबडीची अंतर्गत रचना फारच मजेशीर होती. कारण, कोंबडीमध्ये तिची एक स्वतंत्र अशी गिरणी असते, जी कोंबडीने खाल्लेले दाणे पोटातच दळून काढते. या जठरीय गिरणीला Gizzard असे म्हटले जाते. हे कळले, त्या दिवशी माझ्या डोक्यात विचार आला की, आपल्यापण पोटात अशी गिरणी पाहिजे होती!! ही गोष्ट मी माझा वर्गमित्र अभिजितला सांगितली. मला वाटले भारी आयडिया दिली म्हणून तो माझी स्तुती करेल; पण त्याला कुठलं आलं कौतुक! तो तत्काळ उत्तरला, ''अरे; पण मग तुला दात काय फक्त दात काढायला दिलेत का?'' त्या क्षणी त्याचे दात घशात घालावे आणि उरलासुरला दात उपटून हातात द्यावा, असेही वाटले; पण मी स्वत:ला सावरले. त्याच्या या बोलण्याने त्या दिवशी मला दातांचे महत्त्व लक्षात आले. सस्तन प्राण्यांच्या यशात याच दातांचे खूप महत्त्व आहे हेही पटले. तुम्ही Tyrannosaurus rex या महाकाय डायनॉसोरचा जबडा बघा. त्यात तुम्हाला दात दिसतील; पण जवळपास सगळेच दात अणकुचीदार आहेत. जणू काही तोंडात सुऱ्या बसवल्या आहेत. या उलट सस्तन प्राण्यांच्या दातांत वैविध्य निर्माण होत गेले. पुढच्या दातांचा उपयोग कट करण्यासाठी होतो. त्यांना आपण पटाशीचे दात किंवा Incisors म्हणतो. अणकुचीदार सुळ्या दातांचा उपयोग भोसकण्यासाठी होतो. उपदाढांचा उपयोग तुकडे करण्यासाठी, तर दाढा क्रशर म्हणून काम करतात. तयार झालेल्या वेगवेगळ्या दातांमुळे अन्नातली पूर्ण ऊर्जा उपयोगात आणायला सस्तन प्राण्यांना मदत झाली. यामुळे सस्तन प्राण्यांत खवल्या मांजरासारखा एखाद-दुसरा अपवाद सोडला, तर डायनॉसोर आणि पक्ष्यांप्रमाणे Gizzard अर्थात जठरीय चक्की आढळून येत नाही.

सस्तन प्राण्यांत नाकाची आणि तोंडाची पोकळी वेगळी झाली, त्यामुळे अन्न चघळणे अजूनच सोप्पे झाले. कारण, आता श्वास घेण्याकरिता विराम न घेता अन्न चघळणे शक्य झाले होते. सोबतीला मजबूत दात होतेच, त्यामुळे सस्तन प्राण्यांची निसर्गातील Energy Capture करण्याची क्षमता वाढली. नाकाच्या आणि तोंडाच्यामध्ये टाळू आल्याने अजून एक फायदा झाला. तो म्हणजे या प्राण्यांची वास घेण्याची क्षमतासुद्धा चांगलीच सुधारली. यात भर म्हणजे सस्तन प्राण्यांत नव्याने तयार झालेला Diaphragm (डायाफ्राम) नावाचा अवयव! डायाफ्राम ही हृदय आणि फुप्फुसांना पोटापासून वेगळे करणारी पातळ पडद्यासारखी मसल आहे. डायाफ्राम श्वसनादरम्यान लोहाराच्या भात्यासारखे काम करते, यामुळे श्वासोच्छ्वासाच्या प्रक्रियेला जोरकसपणा व नियमितता येते. एकूणच सस्तन प्राण्यांचे श्वसन, पचन आणि वास घेण्याची प्रक्रिया पक्ष्यांपेक्षा आणि सरपटणाऱ्या प्राण्यांपेक्षा जास्त परिणामकारक होती. यात भर पडली ती

तीक्ष्ण कानांची. सस्तन प्राण्यांचे कान तीक्ष्ण होण्यात पुन्हा एकदा दातांचा हातभार होता. तुम्ही म्हणाल कसा?

तर त्याचे झाले असे की, पंचविसेक कोटी वर्षांपूर्वी ज्या Therapsidsपासून सस्तन प्राणी उत्क्रांत होऊ लागले होते, तेव्हा त्यांचा आकार छोटा-छोटा होऊ लागला होता. बरं, आपण वर पाहिले की, या प्राण्यांत पटाशीचे, सुळे, उप दाढा आणि दाढा असे वैविध्यपूर्ण दात तयार होऊ लागले होते, त्यामुळे एकूण जबड्यात दातांचे महत्त्व वाढू लागले. वेगवेगळ्या दातांमुळे जबड्याची खोली वाढू लागली आणि दात जबड्यातील इतर हाडांना कोपऱ्यात ढकलू लागले. त्यात या प्राण्यांचा आकार छोटा-छोटा होत होता, त्यामुळे जबड्यांतील इतर हाडे छोटी-छोटी होऊ लागली; पण एकूणच या प्राण्यांचा आकार छोटा होत असल्यामुळे या हाडांना आता जबड्यात जागाच उरली नाही. काही काळ यातील काही हाडे जबड्याच्या बिजागरीच्या आसपास घुटमळू लागली. तिथेही या हाडांचा काही फारसा उपयोग होईनासा झाला. त्यामुळे यातील आधीच छोटी झालेली दोन हाडे जबड्याशेजारी असलेल्या कानात जाऊन विसावली!! सरपटणारे प्राणी, उभयचर आणि पक्षी यांच्या कानात Stapes हे एकच हाड असते याउलट सस्तन प्राण्यांच्या कानात Stapes सोबतच जबड्यातून माइग्रेट झालेली Hammer आणि Anvil अशी अजून दोन हाडे असतात, त्यामुळे सस्तन प्राणी छोट्यात छोटा आणि मोठ्यात मोठा आवाज ऐकू शकतात. जगण्याच्या लढाईत तीक्ष्ण कान, वैविध्यपूर्ण दात, सशक्त पचन संस्था, वास घेण्याची वाढलेली क्षमता आणि जोरकस श्वसन ही फार मोठी आयुधे ठरतात. या सर्व गोष्टींमुळे पक्ष्यांनी दाती तृण धरून सस्तन प्राण्यांचे आधिपत्य मान्य केले आणि आपला एक पर्यावरणीय कोनाडा पकडून जगू लागले. अशा प्रकारे सस्तन प्राण्यांनी पक्ष्यांसोबतचा सामना जिंकला. आता ते मागे फिरून पाहणार नव्हते.

***

डायनासोरच्या अस्तानंतर पृथ्वीवर Mammals अर्थात सस्तन प्राण्यांनी त्यांची जागा घेतली. डायनॉसोरच्या काळातसुद्धा सस्तन प्राणी होते. नाटकातल्या एखाद्या गौण पात्रासारखे सस्तन प्राणी जगत होते. सात-साडेसहा कोटी वर्षांपूर्वी, येणाऱ्या काळात हेच सस्तन प्राणी पृथ्वीवर राज्य करतील अशी दूरदूरपर्यंत शक्यता नव्हती. मुळात सस्तन प्राणी हे खिसगणतीतच नव्हते; पण आज मानवाच्या रूपाने सस्तन प्राणी जगावर राज्य करत आहेत. आज जर कुणी म्हटले की, मानवानंतर झुरळांचे आधिपत्य स्थापन होईल, तर आपल्या भुवया उंचावतील; पण बाबांनो, ही उत्क्रांती आहे. आपण काही अमरपट्टा घेऊन नाही आलो. माणूस हा काही उत्क्रांतीच्या प्रक्रियेतला शेवटचा थांबा नाही. माणूस फार फार तर या प्रक्रियेतले एक स्टेशन

आहे. उत्क्रांतीची ही गाडी पुढे जाणार हे निश्चित. उत्क्रांती थांबलेली नाही. ती चालूच आहे, चालू राहील.

पण आपण इथपर्यंत कसे पोहोचलो? वर सांगितल्याप्रमाणे डायनॉसोरच्या काळातच सस्तन प्राणी होते. सस्तन प्राणी साधारणतः २२-२५ कोटी वर्षांपूर्वी सरपटणाऱ्या प्राण्यांपासून वेगळे होऊन उत्क्रांत होत होते. सस्तन प्राणी आकाराने छोटे होते, बिळात वगैरे राहून रात्रीच बाहेर पडत असावेत. कारण आजही बरेचसे सस्तन प्राणी हे निशाचर या प्रकारात मोडतात. आकाराने छोटे, बिळात आणि जमिनीत पुरून घेऊन राहत असल्यामुळेच उल्कापातानंतरच्या काळात सस्तन प्राणी तग धरून राहू शकले असावेत; पण ६.५ कोटी वर्षांपूर्वी डायनॉसोर नष्ट झाल्यामुळे बिळात राहणाऱ्या आणि छोट्या आकाराच्या सस्तन प्राण्यांना बाहेर येऊन फिरण्याची संधी मिळू लागली. बाहेर आले तरी त्यांना कुणाचाच अटकाव होत नव्हता. आता त्यांना खूप मोठी स्पेस खुली झाली होती, त्यामुळे बहुतांश निशाचर असलेले सस्तन प्राणी आता दिवसादेखील बाहेर पडू लागले. हळूहळू सस्तन प्राण्यांची संख्या, स्वरूप आणि प्रभाव वाढू लागला.

सस्तन प्राण्यांची उत्क्रांती कशी झाली हे जाणून घेण्यासाठी आपल्याला फार दूर जायची गरज नाही. माणूस एक सस्तन प्राणी आहे आणि आपण आपल्या पूर्वजांच्या खाणाखुणा, आपला इतिहास आपल्या शरीरावर जागोजागी जतन करून ठेवला आहे. आता हेच घ्या की भीती वाटली, थंडी असली किंवा राग आला तर आपल्या अंगावर काटा उभा राहतो. कोट्यवधी वर्षांपूर्वी आपले पूर्वज असलेल्या सस्तन प्राण्यांच्या अंगावर खूप केस होते. आजही उंदीर, घुशी, माकडे या सस्तन प्राण्यांच्या अंगावर खूप केस आहेत. भीती वाटली किंवा संघर्ष होणार असे दिसले की, प्राणी त्यांचा आकार मोठा दिसावा यासाठी प्रयत्न करतात. मोठ्या आकाराने प्रतिस्पर्धी घाबरून जाईल आणि संघर्ष टळेल ही त्यामागची भूमिका असते. सस्तन प्राणी स्वत:चा आकार मोठा बनवण्यासाठी अंगावरचे केस उभे करतात. त्यासोबतच हे केस शरीराचे तापमान राखण्यासाठी मदत करत. थंडी असेल तर हे केस उभे राहून उबदार हवा शरीराजवळ ठेवण्यास मदत करत, गर्मी झाली तर घाम निघून जाण्यासाठी हेच केस शरीराला चिकटत आणि उष्णता बाहेर फेकण्यास मदत करत. करोडो वर्षांच्या उत्क्रांतीनंतर आजदेखील माणसाला भीती वाटली, थंडी असेल, तर अंगावर अस्तित्वात नसलेले केस उभे करण्याचा तो प्रयत्न करतो आणि आपल्या अंगावर रोमांच उभा राहतो!

***

आमच्या पिढीच्या मुलांसाठी क्रिकेट म्हणजे जीव की प्राण होता. सचिन तेंडुलकर, लारा, मुरलीधरन, गांगुली, द्रविड, शेन वॉर्न, जयसूर्या, वसीम अक्रम, जॅक कॅलीस,

मॅकग्राथ अशा मोठ्या खेळाडूंना पाहण्यात आमचे बालपण गेले. त्याकाळी ऑस्ट्रेलियाची टीम फार बलाढ्य होती. त्यांच्याशी खेळताना भारतीय खेळाडूंची भंबेरी उडायची. कित्येक वेळा तर भारतीय क्रिकेट टीम पत्याच्या बंगल्याप्रमाणे कोसळलेली आम्ही पाहिली आहे. २००३च्या वर्ल्ड कप फायनलमध्ये ऑस्ट्रेलियाने भारताला पराभूत केले ही गोष्ट आमच्या पिढीच्या जिव्हारी लागली. हा सामना आम्ही लाइव्ह बघितला होता; पण त्याची एक फार वेगळी आठवण आज ही मनात आहे. ती म्हणजे समालोचक ऑस्ट्रेलियाच्या संघाला 'कांगारू' म्हणत. वृत्तपत्रात 'कांगारूंचा भारतावर दणदणीत विजय' किंवा 'कांगारूंचा विजयरथ रोखण्यात भारताला यश' अशा अर्थाच्या बातम्या वाढत्या वयात खूप वेळा वाचल्या. या कांगारूंचा आणि ऑस्ट्रेलियाचा काहीतरी संबंध असला पाहिजे. यथावकाश कळले की, कांगारू नावाचे प्राणी फक्त ऑस्ट्रेलिया आणि आसपासच्या बेटांवरच आढळून येतात म्हणून ऑस्ट्रेलियाच्या क्रिकेट संघाला कांगारू म्हणत असावेत, तर हा कांगारू नावाचा प्राणी फारच विचित्र आहे. एक तर तो एका ठिकाणाहून दुसरीकडे जाण्यासाठी टणाटणा उड्या मारतो आणि दुसरे म्हणजे या कांगारूचे पिल्लू त्याच्या पोटाजवळ असलेल्या पिशवीत असते! बरं, मग नंतर कळले की कांगारू हा एक सस्तन प्राणी आहे. पोटाजवळ पिल्लांना बाळगायला पिशवी असणाऱ्या प्राण्यांना मार्सुपियल असे म्हणतात. अशा पिशवीत पिल्लांना ठेवणारे अनेक प्राणी होते; पण ते कालांतराने लुप्त झाले. जसे, टास्मानियन वाघ आणि डायप्रोटोडॉन हा महाकाय प्राणी. पन्नास हजार वर्षांपूर्वी माणूस सर्वप्रथम ऑस्ट्रेलियात गेला, तेव्हा माणसाच्या आगमनामुळे खूप सारे मार्सुपियल्स नामशेष झाले. पुढे अमेरिकेतही माणूस गेल्यावर हेच झाले. माणूस जर सस्तन प्राणी असेल आणि कांगारूसुद्धा एक सस्तन प्राणी असेल, तर माणसात मुलांना ठेवण्याची पिशवी नाही आणि कांगारूमध्ये ती आहे असे का?

सस्तन प्राण्यांचे बाळ त्यांच्या आईच्या अंगावर पिते; कारण त्यांच्या आईला दूध येते. दूध देणारे स्तन असल्यामुळेच सस्तन प्राण्यांना, सस्तन प्राणी असे म्हणतात. हे सस्तन प्राणी जरी दूध पित असले तरी या सगळ्यांचे प्रजनन मात्र एकसारखे होत नाही. आपण पाहिले की, अंड्याभोवती कठीण आवरण आणि अंड्यात जिवाच्या वाढीसाठी पोषक घटक यांमुळे पाण्यात राहणारे आपले पूर्वज जमिनीवर आले. यामुळेच जलचर, उभयचर आणि सरपटणारे प्राणी हा प्रवास झाला. सरपटणाऱ्या प्राण्यांतूनच पुढे सस्तन प्राणी आणि पक्षी उत्क्रांत झाले. जिवंत राहण्यासाठी वेगवेगळ्या वेळी, वेगवेगळ्या प्राण्यांनी अनेकविध धोरणे अवलंबली. डायनॉसोर पुढच्या पिढ्यांना जन्म देण्यासाठी अंडी घालत. अशीच अंडी घालण्याची परंपरा काही सस्तन प्राण्यांनी पुढे चालवली. त्यांना आपण Monotremes हे नाव दिले आहे. अशा अंडी घालणाऱ्या सस्तन प्राण्यांचा वारसा आज Platypus आणि

Echidna हे प्राणी चालवत आहेत. प्लॅटिपसची चोच बदकासारखी दिसते म्हणून त्याला मराठीत 'बदकचोच्या' असा मजेदार शब्द आहे, तर एकिडना (Echidna) हा मुंगीखाऊ प्राणी आहे. प्राचीन ग्रीक दंतकथेत एकिडना ही अर्धवट साप आणि अर्धी स्त्री अशी राक्षसीण होती. अगदी त्याचप्रमाणे, उत्क्रांतीयदृष्ट्या Echidna हा सस्तन प्राणी आणि सरपटणारे प्राणी यांच्या सीमारेषेवर असल्यामुळे या प्राण्याला ग्रीक दंतकथेतील एकिडना हे नाव ठेवण्यात आले.

अंडी घालणे धोकादायक आहे. कारण, इतर प्राणी हे अंडे खाऊ शकतात किंवा नैसर्गिक आपत्तीमुळे ते अंडे फुटू शकते म्हणून बहुतांश सस्तन प्राणी अंडी घालण्याच्या भानगडीत पडले नाहीत. त्यांनी अंडे बाहेर घालण्याऐवजी ते पोटातच ठेवणे पसंत केले. सस्तन प्राणी अर्भकाचे पालनपोषण पोटातच करून त्याला जन्माला घालू लागले. माणूस याच परंपरेतला आहे; पण याचेही काही तोटे आहेत. बाळाला पोटात वाढवणे मातेसाठी खूप कठीण आहे. फलित झालेले अंडे पोटात असताना परिस्थिती बदलली आणि मातेचे योग्य पोषण झाले नाही, तर माता आणि तिच्या पोटातले अर्भक दोघेही दगावण्याची शक्यता असते, त्यामुळे काही सस्तन प्राण्यांनी बदकचोच्याप्रमाणे अंडी घालणे वा माणसाप्रमाणे अर्भक पूर्णपणे पोटात वाढवणे या दोन टोकांमधला सुवर्णमध्य साधण्याचा प्रयत्न केला. अशा सस्तन प्राण्यांनी अंडे देणे टाळले; परंतु अर्भकाचे पोटात परिपूर्ण पोषण करण्याऐवजी, अर्धवट पोषण करून, त्याला जन्म देऊन, ते सुदृढ होईपर्यंत पोटाशी असलेल्या पिशवीमध्ये ठेवणे पसंत केले. अशा प्राण्यांना Marsupial म्हणतात. लॅटिन भाषेत मरसुपीएम म्हणजे पिशवी, त्यानुषंगाने मरसुपीएल म्हणजे पिशवीधारी/बटवाधारी प्राणी असा अर्थ निघतो. या प्राण्यांत अर्धे-कच्चे अर्भक मातेच्या उदरातून बाहेर येते आणि पोटाजवळ असलेल्या पिशवीत जाऊन राहते. त्या पिशवीत त्याला संरक्षण आणि दुधातून पोषण मिळते. अशा प्रकारचे प्रजननाचे धोरण स्वीकारण्यामागे अन्नाचा अभाव हे कारण असले पाहिजे, त्यामुळेच कदाचित ऑस्ट्रेलियाच्या शुष्क भागात हे सजीव जगले आणि वाढले. समजा अन्नाचे दुर्भिक्ष आलेच, तर आई तिच्या जिवाला अपाय न करता पिशवीत ठेवलेला गर्भपात करू शकते. डार्विनने सांगितल्याप्रमाणे ही सगळी लढाई Survivalसाठीची आहे आणि यातूनच सजीवांच्या वेगवेगळ्या प्रजाती विकसित होत गेल्या. वेगवेगळे जीव का आणि कसे विकसित होत गेले हे पाहायचे असले, तर त्याला उत्क्रांतीच्या कसोटीवर तोलून पाहावे लागते. "Nothing in Biology Makes Sense Except in the Light of Evolution" असे म्हणतात ते उगाच नाही.

***

डायनासोरच्या अस्तापासून एक कोटी वर्षानंतर म्हणजे आजपासून साधारण साडेपाच कोटी वर्षांपूर्वी वेगळ्याच प्रकारचे सस्तन प्राणी तयार होऊ लागले. ते म्हणजे पायाला 'खूर' असलेले प्राणी. त्याकाळी पृथ्वीचे तापमान चढे होते, त्यामुळे तुरळक झाडीच्या प्रदेशाची घनदाट जंगले तयार होऊ लागली. अशा जंगलात उंचच उंच झाडांच्या तळाशी गवत, वेली, साप यांचे प्रमाण वाढले. पायाखाली ओलसर जमीन आणि डोक्यावर घनदाट झाडी यांमुळे स्व-संरक्षणासाठी खुरे तयार झाली असावीत. या खुरे असलेल्या प्राण्यांनी नंतर जीवसृष्टीच्या आकाशात फार मोठा धुरळा उडवून दिला! खुरांची संख्या सम आणि विषम असणारे असे दोन गट यात पडले. घोडा, गाढव, झेब्रा, गेंडा असे विषम खूर असणारे प्राणी आहेत, तर गाय, म्हैस, शेळी, मेंढी, हरीण, काळवीट, पाणघोडा, डुक्कर, जिराफ हे सम खूर असणारे प्राणी आहेत. यथावकाश सम संख्यीय खुरे असणाऱ्या काही प्राण्यांच्या डोक्यावर शिंगे तयार होऊ लागली. आपापल्या प्रदेशाचे रक्षण करण्यासाठी शिंगे उत्क्रांत झाली असावीत. वरील बहुतांश प्राणी आपल्या आयुष्यात मोलाची भूमिका निभावतात. मानवी संस्कृतीचा डोलारा बऱ्याच अंशी खूर असणाऱ्या प्राण्यांनी तोलून धरला आहे. याच खूर असणाऱ्या प्राण्यांपासून व्हेल मासा तयार झाला असे सांगितले, तर तुम्हाला विश्वास बसणार नाही; पण हे खरे आहे आणि याची कहाणी सुरू होते ती आजच्या पाकिस्तानात!

साधारण, पाच कोटी वर्षांपूर्वी असाच एक सम संख्यीय खूर असणारा प्राणी राहत होता. काही वर्षांपूर्वी या प्राण्याचे अवशेष पाकिस्तानात मिळाले म्हणून त्याला Pakicetus असे नाव देण्यात आले, तर या प्राण्याने आणि त्याच्या नातलगांनी पृष्ठवंशी प्राण्यांची पाण्यातून बाहेर आलेली करोडो वर्षांची उत्क्रांती पुन्हा एकदा पाण्यात नेऊन घातली! हा प्राणी उथळ पाण्यातले मासे खात असावा; पण पुढे पुढे उथळ पाण्यातील छोटे-छोटे मासे खाण्याऐवजी त्यांच्यातील एका गटाने थेट खोल पाण्यात उडी घेतली आणि त्यापासून तयार झाले समुद्री सस्तन प्राणी अर्थात आज दिसणारे Whale आणि Dolphins!! खूर असलेले सस्तन प्राणी पाण्यात गेले, त्यांचा Whale नावाचा जलचर तयार झाला. बरं, याच Pakicetusचे काही नातलग उथळ पाण्यात, दलदलीत थांबले. त्यांच्यापासून तयार झाले आजचे पाणघोडे! पाणघोडा हा Whale माशांचा सगळ्यात जवळचा नातेवाईक आहे हे फक्त जीवाश्मच नाही, तर खुद्द जनुकीय विज्ञानसुद्धा सांगते. उत्क्रांतीची ही जादू व्हायला काही कोटी वर्षे जावी लागली; पण उत्क्रांतीच्या साहाय्याने सस्तन प्राण्यांचा विस्तार आज गोठ्यातल्या गाई-म्हशीपासून ते समुद्रातल्या डॉल्फिन आणि व्हेलपर्यंत झाला!! सस्तन प्राणी सरपटणाऱ्या प्राण्यांपेक्षा शारीरिकदृष्ट्या वेगळे होते हे आपण पाहिले; पण सस्तन प्राण्यांचे हे वेगळेपण फक्त शारीरिक ठेवणी पुरते मर्यादित नव्हते. काय होते वेगळेपण आणि त्याचा काय परिणाम झाला?

***

सरपटणाऱ्या प्राण्यांपेक्षा सस्तन प्राण्यांचे वेगळेपण म्हणजे जन्म झालेले नवजात सस्तन प्राणी त्यांच्या जन्मदात्यांवर खूप अवलंबून असतात. सरपटणारे प्राणी एकदा अंड्यांतून बाहेर आले की, त्यांचे जन्मदाते कोण हेसुद्धा त्यांना कळण्याचा काही संबंध येत नाही; पण सस्तन प्राण्यांचे नवजात अर्भक हे आईच्या अंगावर पिते त्यामुळे त्यांच्यात एक भावनिक बंध तयार होतो. नवजात अर्भक त्याच्या जन्मदात्याकडून शिकते, त्यांचे अनुकरण करते. त्याला आपापसातील आंतरसंबंध समजून घ्यावे लागतात म्हणून त्यांचे मानसिक आणि बौद्धिक विश्व प्रगल्भ होत जाते. सस्तन प्राण्यांचे 'सामाजिक जीवन' सरपटणाऱ्या प्राण्यांपेक्षा उन्नत होते. सस्तन प्राणी कळपाने राहतात, एकमेकांपासून शिकतात, अनुकरण करतात. सरपटणाऱ्या प्राण्यांसारखे ते एकलखोऱ्याप्रमाणे वाढत नाहीत. ही एक गोष्ट सस्तन प्राण्यांना उत्क्रांतीच्या प्रक्रियेत खूप मोठा फायदा देऊन गेली.

सस्तन प्राण्यांच्या या वेगळ्या सामाजिक जीवनाचे प्रतिबिंब साहजिकपणे त्यांच्या मेंदूच्या रचनेवरसुद्धा पडले असे म्हणायला जागा आहे. अमेरिकेतील न्यूरोसायंटिस्ट पॉल मॅकलेन यांनी मानवी मेंदूचा अभ्यास करून एक थेअरी सादर केली. त्यानुसार मानवी मेंदूत एक नसून, तीन उपमेंदू आहेत. हे सर्व उपमेंदू उत्क्रांतीच्या टप्प्याटप्प्याने तयार झाले असे त्यांनी मांडले. मकलेन यांनी लिहिलेल्या पुस्तकाचे नाव आहे The Triune Brain in Evolution. मानवी मेंदूचे 'Reptile Brain', 'Paleomammalian Brain' आणि 'Neomammalian Cortex' असे तीन उपमेंदू आहेत असे त्यांनी सांगितले. या त्रिकुटाचा मिळून मेंदू तयार होतो अशी ती थेअरी होती.

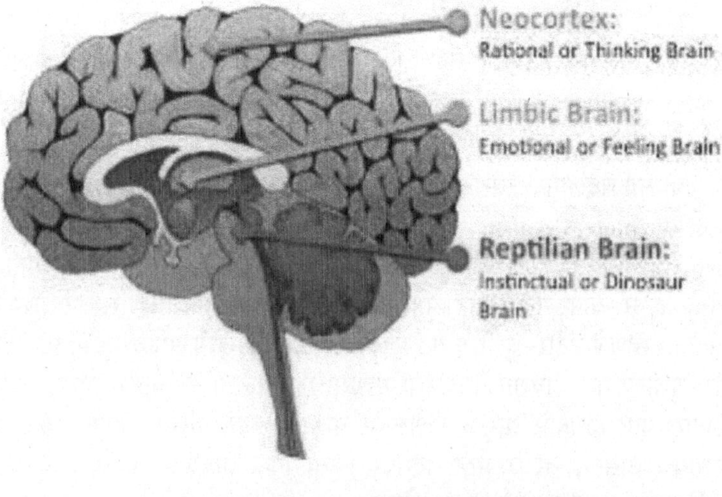

पॉल मॅकलेन यांच्यानुसार मेंदूची त्रिस्तरीय रचना

मानवी मेंदूचा सगळ्यात आतला आणि उत्क्रांतीच्या दृष्टीने जुना भाग हा 'Reptile Brain' असून, तो डायनॉसोर, सरडा, साप यांच्या मेंदूसारखा असतो, येथून विचार किंवा भावनांचे नियंत्रण होत नाही. हा मेंदू स्वतःच्या चुकांतून शिकत नाही. Fight Flight या अंतःप्रेरणा विचार न करता स्वयंचलितपणे राबवणे हे त्याचे काम. त्यानंतर आला Paleomammalian Brain. वर उल्लेख केलेल्या कारणांमुळे सस्तन प्राणी हे मानसिक आणि भावनिकदृष्ट्या Reptilesपेक्षा वेगळे झाले, त्यामुळे Reptile Brain वर उत्क्रांतीच्या प्रक्रियेत 'Paleomammalian Brain'ची पुटं चढली. मेंदूचा हा भाग भावनिक आहे असे मॅकलेन यांनी मांडले. या मेंदूतून आनंद, दुःख, प्रेम, वात्सल्य इत्यादी भावना तयार होतात. Paleomammalian Brain ला Limbic System असे त्यांनी म्हटले. या भावनिक मेंदूच्या वर माणूस जसा उत्क्रांत होत गेला तसं विचारी मेंदूची पुटं चढत गेली. मेंदूच्या या भागात जटिल, तार्किक विचार आणि सखोल मनन इत्यादी गोष्टी होतात. या भागाला त्यांनी Neomammalian Cortex असे म्हटले.

या थेअरीत काही तथ्यांश असला तरी आजचे मेंदूशास्त्र याच्या फार पुढे गेले आहे, त्यामुळे या थेअरीला आता बरेच तज्ज्ञ कालबाह्य मानतात. मेंदूचे वेगवेगळे भाग वेगवेगळे कार्य करतात हे बरोबर आहे; पण मॅकलेन यांनी केलेले गट बरोबर नाहीत. उदा. Hippocampus हा मेंदूचा भाग मॅकलेन यांच्यानुसार भावनिक मेंदूचा भाग आहे; पण आता आपल्याला हे माहिती आहे की, हिप्पोकॅम्पस Memory Formationचे काम करते. मॅकलेन यांच्यानुसार हे तीन उपमेंदू एकमेकांशिवाय स्वतंत्रपणे काम करतात; पण वास्तवात असे होत नाही. आपल्याला तीन मेंदू नाहीत, आपला मेंदू सगळ्या भागात समन्वय साधत एका अविभाज्य प्रणालीसारखे कार्य करतो. Basal Ganglia जो मॅकलेननुसार 'Reptile Brain'चा भाग आहे तो काही भावनांचे नियमन करतो, असे नंतर लक्षात आले. ऑक्टोपसमध्ये Neomammalian Cortex नसले तरी तो तार्किक आणि जटिल विचार करू शकतो. असे असले तरी ही थेअरी चुकीची आहे असे म्हणता येत नाही.

ह्या सर्व बदलामुळे सस्तन प्राणी मागच्या साडेसहा कोटी वर्षांत पृथ्वीवर सर्वदूर पसरले. Primate, Cetaceans (डॉल्फिन, व्हेल मासा), Chiroptera (वटवाघूळ) Carnivore (चित्ता, वाघ) हे सस्तन प्राण्यांचे काही गट आहेत. सस्तन प्राण्यातील 'Primate/नर-वानर गट' यातून आपण आलेलो आहोत. याशिवाय सस्तन प्राण्यात Rodents म्हणजे उंदीर-घुशीचा गट महत्त्वाचा आणि संख्येने सगळ्यात मोठा आहे. उंदीर-घुशीचा गट जीवशास्त्रीयदृष्ट्या माणसाचा जवळचा नातेवाईक आहे, प्रयोग करण्यास योग्य आकार यामुळे माणसावर कशाचा काय परिणाम होऊ शकतो हे तपासायचे असेल, तर अगोदर उंदरावर किंवा गिनीपिगवर प्रयोग केले जातात. गिनीपिगसुद्धा Rodents या गटात मोडते.

Triune Brain थेअरीमुळे आपणास असे वाटू शकते की, तार्किक विचार हे भावनेपेक्षा श्रेष्ठ आहेत, असा विचार करणे दिशाभूल करून घेण्यासारखे होईल, त्याबद्दल आपण पुढे बोलणार आहोत. याही पुढे जाऊन असा आपण गैरसमज करून घेऊन शकतो की, माणूस उत्क्रांतीचे शिखर आहे. शिडी किंवा साखळीसारखे माणूस सगळ्यात वर आणि इतर प्राणी खाली असे उत्क्रांतीत होत नाही. कारण, उत्क्रांती काही शिडी अथवा साखळी नाही. उत्क्रांती मानवांभोवती फिरत नाही, मानवाला केंद्रस्थानी ठेवून मानवासाठी उत्क्रांती झालेली नाही. उत्क्रांती झाडाचा फांद्यासारखी आहे, जिथे कोणी वर किंवा खाली नाही. सगळे जण आपापल्या जागी आहेत, त्यामुळे इतर सजीवांना कमी लेखून आपणच सर्वोत्कृष्ट आहोत, असा जर काही आपल्याला भ्रम असेल, तर तो आपण लगेचच विसर्जित केला पाहिजे. कारण, अगोदर पाहिल्याप्रमाणे पृथ्वीवर आजपर्यंत पाच वेळा मोठ्या प्रमाणात जिवांचे विलोपन झालेले आहे. काही वैज्ञानिकांच्या मते सध्या आपण 'सहाव्या विलोपनातून' जातो आहोत. माणसाच्या मूर्खपणामुळे माणूस नष्ट झाला, तर येणाऱ्या काळात उंदराचे राज्य येऊ शकते, असे बऱ्याच वैज्ञानिकांना वाटते.

उंदराचे राज्य येईल अथवा न येईल; पण माणसाचे आधिपत्य कसे स्थापन झाले हा महत्त्वाचा प्रश्न आहे. तेही पाहणारच आहोत; पण तत्पूर्वी, उंदीर आणि माणूस यांना जोडणारा एक समान धागा आहे तो म्हणजे जाणीव. स्वत:च्या अस्तित्वाची जाणीव. ही जाणीव कशी विकसित झाली? आणि जाणीव आहे तरी काय याबद्दल थोडक्यात समजून घेण्याचा प्रयत्न करू या.

***

जाणीव आणि नैतिकता

जाणीव

दारू पिऊन रिकामी बाटली रस्त्यावर, समुद्राकाठी किंवा छतावर फेकून देण्याची सवय बऱ्याच बहाद्दरांना असते! यामुळे प्रदूषण तर होतेच; पण अनावधानाने एखाद्याचा अपघात होऊ शकतो, कुणी जिवानिशीसुद्धा जाऊ शकतो. असं असले तरी रिकाम्या दारूच्या बाटल्यांमुळे एखादी प्रजातीच नष्ट होण्याच्या उंबरठ्यावर पोहोचू शकते असे कुणाला स्वप्नातही वाटले नसणार; पण असेच काहीसे १९८०च्या दशकात ऑस्ट्रेलियाच्या कोरड्या-शुष्क प्रदेशात घडत होते. ऑस्ट्रेलियाच्या त्या भागात सोनेरी-करड्या रंगाचा, शरीरावर खड्डे आणि चमकदार त्वचा असणारा किडा आढळतो, त्याला 'ऑस्ट्रेलियन ज्वेल बीटल' म्हणतात. सोनेरी रंगाचा हा किडा दिसायला छान आहे; पण फक्त नरच हवेत उडू शकतो. या किड्यांची मादी हवेत उडत नाही, त्यामुळे ऑस्ट्रेलियन ज्वेल बीटल प्रजातीचा नर-मादीच्या शोधात इकडेतिकडे जात असतो; पण ऑस्ट्रेलियातील रस्त्याच्या कडेला सोनेरी-करड्या रंगाच्या, खड्डे असलेल्या, चमकदार दारूच्या रिकाम्या बाटल्या पिऊन झाल्यावर काही मद्यप्रेमी फेकत होते. आता या किड्यांना त्या पडलेल्या रिकाम्या बाटल्या म्हणजेच 'लेडी ज्वेल बीटल' आहे असे वाटले असावे. दारूच्या रिकाम्या बाटल्या बघून ज्वेल बीटल कीटकांना उत्कृष्ट, परिपूर्ण मादी मिळाली याचा आनंद झाला असणारा कारण ते खऱ्याखुऱ्या ज्वेल बीटल मादीकडे ते ढुंकूनही पाहेना. या कीटकांचे थवेच्या-थवे या विशिष्ट रंगाच्या बाटल्यांभोवती फेऱ्या घालू लागले. हे असेच चालू राहिले तर ऑस्ट्रेलियन ज्वेल बीटल ही प्रजाती नष्ट होते की काय अशी परिस्थिती निर्माण झाली. डॅरेल ग्विने आणि डेव्हिड रेंट या दोन जीवशास्त्रज्ञांनी दारूच्या बाटल्यांचा ऑस्ट्रेलियन ज्वेल बीटलवर काय परिणाम होतोय हे शोधले. नंतर बऱ्याच लोकांनी हा विषय उचलून धरला. शेवटी ज्वेल बीटलसारखा रंग आणि पोत असलेली बाटली बनवणे संबंधित मद्य कंपनीला बंद करावे लागले!

बाटलीला मादी समजणारा ऑस्ट्रेलियन ज्वेल बीटल प्रजातीचा नर

तुमच्यापैकी काही जण म्हणतील बाटलीचा नाद लई बेक्कार; पण या ठिकाणी हे सर्व सांगण्याचा उद्देश तो नाही. मुद्दा असा की, आपल्या ज्ञानेंद्रियांद्वारा जे दिसते किंवा जाणवते तेच वास्तव आहे असे समजण्याची आपण चूक करता कामा नये. There is a difference between perception and reality. आपल्याला जे दिसते किंवा ऐकू येते अगदी तसेच भौतिक जग असून विश्वाचे अंतिम सत्य, वास्तव आपल्या डोळ्यांना दिसते, कानांना ऐकू येते आणि स्पर्शाने जाणवते तेच आहे, असे नाही. आपल्याला जे जाणवते ते तसेच आहे असे नाही. उत्क्रांतीच्या प्रक्रियेनुसार स्वत:चे अस्तित्व टिकून राहण्यासाठी जेवढे आवश्यक आहे तेवढेच जग जिवांना कळते. आता तुम्ही म्हणाल की, अशा चुका कीटकांत होत असतील; पण माणूस अशा चुका करू शकणार नाही; पण दुर्दैवाने असे होत नाही. जिवंत राहण्यासाठी, प्रजनन करण्यासाठी ज्या गोष्टी लागतात, त्याच गोष्टी आपल्या ज्ञानेंद्रियांना उमगतात कारण उत्क्रांतीने आपल्याला तसे घडवले आहे. मध्यंतरी समाज माध्यमांवर एका ड्रेसचा फोटो खूप व्हायरल झाला होता. काही जणांना तो ड्रेस सोनेरी-पांढरा तर काही जणांना निळा दिसत होता. एकच ड्रेस वेगवेगळा कसा दिसू शकतो असा प्रश्न बऱ्याच लोकांना पडला; पण हे असे नेहमीच होत असते. आपले आकलन वेगवेगळ्या ज्ञानेंद्रियांच्या परस्पर समन्वयातून तयार होते. उदा. पाठीवर ओझे असेल, तर डोळ्यांना तुम्ही ज्या रस्त्यावरून जात आहात, तो रस्ता आहे त्यापेक्षा जास्त चढा वाटतो. प्रत्येकाला जे दिसते, जाणवते ते थोड्या फार प्रमाणात वेगळे असते. जे दिसले किंवा जाणवले याबाबत सगळ्यात एकमत होते त्याला आपण वास्तव म्हणून स्वीकारतो एवढेच; पण म्हणून तेच वास्तव आहे असे अजिबात नाही.

आता हेच घ्या ना आपल्याला लाल, हिरवा, निळा, पिवळा इत्यादी वेगवेगळे रंग दिसतात; पण **वास्तविक पाहता निसर्गात रंगच नाहीत!** असतात त्या

फक्त वेगवेगळ्या वारंवारतेच्या विद्युत चुंबकीय लहरी! आपला मेंदू या वेगवेगळ्या फ्रेक्वेंसी आहेत हे आपल्याला कळावे म्हणून सोयीसाठी मेंदूत रंग तयार करतो. आपला मेंदू हे जग पाहत नाही तर ते तयार करतो. पाहणार तरी कसे म्हणा! तो मानवी कवटीच्या आत असलेल्या काळ्याकुट्ट अंधाऱ्या खोलीत कायमचा बंदिस्त आहे. निसर्गात रंगच काय, गंधसुद्धा नाहीत. मोगऱ्याचा, गुलाबाचा सुवास आणि स्वयंपाक घरातून बनवल्या जाणाऱ्या पदार्थांचा आपल्याला खमंग वास येतो; पण तो वास आपले घ्राणेंद्रिय आणि मेंदू मिळून तयार करत असतात. आपण अमुक एक गोष्ट घन/Solid आहे असे म्हणतो; पण जर अणूंच्या पातळीवर जाऊन विचार केला, तर ९९.९% अणू हे रिक्त असतात. एखाद्या अणूला जर आपण क्रिकेटच्या मैदानाएवढे समजले, तर त्या अणूचा Nucleus त्या मैदानाच्या मध्यभागी बसलेल्या मधमाशी एवढा असतो. उर्वरित सगळा अणू हा रिक्तच असतो म्हणजे निसर्गात घन असे काहीच नसते तरीही आपल्याला वस्तू घन भासतात. हे गंधहीन, रंगहीन, आकारहीन वास्तव एका बाजूला आणि आपल्याला जे जाणवते ते रंग, गंध, आकार आणि भावभावनांनी संपन्न जग एका बाजूला अशी ही परिस्थिती आहे. आपल्याला भावभावना, रंग-गंध यांचे ज्ञान कशामुळे होते? आणि मुळातच 'मी आहे' ही जाणीव काय आहे? जाणिवा कुठून तयार होतात? Consciousnessचे रहस्य काय? आणि सगळ्यात महत्त्वाचे म्हणजे जीवनाची कहाणी प्रथमवचनीच का आहे?

***

हे सगळे लिहित असताना 'मी अस्तित्वात आहे' याची मला जाणीव आहे; पण आता सध्या मी ज्या खुर्चीवर आणि टेबल समोर बसून हे लिहितोय ते टेबल किंवा समोर असणारा संगणक, प्रिंटर, स्टडी लॅम्प, पाण्याची बाटली आणि पुस्तके यांना ते अस्तित्वात आहेत याची जाणीव आहे का? त्यांना माणसासारख्या प्रेम, दुःख, वैफल्य, आनंद, वात्सल्य किंवा असूया अशा भावना आहेत का? नसाव्यात, निदान आपल्याला तरी तसे वाटते; पण माणूस आणि ह्या वस्तूसुद्धा अणु-रेणुपासून बनलेल्या आहेत मग आपल्यातच जाणिवा असाव्यात आणि टेबल-खुर्ची सारख्या वस्तूंत नसाव्यात असे का? असे काय आहे ज्याने आपल्याला आपण आहोत हे जाणवते? हे काय आहे ज्याने आपल्या आयुष्याला अर्थ मिळतो? आता या घडीला कागदावर पडलेल्या शाईच्या चित्र-विचित्र आकारांमधून तुम्हाला अर्थबोध होतो आहे. याच शाईचा आकार बदलून चिनी किंवा तुम्हाला माहीत नसलेल्या दुसऱ्या भाषेत लिहिले, तर अर्थबोध होत नाही म्हणजे या शब्दांचा अर्थ कागदावरच्या शाईच्या डागांत नसून, आपल्या मेंदूत तयार होतो असे म्हणायला जागा आहे!

जीवन काय आहे, हे जसे आजपर्यंत व्याख्यायीत करता आलेलं नाही अगदी तसेच जाणीव/Consciousness काय आहे हेसुद्धा डिफाइन झालेले नाही. जाणीव काय आहे याबाबत एकवाक्यता नाही. १९९०पर्यंत तर या प्रश्नावर विचार करणारी कुठली पुस्तकेसुद्धा उपलब्ध नव्हती. आज मात्र Consciousness या विषयावरची कित्येक पुस्तके बाजारात उपलब्ध आहेत. जाणिवा काय आहेत हे सांगणारे वेगवेगळे सिद्धान्त मागच्या तीसेक वर्षांत लोकांनी मांडले आहेत; पण अजूनही हा प्रश्न अनुत्तरीतच आहे. त्यामुळे आपण जाणीव म्हणजे काय या प्रश्नाच्या जास्त खोलात न जाता तिचे महत्त्वपूर्ण वैशिष्ट्य म्हणजे ती 'व्यक्तिनिष्ठ अनुभूती' (Subjective Experience) असते यावर लक्ष केंद्रित करू या.

***

जाणीव व्यक्तिपरत्वे भिन्न-भिन्न असल्यामुळे ती वस्तुनिष्ठ नाही आणि म्हणून जाणीव हा विषय महत्त्वाचा नाही. विज्ञानाचे काम व्यक्तिनिष्ठ किंवा सबजेक्टिव्ह गोष्टींचा ऊहापोह करणे नसून, वस्तुनिष्ठ किंवा ऑब्जेक्टिव्ह सत्याचा शोध घेणे हे आहे असे त्यांचे म्हणणे असते; परंतु असा दृष्टिकोन ठेवला आणि जाणीव व्यक्तिनिष्ठ आहे म्हणून महत्त्वाची नाही असे म्हणायचे असेल, तर बलात्कार किंवा शारीरिक छळ हे कसे चुकीचे आहेत हे सांगायला काहीच आधार उरत नाही. या कारणास्तव आपल्याकरिता माणूस म्हणून जाणिवा व्यक्तिनिष्ठ असल्या तरी खूप महत्त्वाच्या आहेत. माणूसच नव्हे तर प्राणी आणि वनस्पती यांच्या दृष्टीनेसुद्धा जाणिवा महत्त्वाच्या आहेत. आजकाल माणूस सोडून इतर प्राणी आणि वनस्पतींत 'Consciousness' आहे किंवा नाही हा वादाचा मुद्दा ठरतो आहे. "I think, therefore I am" असे म्हणणारा रेने देकार्त याच्या मते प्राणी हे 'Mindless Automata' आहेत, त्यामुळे त्यांना जाणिवा वगैरे नाहीत. प्राण्यांना जाणिवा नाहीत असे म्हटले, तर त्यांना मारणे, कापणे किंवा त्यांचा छळ करणे हे ओघाने आलेच; परंतु प्राण्यांत जाणिवा आहेत असे बहुतांश तज्ज्ञ मंडळी, पाळीव प्राणी बाळगणारे प्राणिप्रेमी यांचे मत आहे. प्राण्यांची जाणीव हा मुद्दा खूप व्यापक असून, तो मांसभक्षण, प्राणिहत्या यांसारख्या नाजूक आणि नैतिक विषयांशी जोडलेला आहे.

जाणिवा समजून घेताना बऱ्याच वेळा 'बुद्धिमत्ता' आणि 'जाणिवा' अर्थात 'Intelligence' आणि 'Consciousness' मध्ये लोक गफलत करतात. माणूस हुशार आणि स्वसंवेद्य आहे; पण भविष्यात हुशारी ही स्वसंवेद्यतेवर अवलंबून राहील असे वाटत नाही. २१व्या शतकात आर्टिफिशिअल इंटेलिजन्स आणि माहिती तंत्रज्ञान जसजसे प्रगत होत आहेत तसतसे या दोन गोष्टी वेगवेगळ्या मार्गांनी जाऊ लागल्या आहेत. आता बुद्धिमत्ता असण्यासाठी जाणीव असणे गरजेचे

नाही. संगणक प्रचंड तांत्रिक, क्लिष्ट गोष्टी डोळ्याचे पाते लवते न लवते तोच करते; पण म्हणून संगणक स्वसंवेद्य आहे असे कुणी म्हणणार नाही. हुशारीच्या बाबतीत मागच्या काही वर्षांत माणसाला आर्टिफिशिअल इंटेलिजन्स चांगलीच टक्कर देते आहे. येणाऱ्या काळात हे तंत्रज्ञान माणसाला या क्षेत्रात मागे टाकणार असे आता तंत्रज्ञान जाणणारी जवळपास सर्व मंडळी म्हणू लागली आहेत. जाणीव आणि बुद्धिमत्ता यांचे अशा प्रकारे मार्ग वेगळे होणे याला युवाल नोआ हरारी 'The Great Decoupling' म्हणतो. सुदैवाने म्हणा किंवा दुर्दैवाने म्हणा हे दोन रस्ते जिथे फुटतात त्याच चौकात आजचा माणूस उभा आहे. येत्या काळात हुशारी किंवा बुद्धिमत्ता या मानवाची जमेच्या बाजू न राहता भावना, अनुभूती आणि जाणीव या जमेच्या बाजू असतील; परंतु असे असले तरी मानवाला जाणीव म्हणजे काय? ती कुठून येते? याचे अजून उत्तर मिळालेले नाही, त्यामुळे आता जाणिवेचा प्रश्न फक्त शब्दछल करण्याची जागा नसून व्यावहारिक झाला आहे. भावना आणि जाणिवा यांमुळेच जर आपले वेगळेपण सिद्ध होणार असेल, तर येत्या काळात मानवाला 'होमो सेपियन्स' म्हणण्याऐवजी 'होमो सेंटीअन्स' असे म्हणणेच जास्त संयुक्तिक ठरू शकते.

***

जाणीव काय आहे आणि कुठून येते हे सांगणारे बरेच सिद्धान्त आहेत त्यांपैकी 'Panpsychism' हा एक सिद्धान्त आहे. या सिद्धान्तानुसार सबंध विश्वच स्वसंवेद्य आहे. जाणीव विश्वाचे अंगभूत लक्षण आहे. विश्वाच्या कणाकणात जाणीव सामावलेली आहे. आपण जिवांची उत्पत्ती कशी झाली हे पाहताना 'Panspermia म्हणजेच सर्वबीज सिद्धान्त पाहिला. त्याच्यानुसार सर्व विश्वात जीवन भरून राहिले आहे आणि ते उल्कापातांच्या माध्यमातून पृथ्वीवर आले. अगदी त्याचप्रमाणे Panpsychism म्हणते की सर्व ब्रह्मांडच स्वसंवेद्य असून जाणीव त्याचे अंगभूत वैशिष्ट्य आहे. तुम्ही जर 'Quantum Mechanics/पुंज भौतिकी'चा अभ्यास केला विशेषतः त्यातला 'Double Slit Experiment' अभ्यासला तर त्या प्रयोगात सुरुवातीला इलेक्ट्रॉन 'Wave' सारखे वागतो; पण ज्या क्षणी तुम्ही Double Slitमधून जाणारा इलेक्ट्रॉन पाहण्याचा किंवा त्याचे मेजरमेंट करण्याचा प्रयत्न करता तेव्हा लगेच तो 'पार्टिकल'सारखा वागायला लागतो. थोडक्यात इलेक्ट्रॉनला कुणीतरी आपल्याकडे पाहते याची जाणीव आहे, त्याला देहभान आहे, म्हणून तो स्वसंवेद्य आहे असा तर्क Panpsychism करतो. इलेक्ट्रॉन आणि पुंज भौतिकीच्या नियम पाळणारे मूलभूत पार्टिकल्स जर स्वसंवेद्य असतील, तर सबंध ब्रह्मांडच स्वसंवेद्य आहे असा निष्कर्ष Panpsychism काढते. Quantum Mechanics अणूच्या पातळीवर डोके चक्रावणारे परिणाम देते. 'Double Slit Experiment'

पुंज भौतिकीचे सार आपल्याला सांगतो. छोट्या स्केलवर ह्या गोष्टी नि:संशयपणे घडतात; पण जेव्हा आपण ज्या स्केलमध्ये वावरतो, तेव्हा पुंज भौतिकीचे हे परिणाम दिसत नाहीत त्याला 'Decoherence' असे म्हणतात, त्यामुळे 'सर्वसंवेद्यता' सिद्धान्ताच्या सत्यतेबद्दल बरेच प्रश्न आहेत.

Panpsychism नुसार जाणीव विश्वाचे 'Inherent/अंगभूत' वैशिष्ट्य आहे. याच्या अगदी उलट काही विचारवंत जाणीव 'Emergent/उद्गत' (उत्पन्न झालेली) आहे असे मानतात. जाणीव उद्गत कशी काय असू शकते? निर्जीव, जड द्रव्यातून अनुभूती आणि संवेदना कशी काय तयार होऊ शकते? असा प्रश्न लेइबनीझला पडला होता. Calculus च्या शोध श्रेयावरून ज्याचा न्यूटनशी वाद झाला होता तोच हा लेइबनीझ. त्याचे हे विचार 'Leibniz's Mill' या विचार प्रयोगातून स्पष्ट होतात. लेइबनीझच्या मते जड द्रव्यातून मन तयार होऊ शकत नाही. तो म्हणतो, 'तुम्ही एखाद्या चक्कीच्या आत जाऊन पाहिले तर तुम्हाला कप्पी, तरफ आणि चाक दिसेल, तर या कप्पी, तरफ किंवा चाक यांच्या फिरण्यामुळे चक्कीत भावना किंवा जाणीव तयार होते असे तुमचे मत असेल तर ते हास्यास्पद आहे.' आपला मेंदू; पण या चक्कीसारखाच असल्यामुळे मेंदूतील जड द्रव्यामुळे भावना निर्माण होतात हे समजणे चुकीचे आहे असे लेइबनीझ सूचित करू इच्छितो. जाणिवांचा उद्गम जडतेत नसून चिद्अणू हेच जाणिवेचे उगमस्थान आहे असे लेइबनीझला सांगायचे आहे. त्याचा हा विचार 'चिद्अणूवाद/Monadism' म्हणून ओळखला जातो; परंतु आजच्या घडीला लेइबनीझपेक्षा वेगळा विचार करणारे खूप विचारवंत आहेत. ते म्हणतात की, तुम्हीही लेइबनीझ सारखाच विचार, प्रयोग करा; पण त्यात चक्कीऐवजी पाण्याचा एक थेंब तुमच्या घराएवढा आहे असे समजा. पाण्याच्या त्या थेंबात तुम्ही गेलात, तर तुम्हाला तिथे 'ओलेपणा' दिसणार नाही! दिसतील ते हायड्रोजन आणि ऑक्सिजनचे अणू; पण त्याच अणूंपासूनच जर पाण्याचा ओलेपणा तयार होत असेल, तर मेंदूतील न्यूरॉन्सपासून जाणीव तयार व्हायला काय समस्या आहे!! पाण्याच्या थेंबाचे 'ओलेपण' जसे एमेरजन्ट अर्थात उद्गत वास्तव आहे तसेच मेंदूचे न्यूरॉन्स एकमेकांना विशिष्ट पद्धतीने जोडले गेले की, त्याच्यातून तयार होणारी 'जाणीव' हीसुद्धा उद्गत वास्तव आहे, असे काही विचारवंतांचे म्हणणे आहे.

मागच्या तीसेक वर्षांत वेगवेगळ्या लोकांनी वेगवेगळ्या दृष्टिकोनातून जाणिवेचा प्रश्न तपासून पाहिला आहे. अजूनही आपण निश्चित अशा उत्तराच्या जवळ आलेलो नाहीत. विश्वाची उत्पत्ती, जिवाची उत्पत्ती हे प्रश्न विचारवंतांना कित्येक वर्षे सतावत होते; पण आजच्या घडीला या क्षेत्रात माणसाने बरीच प्रगती केली आहे. त्या दृष्टीने जाणीव या विषयाचा पिच्छा पुरवायला आपण नुकतीच सुरुवात केली आहे, त्यामुळे अजून आपल्याला बरीच मजल मारावी लागणार आहे.

तथापि, जाणीव म्हणा, देहभान, स्वसंवेदना, जागृतावस्था अथवा आत्मभान म्हणा ह्या सगळ्या गोष्टी मूलतः जिवांच्या अस्तित्वाशी संलग्न असल्या पाहिजेत. एखादी गोष्ट जिवांशी संबंधित आहे असे म्हटले की, तिला आपोआपच उत्क्रांतीच्या चौकटीतून पाहावे लागते. कदाचित, जाणिवासुद्धा उत्क्रांतीच्या प्रदीर्घ प्रक्रियेचाच परिणाम असला पाहिजे. जगण्यासाठी, पुनरुत्पादनासाठी किंवा अन्नाच्या शोधात असताना सजीवांत जाणिवा तयार झाल्या असाव्यात. प्रकाश पाण्यात लवकर क्षीण किंवा कमजोर होतो त्याला 'Attenuation' म्हणतात. प्रकाश पाण्यात लवकर क्षीण होत असल्यामुळे पाण्यात राहणाऱ्या माशांसारख्या प्राण्यांना दूरचे दिसत नाही, त्यामुळे त्यांना कृती करण्यास खूप कमी वेळ असतो. वेळ कमी असल्यामुळे त्यांना विचार करण्याची गरज भासत नाही; पण हेच प्राणी जेव्हा उत्क्रांतीच्या प्रक्रियेत जमिनीवर आले, तेव्हा त्यांना दूरवरचे दिसू लागले आणि आता त्यांना विचार करण्यासाठी वेळ होता त्याच प्रक्रियेतून जाणिवा तयार झाल्या असाव्यात. मज्जासंस्थेच्या उत्क्रांतीतून जाणिवेचा विकास होत गेला असावा. जाणीव ही जीवसृष्टीच्या कक्षेत मावणारी गोष्ट असली पाहिजे, असे बऱ्याच तज्ज्ञांना वाटते. दगड-धोंड्यात, टेबल-खुर्चीत जाणिवा नसाव्यात. जाणीव हा फक्त सजीवांचा प्रांत आहे अशी धारणा यामागे आहे; पण हा समज येत्या काळात कोलमडतो की काय अशी परिस्थिती निर्माण झाली आहे.

Giulio Tononi या इटालियन मेंदूशास्त्रज्ञाने Integrated Information Theory (IIT) हा सिद्धान्त मांडला आहे. त्याच्यानुसार ज्या वेळेस मेंदूत माहितीवर प्रक्रिया होते, त्या वेळेस मेंदूत या प्रक्रियेमुळे एक व्यक्तिगत, एकात्मिक आणि अपवर्जित अनुभूती तयार होते ती म्हणजेच जाणीव. या सिद्धान्ताला गणितीय भाषेत मांडण्याचा प्रयत्न टोनोनी यांनी केला आहे. जाणिवेचा निकष फाय Φ हा असून, याचे संख्यात्मक मूल्य जितके जास्त तितकी जाणीव जास्त असा तो प्रकार आहे म्हणजे जाणीव तयार होण्यासाठी किती न्यूरॉन्स एकत्र आलेत हे महत्त्वाचे नसून, त्यांचा आकृतिबंध म्हणजेच पॅटर्न कसा आहे हे जास्त महत्त्वाचे असते आणि हा पॅटर्न त्या व्यवस्थेची कॉम्प्लेक्सिटी आणि कनेक्टिविटी यांवर अवलंबून आहे. बऱ्याच वेळा फक्त माहितीवर प्रक्रिया होते; पण ते होते असताना Φ शून्य येते अशा वेळी ती व्यवस्था इंटेलिजन्ट असली तरी कॉन्स्कीअस असत नाही असे टोनोनी म्हणतात. उदाहरणार्थ, संगणकावर माहितीची प्रक्रिया केली जाते, तेव्हा ती प्रक्रिया इंटीग्रेटेड (एकात्मिक) होत नाही म्हणून Φ शून्य येते; पण जर का उद्या त्या फायची किंमत शून्य न येता इतर काही येऊ लागली, तर या थेअरीनुसार इंटरनेटला देहभान येईल, इंटरनेटला त्याच्या अस्तित्वाची जाणीव होऊ शकते. असे ज्या दिवशी होईल, त्या दिवशी माणसाची अवस्था तेलही (इंटेलिजन्स) गेले आणि तूपही (कॉन्शिअसनेस) गेले अशी झाल्याशिवाय राहणार नाही.

जाणीव हा तुलनेने नवीन विषय असून, माणूस त्याला अजून समजून घेण्याचा प्रयत्न करत आहे. मानसशास्त्र, मेंदूशास्त्र, कृत्रिम बुद्धिमत्ता, माहिती तंत्रज्ञान, तत्त्वज्ञान या वेगवेगळ्या अंगांनी जाणीव काय आहे हे आपण चाचपून पाहतो आहोत. या प्रकरणामध्ये आपण परसेप्शन आणि रिॲलिटीमध्ये फरक आहे हे पाहिले. इंटेलिजन्स आणि जाणीव यांचे रस्ते कसे आणि का वेगळे होत आहेत हेसुद्धा पाहिले. जाणीव काय ते सांगणारे इंटिग्रेटेड इन्फॉर्मेशन थेअरी आणि सर्वसंवेद्यता हे विविध सिद्धान्त पाहिले. याशिवाय जाणीव अंगभूत आहे की उद्‌गत हा वैचारिक दृष्टिकोनातला फरकसुद्धा पाहिला; परंतु जाणिवेचा सोर्स आपल्या आत आहे. Consciousness कुणी आपल्याला बाहेरून देत नाही, तर ती आपल्या मेंदूत तयार होते. जाणीव काय आहे आणि का तयार होते ते आपल्याला अजून कळले नाही. हे सर्व समजून घेणे पराकोटीचे कठीणसुद्धा आहे; पण जाणिवेचा उगम पारलौकिक जगात नाही एवढे मात्र निश्चित!

***

नैतिकता

हाताने मागच्या बाजूला इशारा करत, 'अरे, त्याला उठवा रे' असे सरांनी म्हटल्याबरोबर सगळा वर्ग शेवटच्या बेंचकडे पाहू लागला. नेहमीप्रमाणे आजही तो डुलक्या खात होता. शेजारच्या मुलाने त्याला हळूच चिमटा काढल्यावर तो खडबडून जागा झाला. त्याचा ओशाळलेला चेहरा पाहून, सगळा वर्ग फिदी-फिदी हसू लागला. 'झोपायचे असेल तर बाहेर जा, नाहीतर, तोंड धुऊन ये.' असा दम दिल्याबरोबर तो मान खाली घालून वर्गाबाहेर पळाला आणि वर्गात कुजबुज सुरू झाली. सरांनी परत आवाज वाढवून 'झोप आली असेल, तर पेंगत बसायचं नाही, बाहेर जायचं आणि तोंड धुऊन यायचे. इथे बसून सगळ्यांवर आळस सोडायचा नाही. एकाने जांभई दिली, तर सगळा वर्ग जांभई द्यायला लागतो!' असे म्हटल्यावर वर्ग पुन्हा एकदा शांत झाला. वातावरणातला ताण हलका करण्यासाठी चेहऱ्यावर स्मित आणून 'चेहरा कसा फ्रेश असला पाहिजे म्हणजे वर्गातले वातावरणसुद्धा फ्रेश राहते' असे सर म्हणाले आणि पुढे शिकवायला सुरुवात केली; पण माझ्या डोक्यात एका व्यक्तीने जांभई दिली की दुसरा; पण जांभई का द्यायला लागतो हा प्रश्न घुटमळायला लागला. तास संपल्यानंतर प्रयोग म्हणून जांभई दिली आणि काय आश्चर्य माझ्या शेजारी बसलेल्या मित्रानेसुद्धा लगेचच जांभई देऊन माझे अनुकरण केले; पण हे असे का होते? आणि याचा आणि नैतिकतेचा काय संबंध!

सर्व्हायव्हल ऑफ द फिटेस्ट हा उत्क्रांतीचा नियम आहे हे आपण जाणता; पण फिट म्हणजे फक्त बलवान नाही. जिवंत राहण्यासाठी, टिकून राहण्यासाठी फक्त ताकद असून भागत नाही. आजूबाजूला काय घडते आहे याचे पुरेसे भान असणेसुद्धा आवश्यक असते. आवतीभोवती काय घडते आहे याची माहिती नसेल, तर जीव प्राणाला मुकू शकतो म्हणून नैसर्गिक निवडीच्या प्रक्रियेत अधिकाधिक माहिती मिळवावी ही इच्छा प्राण्यांत तयार होत गेली असावी. आपण प्राण्यांचे मांसाहारी आणि शाकाहारी गट करतो; पण डेविड ख्रिस्तीयन हा इतिहासतज्ज्ञ सर्व जीव Informavore अर्थात 'माहितीहारी' आहे असे म्हणतो. आदिमकाळात माणसाला तो ज्या ठिकाणी राहतो आहे तिथे एखादा वाघ वास्तव्यास आला आहे ही माहिती नसणे त्याच्या जिवावर बेतणे सहज शक्य होते. आजही एखादी गोष्ट माहिती नसणे हा जीवन-मरणाचा प्रश्न होऊ शकतो, त्यामुळेच अस्तित्व टिकवून ठेवण्यास साहाय्यक ठरेल अशी कोणतीही माहिती मिळवण्यासाठी माणूस झटतो. अमुक ठिकाणी पाणी आहे, तिथे खोल दरी आहे, त्या गुहेत सिंह राहतो, नदीपलीकडे दुसऱ्या टोळीचे वास्तव्य आहे, त्या वळणावर वाट निसरडी आहे, लाकडावर लाकूड घासून आग लावता येते असली प्रत्येक माहिती जिवंत राहण्यासाठी आवश्यक असते. लोक वृत्तपत्रे, पुस्तके वाचतात, चर्चासत्रे घडवून आणतात, मुलांना शाळेत घालतात, बातम्या पाहतात, रेडिओ ऐकतात. कारण, 'जितकी जास्त माहिती तितके जिवंत राहण्याची शक्यता जास्त' हे सूत्र उत्क्रांतीच्या प्रक्रियेत आपल्या मनावर कोरले गेले आहे. नवीन माहिती मिळाली की, मेंदूत डोपामिन स्रवले जाते आणि आनंदाची अनुभूती होते. जिवंत राहण्यासाठी आणि वंश सातत्य टिकवून ठेवण्यासाठी सेक्स आणि माहिती या दोन्हींची गरज असते. ह्या गोष्टी माणसाने करत राहिल्या पाहिजेत म्हणून निसर्गाने ह्या गोष्टी केल्यावर विशिष्ट अशी बक्षीस प्रणाली निर्माण केली आहे. ज्यामुळे या गोष्टी केल्या की, एक सुखकारक अनुभूती होते. हे होताना आपला मेंदू आनंद देणारे डोपामिनसारखे हॉर्मोन तयार करून आपल्याला पुरस्कारित करत राहतो जेणेकरून आपण या गोष्टी वारंवार कराव्या, त्यामुळेच तुम्ही एखादे कोडे सोडवले किंवा एखादा कठीण विषय तुम्हाला समजला तर जबरदस्त किक बसते! माहिती आणि सेक्स दोन्हीही आपल्या अस्तित्वासाठी आवश्यक आहेत, त्यामुळेच एखादी नवीन गोष्ट शिकल्यानंतरची आणि सेक्सची किक सारखीच असते असे तज्ज्ञांचे मत आहे.

नवनवीन माहिती मिळवण्याच्या प्रक्रियेला डोपामिन हार्मोन तयार करून पुरस्कारित करणारी यंत्रणा हाय जॅक झाल्यामुळेच कित्येक लोक व्हॉट्सॲप आणि फेसबुकवर हा फोटो, तो व्हिडिओ, याचे स्टेटस आणि त्याची कमेंट अहोरात्र चाळत बसतात. उत्क्रांतीनुसार जिवंत राहणे आणि आपले जीन्स पुढे संक्रमित करीत राहणे हे जिवांचे मुख्य ध्येय आहे. त्यासाठी आवतीभोवती काय घडतंय

याची माहिती महत्त्वाची आहेच; पण आवतीभोवती जे लोक आणि प्राणी आहेत त्यांच्या डोक्यात काय चाललंय ही माहिती त्याहून जास्त महत्त्वाची आहे! नर-वानर (Primate) गटातले मानवासहित इतर प्राणी समूहाने राहतात. एखाद्या समूहात तुम्ही राहत असाल, तर जिवंत राहण्यासाठी समूहातील इतर लोक तुमच्याबद्दल काय विचार करतात हे तुमच्या अस्तित्वाच्या दृष्टीने खूप महत्त्वाचे असते, त्यामुळे उत्क्रांतीनुसार जिवंत राहण्यासाठी फक्त बलवान असणे पुरेसे नाही, तर तुमच्याबद्दल तुमचे सहकारी काय विचार करतात हे जाणून घेणेसुद्धा महत्त्वाचे असते, त्यामुळे सर्व प्राणी विशेषतः सस्तन प्राणी दुसऱ्याच्या मनात काय चालले आहे याचा सतत शोध घेत राहतात. तुमचा कुणी मित्र दुःखी असेल आणि तुम्ही त्याची समजूत काढत असाल, तर तुम्हीसुद्धा दुःखी चेहरा करून बसलेला असता. दुसऱ्याच्या मनात काय चाललंय याचा आरसा त्याचा चेहरा असतो. समोरच्या व्यक्तीच्या मनातले जाणून घेण्यासाठी आपण त्याच्यासारखा चेहरा करतो आणि त्याचमुळे एकाने जांभई दिली की, दुसरा देऊ लागतो आणि पाहता पाहता जांभईचा संसर्ग (Yawn Contagion) सुरू होतो! नुकत्याच झालेल्या संशोधनानुसार कुणी जांभई दिल्यावर तुम्हालाही ती लगेच येत असेल, तर तुमचा इमोशनल कोशंट चांगला आहे असा त्याचा अर्थ होतो.

एवढेच नव्हे, लग्नानंतर काही वर्षांनी नवरा-बायको दोघंही सारखेच दिसू लागतात, हे तुम्ही अनुभवले असेल. सहजीवनाच्या २५-३० वर्षांनंतर बरेचशी जोडपी जुळे आहेत की काय असे वाटावे इतके त्यांच्या चेहऱ्यात साम्य तयार होते; पण हे असे का होते? कुणी तुम्हाला स्माईल दिली की, आपोआपच तुमच्या चेहऱ्यावरसुद्धा स्माईल येते. याला शास्त्रीय भाषेत Mirroring म्हणतात. या Mirroringचे मला आवडलेले सगळ्यात मस्त उदाहरण शोले चित्रपटात आहे. गावात अन्नधान्याची वसुली करण्यासाठी गेलेली गब्बरसिंगची माणसे रिकाम्या हाती परत आल्यावर पिसाळलेला गब्बर त्यांना जिवे मारण्याचा प्रयत्न करतो. दोन जण वाचतात तिसरा राहतो कालिया. गब्बर म्हणतो 'तेरा क्या होगा कालिया?', 'सरदार, मैंने आपका नमक खाया है सरदार', 'अब गोली खा' म्हणत गब्बर बंदुकीचा चाप ओढतो आणि कालियासुद्धा वाचतो. 'कमाल हो गया' असे वाटून गब्बर जोरजोरात हसतो. 'तिनों हरामजादों को गोली नहीं लगी' म्हणत गब्बर वेड्यासारखा हसू लागतो. त्याचे हसणे बघून टोळीतले इतर लोक हसू लागतात. सगळ्यांचे हे हसणे पाहून मृत्यूचे भय स्पष्ट दिसत असतानासुद्धा कालिया आणि त्याचे दोन जोडीदार सुरुवातीला दबक्या आवाजात, घाबरत-घाबरत आणि नंतर मोठ्या मोठ्याने हसू लागतात! हीच ती भावनिक मिमिक्री जी जांभई देताना, हसताना आणि आपल्या जोडीदाराकडे पाहताना आपण आपसूकपणे करत असतो; पण हे समोरच्या व्यक्तीच्या भावभावनांचे प्रतिबिंब आपल्या चेहऱ्यावर का उमटते?

या कॉम्प्लेक्स जगात उत्क्रांतीनुसार समोरच्या व्यक्तीच्या मनात काय चाललंय हे जर कळले, तर आपण जगण्यासाठी लायक ठरतो, त्यामुळे हेतू अर्थातच दुसऱ्याच्या मनात काय चाललंय हे शोधण्याचा प्रयत्न असतो; पण दुसऱ्याच्या मनात काय चाललंय हे शोधण्यासाठी आपण स्वत:ला त्याच्या जागी ठेवून पाहतो. त्याच्या जागी स्वत:ला ठेवले, त्याच्यासारखे भाव चेहऱ्यावर आणले की, आपल्याला समोरच्या व्यक्तीच्या मनाचा ठाव घेता येतो म्हणूनच आपण एकमेकांचे एक्सप्रेशन कॉपी करत असतो. अर्थात ह्या सगळ्या गोष्टी इतक्या सूक्ष्म आणि तरल पातळीवर होतात की, त्या आपल्या लक्षातसुद्धा येत नाहीत. सुखी संसाराचे रहस्य जोडीदाराच्या मनात काय चालले आहे हे ओळखण्यात असते, त्यामुळे नवरा-बायको सतत स्वत:ला जोडीदाराच्या जागी ठेवून एकमेकांना जोखत असतात. जोडीदार हसला, रुसला, रागवला असेल तर त्याला किंवा तिला नेमके कसे वाटत आहे याचा ठाव घेण्यासाठी जोडपे एकमेकांचे एक्सप्रेशन चेहऱ्यावर आणून समजून घेण्याचा प्रयत्न करतात. दोघंही एकमेकांना कित्येक वर्षे सतत कॉपी करत राहिल्यामुळे कालांतराने ते सारखेच दिसू लागतात; पण मुख्य मुद्दा लग्नानंतर काही वर्षांनी नवरा-बायको एकमेकांसारखे का दिसतात हा नसून जिवंत राहणे या उत्क्रांतीच्या एकमेव उद्देशासाठीच सजीव स्वत:ला दुसऱ्याच्या जागी ठेवून पाहतात हा आहे. स्वत:ला असे दुसऱ्याच्या जागी ठेवून पाहणे म्हणजे दुसरे तिसरे काही नसून Empathy अर्थात सहअनुभूती होय! या सहानुभूतीचेच वेगवेगळे पदर म्हणजे संवेदना, सहवेदना, सहानुभूती इत्यादी असतात. आता मला सांगा तुम्ही आम्ही ज्याला नैतिकता म्हणतो ती यापेक्षा काय वेगळी असते! सांगायचा मुद्दा हा की उत्क्रांतीनुसार तग धरून जिवंत राहण्याच्या व्यावहारिक गरजेतून मानवी नैतिकता तयार झालेली आहे!!

***

तुमच्या घरी एखादे लहान मूल असेल, तर त्याला त्याचा आवडता प्राणी कोणता आहे हा प्रश्न एकदा विचारून पाहा. बहुतांश वेळा माकड, हत्ती, पांडा, अस्वल, कुत्रा किंवा सिंह हेच उत्तर मिळेल. कोणत्याही लहान मुलाला साप, पाल, विंचू, मगर हे प्राणी आवडतात असे दिसून येणार नाही. असे का होते? आपण वर पाहिले की, मित्र दु:खी असेल तर आपणसुद्धा चेहरा पाडून बसतो, त्यामुळे आपल्याला त्याच्या मनातले कळायला मदत तर होतेच शिवाय आपण दाखवलेल्या सहसंवेदनेमुळे मित्राच्या मनातसुद्धा आपल्याविषयी जिव्हाळा निर्माण होतो. कुत्रा मालकाचे एक्स्प्रेशन चेहऱ्यावर धारण करू शकतो म्हणून आपल्याला त्याच्याबद्दल आपुलकी वाटते आणि म्हणूनच लोक घरात कुत्रा पाळतात. लहान मुलांनासुद्धा तेच प्राणी आवडतात जे मानवसदृश दिसतात. माकड, अस्वल, कुत्रा, हत्ती, पांडा

आणि सिंह यांसारख्या प्राण्यांच्या अंगावर माणसांसारखेच केस आहेत. यातील बहुतांश प्राण्यांचा चेहरा सपाट आहे. या प्राण्यांना चेहऱ्यावर वेगवेगळे भाव धारण करता येतात, त्यांच्या शरीराची ढब थोड्या फार प्रमाणात माणसासारखी उभी आहे आणि ते माणसासारखेच छोट्या वस्तूंना हाताळू शकतात आणि म्हणूनच मुलांना हे प्राणी आवडतात.

टी.व्ही.वर कार्टून लहान मुले खूप आनंदाने पाहतात. नीट लक्ष दिले, तर ध्यानात येईल की नेहमी चार पायांवर चालणारे प्राणी कार्टूनमध्ये दोन पायांवर चालत असतात. एवढेच नव्हे तर कार्टून मधल्या त्या प्राण्यांच्या चेहऱ्यावर माणसासारखेच आविर्भाव असतात. 'टॉम अँड जेरी' या कार्टूनमधले मांजर आणि उंदीर तुम्हाला दोन पायांवर चालताना दिसतील. माणसाच्या मनात इतर प्राण्यांबद्दल जिव्हाळा उत्पन्न होण्यासाठी त्यांचे माणसाशी साधर्म्य असणे गरजेचे आहे म्हणून कार्टून बनवणारे लोक मांजराला, उंदराला, हत्तीला, वाघाला, एवढेच काय कार, दुचाकी, झाडे यांना माणसासारखे बनवण्याचा प्रयत्न करतात, त्यामुळेच लहान मुले त्यांच्याशी रिलेट करू शकतात. आपल्याशी साधर्म्य नसणाऱ्या प्राण्यांशी आपण जास्त आपुलकीने वागत नाही. उत्क्रांतीच्या प्रक्रियेत तयार झालेल्या मानवी नैतिकतेतील ही मोठी उणीव आहे असे म्हणता येईल. आपण आपल्यासारख्या दिसणाऱ्या जिवांवर जास्त प्रेम करतो, त्यांना जीव लावतो. जाणते-अजाणतेपणी आपण इतर प्राण्यांना आपल्यासारखे बनवण्याचा प्रयत्न करतो. फेकलेला चेंडू कुत्रा घेऊन आला की, त्याला आपण 'गुड बॉय!' असे म्हणतो. असे म्हणत असताना आपण तो बॉय नाही तर कुत्रा आहे हे सोयीस्करपणे विसरतो. कित्येक जण तर कुत्र्याला दोन पायांवर बसायला शिकवतात, काही जण कुत्र्याची शेपटी कापून टाकतात, तर काही त्याला कपडे घालतात. कशासाठी? कारण, जितका कुत्रा माणसासारखा दिसू लागतो, तितका माणूस कुत्र्याशी नैतिक आणि चांगला वागण्याची शक्यता वाढते. याचा दुसरा अर्थ असा की, जे आपल्यासारखे दिसत नाहीत, ज्यांचे चेहरे मानवी भावभावना प्रतिबिंबित करत नाहीत, त्यांच्याशी माणूस तितकेसे चांगले वागत नाही! हा सगळा उत्क्रांतीचा परिणाम आहे.

मानवी वर्तनाचे हे वैगुण्य 'झेनोफोबिया' म्हणजे इतरांचा द्वेष या भावनेच्या मुळाशी आहे. जी माणसे रंगाने, भाषेने, चालीरितीने, वेशभूषेने वेगळी असतात, त्यांच्याबद्दल एक प्रकारचा झेनोफोबिया जगात सगळीकडे दिसून येतो. कितीही नाही म्हटले, तर एक प्रकारचा परद्वेष मानवी वर्तनाचा अविभाज्य घटक आहे. प्रत्येकाच्या कहाणीत कुणीतरी एक 'गब्बर' असतोच असतो. 'You are the villain in someone else's story' असे म्हणतात ते उगाच नाही. एक प्रकारचा आप-परभाव उत्क्रांत झालेल्या मानवी नैतिकतेचा भाग आहे. आतले आणि बाहेरचे असे दोन गट मानवी मन तयार करत राहते. आतला गट जितका स्ट्राँग तितकाच

बाह्य गट प्रबळ असतो. समोर शत्रू शक्तिशाली असेल, तर समूहातील अंतर्गत वैर संपते, ते सहकार्य करतात हे आपण अनुभवले असेल. उत्क्रांतीच्या प्रक्रियेत लाखो वर्षे टोळी-टोळीने राहिल्याचा हा परिणाम असला पाहिजे. दुसऱ्या टोळीचा कुणी माणूस आला तर त्या व्यक्तीमुळे आपल्याला आणि आपल्या टोळीतील सदस्यांच्या जिवाला धोका होऊ शकतो हा विचार माणसाच्या डोक्यात आला असणे स्वाभाविक आहे, त्यामुळेच कदाचित आजही कुणी वेगळा दिसणारा, वेगळी भाषा बोलणारा, वेगळ्या चालीरीती असणारा माणूस आसपास राहत असला की त्याच्याकडे शंकेच्या नजरेने पाहिले जाते. अशा माणसाची प्रत्येक कृती, हालचाल याची नोंद घेतली जाते. कित्येक वेळा मुलांचे एक टोळके अशा वेगळ्या दिसणाऱ्या माणसाच्या मागेपुढे घुटमळत राहते. कधी कधी तर वेगळेपण असणाऱ्या अशा माणसाची लहान मुलांकडून टिंगलसुद्धा उडवली जाते.

उत्क्रांतीत व्यावहारिक गरज म्हणून तयार झालेल्या या आप-परभावाच्या तोकड्या मानवी नैतिकतेच्या वर उठून सगळ्यांच्या भल्याचा विचार करणारा माणूस विरळाच असतो म्हणूनच कदाचित 'सर्वे भवन्तु सुखिनः सर्वे सन्तु निरामया' ही प्रार्थना आदर्शवत मानली जाते. पंथ, जाती, रंग, भाषा, देश, धर्म यांवरून माणसांतील वाद इतिहासाच्या पानापानावर आढळून येतात. हे सर्व पाहता असे वाटू शकते की, मानवी नैतिकतेचे हे वैगुण्य आपल्याला सतत आपापसात झगडत ठेवेल आणि 'अवघे विश्वची माझे घर' हा विचार कधीच अमलात येणार नाही; परंतु इतके निराश होण्याचे कारण नाही. एक तर उत्क्रांती नुसार तयार झालेली जनुके जरी आपल्याला आप-परभावाकडे घेऊन जात असली तरी माणूस पूर्णपणे जनुकीय बंधनाच्या अधीन नाहीये. माणूस जनुकीय प्रेरणांना मुरड घालू शकतो, त्यांना कन्फ्युज करू शकतो आणि वेगळी दिशा देऊ शकतो. मिथकांच्या, कल्पनांच्या आणि काल्पनिक सत्याच्या आधारे मानव स्वतःचाच जीनोम बायपास करू शकतो. आदिम काळाच्या वेगळ्या परिस्थितीत तयार झालेली जनुके, बदललेल्या जगात त्यांना योग्य वळण देत, आजच्या जगाशी सुसंगत कसे बनवायचे हा मानवी नैतिकतेसमोरचा सगळ्यात मोठा प्रश्न आहे. निराश न होण्याचे दुसरे आणि महत्त्वाचे कारण म्हणजे संपूर्ण जगातील 'माणूस' जीवशास्त्रीयदृष्ट्या एकच प्रजाती आहे. भाषा, रंग आणि वेषभूषा वेगळी असली तरी मानवी भावभावना सारख्याच असल्यामुळे आपल्या मनात अगदी अपरिचित व्यक्तीबद्दलसुद्धा सॉफ्ट कॉर्नर तयार होतो. या सगळ्यात Mirroring आणि चेहऱ्यावरचे एक्स्प्रेशन खूप महत्त्वाचे असतात. चेहऱ्यावरचे एक्स्प्रेशन कमजोर असतील, तर तुम्ही दुसऱ्याच्या मनात तुमच्याविषयी एम्पथी निर्माण करण्यास असमर्थ ठरता आणि त्यामुळे तुम्ही प्राणालासुद्धा मुकू शकता. आता हेच घ्या ना, जगात सगळीकडे लोक कोंबडी कापून खातात; पण कुत्र्याला मात्र राजेशाही

वागणूक मिळते. कुत्रा माणसाचे एक्स्प्रेशन चेहऱ्यावर आणू शकतो, त्यामुळे त्याला सहानुभूती मिळते. याउलट कोंबडीचे तोंड खूप छोटे असते. मानवी भावना चेहऱ्यावर आणण्यासाठी पुरेसे स्नायू कोंबडीकडे नसतात. परिणामी कोंबडी कापली जाते आणि कुत्रा गाडीत फिरतो!

***

माणूस जिवंत राहण्यासाठी स्वतःला दुसऱ्याच्या जागी ठेवून पाहू लागला आणि त्यामुळे एम्पथी-सहअनुभूती तयार झाली, हे एक वेळ मानले तरी काही प्रश्न उरतातच. उत्क्रांती म्हणजे जगण्याची धडपड. प्राणीमात्रात संसाधनासाठी सतत संघर्ष चाललेला आहे. एकमेकांची शिकार करून प्राणी जगतात, त्यासाठी संघर्ष करतात. जास्तीत जास्त अन्न, भूभाग आणि संसाधने कशी मिळवता येतील हाच 'स्ट्रगल फॉर एक्सिस्टन्स'चा अर्थ आहे. हे जर असे असेल तर माणूस दुसऱ्यांची मदत का करतो? जिवंत राहणे एवढेच ध्येय असेल, तर काही लोक स्वतः उपाशी राहतात, प्रसंग इतरांसाठी स्वतःच्या प्राणाची आहुती देतात, ते का? हे तर उत्क्रांतीत कुठेच बसत नाही! माणसे स्वतःच्या पोटाला चिमटा घेऊन अर्धी-कोर भाकर असेल, तर ती वाटून खातात, कधी स्वतः उपाशी राहतात; परंतु भुकेल्याला खाऊ घालतात. दान-धर्म करतात, प्रसंगी जिवावर उदार होऊन त्यांच्या कुटुंबाची, गावाची, प्रदेशाची आणि देशाची सेवा करतात. मानवी नैतिकता जर उत्क्रांतीनुसार तयार झाली असती, तर माणूस अप्पलपोटी झाला असता; पण नाही, माणूस इतरांचा विचार करतो. परोपकार करतो! मानवी नैतिकतेचा प्रमुख आधार परोपकार हा आहे म्हणून प्रश्न असा तयार होतो की मानवी नैतिकतेचा आधार काय, तिचा उगम कुठून होतो? उत्क्रांतीमुळे माणूस परोपकारी होऊ शकत नाही, त्यामुळे मानवी नैतिकता ईश्वरदत्त असली पाहिजे. परोपकारी नैतिकता आपल्याला धर्मातूनच मिळत असली पाहिजे. तुम्हाला काय वाटते?

'तुझ्या लग्नात त्यांचं सगळं घरदार आलं होतं,' मी त्याला 'हम्म.' एवढाच प्रतिसाद दिला आणि परत पुस्तकात नाक खुपसले. त्यावर आईने, 'आता त्यांच्या मुलाचे लग्न आहे, त्यामुळे आपल्याला जावे लागेल. भेटवस्तू काय द्यायची हेसुद्धा ठरवायचे आहे; पण तू तुझ्या सुट्टीचं बघ!' असा हुकूम सोडला. 'ठीक आहे.' म्हणत मी त्याला होकार दिला. तुमच्यासोबतसुद्धा हे असे काहीसे कधीतरी घडलेले असणार; पण हे सगळे इथे सांगायचे कारण काय? लग्नसराई किंवा सणवार आले की कुणी, कधी आणि काय भेट दिली होती व आता त्याची परतफेड कशी करायची याचा लेखाजोखा जवळपास प्रत्येक घरातून मांडला जातो. एवढेच नव्हे भेट देणारेसुद्धा आपण काय दिले होते आणि त्यानुसार आपल्याला काय भेट

मिळाली पाहिजे याचा हिशोब ठेवून असतात! अर्थात, हे सर्व वर्तन वाईट आहे हे सांगण्याचा उद्देश नाही; पण लोक असे का वागतात हा माझा प्रश्न आहे.

आपल्याला कुणी कुणी मदत केली याचा लोक हिशोब ठेवतात. पडक्या काळात कुणी साथ दिली असेल, तर लोक त्या व्यक्तीला सहसा विसरत नाहीत. एवढेच नाही बरेच लोक मदत करतात तेच मुळी 'कधीतरी कामाला येईल' असा विचार करून! एकमेकांना केलेल्या मदतीचे, दिलेल्या गिफ्ट्सचे आणि परोपकाराचे हे स्वार्थी विश्लेषण तुम्हाला विचित्र वाटेल; पण ते उत्क्रांतीच्या प्रक्रियेशी सुसंगत आहे. उद्या न जाणो कुठली बिकट परिस्थिती आली आणि आपल्या जगण्या-मरण्याचाच प्रश्न निर्माण झाला, तर अशा वेळी मदत करणारा कुणीतरी असला पाहिजे, त्यामुळे आता आपल्याकडे आहे तर इतरांना मदत करून ठेवा म्हणजे ते ऐनवेळी आपल्याला मदत करतील हा व्यावहारिक विचार परोपकाराच्या मुळाशी असतो. निसर्गातसुद्धा याची पुष्कळ उदाहरणे पाहायला मिळतात. कधी कधी एखाद्या रक्तशोषक वटवाघळाला रक्त मिळत नाही. त्या वेळी ज्याला रक्त मिळाले नाही, त्याच्या तोंडात दुसरे वटवाघूळ स्वतःच्या पोटातले रक्त सोडते! कारण, आज ना उद्या आपल्याला रक्त मिळणार नाही, त्या वेळी भुकेने मरण्याची वेळ आपल्यावर येऊ नये असे त्या रक्त देणाऱ्या वटवाघळाला वाटत असते. डॉल्फिनसुद्धा एकमेकांची मदत करतात. एखादा डॉल्फिन जखमी असले, तर ऑक्सिजन अभावी मरू नये म्हणून त्याला पाण्याच्या वर घेऊन येतात, त्याची सेवा-शुश्रूषादेखील करतात. जिवंत राहण्यासाठी अशी एकमेकांची मदत करणे उत्क्रांतीच्या प्रक्रियेत आवश्यक होऊन बसते. याच्यातूनच Reciprocal Altruism अर्थात 'परस्पर परोपकाराची' भावना दृढ होते. **'इतरांनी तुमच्याशी जसे वागावे असे वाटते तसे तुम्ही इतरांशी वागले पाहिजे' हा सदाचाराचा गोल्डन रूल आहे.** धर्मसुद्धा आपल्याला हेच शिकवतात. वर्तणुकीतील Reciprocity हा मानवी नैतिकतेचा आधारस्तंभ आहे. कोणत्याही मदतीत रेसिप्रोसिटी हा महत्त्वाचा भाग असतो. ओळखीमुळे कामे लवकर होतात असा लोकांना अनुभव येतो. कारण, ओळखीमुळे ज्याच्याकडे काम आहे, त्याला आता आपण कुणावर परोपकार करतो आहोत याची माहिती होते आणि त्यामुळे रिटर्न फेवर कुणाच्या खात्यात जमा झाला याचा हिशोब ठेवता येतो. अशा प्रकारे परस्पर परोपकार मानवी वर्तणुकीचा हिस्सा झाला असला तरी यापेक्षा वेगळा आयाम मानवी नैतिकतेला आहे तो म्हणजे 'Kin Selection!'

***

उपकाराची फेड उपकाराने होणार असेल, तर माणूस दुसऱ्यांना मदत करतो हे खरे असले तरी कुणी नातलग असेल, तर अशी मदत जास्तच केली जाते. आई-वडील तर त्यांचे बाळ वाचावे म्हणून स्वतःच्या जिवाचीसुद्धा पर्वा करत नाहीत. जीव

शास्त्रज्ञ JBS Haldane यांनी ह्यातले मर्म बरोबर ओळखले होते. एके ठिकाणी ते म्हणतात "I would lay down my life for two brothers, or eight cousins." माझे दोन भाऊ किंवा आठ चुलत भाऊ यांना वाचवण्यासाठी मी जीव द्यायला तयार आहे, या त्यांच्या वक्तव्यातून किन सिलेक्शन काय आहे हे नेमकेपणाने व्यक्त झाले आहे. 'शोले' चित्रपटात वीरूच्या लग्नाचे प्रपोजल घेऊन आलेल्या जयला बसंतीची मावशी 'सगी मौसी हूं, कोई सौतेली माँ नहीं,' असे म्हणते तेव्हा हे किन सिलेक्शन स्पष्ट होते. जनुकीय समानता हा नातलगांना जोडणारा धागा असतो. आईकडून अर्धे आणि वडिलांकडून अर्धे मिळून माणसाची जनुकीय रचना तयार होते. मूल म्हणजे जनुकीय पातळीवर आईसाठी तिचा अर्धा हिस्साच असतो. सख्खे भाऊ असतील, तर ते ५०% जनुके शेअर करतात. चुलत भाऊ असतील, तर सख्ख्या भावांपेक्षा त्यांच्यातील जनुकीय समानता थोडी कमी असते म्हणजे नातेवाईक एकमेकांना किती सहकार्य करतात हे त्यांच्यात जनुकीय समानता किती यावरून ठरते. आई मुलांसाठी जीवसुद्धा द्यायला तयार असते. कारण, जनुकीय पातळीवर तिची मुले ही तिचीच प्रतिकृती असतात म्हणजे माणूस आपले जीन्स संक्रमित करण्यासाठी एकमेकांना शक्य ती मदत करतो. उत्क्रांतीत आपले जनुके संक्रमित करण्याची तीव्र इच्छा सजीवांत असते. त्यामुळेच आयुष्याचे शेवटचे काही क्षण राहिलेले असले तरी मारण्यापूर्वी माणसाला नातू किंवा पणतू यांचे तोंड पाहण्याची इच्छा असते. आपले जीन्स पुढे संक्रमित झालेत की नाही याची खात्री माणसाला मरणाच्या दारातसुद्धा करून घ्यावीशी वाटते. उत्क्रांतीत टिकून राहणे, आपली जनुके संक्रमित करत राहणे ही सजीवांची प्रबळ इच्छा असते. त्यासाठी ते काहीही करायला तयार होतात. जे आपल्याशी जीन्स शेअर करतात. ते जर टिकून राहिले आणि त्यांनी मुलाबाळांना जन्म दिला, तर एका अर्थाने ती आपलीच वंशवृद्धी आहे असे सजीव समजतात आणि त्यासाठी त्यांच्या नातलगांना मदत करतात. Blood is thicker than water असा आपला जो अनुभव असतो तो यामुळेच. लोक एकमेकांना मदत करतात, परोपकार करतात; पण त्या मागेसुद्धा जिवंत राहण्याचीच धडपड असते. परोपकारी नैतिकतासुद्धा लाखो वर्षांच्या मानवी इतिहासातूनच तयार झाली आहे.

***

आपल्याला वाटते आपण आपले जनुके संक्रमित करतो आहोत; पण वास्तवात तसे होत नाही; जनुके त्यांचे सातत्य टिकवण्यासाठी आपल्या शरीराचा वापर करतात. जीन्सना रिप्लिकेट कसे व्हायचे एवढेच कळते. आपण जीन्स टिकवून ठेवत नाही; जीन्सना स्वतः टिकून राहण्यासाठी आपल्या शरीराची गरज असते. आपले शरीर साध्य नसून साधन आहे. आपण फक्त जीन्सचे सातत्य टिकवून ठेवणारे माध्यम आहोत. त्यांच्या जनुकांच्या भल्यासाठी लोक परोपकारी होतात. जीन्समधील

माहिती पुढे संक्रमित झाली की आपल्या देहाचे कार्य संपते! जिवांच्या अस्तित्वाचा मुख्य हेतू जीन्सचे संक्रमण करणे हाच आहे. उत्क्रांतीच्या चौकटीत पाहिले, तर मानवी आयुष्याचा मुख्य हेतू आपल्यासारख्या माणसांना जन्म देणे हाच आहे. Life exists for the sole purpose of creating more life. मुलाबाळांना जन्म देणे यासाठीच माणसाचा जन्म होतो. त्यासाठी माणूस वाट्टेल ते करतो. वंश खुंटला नाही पाहिजे ही माणसाची मुख्य चिंता असते. त्यासाठी तो सत्ता काबीज करतो, लोकांना इन्फ्लुएस करतो, संपत्ती कमवतो कारण त्याची संतती टिकली पाहिजे, वंशवृद्धी झाली पाहिजे यासाठीच हा सगळा अट्टाहास चाललेला आहे. या अट्टाहासातूनच प्रत्येक जण त्याचा वंश वाढवण्याचा प्रयत्न करत असतो. प्रत्येक जणच त्याचा वंश वाढवण्याचा प्रयत्न करणार असेल, तर त्यातून संघर्ष होणे स्वाभाविक आहे; पण संघर्ष झाला, तर खून माऱ्यामाऱ्या होऊन वंश वाढण्याऐवजी रक्तपात होऊन मानवी अस्तित्वच धोक्यात येऊन शकते म्हणून वंशवृद्धी कशी करायची, यासाठी उत्क्रांतीच्या प्रक्रियेत काही समाजमान्य संकेत उदयाला आले. हे संकेत मोडले की, अशा माणसाला वाळीत टाकणे, व्यभिचारी ठरवणे सुरू झाले. आपल्याकडे लैंगिक आचरणाच्या चश्म्यातूनच नैतिकतेकडे पाहिले जाते ते यामुळेच!

वंशवृद्धी करण्याचे संकेत मोडले की, माणसाला अनैतिक ठरवले जाते. तुम्ही ज्या भागात राहत आहात तिथे कोणी वंशवृद्धीचे नियम न पाळता स्वैरपणे लैंगिक वर्तन करत असेल, तर अशी व्यक्ती गैरमार्गाने तिचे जीन्स पुढे संक्रमित करत असते. त्या व्यक्तीला इतरांपेक्षा जास्त 'रिप्रोड्युटीव्ह बेनिफिट' मिळते. परिणामी इतरांना त्यांचे जीन्स पुढे संक्रमित करण्याची संधी कमी होते म्हणून अशा व्यक्तीचे वर्तन अनैतिक मानले जाते. इथे प्रत्येकाला त्याचे जीन्स पुढे संक्रमित करायचे आहेत, त्यामुळे घरात नवीन बाळ जरी जन्माला आले तरी पहिली गोष्ट ते कुणावर गेले आहे याचा शोध घेतला जातो. तो एक प्रकारे जन्म देणाऱ्या आईवर घेतलेला संशयच असतो; परंतु ते सर्व संस्कृती, परंपरांच्या पापुद्र्याखाली दबलेले असल्यामुळे आपल्या लक्षात येत नाही. कुणालाही त्याचे जीन्स पुढे जावेत असे वाटत असते, त्यामुळे त्याच्याच घरात, त्याच्याच संसाधनाचा उपभोग घेऊन वृद्धिंगत होणारी इतर जनुके त्याला नको असतात. घरंदाज स्त्रीने पतिव्रता असावे, पतीला परमेश्वर मानावे यांसारख्या विधानांचा खोलात जाऊन अर्थ काढला, तर तिने पती सोडून इतरांशी सेक्स करू नये हाच आहे.

भारतातील लिंग अनुपात विषम आहे, सध्या प्रत्येक १००० पुरुषांमागे ९४० महिला आहेत. याचे कारण म्हणजे भारतीय समाजातील हुंडाप्रथा, 'मुलगा हाच वंशाचा दिवा' असा विचार आणि 'मुलगी ही परक्याचे धन आहे' अशा खुळचट समजुतींमुळे आहे, असे मानले जाते. ही कारणे बरोबर आणि महत्त्वाची असली तरी, या मागे इतरही कारणे असली पाहिजेत. आज सबंध जगातच पुरुषांपेक्षा

महिलांची संख्या कमी आहे. आता सगळ्या जगात तर हुंडाप्रथा नाही! मग हे असे का होत असावे? मध्यंतरी एका व्यावसायिकाच्या घरी आयकर विभागाची धाड होती, तेव्हा कामाचा भाग म्हणून मीसुद्धा सहभागी होतो. व्यावसायिकाच्या घरी धाडीची सर्व कारवाई प्राधिकृत अधिकारी म्हणून मी करत होतो, सोबतीला टीम होतीच. तीन-चार दिवस ही कारवाई चालली. त्यादरम्यान, आवश्यक ती कागदपत्रे ताब्यात घेण्यात आली. जबाब नोंदवून बे-हिशोबी रोकड, सोने-नाणे सरकारी तिजोरीत जमा करण्यात आले. त्यानंतर, पंचनामा बनवून आमची टीम ते घर सोडणार तेवढ्यात, दोन-तीन दिवसांपासून शांत असलेले, ज्यांनी हा व्यवसाय सुरू करून आता त्यांच्या दोन्ही मुलांकडे सोपवला होता ते, वयाची पासष्टी ओलांडलेले कुटुंबाचे प्रमुख समोर आले आणि म्हणाले 'हमारे घर जो भी आते है, हम उनसे एक आशीर्वाद मांगते है' एवढा ज्येष्ठ माणूस आपल्याकडे आशीर्वाद का मागतोय यामुळे मी गोंधळून गेलो. इनकम टॅक्सच्या पुढच्या कारवाईदरम्यान सबुरीने घ्या असे काही त्यांना म्हणायचे असेल, असे वाटून मी काही बोलणार तेवढ्यात ते म्हणाले 'हमारे घर में बेटा नहीं है, मैं पोते का मुह देखना चाहता हूं. आप हमें आशीर्वाद दे' यावर मला काहीच सुचेना. यांना घरी पडलेल्या धाडीची काळजी नव्हती, नातू होईल की नाही यामुळे ते चिंतेत होते. त्यांच्या दोन्ही मुलांना, प्रत्येकी एक मुलगी होती, त्यामुळे मी त्यांना, 'आपके घर में, इतनी प्यारी दो बेटीया तो है...' म्हटलो; पण त्यावर त्यांनी, 'बेटिया भी जरुरी है, लेकिन बेटा होना चाहिए,' असे म्हटले.

तर ही, मुलगाच व्हावा ही इच्छा येते कुठून? मुलगा व्हावा ही फक्त वडिलांचीच इच्छा नसते, तर तितकीच आईचीसुद्धा असते. आई असो की वडील, प्रत्येकालाच त्यांचे जीन्स सर्वदूर पसरलेले पाहिजे असतात. किंबहुना, जीन्स आपल्या देहाचा उपयोग करून सर्वदूर पसरण्याचे काम करून घेत असतात. उत्क्रांतीनुसार जास्तीत जास्त नातवंडे असावेत असे प्रत्येकाला वाटते. आता, दोन मिनिटे असा विचार करा की, एक स्त्री तिच्या आयुष्यात किती जणांची आई होऊ शकते? त्याउलट एक पुरुष त्याच्या आयुष्यात किती जणांचा बाप होऊ शकतो! टेक्निकली एक पुरुष असंख्य मुलांचा बाप होऊ शकतो, तेही त्या मुलांना उदरात वाढवण्याच्या भानगडीशिवाय; परंतु रजोनिवृत्तीपर्यंत एखादी महिला जास्तीत जास्त वीसेक मुलं-मुलींना जन्म देऊ शकते. उत्क्रांतीनुसार प्रत्येकालाच त्याचा वंश वाढवायचा आहे, त्यांची शक्यता मुलामार्फत वाढवली जाऊ शकते म्हणून मुलाच्या जन्माला प्राधान्य दिले जात असावे. बाराव्या शतकातला मंगोल शासक चंगेझ खान याने अनेक स्त्रियांशी संबंध ठेवले, परिणामी तो असंख्य जणांचा बाप झाला. आज जगातले जवळपास २ कोटी लोक हे चंगेझ खानचे थेट वंशज आहेत. मुद्दा हा की आदिम काळात, जास्त संततीवृद्धी मुलामार्फत करणे शक्य असल्यामुळे मुलाच्या जन्माला

प्राधान्य दिले जात असावे; पण आज जगाची लोकसंख्या ८०० कोटींच्या पुढे गेलेली असताना आणि जास्तीत जास्त २ मुलांना जन्म देण्याच्या काळात, मुलगाच असावा ही आदिम काळातील प्रेरणा कालबाह्य झाली आहे, त्यामुळे कायदा करून मानवी आचरणातले हे न्यूनत्व दूर करावे लागले. कायदा आणि नीतिमत्ता या दोन्हीपैकी एक जरी नसेल, तरी समाजस्वास्थ्य अबाधित राहत नाही. जोपर्यंत मुलगाच का हवा या प्रेरणांचा आपण शास्त्रीय शोध घेणार नाही, तोपर्यंत मुलींना गर्भातच मारण्याचा मूर्खपणा चालू राहील!

एकुणात काय तर उत्क्रांतीच्या दृष्टीने प्रजनन सगळ्यात महत्त्वाची गोष्ट आहे आणि प्रजननासाठी सेक्स करावा लागतो, हे एकदा लक्षात घेतले की सेक्स आणि नैतिकता यांचा इतका घनिष्ट संबंध का आहे, हे स्पष्ट होते. याच्यातून निघतो तो निष्कर्ष हाच की, मानवी नैतिकता उत्क्रांतीच्या प्रक्रियेत तयार झालेली आहे. आतापर्यंत आपण पाहिले की, परोपकारी वृत्ती, एम्पथी, सहवेदना, परस्पर सहकार्य आणि लैंगिक शुचिता या सगळ्या नैतिक वर्तनाच्या मुळाशी मानवाचा आदिम काळापासूनचा लाखो वर्षांचा इतिहास, मानवी उत्क्रांती आहे.

***

रिमझिम कोसळणाऱ्या पावसात झुकूझुकू करत आगगाडी चालली आहे. हिरव्या गर्द झाडींचा आणि पडणाऱ्या पावसाचा आनंद घेत तुम्ही चालला आहात. हे क्षण कैद करून ठेवण्याची तुमची इच्छा आहे; परंतु एक वेगळेच काम तुमच्या पथ्यावर आले आहे. ते म्हणजे तुम्हालाच ही आगगाडी चालवायची आहे. रेल्वेवर तुमचा हात चटकन बसतो. वाटते तितके आगगाडी चालवणे अवघड नाही असे तुम्हाला वाटते. तुम्ही हळुवार शीळ काढत ऐटीत पुढे जात असता तोच अचानक तुम्हाला समोर रेल्वे ट्रॅकवर चार शाळकरी मुले दिसतात! गाडीची गती आणि अंतर पाहता ती मुले चिरडली जाणार हे निश्चित आहे. कधी नव्हे तो बाका प्रसंग उभा राहिल्याने तुमच्या काळजाचा ठोका चुकतो. इतक्या कमी अंतरावर रेल्वे थांबवणे तर शक्य नाही हे तुम्हाला माहिती आहे; पण गाडी डावीकडच्या ट्रॅकवर वळवता येऊ शकते; परंतु त्या ट्रॅकवर एक कामगार दुरुस्तीचे काम करतो आहे. आता तुमच्यासमोर पेच उभा राहतो की, गाडी वळवावी की सरळ तशीच जाऊ द्यावी. सरळ जाऊ दिली, तर चार मुले चिरडून मरतील आणि डावीकडे वळवली, तर पटरीवर काम करणारा कामगार जिवानिशी जाईल. चूक मुलांची आहे ते चालू रेल्वेच्या पटरीवर आले आहेत आणि दुसऱ्या बाजूला एक कामगार त्याचे काम करतोय, त्याची कुठलीही चूक नाही. तो ज्या पटरीवर दुरुस्तीचे काम करतोय तिथून आगगाडी जाणे अपेक्षित नाही. अशा क्षणी तुम्ही काय कराल? गाडी डावीकडे वळवाल की सरळ जाऊ द्याल? जेव्हा हा प्रश्न लोकांना विचारला गेला, तेव्हा बहुतेकांनी गाडी डावीकडे

वळवून चार मुलांना वाचवण्याचा निर्णय घेतला. एका कामगाराचा बळी जाणे अपरिहार्य असल्याचे त्यांचे मत होते. त्यांच्या मते, चार जणांच्या बदल्यात एक जीव गेल्यास नुकसान कमी असते.

आता क्षणभर असे समजा की, अशीच; पण थोडी वेगळी घटना तुमच्यासमोर घडते आहे. या उदाहरणात तुम्ही आगगाडीचे चालक नाहीत; पण तुम्ही ज्या पुलावर उभे आहात त्याच्याखालून आगगाडी चाललेली आहे. तुम्ही पुलावरून ते पाहता की पटरीवर चार मुले आहेत. रेल्वेगाडीने ब्रेक लावला तरी त्या चार मुलांना गाडी चिरडणारच अशी परिस्थिती आहे. गाडीला डावीकडे किंवा उजवीकडे वळवण्याची कसलीही संधी नाही; पण तुम्ही ज्या पुलावर उभे आहात त्या पुलावर अजून एक माणूससुद्धा उभा आहे. तो वजनाने जाडजुड आहे. त्याला जर रेल्वे गाडीसमोर ढकलून दिले तर त्याच्या वजनामुळे आगगाडी त्या चार मुलांपर्यंत पोहोचण्याआधीच थांबेल आणि ती चारही मुले वाचतील. आता तुम्ही काय कराल? ढकलून द्याल त्या जाड्या व्यक्तीला? जे लोक आधीच्या उदाहरणात गाडी डावीकडे वळवून चार मुलांना वाचवण्यासाठी कामगार ज्या पटरीवर काम करत होता त्या पटरीवर आगगाडी घालणे योग्य समजत होते, तेच लोक आता त्या चार मुलांना वाचवण्यासाठी जाड्या व्यक्तीला पुलावरून ढकलून द्यायला तयार होत नव्हते! तुम्हालाही आतून त्या व्यक्तीला ढकलून नाही दिले पाहिजे असेच वाटत असणार. असे का? दोन्ही उदाहरणात चार जणांना वाचवण्यासाठी एक मृत्युमुखी पडत होता, मग पहिल्या उदाहरणात तसे करणे नैतिक आहे असे समजणारे लोक दुसऱ्या उदाहरणात तेच कृत्य अनैतिक का मानतात?

पहिल्या उदाहरणात गाडी डावीकडे वळवायची की तशीच सरळ जाऊ द्यायची, हा प्रश्न मेंदूसाठी एक गणितीय प्रश्न आहे. मेंदूचा तार्किक भाग यावर काम करतो. चार माणसे मेलेली वाईट की एक? याचे गणितातले उत्तर एक माणूस मेला, तर ते कमी वाईट आहे हे मेंदू ओळखतो आणि त्याप्रमाणे काम करायला काही वाटत नाही. याउलट, दुसऱ्या उदाहरणात माणसाला ढकलून देणे गरजेचे आहे तिथे शारीरिक स्पर्श अभिप्रेत आहे, त्यामुळे मेंदूचा 'भावनिक भाग'सुद्धा सक्रिय होतो आणि मेंदूचा कॉर्टेक्स हा तार्किक भाग विरुद्ध मेंदूचा लिम्बिक सिस्टिम हा भावनिक भाग यांच्यात संघर्ष निर्माण होऊ लागतो. कॉर्टेक्स म्हणते की, चार मारण्यापेक्षा एकच मारणे हे कधीही चांगले; पण भावनिक मेंदू म्हणतो कुणाला तरी ढकलून देणे हे चुकीचे आहे, तो एक प्रकारचा खूनच आहे, त्यामुळे आपण ढकलून देण्यास धजावत नाही. अनिर्बंध तर्क धोकादायक आहे. तर्कविचारांना भावनेचा मुलामा असला तरच आपल्यातला मानव टिकून राहू शकतो. आपण मेकॅलेन यांची Triune Brain ही त्रिस्तरीय मेंदू रचना समजून घेताना, तार्किक विचार हे भावनेपेक्षा श्रेष्ठ आहेत, असा विचार करणे दिशाभूल करून घेण्यासारखे होईल असे म्हटले होते,

ते यामुळेच. मानवी आचरणात आपल्या भावभावनांचे महत्त्व अनन्यसाधारण आहे; पण बऱ्याच वेळा भावनिक होऊन अतार्किक विचार करू नका, असे आपल्याला सांगण्यात येते. खरंच आपल्या भावना असबंध आणि अतार्किक असतात का?

आपल्याकडे अजूनही बहुतांश विवाह अरेंजडच असतात. त्यात मुलगा-मुलगी पाहण्याचा एक टिपिकल कार्यक्रम असतो. आजकाल तरी मुला-मुलींना दहा-पंधरा मिनिटे बोलण्याची संधी दिली जाते. पूर्वी तर मुलगा-मुलगी पाच मिनिटांसाठी समोरासमोर येत, एकमेकांना पाहत, वाटल्यास एखाद-दुसराच प्रश्न विचारत आणि तेवढ्याच एक-दोन क्षणाच्या संवादाच्या आधारे एकमेकांची पसंतीसुद्धा कळवत! तुम्हाला एखादी मुलगी किंवा मुलगा पसंत आहे. तो आवडला किंवा ती आवडली आहे हे कसे ठरते. आवडणे ही भावना काय असते आणि ती कुठून येते? मुलगी समोर आली, तर आपसूकपणे निमिषार्धात पुरुषाचा मेंदू तिचा बांधेसूदपणा, शरीराची प्रमाणबद्धता यावरून तिची प्रजननक्षमता याचा आडाखा बांधतो. तिच्यापासून होणारी संतती आरोग्यदायी असेल का, हिला कुठला शारीरिक आजार किंवा व्यंग आहे का, मानसिक आजाराची काही लक्षणे तिच्या देहबोलीतून दिसत आहेत का या सगळ्याचे हिशोब मानवी मेंदू डोळ्याचे पाते लवते न लवते तोच करतो. याचा परिणाम म्हणून आवडणे किंवा न आवडणे ही भावना तयार होते! एवढे सगळे होते; पण मुलाला मुलगी सुंदर आहे एवढंच कळते! एक सुखद भावना त्याच्या मनात तयार होते आणि तो पसंती कळवतो. याउलट तुम्ही गाडी चालवताना अचानक कुणी आडवा आला तर काळजाचा ठोका चुकतो एक भीती आपल्या मनाचा कब्जा घेते आणि काही कळण्याच्या आत आपला पाय ब्रेक दाबून मोकळा झालेला असतो. इथे भीती ही भावना त्या बिकट क्षणी जिवंत राहण्यासाठी आवश्यक असते!

तुम्ही शेतातून, घनदाट जंगलातून किंवा काळ्याकुट्ट अंधारातून कुठे जात असाल आणि अचानक काही सळसळ ऐकू आली, खुसपूस झाली तर लगेच मनात भीती उत्पन्न होते. सिम्पाथेटीक नर्व्हस सिस्टिम सक्रिय होते. शरीरात अ‍ॅड्रेनलाइन स्रवले जाते. श्वासांची गती वाढते. हृदय जोरजोरात धडधडू लागते. सगळे स्नायू आवळले जातात. रक्तदाब वाढतो. अंगावरचे केस उभे राहतात. लाळग्रंथी लाळ तयार करण्याचे काम मंदावतात आणि घसा कोरडा पडतो. शरीरात तांबड्या पेशी तयार होण्याचे प्रमाण वाढते. जखम झाली, तर रक्त गोठण्यासाठी लागणारा वेळ कमी होतो. मूत्राशय आणि गुदाशय त्यांची दारे बंद करून टाकतात जेणे करून झटापट झाली तर त्यादरम्यान मलमूत्र विसर्जित होणार नाही. सोबतच शरीराचे तापमान नियंत्रित व्हावे याकरिता घामाच्या धारा ओघळायला लागतात! एका क्षणात मानवी देहात प्रचंड ऊर्जा एकवटली जाते. एकंदरीतच माणूस लढायला किंवा पळायला तत्पर होतो. एवढे सगळे भीती ही भावना घडवून आणते! थोडी सळसळ झाली की, मनात भीती आणि शंका तयार होणे हे अश्मयुगात जिवंत राहण्यासाठी

आवश्यक होते म्हणून आजही आपल्याला असे काही घडले की भीती वाटते. किंबहुना, जे पूर्वज अशी सळसळ, खुसपूस ऐकून घाबरून पळाले नाहीत, त्यांना वाघाने-सिंहाने तिथेच फाडून खाल्ले असेल, त्यामुळे त्याचे न भिणारे जीन्स पुढे संक्रमित झालेच नाहीत! थोडक्यात काय तर आपल्या भावना जिवंत राहण्यासाठी आवश्यक अशी साधने आहेत!

बरे, भीतीने एकदा का तिचे काम केले की, त्याच अवस्थेत शरीराने जास्त काळ असणे हेसुद्धा जिवंत राहण्यासाठी चांगले नाही. उच्च रक्तदाब, जोरात होणारी हृदयाची धडधड यामुळेसुद्धा जिवाला धोका आहे म्हणून लगेचच शरीराला शांत करण्यासाठी पॅरा सिम्पाथेटीक नर्व्हस सिस्टम सक्रिय होते. सिम्पाथेटीक आणि पॅरा सिम्पाथेटीक नर्व्हस सिस्टम यांच्यात शरीरावर ताबा मिळवण्यासाठी स्पर्धा निर्माण होते आणि मग परस्पर विरोधी भावनांचा अंतर्गत संघर्ष एका तीव्र टप्प्यावर जाऊन पोहोचतो, त्यामुळे कोरड्या पडलेला घशात लाळ तयार होऊ लागते आणि तोंडाला फेस येतो. चेहरा कधी फिकट तर कधी लालबुंद होऊन जातो. घड्याळाच्या लंबकासारखा माणूस या टोकावरून त्या टोकावर हिंदोळे घेत राहतो. सिम्पाथेटीक नर्व्हस सिस्टम सगळीकडे रक्त पोहोचवण्याचा प्रयत्न करते, तर पॅरा सिम्पाथेटीक नर्व्हस सिस्टम उत्तेजित झालेल्या शरीरातील रक्तदाब कमी करण्याचा प्रयत्न करते. अशा प्रकारे एकाएकी कमी झालेल्या रक्तदाबामुळे कित्येक जण अशा क्षणी मूर्च्छित पडतात. ताणले गेलेले स्नायू पॅरा सिम्पाथेटीक नर्व्हस सिस्टम ढिले करण्याचा प्रयत्न करते, त्यामुळे अशा क्षणी काही जण पखाल सोडतात, तर काहींची चड्डी पिवळी होते! हिंदोळे घेत शेवटी परिस्थिती हळूहळू पूर्वपदावर येते व शरीराची स्थिरता आणि समतोल पुनर्स्थापित होतो.

नैसर्गिक निवडीच्या प्रक्रियेत स्वत:चे अस्तित्व टिकून ठेवण्यासाठी आवश्यक ते निर्णय झटपट घेण्याचे माध्यम म्हणजे भावना! मानवी मेंदूची निर्णय क्षमता वेगवेगळ्या पातळ्यांवर कार्य करते. काही निर्णय झटकन घ्यायचे असतात, तर काही मुद्द्यांवर खोलात जाऊन विचार-विमर्श करण्याची गरज असते. आपल्या भावभावना जलद निर्णय घेण्यासाठी तयार झालेल्या आहेत. गाडी चालवताना अचानक कुणी समोर आला, तर तिथे खोलात जाऊन विचार विमर्श करण्यासाठी वेळ नसतो, त्यामुळे अशा ठिकाणी आपल्याला निर्णय घ्यायला भीती ही भावना धावून येते आणि आपण कचकन ब्रेक दाबून आपला जीव वाचवतो. भीती, राग, आश्चर्य, घृणा, आनंद, किळस अशा इतर भावना आपल्याला आपले अस्तित्व टिकवण्यासाठी आवश्यक ते निर्णय घेण्यात मदत करतात. थोडक्यात, भावना म्हणजे उत्क्रांतीत तयार झालेली तर्कसंगत; पण जलद निर्णय घेणारी यंत्रणा आहे! त्यामुळे भावना आणि तर्क यांच्यात वितुष्ट आहे असे समजण्याचे काही कारण नाही! भावना तर्कनिष्ठ आहेत हे झालेच; पण भावनांशिवाय कोणतेही महत्त्वाचे

नैतिक निर्णय घेणे अशक्य आहे. भावना नैतिकतेचे होकायंत्र आहेत. भावनाच नव्हे, तर संवेदना, आठवणी, तर्क आणि विचार हे सर्व आपल्याला नैतिक निर्णय घ्यायला मदत करतात, दिशादर्शक ठरतात.

***

माणूस आणि इतर सर्व सजीव त्याच्या नातेवाइकांना मदत करतात आणि त्याचे जीन्स पुढे संक्रमित होत राहतील, याची सतत काळजी करत असतात, हे एकदा मान्य केले की, माणूस मूलतः स्वार्थी आहे, अप्पलपोटी आहे, इतरांशी तो चांगला वागतो, ते फक्त स्वत:चे अस्तित्व टिकवण्यासाठी, असा त्याचा अर्थ होतो. माणसाच्या चांगुलपणाच्या मुळाशी त्याची स्वार्थी वृत्ती आहे हा विचार सर्वप्रथम प्रकर्षाने पुढे आला तो **रिचर्ड डाकिन्सने** १९७६ साली लिहिलेल्या **'The Selfish Gene'** नावाच्या पुस्तकातून, आजही ते पुस्तक बेस्टसेलिंग म्हणून गणले जाते. यानंतर मात्र एकूणच नीतिशास्त्र आणि मानवी नैतिकता या विषयांमध्ये मोठे वादळ उठले. आपल्या परोपकारी कृतीच्या मुळाशी आपली स्वार्थी वृत्ती आहे, हा विचारच कित्येक विचारवंतांना बेचैन करू लागला. मानवाचा स्वभावधर्म रंजल्या-गांजल्याना मदत करण्याचा, दुसऱ्याचे दुःख पाहून गहिवरून जाण्याचा, परोपकार करण्याचा आहे की मूलतः स्वार्थी आहे? असा मोठा वाद उभा राहिला. रिचर्ड डॉकिन्सच्या नैतिकतेच्या स्वार्थी विश्लेषणाचा प्रतिवाद होऊ लागला. रिचर्ड डॉकिन्सवर सर्वांत शक्तिशाली, तर्कशुद्ध आणि धारदार हल्ला 'फ्रांस डी वाल' नावाच्या मूळच्या डच प्राइमेटोलॉजिस्ट आणि इथोलॉजिस्टने चढवला.

उत्क्रांतीय जीवशास्त्र आणि उत्क्रांतीय मानसशास्त्र या विषयात रुची निर्माण झाल्यावर, मीसुद्धा 'The Selfish Gene' पुस्तक वाचले. ते वाचताना जीवसृष्टीतले क्रौर्य, स्वार्थीपण आणि फसवणूक यांचे दाखले वाचून मन बेचैन झाले. मानवी स्वभाव-धर्म आणि नैतिकतेचा आधार आणि उगम उत्क्रांतीत आहे, याबद्दल खात्री वाटू लागली होती. उत्क्रांतीच्या मुळाशी असलेला अस्तित्वाचा झगडा मान्य होत होता; पण त्यातून निघणारा स्वार्थी, खुनशी, अप्पलपोटेपणा आणि फसवणुकीचा अन्वयार्थ अस्वस्थ करत होता. माणूस असा नसला पाहिजे, असे वाटत होते, त्यामुळे फ्रांस डी वाल यांची Our Inner Ape, The Bonobo and the Atheist, Mama's Last Hug अशी काही पुस्तके वाचली. फ्रांस डी वाल यांनी डॉकिन्स यांच्या Selfish Gene आणि तत्सम सिद्धान्तावर कडाडून प्रहार केला. ते या विचारसरणीला 'Veneer theory' म्हणतात, ज्याला मराठीत 'बेगडी सिद्धान्त' म्हणता येईल. एखाद्या बेगडासारखी मानवी नैतिकता ही एक सांस्कृतिक आच्छादन आहे, एक पातळ पोशाख आहे, जो खरा स्वार्थी आणि क्रूर स्वभाव लपवतो,

अशी मांडणी सेल्फिश जीन थेअरी करते असे फ्रांस डी वाल यांना सुचवायचे आहे. माणसाची आणि इतर सजीवांची परोपकारी वृत्ती म्हणजे त्यांच्यात खोल रुजलेल्या स्वार्थी वर्तनावर बसवलेला पातळ मुलामा नाही; तर सर्व सजीव आणि विशेषतः सस्तन प्राणी, अंतःस्थ प्रेरणेने, इतरांच्या भल्याचा विचार करतात, अशी फ्रांस डी वाल यांनी मांडणी केली. त्यासाठी ते कित्येक वर्षे चिंपांझी, बोनोबू या मानवाच्या जवळच्या नातेवाईक असलेल्या प्रायमेट प्राण्यांच्या संगतीत राहिले, त्यांच्यावर वेगवेगळे प्रयोग केले. लोक स्वार्थासाठी म्हणून परोपकार करत नाहीत, तर परोपकार ही मानवाची आणि इतर जिवांची नैसर्गिक सहज स्थिती आहे असे त्यांनी मांडले.

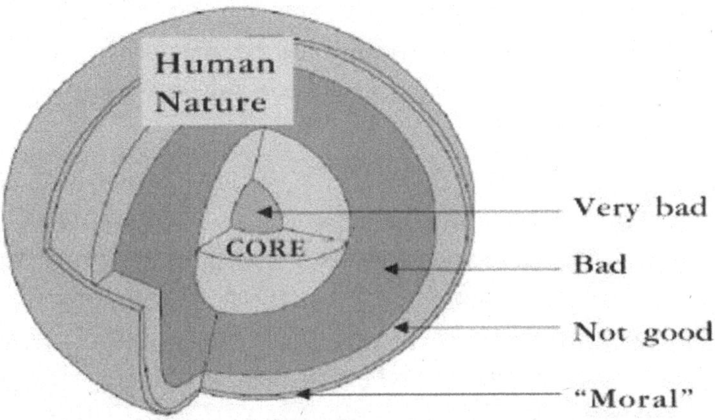

फ्रांस डी वाल यांच्यानुसार 'सेल्फिश जीन'
हा मानवी नैतिकतेचा 'बेगडी सिद्धान्त' आहे.

फ्रांस डी वाल यांच्या मते, मानवाचा चांगुलपणा हा फक्त वरवरचा मुलामा नाही, तर आतल्या गाभ्यापासून, अंतर्बाह्य माणसात चांगुलपणा भरलेला आहे. हे सिद्ध करण्याकरिता त्यांनी सजीवांची अनेकविध उदाहरणे दिली; पण मग माणूस मूलतः स्वार्थी की मूलतः चांगला? या दोन्हीपैकी खरे काय? कदाचित, उत्क्रांतीच्या प्रदीर्घ प्रक्रियेत या दोन्ही गोष्टीं एकमेकांत इतक्या बेमालूमपणे मिसळल्या असाव्यात की अगोदर काय आणि नंतर काय याचे उत्तर काढणे आपल्याला शक्य होणार नाही, तसेही डॉकिन्स त्याच्या पुस्तकात माणूस स्वार्थी आहे असे म्हणाला नाही. आपले जीन्स स्वार्थी आहेत, असे त्याने सांगितले आहे. 'The Selfish Gene' या पुस्तकाच्या नावातच ही गोष्ट अधोरेखित झाली आहे. आपले जीन्स स्वार्थी असतीलही कदाचित; पण म्हणून आपणही स्वार्थी असलेच पाहिजे असे नाही.

***

एकदा जिवाची निर्मिती झाली की 'Evolution by Natural Selection'ची सुरुवात होते. त्याच्यापासून कुणीही सुटत नाही. जगण्याच्या कुत्तरओढीत सर्व सजीव पिसले जातात. या क्षणाला निसर्गात हजारो जीव कुठल्या तरी दुसऱ्या जिवाच्या भक्षस्थानी पडत आहेत. भेदरलेले पाडस जिवाच्या आकांताने धावत आहे. वाघाच्या तावडीत न सापडणे, जिवंत राहणे यासाठी त्यांचा आटापिटा सुरू आहे. जगणे एवढेच जिवाचे ध्येय आहे. सापाला पाहून भयचकित झालेली पाखरे पंख फडफडवत आपल्या खोप्यातून बाहेर पडताहेत आणि साप पक्ष्यांचे पिल्ले, अंडी खातोय! तर कुठे गरूड सापाला संपवतोय. ही सगळी लढाई कशासाठी आहे? याला काही अर्थ आहे का? बुद्धाने त्याचा धम्म 'जगात दुःख आहे' या विचाराच्या आधारावर स्थापन केला. बुद्ध म्हणतो तृष्णा हे दुःखाचे कारण आहे; पण तृष्णेचे कारण काय? कदाचित, जिवंत राहण्याची, अस्तित्वाची धडपड हेच तृष्णेचे कारण आहे. स्ट्रगल फॉर एक्सिटन्स हेच आपल्या भाळी लिहिलेले सत्य आहे. तीच तृष्णा आहे म्हणून उत्क्रांतीच्या प्रक्रियेत दुःख अपरिहार्य आहे!

वाघाने हरिणाला मारणे चूक की बरोबर या प्रश्नात उत्क्रांती पडत नाही. याबाबत उत्क्रांती कुठलाही न्याय-निवाडा करत नाही. उत्क्रांतीच्या प्रक्रियेत दुःख अपरिहार्य असले, तरी उत्क्रांतीला जिवाच्या दुःखाशी काही घेणे-देणे नाही. निसर्ग दयावानही नाही आणि निर्दयीसुद्धा नाही. तो दुःखाच्या बाजूनेही नाही आणि दुःखाच्या विरुद्धसुद्धा नाही. उत्क्रांतीला नैतिकतेचे कसलेही सोयरसुतक नाही. उत्क्रांती नैतिक आणि अनैतिक दोन्हीही नाही; ती नैतिकता विरहित आहे. Evolution is neither moral nor immoral but amoral. नैतिकता खूप जटिल आहे; पण हे सर्व सांगताना मला हे सूचित करायचे आहे की, उत्क्रांती स्वतः नैतिकता विरहित असली तरी उत्क्रांती हीच मानव आणि इतर जिवांच्या नैतिकतेची जननी आहे. उत्क्रांतीच्या प्रदीर्घ प्रक्रियेतून जिवाची नैतिकता तयार होते. नैतिकता कुठल्या पारलौकिक शक्तीपासून, धर्मापासून आणि धर्मग्रंथांपासून निर्माण होत नसून ती उत्क्रांतीतून तयार होते. धर्म नैतिकता शिकवतात; पण म्हणून नैतिकता धर्मातून तयार होत नाही! याचा दुसरा अर्थ तुम्ही जो धर्म मानता, तो धर्म न मानणारे लोक लगेचच अनैतिक होत नाहीत. किंबहुना, कुठलाच धर्म आणि देव न मानणारे लोकसुद्धा अनैतिक नसतात, कारण मानवी नैतिकता उत्क्रांतीतून येते, धर्मापासून नाही आणि माणसाच्या नैतिक प्रगतीसाठी त्याचे स्वार्थी हेतूंपासून पूर्णपणे मुक्त असणेसुद्धा गरजेचे नाही.

***

भाग ४

माणूस

मानवाची उत्क्रांती

पृथ्वीच्या ४६० कोटी वर्षांच्या प्रदीर्घ इतिहासाच्या तुलनेत, 'होमो' या जीन्सचा इतिहास केवळ ३० लाख वर्षांचा आहे. 'Homo' जीन्समध्ये 'Sapiens' व्यतिरिक्त इतर प्रजातीही होत्या. आज फक्त 'Sapiens' ही प्रजाती शिल्लक आहे. कारण, इतर सर्व प्रजाती काळाच्या ओघात नष्ट झाल्या आहेत. या साखळीतील शेवटचा असलेला **होमो सेपियन्स अर्थात आपला इतिहास तर फक्त ३-४ लाख वर्षांचा आहे!** ४६० कोटी वर्षे कुठे आणि ३ लाख वर्षे कुठे! हे समजून घेताना आपण हेसुद्धा लक्षात घेतले पाहिजे की फक्त डायनॉसोर पृथ्वीवर १५ कोटी वर्षे राज्य करत होते. याच पृथ्वीवरच्या समुद्रात Trilobite हे बहुपेशीय सजीव ३० कोटी वर्षे जगले, वाढले आणि नंतर नामशेषसुद्धा झाले; पण यापैकी कुणीच पृथ्वीवर माणसासारखी छाप सोडली नाही. कुणी आपल्यासारखा प्रभाव पाडला नाही. वेळेत मोजायचा झाला, तर माणसाचा प्रवास हा अगदीच तुटपुंजा वाटतो; परंतु या छोट्याशा काळामध्ये माणसाने आपल्या कार्य-कर्तृत्वाचा प्रभाव असा काही पाडला की पृथ्वीच्या इतिहासात इतर जिवांवरच नव्हे तर पृथ्वीवरसुद्धा असे वर्चस्व कुणीच कधीच गाजवले नव्हते. काळाच्या पटावर पाहिले, तर पृथ्वीवरील मानवाचे वर्चस्व डोळ्याचे पाते लवते न लवते तोच प्रस्थापित झालेले आहे. संपूर्ण विश्वाच्या आणि उत्क्रांतीचा शीर्षस्थानी जाऊन पोहोचणे ही मानवतेच्या आणि माणसाच्या बुद्धिमत्तेची कमाल आहे. कोणत्याही एका प्राण्याने पृथ्वीवर इतक्या मोठ्या पातळीवर प्रभुत्व गाजवले याचा कोणताही पुरावा पृथ्वीच्या इतिहासात नाही. मानव उत्क्रांतीच्या शिखरापर्यंत कसा जाऊन पोहोचला याचे उत्तर शोधण्याचे काम सध्या सुरू आहे. मानव उत्क्रांतीतील महत्त्वाचे टप्पे कोणते ते जाणून घेण्याचा प्रयत्न वेगवेगळे तज्ज्ञ करताहेत. या ठिकाणी आपण मानवाच्या या प्रवासाचा मागोवा घेणार आहोत.

आपण पाहिले की माणूस आजच्या वानरांपासून उत्क्रांत झालेला नाही तर आजची वानरे आणि मानव या दोघांचेही पूर्वज एकच आहेत. माणूस हा सस्तन प्राणी जरी असला तरी सस्तन प्राण्यातील 'Primate/नर वानर' या गटात मोडतो. ज्या गटात माणूस आहे तो गट उच्च कुळातला असला पाहिजे ही लोकांची धारणा

होती म्हणूनच या सस्तन प्राण्यांच्या गटाला 'Primate' म्हटले गेले. प्रायमेट या शब्दाचा अर्थ 'पहिल्या दर्जाचा' असा होतो. सस्तन प्राण्यांचे प्रायमेट, रोडेंट्स, कार्निव्होर हे वेगवेगळे गट आहेत. त्यांपैकी माणसाची पूर्वपीठिका प्रायमेट आहे. प्रायमेट हा सस्तन प्राण्यांचा प्रकार विषुववृत्तीय प्रदेशातील जंगलात उदयाला आला असावा. आजही बहुतांश प्रायमेट झाडांवरच राहतात. या फांदीवरून त्या फांदीवर उड्या मारत झोके घेणे यात प्रायमेट निष्णात असतात. असे असेल तरी माणूस तर झाडांवर राहत नाही आणि इतर प्रायमेट प्राण्यांसारखे फांद्यांवर झोकेसुद्धा घेत नाही, असे का? माणसाचे पूर्वज कधीतरी झाडांवरून उतरून जमिनीवर आले असावेत; पण झाडावर मस्त झोके घ्यायचे आणि दिसेल ती पाने, फुले, बेरी, कळी, फळ खायचे सोडून माणसाचे पूर्वज जमिनींवर राहायला का आले असावेत?

साधारण ४ कोटी वर्षांपूर्वी भारतीय प्लेट युरेशियन प्लेटला जाऊन आदळली. त्यानंतर त्या दोन्ही प्लेट्सच्या दबावामुळे हिमालय तयार होऊ लागला. एक कोटी वर्षांपूर्वीपर्यंत हिमालय डौलात उभा राहिला होता. हिमालयाची उंची आजही वाढते आहे; पण एक कोटी वर्षांपूर्वीपर्यंत हिमालयामुळे पृथ्वीच्या वातावरणात आमूलाग्र बदल घडून आला होता. साधारण त्याच काळात उत्तर आणि दक्षिण अमेरिकेला जोडणारी पनामा संयोगभूमी अर्थात "Isthmus' तयार होऊन अटलांटिक आणि पॅसिफिक महासागर वेगळे झालेले होते. पृथ्वीला हिमयुगाची चाहुल लागणे सुरू झाले होते. आपले प्रायमेट पूर्वज मात्र विषुववृत्तीय प्रदेशातील जंगलात या झाडावरून त्या झाडावर झोके घेत फिरत होते; पण या परिस्थितीत हवामान बदलामुळे सगळ्या जगात गवताळ प्रदेश तयार होऊ लागले. साधारण ७० लाख वर्षांपूवी युरेशियात 'स्टेप्पे' उत्तर अमेरिकेत 'प्रीएरे' आणि दक्षिण अमेरिकेतील आजच्या अर्जेन्टिनामध्ये 'पम्पास' हे गवताळ प्रदेश तयार होऊन पृथ्वीचा खूप मोठा भाग गवतांनी व्यापला होता. साधारण त्याच वेळेस आफ्रिकेतील 'सॅव्हाना' तयार होऊ लागले. दाट झाडीच्या सॅव्हाना प्रदेशात गवतांनी शिरकाव केला. या भागात झाडांची संख्या कमी झाली आणि झाडांमध्ये गवताळ जमीन तयार झाली. अजून भरीत भर म्हणजे पाण्याची उपलब्धता ही ऋतूनुसार कमी जास्त होऊ लागली. उन्हाळ्यात पाण्यासाठी झाडांवरून खाली उतरणे आणि मोकळ्या गवतातून चालणे गरजेचे झाले. झाडांची संख्या कमी झाल्याने आता संसाधनांसाठी ताण निर्माण होऊन काही प्राण्यांना मोकळ्या गवतात उतरणे अनिवार्य झाले. याच कारणांमुळे माणसाच्या पूर्वजांना झाडांवरून गवताळ जमिनींवर उतरावे लागेल! आपल्या पूर्वजांनी झाडावरचे जीवन सोडले आणि ते जमिनीवर आले आणि पृथ्वीच्या इतिहासाला वेगळे वळण मिळाले!

आफ्रिकेतील सॅव्हाना प्रदेशातील झाडे आणि गवत

७० ते ४० लाख वर्षांपूर्वी कधीतरी आपले पूर्वज झाडांवरून उतरून जमिनीवर आल्याने माणसाच्या उत्क्रांतीतील एक महत्त्वाचा टप्पा पूर्ण झाला. माणसाचे पूर्वज जरी जमिनीवर आले असले तरी गोरीला, चिंपांझी, ओरांगउटान यांचे पूर्वज मात्र झाडावरच राहिले तिथूनच त्यांची आणि आपली वंशावळ वेगळी झाली. आपले पूर्वज झाडांवरून जमिनीवर आले म्हणजे जमिनीवर कुणी पायघड्या घालून त्यांना बोलवत होते असे मुळीच नाही. उलट ते जमिनीवर आल्यावर त्यांची अवस्था आगीतून फुफाट्यात अशीच झाली असण्याची शक्यता जास्त आहे. जमिनीवरच्या परिस्थितीला ते नवे होते. आफ्रिकेतील सॅव्हानाच्या गवतात हिंस्र प्राण्यांचे वर्चस्व होते. प्रायमेट गटातल्या आपल्या पूर्वजांसाठी हे सगळे अभूतपूर्व होते. जगण्याच्या दबडग्यात जमिनीवरच्या जीवनाशी जुळवून घेण्याशिवाय कुठलाही पर्याय त्यांच्यासमोर नव्हता. झाडावरची फळे, बेरी, फुले खाणाऱ्या माणसाच्या पूर्वजाला जमिनीवर आल्यावर एकतर हिंस्र प्राण्यांसारखे मांस खाणे किंवा शाकाहारी प्राण्यांसारखे गवत खाण्याशिवाय पर्याय नव्हता. गवत पचवण्यासाठी लागणारी पचनसंस्था ताबडतोब विकसित होणे हा काही खेळ नाही. या सगळ्यात आपल्या पूर्वजांचा टिकाव लागणे तसे दुरापास्तच होते. अशा परिस्थितीत जमीन उकरून कंदमुळे खाणे आपल्या पूर्वजांनी सुरू केले असण्याची शक्यता आहे.

हळूहळू उत्क्रांतीने तिची जादू दाखवायला सुरुवात केली. प्रायमेट गटात एक सामाजिक व्यवस्था असते हे जेन गुडाल, फ्रान्स डी वाल आणि इतर Primatologistनी दाखवून दिले आहे. त्यानुसार सामाजिक व्यवस्था आपल्या ३०-४० लाख वर्षांपूर्वीच्या पूर्वजांनासुद्धा वारशात मिळाली असणार. सोबतच

असलेल्या 'Stereoscopic/त्रिमितीय' दृष्टीचा वापर करत आपल्या पूर्वजांनी हिंस्र प्राण्यांना त्यांच्याच होम-ग्राउंडवर पराभूत करायला सुरुवात केली. ह्या सगळ्या प्रक्रियेत आपले पूर्वज चार पायावरून दोन पायांवर चालायला शिकले, त्यामुळे आपल्याला खूप मोठा उत्क्रांतीय फायदा मिळाला; पण चतुष्पाद (Quadrupedal) ते द्विपाद (Bipedal) प्राणी हे स्थित्यंतर झाले तरी कसे?

आपले पूर्वज सॅव्हानाच्या गवतात जमिनीवर आले, तेव्हा हिंस्र प्राण्यापासून अंतर ठेवून राहणे त्यांच्यासाठी गरजेचे होते; पण आजूबाजूला असलेल्या गवतातून दूरवर पाहायचे तर वर उठून पाहण्याशिवाय गत्यंतर नव्हते. या प्रक्रियेतूनच माणूस द्विपाद होत गेला असावा. माणसाला लाभलेली Stereoscopic Vision दूरवर लक्ष ठेवण्यास उपयुक्त होतीच. तसेच दोन पायांवर उभे राहिल्यामुळे वेगवेगळे डावपेच करण्यासाठी हात मोकळे झाले आणि दगड फेकून मारणे सोपे झाले, त्यामुळे बरेच संशोधक, दगडी हत्यारांचा वापर सुरू होण्याअगोदर दोन पायावर चालणे सुरू झाले असावे असे मानतात. सोबतच द्विपाद असल्यामुळे एकंदरीत चपळता वाढली आणि शरीराचे तापमान नियंत्रित करता येणे शक्य झाले असावे. ते काहीही असो आपल्या पूर्वजांना हजारो-लाखो वर्षे चतुष्पाद प्राण्यांपासून द्विपाद प्राणी व्हायला लागले. द्विपाद प्राणी होण्याचे माणसाला बरेचसे तोटेसुद्धा सहन करावे लागले. आपले पूर्वज दोन पायांवर चालायला लागले, दगडी हत्यारांचा वापर करू लागले आणि ते नव्या परिसंस्थेत स्थिरावले. आपल्या पूर्वजांकडे वाघ, सिंह, लांडगा, चित्ता यांच्यासारखे सुळे दात आणि ताकदवान जबडा नव्हता. त्यांच्या इतके वेगवान आपले पूर्वज पळूसुद्धा शकत नव्हते. तरीही बुद्धी, सामाजिक व्यवस्था आणि दगडासारख्या कृत्रिम हत्याराच्या मदतीने परिस्थितीशी झगडा देत आपण टिकून राहिलो.

***

दुपारचे तीन वाजले होते. गोठ्यातून गाईच्या हंबरण्याचा आवाज येत होता. मागच्या काही दिवसांपासून तिच्या हालचाली मंदावल्याचं वाटत होते; पण आता अजून काय झाले हे पाहायला गोठ्यात गेलो, तर तिची नजर भेदरलेली होती. तांबड्या रंगाच्या आमच्या गाईला चरायला घेऊन जाणे, चारापाणी करणे ही कामे बऱ्याच वेळा माझ्या वाट्याला यायची; पण त्या दिवशी नेमके काय होतेय हे कळत नव्हते. काही वेळातच गाईने एका गोंडस वासराला जन्म दिला. जन्म दिल्यावर ते वासरू थोड्या वेळाने लगेच उठून उभे राहिले, चालू लागले आणि गाईला पिऊ लागले. गायसुद्धा वासराला चाटू लागली. हे सगळे होत असताना गाईलासुद्धा विशेष काही त्रास होतोय असे वाटत नव्हते. जन्म झाल्याबरोबर गाईचे वासरू टुणटुणू उड्या मारायला लागते, तर याउलट माणसाचे बाळ जन्माला आल्यानंतर त्याला फक्त उभे राहायला

कित्येक महिने जातात. असे का होते? शेळीने जन्म दिल्यानंतर थोड्याच वेळात तिचे करडू उड्या मारू लागते. डॉल्फिनचे नवजात पिल्लू जन्मताच पोहायला लागते. गाय, डॉल्फिन, शेळी आणि माणूस हे सगळे अर्थातच सस्तन प्राणी आहेत. माणसाचे नवजात त्याच्या आईवर खूप जास्त अवलंबून असते. त्याच वेळी निसर्गातील आपले जे जवळचे भाऊ-बंध आहेत त्यांचे नवजात जन्मल्याबरोबर दुडूदुडू धावू लागते, स्वत:चे रक्षण करू शकते हे असे का होते? माणूस इतका असाहाय्य, परावलंबी व असमर्थ का जन्माला येतो? मागच्या लाखो वर्षांच्या उत्क्रांतीत मानवी मेंदूचा आकार वाढत गेला आहे. उदा. होमो इरेक्टसच्या मेंदूचा आकार १००० cm^3 होता, तर माणसाच्या मेंदूचा आकार १४०० cm^3 आहे. एका बाजूला मानवी मेंदूचा आकार मोठा होत गेला असला, तरी माणूस जसा द्विपाद प्राणी झाला तसे Pelvic Bones अर्थात ओटीपोटाच्या हाडांवर ताण येऊन त्यांचा आकार छोटा होऊ लागला. परिणामी माणसामध्ये मेंदू आणि कवटीचा आकार मोठा असला तरी Birth Canal आकाराने छोटा आहे! पूर्ण विकसित झालेले आकाराने मोठ्या मेंदूचे बाळ ओटीपोटाच्या हाडांच्या रचनेमुळे निमुळत्या झालेल्या गर्भाशयाच्या मार्गातून बाहेर येऊ शकत नाही, त्यामुळे माणसाचे बाळ मातेच्या उदरात पूर्ण विकसित न होता अपूर्ण असतानाच जन्म घेते. माणसाचे बाळ पूर्ण विकास होण्याआधीच जन्माला येतो. माणूस द्विपाद झाला हे त्याचे मुख्य कारण आहे असे बरेच तज्ज्ञ मानतात. असे असले तरी मानववंशशास्त्रज्ञ हॉली डन्सवर्थ यांनी ही शक्यता नाकारली आहे. त्यांनी माणसाचे बाळ पूर्ण विकसित न होताच जन्माला येते हे मान्य केले असले तरी त्याचे कारण वेगळे आहे असे त्या म्हणतात. त्यांच्या मते गर्भातील बालकाच्या वाढीचा दर व त्याला लागणारी ऊर्जा जेव्हा आईच्या चयापचयाद्वारे तयार होणाऱ्या ऊर्जेपेक्षा जास्त होते, तेव्हा पूर्ण वाढ झाली नसली तरी बाळाला जन्म देणे हे मातेला अपरिहार्य होते. थोडक्यात काय तर माणसाचे द्विपाद होणे हे मानवी स्त्रीला त्रासदायक ठरले असे म्हणायला जागा आहे. ते काहीही असले तरी माणूस इतर प्राण्यांसारखा पूर्ण विकसित होण्यापूर्वीच जन्म घेतो याबाबत जवळपास एकवाक्यता आहे. नव्याने विकसित झालेले Neuroscience अर्थात मेंदूशास्त्रसुद्धा याला दुजोरा देऊ लागले आहे. माणूस Work In Progress असतानाच जन्म घेतो, याचा नवजात बालकाच्या माता-पित्यांना मन:स्ताप होतो असे म्हणायला जागा आहे. रात्र-रात्र जागा, बाळाला वेळोवेळी जेवू घाला, पडणार नाही-कुठली इजा होणार नाही याची काळजी घ्या हे सारे करावे लागते म्हणजे एकंदरीत पूर्ण विकसित न होता जन्मला येणारे मानवी नवजात हा आपल्यासमोरचा एक फुकटचा उपदव्याप आहे असे आपण म्हणू शकतो. होय, बरोबर! की नाही? ओके, थोडे थांबा.

चार पायांवर चालणारा माणूस, वाकत-वाकत चालू लागला, नंतर-नंतर होमो इरेक्टससारखे मानव समूहातील आपले पूर्वज ताठ चालू लागले तसं-तसे माणसाचे

नाक जमिनीपासून दूर झाले. माणूस द्विपाद झाल्याचा एक परिणाम म्हणजे माणसाचे 'गंध-ज्ञान/Sense of Smell' हळूहळू कमी कमी होत गेले. चतुष्पाद असलेले आपले पूर्वज जमिनीलगत वावरत असत, त्यामुळे जमिनीवरचे कृमी, कीटक, फुले, कंदमुळे, माती आणि गवताचा वास घेण्याची त्यांची क्षमता जास्त होती. हळूहळू आपले नाक जमिनीपासून दूर गेले आणि घ्राणेंद्रियाचा कमी वापर होऊ लागला. आपले डोके जमिनीपासून वर गेले तसे डोळे आणि कान भोवतालच्या माहितीची प्रभावी साधने म्हणून काम करू लागली. नाकाचे महत्त्व कमी झाले आणि नाकाचा तसेच नाकपुड्यांचा आकार कमी झाला. आपल्या DNAमध्ये वास समजून घेण्यासाठी आज जवळपास ३०० जीन्स आहेत. एकेकाळी घाणेंद्रियाच्या मदतीला १००० जीन्स होते. असे असले तरी आपले गंध ज्ञान अजूनही खूप चांगले आहे. करोडोंचा व्यवसाय करणारी Perfume इंडस्ट्री त्याचा पुरावा आहे. प्राचीन इजिप्ती लोकांसाठी गंध इतका महत्त्वाचा होता की त्यासाठी त्यांची Nefertem नावाची एक स्वतंत्र गंध देवता होती. आपण खातो त्या अन्नाची चव मूलतः गंध ज्ञानातून उत्पन्न होते. दोन पायांवर चालू लागल्यापासून आपले नाक लहान झाले आणि गंध ज्ञान कमी होत गेले एवढे मात्र खरे!

***

माणूस द्विपाद झाला याचा सर्वांत जास्त फटका मानवी स्त्रीला बसला. गर्भारपणात स्त्रीच्या अस्तित्वाला धोका असतो. एवढेच नव्हे माणसाचे बाळ पूर्ण विकसित न होता जन्म घेते, त्यामुळे त्याची खूप देखभाल करावी लागते. याचा फार मोठा भार स्त्रीवर पडतो. गर्भारपणात आठव्या-नवव्या महिन्यात पोटातले बाळ आणि माता यांच्यात ट्रेड ऑफ सुरू होतो. मातेच्या जिवाला धोका असेल, तर बाळाचा जन्म मुदतीपूर्वी होतो, तर काही वेळा बाळ जन्मतःच मृत असते. अशा वेळी मातेचे आरोग्य ठीक नसेल किंवा तिचे वय झालेले असेल तर बाळ आणि माता या दोघांनाही धोका संभवतो. जगात जन्मतःच बाळ मृत नाहीये अशा प्रसूतीदरम्यान आजही एक लाख मातांपैकी १५०पेक्षा अधिक माता मृत्यू पावतात आणि हे सगळे एकविसाव्या शतकात आरोग्याच्या उत्तम सोयी उपलब्ध असताना! मानवी उत्क्रांतीच्या लाखो वर्षांत हे प्रमाण साहजिकच अधिक असले पाहिजे. या सर्व संभाव्य धोक्यांपासून वाचण्यासाठी निसर्गाने माणसांच्या बाबतीत एक नामी शक्कल लढवली. ती म्हणजे रजोनिवृत्ती. आयुष्यात एका टप्प्यानंतर बाळाला जन्म घालणे मानवी स्त्रीसाठी तसेच जन्मणाऱ्या बाळासाठी धोकादायक ठरते म्हणून स्त्रियांची मासिक पाळी बंद होत असावी. पाळी बंद झाल्यानंतर मानवी स्त्री कित्येक वर्षं उत्तम आयुष्य जगते. याउलट इतर प्रजाती प्रजननक्षम नसतील तर लगेच म्हाताऱ्या होऊन मरण पावतात. निसर्गात माणूस आणि काही व्हेल यांच्यातच रजोनिवृत्ती

आढळून येते. रजोनिवृत्तीच्या मागे नैसर्गिक निवडीची आकडेमोडसुद्धा असली पाहिजे. स्वतः नव्याने बाळांना जन्म देऊन जनुकीय संक्रमण करत राहण्यापेक्षा आपल्या अगोदरच्याच मुला-मुलींच्या बाळांचे संगोपन करून हे काम जास्त चांगल्या पद्धतीने करता येऊ शकते असे ही आकडेमोड सुचवत असावी. त्यामुळे रजोनिवृत्ती स्वीकारून आजीबाईच्या भूमिकेत आपल्या वंशाचा वेल वाढवत राहणे मानवाला अधिक फायद्याचे वाटले असावे. असे केल्याने अंतिम उद्दिष्ट साध्य तर होतेच शिवाय कामाचे डुप्लिकेशन होत नाही, धोका कमी होतो आणि मुख्य म्हणजे संसाधनासाठी झगडा निर्माण होत नाही. एकंदरीत रजोनिवृत्तीमुळेच माणसाच्या लहान बाळाला काळजी घेणारी, शी-शू काढणारी, चिऊ-काऊची गोष्ट सांगणारी प्रेमळ आजी मिळाली एवढं मात्र नक्की.

रजोनिवृत्तीमुळे स्त्रीवरचे प्रजननाचे ओझे कमी झाले. प्रसूतीदरम्यान मृत्यूची शक्यता कमी झाली. आयुष्याच्या ऐन मध्यात स्वतःचे बाळ वाढवण्याच्या जबाबदारीतून सुटका झाली, त्यामुळे मानवी स्त्री दीर्घायुषी बनली. अशी दीर्घायुषी बनलेली स्त्री दीर्घायुष्य देणारे जीन्स तिच्या मुलांनासुद्धा संक्रमित करत राहिली, त्यामुळे मानवी पुरुषसुद्धा दीर्घायुषी बनला असावा. या सर्व प्रक्रियेमुळे माणसाला आजोबासुद्धा मिळाले. असे असले तरी पुरुष हा स्त्री इतका दीर्घायुषी बनू शकला नाही. याचमुळे कदाचित जगात सगळीकडे स्त्रीचे सरासरी आयुर्मान हे पुरुषापेक्षा अधिक असते असे आढळून आले आहे. निसर्गात माणूस आणि इतर दोन-चार अपवाद सोडले तर बहुतांश प्राण्यांना आजी-आजोबाच नसतात. वरील स्थित्यंतरामुळे मानवाला ते मिळाले. वयोवृद्ध आणि अनुभवी आजी-आजोबा स्वाभाविकपणे पुढच्या पिढ्यांसाठी ज्ञानाचे भांडार बनले आणि माहितीचे-ज्ञानाचे हस्तांतरण सुकर झाले, त्यामुळे मानवी प्रगतीला बळकटी आली.

***

शेतीचा शोध लागेपर्यंत लाखो वर्षे आपले पूर्वज डोंगर-दऱ्यांत, सॅव्हानाच्या जंगलातील गवतात आणि झाडीत जीवन जगत होते. मानवी इतिहासातला सगळ्यात जास्त काळ आपण सॅव्हानाच्या जंगलातच घालवला आहे. या काळात मानवाने स्वतःच्या रक्षणासाठी दगडांचा वापर केला म्हणून याला अश्मयुगसुद्धा म्हणतात. शारीरिकदृष्ट्या आपले पूर्वज सॅव्हानातील गवताळ जमिनीवर जगण्यास समर्थ नव्हते. कारण, झाडावर राहणाऱ्या कुळातून ते जमिनीवर उतरले होते. त्यांना ना इतर प्राण्यांसारखे धावता येत होते, ना त्यांचे कान, नाक, दात, जबडा त्या परिसंस्थेत राहणाऱ्या इतर प्राण्यांसारखे ताकदवान होते. आपल्या पूर्वजांनी ही शारीरिक मर्यादा कृत्रिम शस्त्रांचा वापर करून दूर केली; पण दगडांची हत्यारे वापरली पाहिजेत, असा विचार आपल्या पूर्वजांनाच का आला, इतर प्राण्यांना का

नाही? निसर्गात लांडगा, कुत्रा, सिंह, वाघ हे दगड, कुऱ्हाड, भाला वापरून शिकार करताना दिसत नाहीत. आपले सगळ्यात जवळचे नातेवाईक चिंपांझी, बोनोबू कधी कधी काही साधने वापरताना दिसतात. एकंदरीतच मानवी कल्पकता एका वेगळ्याच पातळीवर आहे, त्या तुलनेत निसर्गातील इतर प्राणी फारच फिके वाटतात. या चातुर्याचे, सर्जनशीलतेचे काय कारण काय असावे? ज्या सर्जनशीलतेच्या जोरावर माणसाने डोळ्यांचे पाते लवते न लवते तोच सबंध पृथ्वीवर आधिपत्य निर्माण केले ती सर्जनशीलता माणसात आली कुठून? 'रात्र-दिन आम्हा युद्धाचा प्रसंग' अशा परिस्थितीत सतत दक्ष राहून माणसाची कल्पकता बहरली असेल. बरोबर ना! तुम्हाला काय वाटते?

नव्या परिसंस्थेत आपल्या पूर्वजांना सतत दक्ष राहावे लागले आणि त्यातून त्यांची कल्पकता बहरत गेली असे जरी तुम्हाला वाटत असेल, तरी काही वैज्ञानिकांना तसे वाटत नाही. माणसाची कल्पकता जागे किंवा दक्ष राहून नाही, तर झोपून वाढली असावी असे त्यांचे म्हणणे आहे. ब्रिटिश मेंदू शास्त्रज्ञ व निद्रातज्ज्ञ Matthew Walker यांनी 'Why We Sleep' या पुस्तकातून तशी शक्यता व्यक्त केली आहे.

***

दिमित्री मेंडेलिव्ह रशियातल्या पूर्वेकडच्या सायबेरियामध्ये १८३४ साली जन्माला आला. त्याच्या आई-वडिलांचा तो सतरावा मुलगा होता. त्याच्या लहानपणीच त्याचे वडील अंध झाले आणि त्यांना शिक्षकी पेशा सोडावा लागला. इतकी सारी खाणारी तोंडे असताना घर कसे चालवायचे या विवंचनेत त्याच्या आईने काच कारखाना सुरू केला; पण पुढे कारखान्याला आग लागली आणि कारखाना बंद पडला. भरीत भर म्हणजे हे सगळे चालू असतानाच मेंडेलिव्हचे वडीलसुद्धा वारले. त्या विपन्नावस्थेत त्याची आई त्याला घेऊन मॉस्कोला आली; पण मॉस्को विद्यापीठात मेंडेलिव्हला काही प्रवेश मिळाला नाही. मग त्याची आई त्याला घेऊन रशियाच्या उत्तरेकडे असलेल्या सेंट पिट्सबर्गला गेली. तिथेच त्याने शिक्षण पूर्ण केले, त्यातच त्याला क्षयरोग झाला. असे खडतर आयुष्य जगत असताना तो १८६४ साली रशियातील सेंट पिट्सबर्ग विद्यापीठात प्रोफेसर म्हणून रुजू झाला. त्या वेळी रसायनशास्त्र अजून विकसित होत होते. नव-नव्या मूलद्रव्यांचा शोध लागत होता; पण तोपर्यंत रसायनशास्त्राकडे कुणी लक्ष देत नव्हते. फार फार तर कोळसा आणि रंगकाम या क्षेत्रांतील उद्योजक त्यात स्वारस्य ठेवून होते. नव्याने सापडणाऱ्या मूलद्रव्यांचे गुणधर्म, त्यातील आंतरसंबंध आणि एकूणच रसायन शास्त्राचे संकेत याविषयी काम करणारी कुठलीही संस्था अस्तित्वात नव्हती. रसायनशास्त्रातील रसायनांच्या नावांचे

संकेत ठरवणारी International Union of Pure and Applied Chemistry (IUPAC) ही संस्था स्थापन होण्यासाठी १९१९ साल उजाडावे लागणार होते. थोडक्यात १८६०च्या दरम्यान रसायनशास्त्र म्हणजे सावळा-गोंधळ होता. या सगळ्या पार्श्वभूमीवर दिमित्री मेंडेलिव्ह सापडणाऱ्या मूलद्रव्यांत सुसंगती लावण्याचा प्रयत्न करत होता. मूलद्रव्यांना त्यांच्या गुणधर्माप्रमाणे व्यवस्थित मांडता येईल का याचा विचार करत होता; पण कोंडी फुटत नव्हती. कुठून सुरू करावे, काय आधार घ्यावा म्हणजे या मूलद्रव्यांचा काही अर्थ लावता येईल असा तो विचार करत होता. वर्षा मागून वर्षे जात होती. अखेरीस १८६९ साल उजाडले तरी काही होताना दिसत नव्हते. एके दिवशी रात्री झोपेत असताना त्याला स्वप्न पडले. सगळी मूलद्रव्ये एका टेबलवर चढत्या Atomic Number नुसार मांडली गेली आहेत, असे मेंडेलिव्ह यांनी स्वप्नात पाहिले. मेंडेलिव्ह यांनी त्यांच्याच शब्दात हा अनुभव सांगितला आहे ते म्हणतात, "I saw in a dream a table where all elements fell into place as required. Awakening, I immediately wrote it down on a piece of paper, only in one place did a correction later seem necessary." मेंडेलिव्ह यांनी सगळ्या मूलद्रव्यांची मांडणी स्वप्नात पाहिल्याप्रमाणे केली. बाकीचा इतिहास तर आपल्याला माहितीच आहे.

या टेबलच्या आडव्या रांगेला Period आणि उभ्या रांगेला Group म्हटले गेले. या संपूर्ण रचनेला 'Periodic Table' असे म्हटले गेले. या एका टेबलने रसायनशास्त्राला आकार आला. एक स्वरूप प्राप्त झाले. पिरियॉडिक टेबल हा मानवी इतिहासातील सगळ्यात प्रभावी, सगळ्यात शक्तिशाली, सगळ्यात महत्त्वपूर्ण चार्ट आहे. आश्चर्य याचे की, तो मेंडेलिव्ह यांना स्वप्नात दिसला!

***

कुणीतरी तुमच्यावर प्राणांतिक हल्ला करतो आहे! तुम्ही पळण्याचा प्रयत्न करत आहात; पण तुमचे हात-पाय उचलत नाहीयेत. कितीही प्रयत्न केला तरी तुम्हाला ना धावता येते ना ओरडता येते. तुम्ही घामाने डबडबले आहात. अस्वस्थता वाढत चालली आहे आणि एका क्षणी तुम्ही ताडकन झोपेतून उठता!! तुमच्या घशाला कोरड पडलेली असते. तळहातांना घाम फुटलेला असतो. श्वास जोरात सुरू असतो. जे पाहिले ते एक स्वप्न आहे असे कळल्यावर कुठे तुमच्या जिवात जीव येतो. हे फक्त स्वप्न आहे याबद्दल धन्यवाद मानत तुम्ही पाणी पिऊन परत झोपण्याचा प्रयत्न करता. असे अनुभव तुम्हाला आले असण्याची शक्यता आहे; पण तुम्हाला कधी असा प्रश्न पडलाय का की, स्वप्नात तुमच्यावर हल्ला झाला तरी तुम्हाला धावता किंवा ओरडता का येत नाही?

झोपल्यानंतर आपले शरीर वेगवेगळ्या अवस्थांतून जाते. झोपेचे Rapid Eye Movement Sleep (REM) आणि Non-Rapid Eye Movement Sleep (NREM) हे दोन मुख्य प्रकार आहेत. ज्याला आपण गाढ झोप म्हणतो ती म्हणजे NREM स्लीप. NREM झोपेचे काही उपप्रकारसुद्धा आहेत; पण ते या ठिकाणी महत्त्वाचे नाहीत. गाढ झोपेतून उठवणे अवघड असते. गाढ झोपेत असताना स्वप्न पडत नाहीत. रात्री झोपल्यावर सुरुवातीला ही झोप जास्त प्रबळ असते. गाढ झोपेत शक्तिशाली आणि लयबद्ध वेव्ह आपल्या मेंदूत तयार होतात; पण हळूहळू झोपेच्या दुसऱ्या आणि तिसऱ्या प्रहरात NREM स्लीपचे प्रमाण कमी होऊन REM Sleepचे प्रमाण वाढू लागते. REM स्लीप चालू असताना आपले डोळे गरगरा फिरतात म्हणूनच तिला रॅपिड आय मूव्हमेंट स्लीप म्हणतात. REM झोपेत मेंदूमध्ये लयबद्ध वेव्ह तयार होत नाहीत. वेगवेगळ्या ब्रेन वेव्हचा एक प्रकारचा गोंगाट तयार होतो.

पहाटे पहाटे येणाऱ्या REM झोपेत दोन मजेशीर गोष्टी होतात. एकतर शरीर पांगळे होते आणि दुसरे म्हणजे स्वप्न पडतात. स्वप्न पडणे आणि शरीर पंगू होणे यांचा काही संबंध आहे का? तर हो, आहे. स्वप्न पाहत असताना शरीर पंगू नाही झाले, तर माणूस स्वप्नांत दिसणाऱ्या गोष्टी वास्तवात करू लागेल. स्वप्नात तुम्ही कुणाला लाथ मारली, तर तुम्ही तुमच्या शेजारी झोपलेल्या व्यक्तीला लाथ माराल! स्वत:चे स्वप्न कृतीत आणून स्वत:ला अपाय करून घेऊ नये म्हणून निसर्गाने स्वप्न पाहताना शरीर पांगळे करण्याची करामत केली. जेणेकरून आपण निर्धास्तपणे स्वप्न पाहू शकू. ह्यामुळेच स्वप्नात आपल्यावर हल्ला झाला किंवा आणीबाणीची परिस्थिती आली तरी आपल्याला धावता किंवा ओरडतासुद्धा येत नाही.

मानवी इतिहासाचा जवळ जवळ एक तृतियांश हिस्सा आपण झोपेत होतो, तरीही जेव्हा जेव्हा इतिहास लिहिला गेला, तेव्हा या एक तृतियांश काळाबद्दल काहीच लिहिले गेले नाही. झोपेत असताना कोणताही प्राणी सर्वांत जास्त असुरक्षित असतो. झोपेच्या वेळी निपचित पडलेले असताना प्राण्यांच्या जिवाला सर्वाधिक धोका असतो, तरीही उत्क्रांतीच्या प्रक्रियेत झोपेला पर्याय तयार झाला नाही. स्वत:चा जीव धोक्यात जात असला तरी निसर्गातले जवळपास सगळेच प्राणी झोपतात म्हणजेच झोपेची उपयोगिता झोपेत असताना जीव धोक्यात पडतो या वैगुण्यापेक्षा जास्त असली पाहिजे. तसे नसते तर उत्क्रांतीच्या प्रक्रियेत झोप कालबाह्य झाली असती. आता डॉल्फिनचेच उदाहरण घ्या ना. डॉल्फिन हा सस्तन प्राणी आहे, त्यामुळे तो माशांसारखे Gills अर्थात कल्ल्याद्वारे श्वसन करत नाही. डॉल्फिनच्या माथ्यावर नाक असते, त्याद्वारे तो श्वसन करतो. डॉल्फिनच्या या नाकाला 'Blow Hole' म्हणतात. श्वसनाच्या या भानगडीमुळे डॉल्फिनला वेळोवेळी श्वास घेण्यासाठी पाण्यातून वर यावे लागते. ते सतत पाण्यातून वर येतात म्हणूनच एखाद्या ठिकाणी डॉल्फिन असतील, तर ते आपल्याला लगेच दिसतात;

पण समजा हेच डॉल्फिन पाण्यात झोपले तर? तर ते श्वासाविना पाण्यात बुडून मरण्याची शक्यता आहे; पण तरीही डॉल्फिनने झोपणे सोडले नाही. यावर त्यांनी उपाय शोधला. तो म्हणजे एका वेळी डॉल्फिनच्या मेंदूचा अर्धा भाग झोपतो आणि मेंदूच्या उरलेल्या अर्ध्या भागाचा उपयोग करून डॉल्फिन झोपेत असतानासुद्धा श्वास घेण्यासाठी पाण्याच्या वर येतो. नंतर थोड्या वेळाने उर्वरित अर्धा मेंदू झोपतो. डॉल्फिनच्या मेंदूचे दोन्ही भाग आलटून पालटून झोपतात; पण झोपणे मात्र सोडत नाहीत. निसर्गात झोप अपरिहार्य आहे. झोप गरजेची आहे हे ठीक आहे; पण मग झोपेचे वेगवेगळे प्रकार का? आणि आपल्याला काही काळासाठी पांगळे करणारी आणि स्वप्न घेऊन येणारी जी REM स्लीप आहे तिची उत्क्रांतीय उपयोगिता काय? तर REM स्लीप मेंदूत स्वप्नांच्या माध्यमातून अप्रकट, अतार्किक आणि परस्पराहून भिन्न तर कधी कधी हास्यास्पद गोष्टींची घुसळण घडवून आणते. त्यातूनच जन्म घेते सर्जनशीलता, कल्पकता आणि नवनवोन्मेषशाली प्रतिभाशक्ती!

REM स्लीप स्वप्नांच्या माध्यमातून कल्पकता जागवत असली, तरी ती झोप घेताना आपले शरीर पांगळे झालेले असते हे आपण लक्षात ठेवले पाहिजे. आता क्षणभर असा विचार करा की, तुम्ही झाडाच्या फांदीवर झोपलेला आहात. तुम्हाला झोप लागून एक प्रहर टळला आहे. तुम्हाला गोड स्वप्न पडू लागले आहेत. हे स्वप्न पाहत असताना तुमच्या शरीरातील स्नायू ढिले होऊन तुम्ही पंगू झालेला आहात. अशा वेळी एक दोन क्षणांची गफलत झाली तरी आणि तुम्ही झाडावरून कोसळून खाली पडू शकता. आपले पूर्वज जमिनीवर येण्यापूर्वी झाडांवरच राहत होते आणि झाडांवर असताना REM स्लीप घेणे धोकादायक आहे, त्यामुळे झाडांवर असूनसुद्धा निद्रादेवीची घनघोर आराधना करणारे वानर स्वप्न पाहू लागण्याच्या आत कोसळून तत्क्षणी गतप्राण होण्याचीच जास्त शक्यता आहे. अशा माकडांना स्वप्नभंग झाला तरी चालेल; पण त्यांचे अस्तित्वच भंग होऊ नये असे वाटणे साहजिक आहे. या कारणामुळे झाडांवर राहणाऱ्या प्राण्यांत REM झोपेचे प्रमाण कमी असणे स्वाभाविक आहे. आजही आपण आपले जवळचे नातलग असलेले चिंपांझी, बोनोबू, गोरिल्ला यांची REM झोप मोजली तर ती माणसापेक्षा खूप कमी भरते; पण माणसाच्या झोपेतील तब्बल २० ते २५% वाटा REM झोपेचा असतो. आपले पूर्वज झाडावरून जमिनीवर आले, तेव्हा त्यांची ही REM झोप वाढली असणार. कारण, आता ते जमिनीवर झोपत होते, झाडावरून खाली पडण्याची कुठलीही शक्यता त्यात नव्हती. अशा प्रकारे जमिनीवर आल्यानंतर माणसाची स्वप्ने, निद्रा आणि पर्यायाने त्याची कल्पकताही वाढत गेली असावी. याच कल्पकतेचा वापर करून माणसाने दगडाचा अस्त्र म्हणून वापर करायला सुरुवात केली. उण्या-पुऱ्या काही लाख वर्षांत सजीवांच्या अन्न साखळीच्या शीर्षस्थानी जाऊन सबंध पृथ्वीला अभूतपूर्व बदलण्याची अचंबित करणारी करामत मानवाने केली. याच्या सगळ्याच्या

मुळाशी मानवाची झोप असेल असे कुणी झोपेतसुद्धा बोलले नसते; पण आधुनिक मेंदू आणि निद्राशास्त्र तर हेच सांगत आहे. यानंतर यथावकाश माणसाला अग्नीचा शोध लागला. अग्नीच्या शोधाने माणसाचे जीवन आश्वासक झाले. भीती कमी झाली आणि सगळ्यात महत्त्वाचे म्हणजे माणसाची कल्पकता अजूनच वाढली. कसे ते आपण पाहूच.

***

रिचर्ड फेयनमन हा विसाव्या शतकातला ख्यातनाम वैज्ञानिक. तो जन्माने ज्यू; पण धर्मश्रद्ध नव्हता. कुठल्याही सत्तेसमोर झुकायचे नाही हा त्याचा बाणा. अमेरिकेच्या अणुबॉम्ब निर्मितीचा 'Manhattan Project' सुरू असताना तो त्याच्या विशीतच होता. १९४५ला अणुचाचणी होणार होती, तेव्हा तिथे काम करणाऱ्या सगळ्या वैज्ञानिकांना सांगण्यात आले की तुम्ही 'वेल्डर लेन्स'च्याद्वारेच अणुचाचणी पाहा; पण याने ऐकले नाही. उघड्या डोळ्यांनी पाहिल्यास काहीच होणार नाही असा त्याचा अभ्यास सांगत होता. कोणत्याही ॲथॉरिटीला न जुमानता त्याने अणुचाचणी उघड्या डोळ्यांनी पाहिली. अर्थात त्याला काहीच इजा झाली नाही. असा हा अवलिया. Quantum Physics आणि Special Relativity या दोन्ही मध्ये मिलाफ घडवून आणणारी Quantum Electrodynamics (QED) या थेअरीचा उद्गाता रिचर्ड फेयनमन हाच आहे.

एकदा फेयनमनने असा विचार केला की, समजा एखाद्या भयावह संकटात मानवाचे सगळे ज्ञान नष्ट झाले आणि एकच वाक्य आपण पुढच्या पिढ्यांना आणि आपल्या उत्तराधिकारी जिवांना देऊ शकत असू तर ते कोणते असेल. त्याच्या मते, 'सगळ्या गोष्टी अणूंपासून बनलेल्या असून, ते सतत फिरत असतात, थोडे दूर असतील तर एकमेकांना आकर्षित करतात; पण खूप जवळ आणले, तर एकमेकांना दूर लोटतात.' हे ते वाक्य असले पाहिजे. निसर्गातल्या बहुतांश गोष्टी अणूंची चुळबुळ या अर्थाने समजून घेता येतात असे फेयनमन यांचे मत होते. "Everything that living things do can be understood in terms of the jiggling and wiggling of atoms" हे त्यांचे फार प्रसिद्ध कथन आहे. आता आगीचेच घ्या ना. इलेक्ट्रॉनच्या विशिष्ट संख्येमुळे निसर्गात ऑक्सिजनचा अणू एकटा राहता नाही, तो दुसऱ्या ऑक्सिजनच्या अणूंसोबत मैत्री करूनच राहतो (O_2). लाकडात किंवा गवतात जास्त कार्बन असतो. ऑक्सिजन आणि ऑक्सिजन किंवा कार्बन आणि कार्बन मध्येसुद्धा जितके आकर्षण नसते, त्यापेक्षा जास्त आकर्षण कार्बन आणि ऑक्सिजन मध्ये असते. कार्बन आणि ऑक्सिजन यांचे फार जमते, त्यामुळे हे ऑक्सिजन जेव्हा लाकडाच्या किंवा गवताच्या जवळ येतात, तेव्हा ते कार्बनच्या अणूंना चोरू लागतात. या प्रक्रियेत ऑक्सिजनचे अणू कार्बनच्या अणूंना जोरजोरात

येऊन मिळतात. ते दोघंही एकमेकांना कडाडून मिठ्या मारायला लागतात, हे एकमेकांवर आदळल्याने अणू गरम होऊ लागतात. या सगळ्यात खूप ऊर्जा तयार होते. ती म्हणजेच आग. अणू एकमेकांवर आदळल्याने उष्णता तयार होते. कधी कधी तयार होणारी ऊर्जा इतकी जास्त असते की, ऊर्जा स्वत:ला उष्णतेतच नव्हे, तर प्रकाशच्या रूपातसुद्धा व्यक्त करू लागते आणि आपल्याला अग्नीच्या ज्वाला दिसू लागतात. कार्बन आणि ऑक्सिजन एकमेकांना कडकडून मिठी मारतात. या मिठीतल्या आवेगामुळे ऊर्जा बाहेर पडते. ती बाहेर पडलेली ऊर्जा म्हणजेच अग्नी होय. अग्नी म्हणजे कार्बन आणि ऑक्सिजनचे अणू एकमेकांवर जोरजोरात आदळण्याचा परिणाम आहे! निसर्गातल्या गोष्टी अणूंची वळवळ-चुळबुळ या अर्थाने समजून घेता येतात असे फेयनमन म्हणतो ते काही चूक नाही.

माणसाने अग्नीवर ताबा मिळवण्याअगोदर ती निसर्गात अस्तित्वातच नव्हती का? तर नाही. ऑक्सिजनचे प्रमाण वाढले की वणवे पेटतात हे आपण वर पाहिले आहे. अग्नी निसर्गात होताच; पण त्याच्यावर ताबा मिळवणे आणि त्याचा आपल्या रक्षणासाठी वापर करणे ही फार क्रांतिकारी गोष्ट होती. माणसांच्या पूर्वजांनी अग्नीवर ताबा कधी मिळवला याबाबत मतमतांतरे आहेत; पण साधारण १५ ते २० लाख वर्षांपूर्वी कधीतरी माणसाने अग्नीचा स्वत:साठी वापर करायला सुरुवात केली असावी. अग्नीमुळे अश्मयुगीन माणसाच्या आयुष्यात स्थैर्य आले. एखाद्या वाघाला, सिंहाला पळवून लावण्यासाठी आगीचा एक टेंभा आता पुरेसा होता. कडाक्याच्या थंडीपासून, बोचणाऱ्या वाऱ्यापासून अग्नी माणसाचे रक्षण करू लागला. चिंपांझी, बोनोबू, गोरिल्ला यांच्या तुलनेत आपल्या अंगावर खूप कमी केस आहेत याचे कारण माणसाने केलेल्या अग्नीच्या उपयोगात असण्याची शक्यता आहे. अग्नीमुळे आता मानव थंडीतही गरम राहू शकत होता. परिणामी अंगावरील थंडी-वाऱ्यापासून वाचवण्यासाठी असलेले केस हळूहळू कमी झाले असावेत.

यासोबतच, आता माणूस अग्नीचा वापर करून शिजवलेले अन्न खाऊ लागला. एकतर शिजलेल्या अन्नामुळे मांसाच्या तुकड्यात असलेले घातक जीवाणू आणि विषाणू माणसाच्या पोटात जायचे थांबले, त्यामुळे आयुमर्यादा वाढली आणि दुसरे म्हणजे शिजवलेले अन्न खाल्ल्यामुळे ते पचवणे पूर्वीइतके अवघड राहिले नाही. अन्न पचन करण्यासाठी कमी ऊर्जा लागू लागली. ही सगळी बचत झालेली ऊर्जा मेंदूच्या वापरासाठी मोकळी झाली! मेंदू हे खूप महागडे मशीन आहे ते सगळ्यांनाच परवडेल असे नाही म्हणूनच निसर्गात शरीराने महाकाय असलेल्या कित्येक प्राण्यांचा मेंदू अतिशय छोटा आहे. एक उदाहरण फार मजेशीर आहे. काही समुद्री गोगलगाईंना त्यांच्या आयुष्याच्या सुरुवातीला छोटासा मेंदू असतो. त्याचा वापर करून त्या अन्न मिळवायला, शिकार करायला शिकल्या की मग त्याच तो मेंदू खाऊन टाकतात! जेव्हा स्वत:चा मेंदू खाणाऱ्या गोगलगाईबद्दल माझ्या मित्राशी बोलणे झाले,

तेव्हा तो म्हणाला 'अरेच्या, पोटाची सोय लागेपर्यंतच डोके वापरतात म्हणजे या गोगलगाईसुद्धा सरकारी अधिकाऱ्यांसारख्याच आहेत म्हणायच्या!' एक सरकारी अधिकारी असल्यामुळे त्याने ही कोपरखळी मारली होती. त्यातला गमतीचा भाग सोडून द्या; पण मेंदूसारख्या महागड्या अवयवाला लागणारी ऊर्जा पुरवणे, त्याची देखभाल व सर्व्हिसिंग करणे समुद्री गोगलगाईंना शक्य होत नाही. परिणामी त्या त्यांचाच मेंदू खाऊन टाकतात. मेंदू शरीरातील ऊर्जा अधाशासारखा बकाबका खात राहतो. मानवी मेंदूचे वजन आपल्या शरीराच्या फक्त २% एवढे असले तरी त्याला शरीरातील एकूण ऊर्जेपैकी १६ ते २०% ऊर्जा लागते. अग्नीच्या रूपात माणसाने शरीरातील पचनसंस्थेला पूरक अशी अजून एक पचनसंस्था शरीराबाहेर तयार केली. अग्नीच्या शोधानंतर अन्नाचे पचन करण्यासाठी लागणारी ऊर्जा खूप कमी झाली. आता तीच ऊर्जा मेंदू वापरू लागला, त्यामुळे त्यापुढच्या काळात मानवी मेंदूचा आकार वाढत गेला. सोबतच शिजलेले अन्न असल्यामुळे त्याला जास्त चावून खाण्याची गरज नव्हती. हळूहळू माणसाचा निमुळता असलेला जबडा बारीक होत गेला, त्यामुळे दातांची संख्यासुद्धा कमी होत गेली असावी.

आपले पूर्वज जमिनीवर राहायला आल्यापासून त्यांची REM Sleep अर्थात स्वप्न निद्रा वाढली हे आपण पाहिले, तरीही आपले पूर्वज रात्रीच्या वेळी झोपेत असताना हिंस्र प्राण्यांच्या हल्ल्याला बळी पडत असावेत किंवा काही जण झाडावर झोपायला जात असावेत; पण अग्नीच्या शोधानंतर हे सगळे बदलले. आता गुहेच्या तोंडाशी किंवा मानवीवस्तीच्या बाजूला रात्रीच्या वेळी आग लावून झोपले, तर हिंस्र प्राण्यांपासून रक्षण करणे सोपे झाले. एवढेच नव्हे साप, विंचू यांसारख्या सरपटणाऱ्या प्राण्यांपासूनसुद्धा बचाव होऊ लागला. मधमाश्या, मच्छर आणि इतर कीटकसुद्धा आगीच्या भक्षस्थानी पडू लागले. अग्नीमुळे माणसाचे जमिनीवरचे वास्तव्य अजून पक्के झाले. रात्रीची शांत झोप मिळू लागली, त्यामुळे माणसाची प्रतिभा अजूनच बहरून आली! माणसाचा मेंदू आता अमूर्त, तार्किक गोष्टींबद्दल विचार करण्याचा क्षमतेच्या जवळ जाऊ लागला.

मानवी नैतिकतेच्या आपपरभावामुळे प्रत्येकाच्या आयुष्याच्या कहाणीत कुणीतरी व्हिलन असतो, ह्याबद्दल आपण 'जाणीव आणि नैतिकता' या प्रकरणामध्ये बोललो आहोत. याचीच दुसरी बाजू दाखवणारा एक डायलॉग गँग्स ऑफ वास्सेपूर चित्रपटात तिगमांशू धुलियाच्या तोंडी येतो. तो म्हणजे 'सबके दिमाग में अपनी-अपनी पिक्चर चल रही है। सब साले हिरो बनना चाह रहे अपनी पिक्चर में।' याचा अर्थ असा की, प्रत्येक जण स्वत:च्या कहाणीत हिरो बनण्याचा प्रयत्न करत असतो म्हणजेच त्या कहाणीत कुणीतरी व्हिलन असतो असा याचा अर्थ होतो, हो ना? पण याही पेक्षा एक मोठा अर्थ यातून काढता येतो तो म्हणजे प्रत्येक जण एक कहाणी, एक गोष्ट डोक्यात विणत असतो! गोष्ट आवडत नाही असा माणूस भेटणार

नाही. नाटक, चित्रपट, कथा, कादंबरी, महाकाव्य, यातून आपण एक कहाणीच सांगत असतो. लहानपणी तुम्ही तुमच्या आईकडे किंवा आजी-आजोबांकडे गोष्ट सांगा म्हणून हट्ट धरला असेलच. प्रश्न हा आहे की माणसाला गोष्ट इतकी का आवडते? रामायण, महाभारत, इलियड, ओडिसी यांसारखी महाकाव्ये रचणे, त्यांचे जतन करणे आणि पुढच्या पिढ्यांना ते प्रसृत करीत राहणे यासाठी मानवाने प्रचंड वेळ आणि ऊर्जा ओतली आहे. माणूस हे असे का करतो? एकवेळ, ऐतिहासिक सत्य गोष्टींचे जतन केले तर समजू शकते; पण अस्तित्वात नसणाऱ्या जगाबद्दलच्या काल्पनिक कथांचे जतन करण्यामागे काय कारण असले पाहिजे?

गोष्ट सांगणे, ऐकणे आणि डोक्यात आयुष्याची गोष्ट विणत राहणे याचा सर्व्हायव्हलसाठी काहीतरी फायदा माणसाला होत असला पाहिजे त्याशिवाय माणूस ही फुकाची खटाटोप करणार नाही. याचे उत्तर आपल्याला कथेच्या बांधणीमध्ये सापडेल. प्रत्येक कथेत मग ते 'रामायण' असो, 'महाभारत' असो, 'शोले' असो वा 'दिलवाले दुल्हनिया ले जायेंगे' असो त्या सगळ्यात एक प्रकारचा झगडा, एक संघर्ष किंवा कॉन्फ्लिक्ट दडलेला असतो. काहीतरी समस्या, कोणती तरी अडचण आणि कसला तरी संघर्ष प्रत्येक कथेत अंगभूत असतो. कथेचा नायक आपली बुद्धी, चातुर्य किंवा वर्तन यांच्या जोरावर त्या झगड्यावर, समस्येवर सहीसलामत मात करतो आणि नेमके हेच माणसाला पाहिजे असते. गोष्टीच्या मदतीने अमुक एका अडचणीत काय तोडगा काढावा याचे 'Mental Models' माणसे गोळा करतात. न जाणो एखादा बाका प्रसंग उभा राहिला, तर त्यातून मार्ग कसा काढायचा याची मॉडेल्स माणसाला गोष्टींतून मिळतात. माणसाला मेंदूच्या भात्यात गोष्टींच्या रूपाने वेगवेगळ्या प्रसंगी वापरण्यासाठीचे धारदार बाण ठेवता येतात. गोष्ट एका सिम्युलेटरसारखे आपल्या मेंदूला प्रशिक्षित करते. मनातल्या मनात रंगीत तालीम घडवून आणते, त्यामुळे शिकार करताना, दैनंदिन जीवन जगताना या मेंटल मॉडेल्सचा खूप उपयोग झाला. गोष्टींचा माणसाच्या सर्व्हायव्हलमध्ये मोठा हातभार लागला आणि म्हणूनच कथा सांगण्याची प्रेरणा ही माणसात सर्वत्र आढळून येते; पण इथे एक प्रॉब्लेम आहे आणि तो रसेलच्या भाषेत सांगायचा झाला, तर 'कुत्रा कितीही छान भुंकत असला तरी तो स्वत:चे आत्मचरित्र सांगू शकत नाही, तो हे सांगू शकत नाही की त्याचे आई-वडील गरीब असले तरी प्रामाणिक होते' आणि जर कुत्रा हे करू शकत नसेल, तर माणूस का करू शकतो? तर याचे उत्तर आहे भाषा. भाषेशिवाय तुम्ही गोष्ट सांगू शकत नाही. गोष्ट सांगण्यासाठी लागणारी ही भाषा कुठून आली?

***

माणसाची भाषा नेमकी कशी तयार झाली हे आपल्याला नक्की माहिती नाही. कदाचित, लाखो वर्षांच्या प्रक्रियेत हळूहळू गरज म्हणून भाषा तयार झाली असावी. एकत्र मिळून शिकार करताना समन्वय साधण्यासाठी, दगडाचे हत्यार बनवण्याचे कौशल्य प्रसृत करण्यासाठी असेल किंवा समूहात राहताना एकमेकांशी संवाद साधण्यासाठी भाषा हळूहळू विकसित होत गेली असावी. झाडावरून खाली उतरल्यावर वाढलेल्या स्वप्न निद्रेमुळे आणि अग्नीच्या शोधानंतर वाढत गेलेल्या मेंदूच्या क्षमतेमुळे किंवा अशाच इतर कोणत्या तरी कारणामुळे माणसाचे जगाबद्दलचे आकलन आणि कल्पकता वाढत गेली असावी. माणूस अमूर्त गोष्टीबद्दल विचार करू लागला असावा. निसर्गातील बहुतांश जीव एकमेकांशी संवाद साधतात; पण माणसाची भाषा इतरांपेक्षा फार वेगळी आहे. माकड, हरीण किंवा इतर प्राणी वर्तमानातील धोक्याबद्दल, भूक लागली असेल तर त्याबद्दल संवाद साधू शकतात; पण मानव शक्यतांबद्दल, कल्पनेबद्दल आणि अस्तित्वात नसलेल्या गोष्टींबद्दल सांगू शकतो. या क्षमतेमुळे माणूस जाणिवेच्या वेगळ्या पातळीवर जीवन जगू लागला, त्यामुळे परस्पर सहकार्य शक्य झाले. भविष्याचे नियोजन करणे शक्य झाले. वेगवेगळ्या प्रतिमा आणि प्रतीकं आणि निर्देशांकाचा विकास झाला आणि या प्रतीकांचा वापर करून सामाजिक एकसंधता निर्माण करणे शक्य होऊ लागले.

भाषा कशी विकसित झाले याचे बरेच सिद्धान्त आहेत. नोम चोम्स्की हा भाषाशास्त्रज्ञ म्हणतो की, आपल्या सगळ्यांच्या आत भाषेसाठी लागणारे 'वैश्विक व्याकरण' जन्मजात इनबिल्टच आहे. याचाच अर्थ बाळ जन्माला येते, तेव्हा त्याच्या मनाची पाटी पूर्णपणे कोरी नसते, त्यामुळेच जन्मलेली लहान मुले काही महिन्यांतच कोणतीही भाषा पटकन शिकू शकतात. बरं, हे वैश्विक व्याकरण का तयार झाले? तर चोम्स्की असा अंदाज बांधतो की, साधारण ऐंशी हजार वर्षांपूर्वी माणसाच्या मेंदूच्या वायरिंगमध्ये थोडासा बदल झाला असावा. या न्यूरल रीवायरिंगमुळे मानवाच्या जगासंबंधीच्या आकलनात आमूलाग्र बदल झाला आणि भाषा विकसित झाली असावी, असे त्याचे म्हणणे आहे. चोम्स्कीच्या मते भाषा संवाद साधण्यासाठी नाही, तर विचार करण्यासाठी तयार झाली. याउलट, स्टीव्हन पिंकर हा मानसशास्त्रज्ञ चोम्स्कीप्रमाणेच आपल्या आत भाषेचे जन्मजात व्याकरण आहे असे मानतो; पण त्याच्या मते भाषा ही मुख्यत्वे विचार करण्यासाठी नाही, तर संवाद साधण्यासाठी तयार झालेली आहे. पिंकरच्या मते आपण भाषेशिवाय विचार करू शकतो. तुम्ही म्हणाल भाषेशिवाय कसा विचार करता येतो? तर पिंकर म्हणतो की, बऱ्याच वेळा आपण डोक्यात विचार करत असतो; पण तोच विचार शब्दांत मांडण्यासाठी आपल्याला फार मेहनत करावी लागते. कदाचित, त्यामुळेच मनातले विचार कागदावर मांडणे आणि ते लिहून काढणे लेखकांना आणि कवींना इतके कठीण जाते. हे झाले कवीं-साहित्यिकांचे. सामान्य माणसांना तर कित्येकदा

त्यांचे विचार, भावना सांगण्यासाठी शब्दच सापडत नाहीत. याचाच अर्थ आपण शब्दांशिवाय, भाषेशिवायसुद्धा विचार करू शकतो आणि म्हणूनच पिंकर म्हणतो की, भाषेचा मुख्य हेतू हा विचार करणे नसून संवाद साधणे हा असला पाहिजे. याच धाग्याला धरून रॉबिन डंबरसारखे काही विचारवंत म्हणतात की, भाषा ही मूलतः गॉसिप करण्यासाठी तयार झाली असावी. गॉसिप कुणाला आवडत नाही! कंड्या पिकवणे बऱ्याच लोकांचा छंद असतो. कोणतीही दोन माणसे भेटले की, त्यांच्यात 'अमक्याच्या मुलाचे तमक्याच्या मुलीशी लफडं चालू आहे!' अशी दबक्या आवाजात चर्चा सुरू होते. गॉसिपमुळे समूहातील सदस्यांची संख्या वाढली तरी त्यांच्यात सुसूत्रता आणि माहितीचे संवहन करणे शक्य होते. याच कारणामुळे अश्मयुगात माणसाच्या टोळीचा आकार साधारण १५० सदस्यांपर्यंत जाऊनसुद्धा या टोळ्या एकसंध राहू शकल्या. मानव इतिहासातील सगळ्यात मोठा शोध कोणता असेल, तर तो आहे भाषेचा शोध आणि हा शोध कुणी लावला? तर आपण ज्यांना हिणवतो त्या कुचाळक्या करणाऱ्या लोकांनी!

भाषेमुळे पिढी दर पिढी ज्ञानाचा संचय होऊ लागला. कल्पनाशक्तीला धुमारे फुटले. सांस्कृतिक उत्क्रांतीची नवी प्रक्रिया जोम धरू लागली. एकुणात भाषेच्या शोधामुळे माणसाच्या आकलनात फार मोठी क्रांती झाली. ही अशी क्रांती साधारण सत्तर हजार वर्षांपूर्वी झाली असावी, असे बरेच संशोधक मानतात. त्यांनी या बदलाला **'Cognitive Revolution'** अर्थात मानवी आकलनाची क्रांती असे नाव दिले आहे. भाषा हे मिथक तयार करण्याचे इंजिन आहे. गॉसिपमुळे तयार झालेली ही मिथकं सार्वजनिक होतात. या तयार झालेल्या सामाईक मिथकांच्या आधारे सामाजिक एकोप्याची आणि सहकार्याची भावना वाढत जाते आणि या परस्पर सहकार्यामुळेच माणसाचा उत्कर्ष शक्य होतो. आकलन क्रांतीच्या अगोदरसुद्धा, काही माणसे काही काळाने बोलेनाशी होतात, त्यांचे शरीर हालचाल करणे थांबवते हे माणसाला माहिती असणे स्वाभाविक आहे; पण 'आकलन क्रांती'नंतर बदललेल्या परिस्थितीत माणसाला मृत्यूची प्रखर जाणीव झाली असावी. मृत्यूची अशी जाणीव होणे ही मानवी उत्क्रांतीतील फार मोठी गोष्ट आहे. कारण, इथे आपल्याला धर्माचे उगमस्थान सापडते. कोणत्याही धर्माची बीजे रोवली जातात तीच मुळी मृत्यूच्या जाणिवेतून, त्यामुळे हळूहळू माणसात पारलौकिक जगाबद्दलच्या कल्पनांचा विकास झाला.

जगातले दगड संपले म्हणून नाही, तर माणसाच्या कल्पनाशक्तीने भरारी घेतली म्हणून अश्मयुग संपले. आकलन क्रांतीनंतर माणसाचा आलेख उंचावत जाणारा हे निश्चित होते. कारण, आता जाणीव, संवेदना, स्मृती, नीतिनियम, तर्क, भावना आणि विचार यांच्यासोबतच माणसाकडे भाषा, मिथकं, कहाण्या, कल्पना, नवता, रूढी, श्रद्धा आणि धर्म यांचा लवाजमा होता. याचा वापर करून मानवाने गुहेच्या

भिंतींवर सुंदर चित्रे रेखाटली, संगीत निर्मिती केली, धारदार शस्त्रे बनवली, नृत्य केले, अंगावर वेगवेगळे अलंकार घातले, एकत्रित शिकार केली आणि जीवनात रंग भरले; परंतु अश्मयुग संपायला अजून वेळ होता. कारण, या वाटेवरची बरीच वळणं, अडथळे आणि खाचखळगे माणसाने पार करणे बाकी होते.

***

अशा या नव्या बौद्धिक अस्त्राने सिद्ध झालेला सेपियन माणूस त्याकाळी अस्तित्वात असलेल्या मानव समूहातील इतर प्रजातींना वरचढ ठरणे स्वाभाविक होते. मानव समूहाच्या इतिहासात विविध वेळी वेगवेगळ्या प्रजाती अस्तित्वात होत्या. आज मात्र **सेपियन** म्हणजे आपण ही एकच प्रजाती अस्तित्वात आहे. वेळोवेळी आफ्रिकेतून मानव समूहातील प्रजातींच्या लाटा येत राहिल्या. त्यातले कुणी आफ्रिकेतून बाहेर पडून मध्य पूर्व, युरोप, आशिया, दक्षिण पूर्व आशिया आणि आसपासची बेटे येथे स्थायिक झाले. त्यानंतर यथावकाश भौगोलिक विलगता आणि पर्यावरणीय बदल यांमुळे त्यांच्याही वेगवेगळ्या प्रजाती तयार होत गेल्या असाव्यात. काही प्रजाती लुप्त झाल्या, तर काही नव्या प्रजाती तयार होत राहिल्या. या कहाणीत बऱ्याचशा गाळलेल्या जागा आहेत. कारण, अजूनदेखील सर्व पुरावे आपल्या हाती लागलेले नाहीत. वेळोवेळी आपल्याला जसं जसे आपल्या पूर्वजांचे जीवाश्म सापडते गेले तसे तसे अवशेषांच्या गुण वैशिष्ट्यांनुसार आपण त्यांना वेगवेगळी नावे देत गेलो. उद्या कुठे काही जीवाश्म सापडले तर मानव समूहात आजपर्यंत माहिती आहेत त्यापेक्षा अजूनच वेगळी प्रजाती अस्तित्वात होती ही गोष्टसुद्धा समोर येऊ शकते, त्यामुळे या कहाणीत गाळलेल्या जागा असल्या तरी एकुणात या कहाणीचे स्ट्रक्चर आपल्याला माहिती आहे. ते स्ट्रक्चर म्हणजे साधारण सत्तर लाख वर्षांपूर्वी एका आईला दोन लेकरं झाली. त्यातील एका लेकराची शाखा तुमच्या माझ्यापर्यंत आली तर दुसऱ्या लेकराची शाखा चिंपांझीकडे गेली! आपल्याकडे जी शाखा आली त्या शाखेखालून मागच्या सत्तर लाख वर्षांत खूप पाणी वाहून गेले आहे. यातला मोठा टप्पा साधारण २० लाख वर्षांपूर्वी पार पडला तो म्हणजे होमो इरेक्टस या प्रजातीच्या निर्मितीने. हाच तो ताठ कण्याचा माणूस ज्याच्याबद्दल आपण मागे बोललो. या प्रक्रियेत आजचा माणूस म्हणजे सेपियन हा फक्त ३ लाख वर्षांपूर्वी तयार झाला आणि त्याची आकलन क्रांती झाली ती सत्तर हजार वर्षांपूवी! बरं या लाखो वर्षांच्या मानवाच्या उत्क्रांतीत ऑस्ट्रेलोपिथेकस आफ्रिकनस, ऑस्ट्रेलोपिथेकस अफरेन्सिस, होमो हॅबिलिस, होमो रुडॉल्फेन्सिस, होमो फ्लोरेसिएंसिस, होमो इरेक्टस, होमो निअँडरथॅलेन्सिस, डेनिसोवन आणि होमो सेपियन या आणि अशा अनेक प्रजाती निर्माण झाल्या, वाढल्या आणि बहुतांश तर कालांतराने नष्टसुद्धा झाल्या. या सगळ्यांची नावे आणि कालक्रम लक्षात ठेवणे तितके सोपे नाही आणि आपल्या या

पुस्तकाच्या हेतूसाठी ते महत्त्वाचेसुद्धा नाही. मग महत्त्वाचे काय आहे तर हे समजून घेणे की प्रजाती म्हणजे नेमके काय?

माणूस आणि घोडा या दोन वेगळ्या प्रजाती आहेत, कारण एकतर माणूस आणि घोडा सहसा सेक्स करत नाहीत आणि महत्त्वाचे म्हणजे त्यांच्यात सेक्स झालाच, तर त्यांना अपत्य होत नाही म्हणून! सोपे आहे की; पण सगळ्याच गोष्टी काळ्या पांढऱ्या नसतात. निसर्गात एक प्रकारची सलगता दिसून येते. आता हेच घ्या ना. आम्हाला शाळेत असताना एक शिक्षक होते. ते मुलांना नेहमी खेचर असे म्हणत असत. 'अये, खेचरा' म्हणत ते पोरांना उठवायचे आणि प्रश्न विचारायचे. बरं, पोरांना गाढव म्हणून घेण्याची सवय होती! खेचर ही काय भानगड आहे, ते मात्र कळायचा मार्ग नव्हता. नंतर कळले की, गाढव आणि घोडी यांच्यात सेक्स झाला, तर त्यातून निपजणाऱ्या संकर जिवाला खेचर असे म्हणतात आणि समजा घोडा आणि गाढवी यांच्यात सेक्स झाला तर? तर त्या वेळी निपजणाऱ्या प्राण्याला हिनी असे म्हणतात. माणूस आणि घोडा यांनी सेक्स केला, तर त्यांना संतती होत नाही म्हणून त्या वेगळ्या प्रजाती आहेत असे आपण म्हणालो; पण घोडा आणि गाढव यांनी सेक्स केला तर त्यांना मात्र संतती होते, मग त्यांना एकच प्रजाती मानायचे का? तर नाही. कारण, घोडा आणि गाढव यांच्या मिलनातून जरी खेचर तयार होत असले तरी असे तयार झालेले खेचर पुढे इतर खेचरांना जन्म देऊ शकत नाही. खेचर व हिनी ही दोन्हीही वांझ असतात. प्रजाती म्हणून घेण्यासाठी संतती होणे पुरेसे नाही, तर अशी तयार झालेली संततीसुद्धा प्रजननक्षम असली पाहिजे; पण मग घोडा आणि गाढव ह्या दोन वेगळ्या प्रजाती असून, त्यांच्या मिलनातून संतती होते; पण माणूस आणि घोडा यांना संतती होत नाही, असे का? उत्क्रांतीच्या दृष्टीने घोडा आणि गाढव यांच्या वाटा नुकत्याच म्हणजे चाळीस लाख वर्षांपूर्वी वेगळ्या झाल्या आहेत, त्यामुळे त्यांच्या जनुकात बरेच साम्य आहे. साम्य असले तरी काही फरकसुद्धा आहेत, त्यामुळे गाढव आणि घोडा यांच्यात सहसा मेटिंग होत नाही. कितीही घोड्यासारखा दिसत असला तरी घोडीला कळते की तो गाढव आहे; पण उत्तेजित केले तर त्यांच्यात मेटिंग होते आणि जनुकीय समानतेमुळे त्यांना संततीसुद्धा होते. याउलट माणूस आणि घोडा यांच्या वाटा कमीत कमी १० कोटी वर्षांपूर्वी वेगळ्या झाल्या, त्यामुळे माणसांत आणि घोड्याच्या जनुकात बरेच बदल आहेत, त्यामुळे युग्मज अर्थात Zygote तयारच होऊ शकत नाही. अशा प्रकारे युग्मजपूर्व प्रजननातील अडथळ्यांमुळे त्यांना संतती होत नाही. आता राहता राहिला प्रश्न माणसाचा. वर आपण म्हणालो की, आज जगात माणसाची सेपियन ही एकच प्रजाती आहे. याचा पुरावा काय तर जगातल्या कोणत्याही दोन विषम लिंगी व्यक्तींनी मग ते आफ्रिकन, जपानी, मेक्सिकन असो की चिनी असो त्यांनी सेक्स केला, तर त्यांना अपत्य होते एवढेच नव्हे, तर असे तयार झालेले अपत्यसुद्धा

प्रजननक्षम असते आणि म्हणूनच पृथ्वीवरचा सगळा माणूस एक आहे किंवा आज पृथ्वीवर माणसाची एकच प्रजाती आहे.

परंतु अगदी एक लाख वर्षांपूर्वीपर्यंत असे नव्हते. मानवाच्या अनेकविध प्रजाती त्याकाळी अस्तित्वात होत्या; पण वर उल्लेखिल्याप्रमाणे 'आकलन क्रांतीनंतर' या प्रजातींचा आणि सेपियन मानवाचा संबंध आला आणि सेपियन मानव या प्रजातींना वरचढ ठरला. साधारण एक लाख वर्षांपूर्वी आपला आणि निअँडरथल मानवाचा आजच्या इस्राईल, सीरिया या भागांत संबंध आला. कदाचित, आपल्यासाठी ते वातावरण पूरक नसावे किंवा निअँडरथल मानवाने सेपियन मानवाला हुसकावून लावले असावे; पण आपण निअँडरथल मानवाच्या प्रदेशात आगेकूच करू शकलो नाही. दरम्यानच्या काळात आपल्यात आकलन क्रांती झाली. आकलन क्रांतीनंतर काही हजार वर्षांतच आपण निअँडरथल मानवाचे प्रभाव क्षेत्र असलेला पश्चिम आशिया आणि युरोप पादाक्रांत केला. याचा एवढा परिणाम झाला की, चाळीस हजार वर्षांपूर्वी निअँडरथल मानव कायमचा नामशेष झाला; पण इथे एक ट्विस्ट आहे. आजच्या युरोपियन लोकांत निअँडरथल मानवाचे जनुके आढळून येतात. याचाच अर्थ सेपियन मानव आणि निअँडरथल मानव यांच्यात लैंगिक देवाणघेवाण झाली. कदाचित, त्यामुळे पुढे कमी होत जाणारे निअँडरथल लोक सेपियन मानवाच्या वाढत्या लाटेत मिसळून जात जात विरघळून गेले असावेत. जी गत निअँडरथलची झाली तीच गत डेनिसोव्हन्स माणसाचीसुद्धा झाली.

तिबेटच्या पठाराला जगाचे छप्पर म्हणतात. उंचावर असलेल्या ह्या प्रदेशात हवा अतिशय विरळ असते, त्यामुळे हिमालय आणि तिबेट मध्ये आपण गेलो, तर कासावीस होऊन जातो; पण तिथे राहणारा तिबेटी माणूस मात्र कमी ऑक्सिजन मध्येसुद्धा व्यवस्थित श्वसन करू शकतो. तिबेटी माणसात विरळ हवेत श्वास घेण्यासाठी लागणारी जनुके असली पाहिजेत असे समजून संशोधन करण्यात आले. जेव्हा सगळे पुरावे तपासले गेले तेव्हा असे लक्षात आले की, तिबेटी लोकांत कमी हवेत श्वसन करण्यासाठी एक वेगळेच जीन आहे आणि त्यांना हे जीन डेनिसोविअन माणसापासून मिळाले असावे. डेनिसोवन ही मानवी प्रजाती हिमालयाच्या प्रदेशात राहत होती. आधुनिक मानव अर्थात सेपियन तिथे पोहोचल्यानंतर साधारण ३० हजार वर्षांपूर्वी डेनिसोवन प्रजाती नष्ट झाली; पण या डेनिसोवन मानवाचा सेपियन मानवाशी लैंगिक संबंध आला, त्यामुळे त्याचे जीन्स आजच्या तिबेटी लोकांत आढळतात आणि त्या जीन्समुळेच ते विरळ हवेतसुद्धा तग धरून राहू शकत आहेत. एवढेच नव्हे, तर लुप्त झालेल्या डेनिसोवन माणसाची जनुके आज दक्षिण पूर्व आशिया आणि पॅसिफिक प्रदेशातील माणसात आढळून येतात. सेपियन मानवाच्या आगमनानंतर असेच लुप्त होण्याची नामुष्की 'होमो फ्लोरेसिएंसिस' या प्रजातीवरसुद्धा आली. साधारण ५० हजार वर्षांपूर्वी सेपियन मानव इंडोनेशियातील फ्लोरेंस बेटांवर

पोहोचला आणि काही वर्षांतच होमो फ्लोरेसिएंसिस नामशेष झाले. अशा प्रकारे नव्या बौद्धिक क्षमतेने सिद्ध झालेल्या सेपियन मानवाच्या आगमनामुळे निअँडरथल, फ्लोरेसिएंसिस आणि डेनिसोवन अशा एकेक करत मानवी कुळातील इतर प्रजाती नष्ट झाल्या.

***

'Flight Distance' ही एक इंटरेस्टिंग कन्सेप्ट आहे. तुम्ही म्हणाल त्यात काय एवढे विशेष. एक विमान उड्डाणानंतर किती अंतर जाते किंवा जाऊ शकते, ते म्हणजे फ्लाइट डिस्टन्स असेल; पण इथे आपण विमानाची नाही तर प्राण्यांची आणि माणसांची गोष्ट करतोय. काही दिवसांपूर्वी मी माझा आठ-नऊ वर्षांचा पुतण्या कैवल्य याच्या आग्रहाखातर नॅशनल जिओग्राफीवर कुठलासा प्रोग्राम बघत होतो. आफ्रिकेच्या सॅव्हाना जंगलात काही झेब्रे चरत होते आणि काही अंतरांवर एक सिंह त्यांच्यावर नजर ठेवून होता. बरं, झेब्र्यांना सिंह दिसत नव्हता असे नाही. सिंहाच्या हालचाली संथ; पण संशयास्पद वाटत होत्या. तेवढ्यात माझा पुतण्या झेब्र्यांना उद्देशून बोलला, 'अरे, तुम्हाला दिसत नाही का तिथे सिंह आहे. पळा ना. नायतर तो खाऊन टाकील.' त्याने एवढे सांगूनही झेब्रे काही हलायचे नाव घेईनात. काही वेळाने सिंहाने दबक्या पावलांनी पुढे यायला सुरुवात केली तरी बहुतांश झेब्रे चरतच होते. सिंह विशिष्ट अंतरावर आल्यावर मात्र झेब्र्यांनी पळायला सुरुवात केली. या विशिष्ट अंतराला म्हणायचे Flight Distance. सिंहाने झेब्र्याच्या कळपातील एक झेब्रा गाठला आणि त्याला तो खाऊ लागला. सिंहाचे दात झेब्र्याच्या मानेत घुसले. ते पाहून 'अरे यार... यांना अगोदर पळायला काय होतं...' असे म्हणत कैवल्यने दु:ख व्यक्त केले. माझ्याही मनात प्रश्न आला की. खरंच सिंहाच्या रूपाने साक्षात मृत्यू समोर दिसत असतानादेखील झेब्रा, हरीण यांसारखे प्राणी लगेच का पळत नाही. मग लक्षात आले की. निसर्गात पदोपदी धोका असतो. धोक्याची पहिलीच घंटी वाजली की. पळायला सुरुवात केली. तर या प्राण्यांना उपाशीच राहावे लागेल. 'रात्रंदिन आम्हा युद्धाचा प्रसंग' अशी परिस्थिती असताना या प्राण्यांना 'क्यॅल्क्युलेटेड रिस्क' घेणे गरजेचे वाटत असावे. त्यामुळे बरेचसे प्राणी शिकारी दिसत असला तरी तो एका विशिष्ट टप्प्यापर्यंत येत नाही. तोवर तेथून पळ काढत नाहीत. हे अंतर ज्याच्या त्याच्या कुवतीनुसार कमी जास्त होऊ शकते. कळपाचा आकार मोठा असेल. तर शिकाऱ्याशी दोन हात करता येतील असे वाटून काही प्राण्यांचे Flight Distance कमी होऊ शकते. कुणी एखादा धीट प्राणी शत्रू जवळ येईपर्यंत थांबेल, तर कुणी पळपुटा लवकर निघून जाईन. एकंदरीत हे अंतर अविचार, धाडस, गरज, भीती आणि कळपातील प्राण्यांची संख्या यांनुसार कमी-जास्त होऊ शकते. अश्मयुगीन काळात टोळीने राहणाऱ्या मानवीवस्तीच्या भोवती पडलेली

हाडे, मांस इत्यादी खाण्यासाठी लांडगे मानवीवस्तीकडे येऊ लागले असावेत. हातात भाला, अणकुचीदार दगड घेतलेली माणसे दिसताच ते दूर पळून जात असावेत; पण यातील काही लांडगे हाडा-मांसासाठी पुन्हा पुन्हा मानवीवस्तीभोवती घुटमळू लागली असावीत. त्या लांडग्यातील काही धीट लांडगे माणसे जवळ आले तरी पळून जाण्याचे नाव घेत नसावेत. कित्येक वर्षे पिढ्यान्‌पिढ्या गेल्यावर या मानवीवस्तीभोवती घुटमळणाऱ्या प्राण्याचे Flight Distance कमी कमी होत गेले. उलट ज्यांचे Flight Distance जास्त होते ते कालांतराने लुप्त झाले आणि आवतीभोवती घुटमळणारा तो प्राणी माणसाचा सख्खा सोबती झाला. तो म्हणजे कुत्रा. गेली कमीत कमी पंधरा हजार वर्षे झाली, कुत्रा माणसाचा सोबती आहे. तो माणसाच्या घरांची, गावाची राखण करू लागला आणि माणसाशी इतका एकरूप झाला की, खुद्द डार्विनच्या मनात जोडीदाराचा निर्णय घेताना कुत्रा बरा की जोडीदार असा विचार डोकावला.

कुत्र्यानंतर हळूहळू घोडा, गाढव, शेळी, उंट, गुरे-ढोरे, मांजर, डुक्कर, लामा, कोंबडी यांसारख्या प्राण्यांचे डोमेस्टिकेशन झाले. साधारणतः दहा हजार वर्षांपूर्वी बदलत्या हवामानामुळे एक गवत बेफाम वाढू लागले. त्या गवताचे नाव गहू! माणसाने गव्हाचे डोमेस्टिकेशन केले आणि कृषिक्रांतीची सुरुवात झाली. गव्हाचा माणसाच्या जीवनावर इतका दूरगामी परिणाम झाला की युवाल नोआ हरारी हा लेखक "We did not domesticate wheat. It domesticated us" असे भाष्य करतो. माणसाच्या या माणसाळण्याबद्दल इथे जास्त लिहिणे योग्य होणार नाही. कारण, त्याबद्दल आपण 'मानवाचा इतिहास' या प्रकरणामध्ये चर्चा करणार आहोत.

***

वजन वाढलेय? कमी करायचे आहे; पण शक्य होत नाहीये? तुम्ही तुमच्या घरात किंवा फ्रीजमध्ये ठेवलेला रसगुल्ला, गुलाबजाम किंवा आइस्क्रीम खाण्यापासून स्वतःला रोखू शकत नाही! तुमची मुलंच काय तुम्हीसुद्धा पिझ्झा, बर्गर, बटर, चीझ खाण्याची इच्छा दाबू शकत नाही. एकीकडे वजन, रक्तदाब, शुगर आणि हृदयाचे विकार वाढत असतानासुद्धा त्याला कारणीभूत ठरणाऱ्या आहाराला सोडणे तुम्हाला अशक्यप्राय का होते आहे? पतंग जसा स्वतःहून दिव्यावर झडप घालून आत्मनाश करून घेतो तसेच हे वर्तन आहे.

दिव्यावर झडप घालून स्वतःला संपवून घेणारा पतंग हा कीटक कित्येक प्रेम कवितांमध्ये रूपक म्हणून वापरला जातो. 'जगी सांगतात प्रीत पतंगाची खरी। झडप घालुनी प्राण देतो दीपकाचे वरी।।' अशा कितीतरी काव्य रचनांमधून कीटकांचे हे वर्तन कवींनी शब्दबद्ध केले आहे; पण खरंच पतंग स्वतःला अग्नीमध्ये का झोकून

देत असेल? जर उत्क्रांतीचे ध्येय Survival असेल, तर मग पतंग याच्या एकदम विपरीत वर्तन का करतो? का तो स्वतः ला आगीत झोकून देतो? याचे नक्की उत्तर कुणालाच माहिती नाही; पण काही Entomologist अर्थात कीटक तज्ज्ञांचे असे मत आहे की, रात्रीच्या अंधारात घरातले, रस्त्यावरचे दिवे किंवा आगीच्या रूपात प्रकाश हे काही फार जुने नाहीत. करोडो वर्षांच्या इतिहासाच्या तुलनेत कृत्रिम प्रकाश हा तुलनेने खूप अलीकडचा आहे. कीटक लाखो-करोडो वर्षं एका ठिकाणाहून दुसऱ्या ठिकाणी जाण्यासाठी सूर्य अथवा चंद्रप्रकाश यांचा वापर करत आले आहेत. चंद्राकडून येणाऱ्या प्रकाशाचा माग घेत त्या प्रकाशाशी एक विशिष्ट अँगल ठेवून कीटक फिरत असतात; पण पृथ्वीवर दिव्यांच्या रूपात कृत्रिम प्रकाश आल्यापासून मात्र पतंगाचा गोंधळ उडायला लागला. त्यांच्या जनुकीय रचनेप्रमाणे प्रकाशाचा माग घेत चालणारे कीटक त्याच मार्गाने जातात; पण ते ज्या भौतिक जगात राहतात ते बदलले आहे. तिथे सूर्य-चंद्राव्यतिरिक्त कृत्रिम प्रकाश देणारे दिवे आले आहेत हे त्यांना कळत नाही. परिणामी ते दिव्यावर झडप घालून आत्मनाश करून घेतात! एखादी प्रजाती ज्या वातावरणात उत्क्रांत झालेली असते ते वातावरण बऱ्याच कारणांनी बदलते; पण म्हणून लगेचच त्या प्रजातीची जनुकीय रचना बदलत नाही; ती मागेच रेंगाळते. जनुकीय रचना बदलत जाणे ही हळूहळू चालणारी प्रक्रिया आहे. मग हे सजीव, बदललेले भोवतालचे नवीन जग; पण जुन्या जगात तयार झालेली जनुकीय मांडणी अशा विरोधाभासात अडकतात.

माणूससुद्धा अशाच विरोधाभासात अडकला आहे. मागच्या काही वर्षांत आपल्या आजूबाजूचे जग आरपार बदलून गेले आहे; परंतु आपली जनुकीय रचना अजूनही अश्मयुगीन मानवाचीच आहे, त्यामुळे माणसाची फार त्रेधातिरपीट उडते. उत्क्रांत झालेली जनुकीय सहज प्रवृत्ती एका बाजूला आणि या जगातली व्यावहारिक गरज दुसऱ्या बाजूला. यामध्ये मानवाची ओढाताण होते. लाखो वर्षे जेव्हा आपले पूर्वज झाडांवर राहत होते, तेव्हा गोड, पिकलेले फळ त्यांना दिसले की, ते लगेचच खाऊन टाकण्यातच शहाणपण होते. कारण, भरपूर कॅलरी असलेले फळ परत मिळेल याची खात्री नव्हती. शिवाय ते नाही खाल्ले तर खाली पडून खराब होण्याची किंवा इतर प्राण्याने किंवा पक्ष्याने ते खाण्याची जास्त शक्यता होती म्हणून अधिक कॅलरी असलेले गोड चवीचे खाद्यपदार्थ दिसता क्षणीच खाल्ले पाहिजेत, अशी आपली जनुकीय रचना तयार झाली; पण आज आपण काही सॅव्हानाच्या जंगलात राहत नाही. आपापल्या घरात राहतो आणि त्या घरात एक फ्रीजसुद्धा आहे. तुमच्या फ्रीजमध्ये असलेले गोड पदार्थ तुम्ही सोडून कुणी दुसरे खाणार नाही किंवा ते लगेचच खराब होण्याचीसुद्धा शक्यता नाही. तरीसुद्धा आपल्याला ते लगेचच खावेसे वाटते. तुमच्या जीन्सना कळत नाही की तुम्ही सॅव्हाना मध्ये नसून, न्यू यॉर्क-लंडन-मुंबई किंवा टोकियो मध्ये आहात. यामुळेच माणसाला रसगुल्ला,

गुलाबजाम किंवा आइस्क्रीम यांसारखे गोड पदार्थ आणि पिझ्झा, बर्गर, बटर, चीझ यांसारखे हाय कॅलरी असलेल्या गोष्ट टाळणे फार कठीण होते. ही गोष्ट अन्नपदार्थ तयार करणाऱ्या व्यावसायिक कंपन्या जाणतात, त्यामुळेच असे पदार्थ मार्केटमध्ये खपले जात आहेत. जागतिक आरोग्य संघटनेनुसार १९७५नंतर जगातले लठ्ठपणाचे प्रमाण तीन पटींनी वाढले आहे! १८ वर्षांपेक्षा जास्त वय असलेल्या जगातील एकूण लोकांपैकी ३९% लोकांचे वजन जास्त आहे. मानवी आहारात मागच्या काही वर्षांत खूप स्थितंतरे झाली आहेत; पण असे असले तरी लाखो वर्षांच्या उत्क्रांतीत आपले आहार-विहार तयार झालेले आहेत, त्याच्यापासून आपण लगेच फारकत घेऊ शकत नाही.

झाडावरचे माकड जेव्हा जे मिळेल तेव्हा ते खात राहते. चोवीस तास काही ना काही खात राहणे हा माकडांचा स्वभाव आहे. याउलट कोल्हा, लांडगा, सिंह, वाघ हे हिंस्र प्राणी दिवसातून किंवा काही दिवसांतून एकदाच शिकार करतात आणि पोटभरून खातात. हिंस्र प्राणी शिकार करून खातात, त्यांना शिकारीसाठी धावपळ करावी लागते. याउलट माकडांचे अन्न झाडावरच फळा-फुलाच्या रूपात असते. माकड फळाच्या जवळ गेले की, फळ पळून जात नाही. उलट माकडाने फळ खाण्यात वनस्पतींचे हित आहे. कारण, त्यामुळे झाडाच्या बिया माकडांच्या विष्टेद्वारा सर्वदूर पसरतात; पण वाघाची शिकार मात्र त्याच्यापासून दूर पळते, त्यामुळे वाघाच्या दृष्टीने एकदाच कचकावून खाऊन घेणे जास्त सोयीस्कर असते. सारखे-सारखे पोटासाठी पळापळ करणे वाघाला परवडत नाही, त्यामुळे पोट भरलेले असेल, तर त्याच्या जवळून जरी हरीण गेले तरी त्याला उगाचच मारण्याच्या फंदात वाघ पडत नाही. माकड मात्र मिळेल ते मिळेल तेव्हा खाणे योग्य समजते. माकडांचा किंवा प्रायमेट्सचा निश्चित असा एक तळ नसतो, आज या झाडांवर उद्या त्या झाडांवर असे ते फिरत असतात. याउलट वाघाची राहण्याची एक ठरावीक जागा असते. शिकारीनिमित्त कोसो दूर गेलेला वाघ त्याच्या गुहेत वापस येतो. वाघ त्याच्या गुहेत परत येतो म्हणजे त्याला ती गुहा स्वच्छ ठेवली पाहिजे म्हणून वाघ राहतो त्या गुहेत विष्ठा करत नाही. याउलट माकडे झाडांवर असतात, त्यांचा कुठलाही तळ नसतो म्हणून ते विष्ठा करायला कुठे दूर जात नाहीत. प्रायमेट गटातले प्राणी पाने-फुले-फळं-बेरी खातात, तर मांसाहारी प्राणी अर्थातच मांस खातात.

माणसाची वंशावळ ही प्रायमेट गटाची आहे; पण माणूस लाखो वर्षांपूर्वी सॅव्हानामध्ये झाडांवरून उतरून गवतात, जमिनीवर राहू लागला तसा माणसाचा संघर्ष मांसाहारी असलेल्या हिंस्र प्राण्यांशी होऊ लागला. सॅव्हानातील गवताळ भूमीवर हिंस्र प्राण्यांचेच राज्य होते. त्यांच्यासोबत राहायचे असेल किंवा त्यांच्याशी संघर्ष होणार असेल तर त्यांच्यासारखे थोडेफार होणे माणसाला गरजेचे झाले, त्यामुळे माणसावर हिंस्र प्राण्याचे संस्कार होऊ लागले, त्यामुळेच माणसाचे

आजचे वर्तन हे हिंस्र प्राणी आणि प्रायमेट गटातील प्राणी या दोन्हीच्या मिश्रणातून तयार झालेले आहे. माणसाने दिवसातून दोनदा जेवण करावे की दर दोन-दोन तासांनी काही ना काही खात राहावे? यावरून आजकाल आहार तज्ज्ञांमध्ये चर्चा, वाद-विवाद होत असतात; पण मांसाहारी प्राणी एकदाच कचकावून खातात आणि माकडे मात्र चोवीस तास चरत असतात आणि या दोन्हींचे संस्कार आपल्यावर झालेत हे आपल्याला कळले की मग आपल्याला जाणवते हा प्रश्न फक्त आहारशास्त्राचा नसून, माणसाच्या उत्क्रांतीचा आहे. मग माणसाने काय केले पाहिजे तर या दोन्ही गोष्टींचा समन्वय साधला पाहिजे. केवळ शाकाहाराने माणसाच्या योग्य वाढीची पूर्तता होणे कठीण आहे आणि सतत मांसाहार करणेही माणसासाठी घातक ठरू शकते.

वाघ किंवा बहुतेक हिंस्र प्राणी शिकार करून वापस त्यांच्याच गुहेत येतात. तसाच माणूस ऑफिसला किंवा शेतात किंवा इतर कुठलेही काम करायला गेला तरी आपल्याच घरी परततो. दुसऱ्याच्या घरी जात नाही आणि गेलाच तर ते घरी सांगत नाही (!); पण म्हणून माणूस वाघासारखा एकटा फिरत नाही तो माकडांसारखा समूहाने राहतो. मानवी समाजाची सामाजिक रचना ही प्रायमेटसारखीच श्रेणीबद्ध आहे. उत्क्रांतीतील लाखो वर्षे माणूस टोळीनेच राहत होता. उत्क्रांतीच्या लाखो वर्षांत मानवी टोळीतील माणसांची संख्या कधीही १५०च्या वर गेली नाही. १५० लोकांशी संबंध असणे, त्या १५० लोकांचे इतरांशी कसे संबंध आहेत याचे योग्य भान ठेवत सर्वांशी संवाद ठेवणे यासाठी मेंदूची प्रचंड मोठी ऊर्जा लागते, त्यामुळे आजही माणसाच्या मेंदूची क्षमता १५०पेक्षा जास्त लोकांची माहिती आणि त्यांच्यातील आंतरसंबंध लक्षात ठेवण्याची नाही. एखाद्या समूहाची, टोळीची संख्या १५०पेक्षा जास्त झाली तर त्यात अंतर्गत वाद होऊन ती टोळी फुटण्याच्या घटना मानवी इतिहासात झालेल्या आहेत. मानवी मेंदू १५०पेक्षा जास्त लोकांशी चांगले आणि अर्थपूर्ण संबंध ठेवू शकत नाही हे आपल्याला आत्ता-आता कळले आणि तोच फेसबुक, व्हॉट्सअॅप यांसारख्या समाज माध्यमाच्या रूपात हजारो-लाखो लोकांशी संबंध ठेवण्याची वेडी धडपड मानवाने सुरू केली. १५० लोक ही आपल्या मेंदूची कमाल मर्यादा आहे हे ब्रिटिश मानववंशशास्त्रज्ञ रॉबिन डंबर यांनी सर्वप्रथम सांगितले म्हणून या मर्यादेला 'Dunbar's Number' असेसुद्धा म्हटले जाते. मानवी मेंदूला हजारो लोकांशी संबंध ठेवण्याचा कुठलाही पूर्वअनुभव नाही, त्यामुळे समाज माध्यम नावाच्या या तंत्रज्ञानामुळे माणसाच्या मेंदूवर, नात्यांवर प्रचंड ताण निर्माण होऊन एकंदरीत मानवी नातेसंबंधात उथळपणा आलेला आहे. हा परिणामसुद्धा जनुके भौतिक बदलाच्या मागे रेंगाळल्यामुळेच झाला आहे असे म्हणावे लागेल.

***

इसवी सन १४९२ वर्ष आधुनिक इतिहासाच्या दृष्टीने अतिशय महत्त्वाचे आहे. कारण, याच वर्षी अमेरिका खंडाचा शोध लागला. इटलीमध्ये जन्मलेला कोलंबस स्पेनची राणी इसाबेल हिच्या मदतीने समुद्र मार्गे भारताकडे जायला निघाला. 'अनंत आमुची ध्येयासक्ती अनंत अन् आशा, किनारा तुला पामराला' असा दृढ विश्वास ठेवून, सागराला किनारा आहे आमच्या इच्छाशक्तीला नाही, असे म्हणत युरोपातल्या आयबेरियन द्वीपकल्पावरून त्याचे जहाज पश्चिमेकडे निघाले. त्याच्या जहाजाच्या शिडात व्यापारी वारे घुसले. काही काळातच कोलंबसला किनारा दिसला. ती बेटं होती! आज आपण ज्याला अमेरिका म्हणतो ती जमीन नव्हती; पण अमेरिका माहिती होणे आता क्रमप्राप्त होते. त्या बेटांवर पोहोचल्यावर कोलंबसला वाटले आपण भारतात पोहोचलो. त्याला तिथले लोक इंडियन आहेत असे वाटले; पण तो भारत नव्हता. तो भारत नाही हे लक्षात आल्यावर त्या बेटांना 'West Indies' असे भारताच्या नावावरच बेतलेलं नाव देण्यात आले. या West Indiesच्या शेजारीच असलेल्या भूभागाला यथावकाश अमेरिका हे नाव पडले. एक नवं जग कोलंबसच्या माध्यमातून मानवाला खुले झाले. नंतर भारतावर इंग्रजांचे राज्य आले. इंडियन या शब्दावरून होणारा संभ्रम टाळण्यासाठी इंग्रज अमेरिकेतील लोकांना 'Red Indians' असे म्हणू लागले. अशा प्रकारे एका ऐतिहासिक चुकीतून जे नाव पडले ते चिकटले आणि अमेरिकेतील मूळ लोक 'रेड इंडियन' या नावाने ओळखले जाऊ लागले. आज त्यांना 'Native American' या नावाने संबोधले जाते; पण प्रश्न तो नाही. जर सगळ्या जगातला माणूस एक असेल आणि माणूस अर्थात होमो सेपियन्स ही प्रजाती जर आफ्रिकेत उदयाला आली असेल, तर १४९२पूर्वीच अमेरिकेत असलेला 'रेड इंडियन' माणूस तिथे पोहोचला कसा? १४९२पूर्वी आफ्रिकेतील माणूस अमेरिकेत पोहोचणे शक्य वाटत नाही. कारण, आफ्रिका आणि अमेरिकेच्या दरम्यान हजारो किलोमीटर अटलांटिक महासागर पसरला आहे; पण १४९२ साली कोलंबस तिकडे गेला, तेव्हा माणूस तर तिथे होता. हे नेमके कसे झाले? एकूणच हे गौडबंगाल काय आहे?

माणसाचा इतिहास हा स्थलांतराचा इतिहास आहे. आजच्या रशियाच्या पूर्वेकडच्या भागाला सायबेरिया म्हणतात, तर अमेरिकेचे उत्तरेतील राज्य अलास्का हे आहे. त्यांना वेगळे करणारी ' बेरींग स्ट्रेट' ही सामुद्रधुनी आहे. साधारण १५,००० वर्षांपूर्वी आलेल्या हिमयुगात ती बर्फाने झाकली गेली होती. त्या वेळेस माणूस सायबेरियातून अलास्का मार्गे अमेरिकेत उतरला. नंतर हिमयुग गेले आणि अमेरिका आणि युरेशिया हे वेगळे झाले. एका अर्थाने कोलंबस अमेरिका किंवा पश्चिम गोलार्धात जाणारा पहिला माणूस नव्हता, १५-१६ हजार वर्षांच्या अंतराने परत एकदा तिकडे जाणारा माणूस होता.

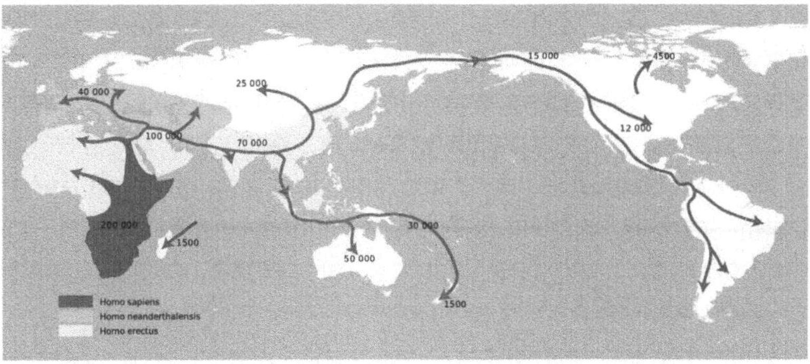

आफ्रिकेतून बाहेर : मानव स्थलांतराची कहाणी

तीन लाख वर्षांपूर्वी आफ्रिकेत उदयाला आलेला माणूस काही हजार वर्षांतच संपूर्ण जगभर पसरला यावर आता जवळपास सगळ्यांचीच एकवाक्यता आहे. हाच तो 'Out of Africa' सिद्धान्त. आफ्रिकेतून निघालेला माणूस ७०,००० वर्षांपूर्वी भारतात पोहोचला. ५०,००० वर्षांपूर्वी ऑस्ट्रेलिया तर ४०,००० वर्षांपूर्वी युरोप मानवाने पादाक्रांत केला होता. हे काळाच्या पटावर निमिषार्धात घडले असे वाटावे इतके हे सगळे झटपट झाले. हे सर्व स्थलांतर होत असताना आपल्या पूर्वजांचे मानव कुळातील इतर प्रजातींसोबत संबंध प्रस्थापित झाले, त्याच्यातून मानवात आज असलेली जनुकीय विविधता निर्माण झाली; पण तरीही आपल्या पूर्वजांनी मानव कुळातले आपले संबंधी आणि इतर जिवांच्या अंताला हातभारच लावला असे म्हणावे लागेल. आज मानव कुळातील सेपियन हीच एकमेव प्रजाती अस्तित्वात आहे. आजही आपण आपल्या कृतीद्वारे निसर्गातील हजारो जिवांच्या अंताचे कारण ठरतो आहोत.

***

माणूस काही हजार वर्षांतच पृथ्वीच्या सगळ्या भागात पोहोचला. आफ्रिकेतल्या सॅव्हानापासून दक्षिण अमेरिकेतल्या शीत वाळवंटापर्यंत. उत्तरेकडील टुंड्रा प्रदेशापासून विषुववृत्तीय घनदाट जंगलापर्यंत माणूस पोहोचला. आज आफ्रिकेतल्या रणरणत्या सहारा वाळवंटातसुद्धा आणि हिमालयातल्या आभाळाला गवसणी घालणाऱ्या पर्वत-शिखरातसुद्धा तो राहतो. तैगा प्रदेशातील सूचिपर्णी वनांची माणसाला भीती वाटत नाही, सोबतच तो टोकियो, रिओ डी जनेरो, मुंबई, सिडनी, न्यू यॉर्क यांसारख्या सिमेंटच्या जंगलातसुद्धा तितक्याच समर्थपणे राहतो. कुठे आर्क्टिक ध्रुवावरच्या थंडीत बर्फाचेच 'इग्लू' घर बनवून, तर नारळाच्या झावळ्या वापरून

झोपडीत माणूस राहतो. पृथ्वीवरच्या या परस्पर भिन्न वातावरणात माणूस कसा काय टिकून राहू शकला? इतक्या विविध परिसंस्थेशी इतक्या लवकर माणसाने कसे काय जुळवून घेतले? ध्रुवीय अस्वल विषुववृत्तीय परिसंस्थेत एक क्षणसुद्धा टिकू शकणार नाही. वाळवंटाबाहेर उंट निरुपयोगी होऊन जातो. आसामच्या जंगलातील गेंडा न्यू यॉर्कच्या ट्रॅफिकमध्ये जगू शकत नाही. तिबेटमधील याक ब्राझीलच्या जंगलात टिकणार नाही. बहुतांश सजीव एका विशिष्ट वातावरणातच गुजराण करतात; पण माणूस मात्र पृथ्वीच्या वेगवेगळ्या भागांत नव्हे उद्या शक्य झाले, तर अवकाशातसुद्धा राहू शकेल. माणसामध्ये इतकी लवचीकता कशी काय आली?

माणसाचे बाळ मातेच्या उदरात पूर्ण विकसित न होता अपूर्ण असतानाच जन्म घेते, हे आपण पाहिले, त्यामुळे नवजात बालकाच्या माता-पित्याला होणाऱ्या त्रासाबद्दलसुद्धा आपण बोललो. आता हे सांगितले की, त्यामुळेच मानव इतक्या विभिन्न वातावरणाशी एकरूप होऊन जगू शकतो, तर तुमचा यावर विश्वास बसणार नाही; परंतु माणसाच्या या लवचीकतेच्या मुळाशी हेच कारण आहे हे आता आधुनिक Neuroscienceसुद्धा सांगत आहे. माणूस सोडून इतर प्राण्यातील मेंदू जन्मतःच Pre-Programmed किंवा पूर्व-निर्धारित झालेला असतो. याउलट माणूस जन्माला येतो, त्या वेळी त्याचा मेंदू बऱ्यापैकी कच्चाच असतो, त्यामुळे माणूस ज्या वातावरणात जन्माला येतो, त्याच्याशी जुळवून घेणे त्याला शक्य होते. आपण जिथे जन्माला येतो तिथली भाषा, संस्कृती, भवताल, हवामान आणि चालीरीती याच्यात सहजगत्या मिसळू शकतो. आजचा आघाडीचा Neuroscientist डेव्हिड इगलमॅन लिहितो, "Humans are able to thrive in many different envirnoments. This is possible because the human brain is born remarkably unfinished." इतर प्राणीमात्रात हे असे होताना दिसत नाही. युगांडातला माणूस स्वाहिली, भारतातला तामिळ, फ्रान्समधला माणूस फ्रेंच बोलतो; पण या सगळ्या देशातल्या मांजरी मात्र म्याऊ-म्याऊच करतात. जन्मल्यानंतर बरेच वर्षं माणसाचा मेंदू विकसित होत राहतो. नव्या संशोधनानुसार माणसाचा मेंदू आयुष्यभर बदलत आणि शिकत राहतो. याउलट चिंपांझीचा मेंदू जन्मानंतर १२ महिन्यांच्या आतच पूर्ण विकसित झालेला असतो, त्यामुळे जीवनानुभव एकत्रित करून त्यातून नवे शिकण्याची त्यांची क्षमता मर्यादित होते. याउलट माणूस अविरत शिकू शकतो. या मूलभूत गोष्टीमुळे मानवाला स्वतःमध्ये बदल घडवून आणण्यासाठी जनुकीय बदल होण्याची वाट पाहावी लागत नाही. जनुकीय बदल हे खूप मंद गतीने होतात, आपल्या आजूबाजूची परिस्थिती बदलली तर लगेच आपली जनुकीय रचना बदलत नाही. जनुकीय रचना दैनंदिन वास्तवाच्या मागे रेंगाळत आहे. इतर सजीव त्यांच्या-त्यांच्या जनुकीय रचनेत अडकले आहेत, त्यामुळेच कदाचित रेने देकार्त त्यांना 'Mindless Automata' म्हटला असावा.

माणसाचे अर्भक जन्मल्यावर इतर नवजात सजीवांच्या तुलनेत खूप असाहाय्य तर असतेच. ते त्याच्या आई-वडिलांवर खूप जास्त अवलंबूनसुद्धा असते. अर्भकाचे त्याच्या माता-पित्यावरचे हे अवलंबित्व बऱ्याच वर्षांसाठी असते. नवजात बालकाची काळजी घेणे एकट्या आईकडून किंवा फक्त त्याच्या पित्याकडून होणे शक्य होत नाही, त्यामुळे बालकाच्या माता-पित्यांना एकजुटीने राहावे लागते. मुलाच्या संगोपनाची ही जबाबदारीच इतकी मोठी असते की, त्यासाठी आई-वडिलांना प्रचंड भावनिक आणि वेळेची गुंतवणूक त्यात करावी लागते, त्यामुळेच नर-नारीत जोडप्याने राहण्याचे वर्तन वाढत गेले. माणसामध्ये इतर प्राण्यांच्या तुलनेत Pair Bonding वर्तन अधिक असण्यामागे त्या जोडप्याला जन्मलेल्या बाळाची काळजी दोघांनी मिळून अनेक वर्षं करावी लागते हे आहे. या वर्तनामुळे मानवी जीवनात शांतता आणि स्थैर्य स्थापित झाले. आजसुद्धा कितीही मतभेद असले तरी फक्त मुलांच्या वाढीवर विपरीत परिणाम होऊ नये म्हणून कित्येक जोडपी विभक्त होण्याचे टाळतात. यातूनच पुढे विवाह संस्था आणि कुटुंब व्यवस्था विकसित होत गेली असावी.

***

माणसाने जोडप्याने राहायला का सुरुवात केली यामागचे उत्क्रांतीय दबाव आपण पाहिले; पण हे उत्क्रांतीय दबाव एकाच दिशेने काम करतात असे नाही. जोडप्याने राहणे ही वृत्ती सामाजिक स्थैर्य, सर्वांना पुनरुत्पादनाची योग्य संधी आणि नव्या पिढीचे संगोपन याकरिता मानवात वाढत गेली. तरीही जोडप्याने राहण्याची वृत्ती परिपूर्ण आहे असे मानायचे कारण नाही. जोड्या बनवण्याच्या चौकटीत राहूनसुद्धा अधिकाधिक रिप्रोडुक्टिव्ह बेनिफिट कसे मिळवता येईल याचा माणूस प्रयत्न करताना दिसतो. माणूस लफडेबाज आहे तो त्यामुळेच! आदिम काळी समूहात राहताना समूह गटातील पुरुषांना त्यांचे अपत्य नेमके कोणते हे कळले तर ते फक्त त्याच्याच भल्याचा विचार करतील, सगळे रिसोर्सेस त्याच्यासाठीच वापरतील आणि त्यामुळे समूह फुटून संपूर्ण समूहाचेच अस्तित्व धोक्यात येईल. हे असे होऊ नये आणि सगळ्यांना सगळी संसाधने मिळावीत तसेच सर्व पुरुषांनी सर्व बालकांचे पालकत्व स्वीकारावे याकरिता सामुदायिक लैंगिक संबंधसुद्धा मानवी जीवनाचा भाग झाले असावे. याचाच परिणाम म्हणून किंवा नैसर्गिक आपत्तीमुळे टोळीतील सदस्यांची संख्या कमी झाली. या सर्व परिस्थितीमुळे माणूस incestuousसुद्धा झाला असावा. गोत्रगमनी वृत्ती मानवात दिसून येते. अगदी क्लियोपात्रा या इजिप्तच्या राणीनेदेखील स्वत:च्या भावाशी लग्न केले होते; पण सोबतच गोत्रगमनी लैंगिक संबंधामुळे फायदा होण्याऐवजी जनुकीय विविधता संपून जाते, याशिवाय तयार

होणारी संतती जनुकीयदृष्ट्या विकलांग निर्माण होऊ शकते. यामुळे असे वर्तन फिटनेस वाढवण्याच्या दृष्टीने फायद्याचे राहिले नाही म्हणून त्याबद्दल एक तिरस्कार किंवा घृणासुद्धा माणसात निर्माण झाली. अशा प्रकारे वेगवेगळ्या दिशेने ओढणारी खेचाताण माणसाच्या लैंगिक वर्तनात दिसून येते.

मानवाने आपल्या प्रदीर्घ वाटचालीत हिमयुगांचा सामना केला. हिमयुगात थंडीपासून संरक्षण व्हावे म्हणून माणसाच्या शरीरात फॅट साचले असावे. चिंपांझी, बोनोबू या आपल्या जवळच्या नातेवाइकांच्या अंगावर केस असतात, हे केस ऊन-वाऱ्यापासून या प्राण्यांचे रक्षण करतात; पण माणसात इतक्या प्रमाणात केस आढळून येत नाहीत. कदाचित, त्यामुळे या प्राण्यांच्या तुलनेत आपल्या अंगात मेद जास्त असते. एवढेच नाही तर पुरुषापेक्षा महिलांच्या शरीरात जास्त चरबी आढळून येते. सरासरी एकूण वजनाच्या २३%पर्यंत मेद महिलांच्या शरीरात असते. याउलट पुरुषांत हे प्रमाण फक्त १६% टक्के इतके आढळून येते. अभावजन्य परिस्थिती निर्माण झाली तर स्वत:कडे ऊर्जेचा एक राखीव साठा असला पाहिजे म्हणून शरीर मेद साठवून ठेवते. हे असे योग्य जागी साठवलेले मेद महिलांना विशेषतः गर्भधारणेसाठी आणि प्रजननक्षमता टिकवण्यासाठी खूप गरजेचे असते, त्यामुळे नैसर्गिक निवडीच्या प्रक्रियेत सुडौल, कमनीय बांध्याच्या महिला पास होत गेल्या असाव्या. महिलांचा सुडौल बांधा बिकट परिस्थिती आली तरी त्यांची प्रजननक्षमता टिकून राहील हे अधोरेखित करतो. कदाचित म्हणूनच पुरुषालादेखील सपाट देहयष्टीची महिला जोडीदार म्हणून सहसा नको असते. याची जाण अर्थातच महिलांनासुद्धा असते, त्यामुळेच उत्क्रांतीय निवडीच्या या दबावाची गरज पूर्ण करण्यासाठी भली मोठी इंडस्ट्री काम करते आहे ज्याच्यात फॅशन, सौंदर्यप्रसाधनांपासून ते पॅडेड ब्रापर्यंतच्या गोष्टी केल्या जातात.

स्त्रियांमध्ये आणि पुरुषांमध्ये हे उत्क्रांतीय दबाव वेगवेगळ्या दिशेने ओढाताण करताना दिसतात. स्त्रियांना मुलांना जन्म देण्यासाठी आणि त्यांना वाढवण्यासाठी खूप इन्व्हेस्टमेंट करावी लागते, त्यामुळे स्त्रिया असा पुरुष जो तिच्या मुलांना संसाधने पुरवून त्यांचे जगणे सुनिश्चित करू शकत नाही, त्याला तिच्या मुलांचा बाप होण्याची संधी देत नाहीत. अशी संधी न मिळालेले, उत्क्रांतीयदृष्ट्या नाकारलेले, कमकुवत पुरुष मग हिंसा करून पुनरुत्पादनाची संधी मिळवण्याचा प्रयत्न करतात. त्यातूनच बलात्कारासारखे निर्घृण प्रकार घडत असावेत. याउलट काही स्त्रिया जोडीदार असूनसुद्धा इतर पुरुष तिचे जनुकीय संक्रमण सुनिश्चित करून तिची फिटनेस वाढवू शकत असेल, तर त्याच्याशी लगट करतात. दुसऱ्या बाजूला रिप्रोडुक्टिव्ह फिटनेस वाढवण्यासाठी पुरुष थेट हिंसाच करतील असे नाही तर या कामी ते कपट, लबाडी, फसवणूक यांचासुद्धा उपयोग करू शकतात किंवा त्याचीही गरज भासली नाही तर समोरच्या स्त्रीला लुभावण्याचा प्रयत्न तर ते हमखास करतात. पुरुषांना स्वत:ला

कुठलीही झळ न लागता आपले जनुके दुसऱ्याच्या घरी, दुसऱ्याच्या जिवावर बहरत असतील, संक्रमित होत असतील, तर ते नको असते असे नाही; किंबहुना तसे झाले तर त्याला ते हवेच असते; पण मग आपल्यासोबत असे होऊ नये म्हणून तो दक्ष राहतो आणि आपल्या जोडीदारावर बंधने लादू लागतो. स्त्रीला या सगळ्यांची स्वाभाविकपणे जाणीव असते; पण काय केल्याने तिचा फिटनेस वाढेल यासाठी तिचे जीन्स धडपडत राहतात. कपट, लबाडी, फसवणूक आणि समोरच्या माणसाचे हेतू ओळखण्यात तरबेज असणे हे स्त्रियांच्या फिटनेसच्या दृष्टीने महत्त्वाचे होऊन बसते. प्रजननाच्या प्रक्रियेत स्त्रीला जास्त गुंतवणूक करावी लागते म्हणून ती जास्त चिकित्सक आणि दक्ष होते. हे अशा प्रकारचे सिलेक्शन प्रेशर दोन्ही बाजूंनी काम करत राहतात. यातूनच कधी डाव तर कधी प्रतिडाव, कधी वाद कधी संवाद, शह-काटशह तर कधी या वादामुळे सगळ्यांचेच नुकसान होऊ नये म्हणून सहकार्य असे वर्तन मानवाने पिढ्यान्‌पिढ्या, हजारो वर्षे केले असावे. या सगळ्या प्रकारातूनच समलैंगिक वर्तनसुद्धा तयार झाले असावे.

समलैंगिकता प्रजननाच्या दृष्टीने निरुपयोगी असते, त्यामुळे समलैंगिक वर्तन एक्स्प्रेस करणारे जनुके कालांतराने संपुष्टात आले पाहिजेत; परंतु असे होताना दिसत नाही म्हणजेच ही जनुके फक्त समलैंगिक असणारी माणसेच कॅरी करतात असे नाही, तर रूढार्थाने ज्यांना आपण समलैंगिक म्हणत नाहीत अशा व्यक्तींच्या आतसुद्धा ही जनुके असली पाहिजेत, त्याशिवाय ती संक्रमित होत राहणार नाहीत. फरक एवढाच की, समलैंगिक व्यक्तीमध्ये ही जनुके प्रखरतेने व्यक्त होत असावीत; पण ही जनुके संक्रमित तरी का होत राहतात? त्यांच्या माध्यमातून काहीतरी रिप्रोडुक्टिव्ह ॲडव्हान्टेज मिळवण्याचा प्रयत्न होत असला पाहिजे. या मागे काहीतरी स्ट्रॅटर्जी असली पाहिजे. पुरुषांच्या बाबतीत बोलायचे झाले, तर महिलांना आकर्षित करण्यासाठी किंवा त्यांचा जेनेटिक फिटनेस वाढवण्यासाठी इतर पुरुष कोणत्या क्लृप्त्या वापरतात हे जाणून घेण्यासाठी आणि त्याचा वापर करून स्वतःचे जनुकीय यश कसे वाढवू शकतो या उत्सुकतेपोटी समलैंगिक वर्तन विकसित झाले असावे किंवा झालेच तर सामाजिक स्थैर्य निर्माण करण्यात; पण समलैंगिक वर्तनाची भूमिका असावी; परंतु काही जणांसाठी हे असे जाणून घेण्याची उत्सुकता हेच अंतिम ध्येय बनते आणि तीच त्यांची लैंगिक अभिमुखता बनत असावी. त्यामुळे विषमलिंगी, उभयलिंगी आणि समलिंगी अभिमुखतेकडे तुकड्या तुकड्यात बघण्याऐवजी त्यात सलगतेचा दृष्टिकोन ठेवला तर ते सत्याच्या जास्त जवळ असेल असे वाटते. थोडक्यात, विषमलिंगी Pair Bonding हे सगळ्या मानव समूहात दिसत असले तरी उत्क्रांतीच्या आडव्या उभ्या खेचाताणीमुळे मानवाचे लैंगिक वर्तन व्यामिश्र बनले आहे.

***

एका छोटाशा गोष्टीमुळे कशा प्रकारे दूरगामी परिणाम होतात ते पाहा. आपल्या पूर्वजांना अभावजन्य परिस्थितीमुळे झाडांवरून जमिनीवर उतरावे लागले, परिणामस्वरूप ते द्विपाद झाले. माणूस द्विपाद झाल्यामुळे रजोनिवृत्तीची गरज निर्माण झाली आणि माणसाला आजी-आजोबा मिळाले. सोबतच द्विपाद झाल्यामुळे माणसाचे नवजात अर्भक इतर प्राण्यांच्या तुलनेत अविकसित असतानाच जन्म घेऊ लागले, त्यामुळे माणूस कोणत्याही वातावरणात टिकून राहण्याइतका लवचीक तर झालाच; पण मानवी नर-नारी यांना जोडप्याने राहणे अनिवार्य झाले आणि त्यातूनच विवाहसंस्था आणि कुटुंबव्यवस्था विकसित होत गेली. अर्थात हे सगळे व्हायला लाखो वर्षे लागली. हे असेच झाले असेल असंसुद्धा नाही. आज आपल्याकडे मागे वळून बघण्याची संधी 'Benefit of Hindsight' आहे म्हणून आपण असे अनुमान बांधू शकतो एवढेच. एखाद-दुसऱ्या घटनेमुळे हे सर्व दुसऱ्या कोणत्यातरी वळणानेसुद्धा जाऊ शकले असते, त्यामुळे माणूसच संस्कृतीच्या विकासाच्या या टप्प्यापर्यंत येण्याच्या लायक आहे असा निष्कर्ष काढणे योग्य ठरणार नाही. उत्क्रांती हा काही गणितातला फॉर्म्युला नाही. सृष्टीतील इतर जिवांना कमी लेखण्याची आपण चूक करू नये. सुदैवाने जाणिवेच्या या टप्प्यापर्यंत पोहोचलेल्या मानव समूहात आपण जन्म घेतला आहे. हे विश्व, त्याचे अंतरंग आपल्यासमोर उलगडत असण्याच्या काळात आपण जगत आहोत. ते जाणून घेण्याची संधी आपण सोडता कामा नये.

***

मानवाचा इतिहास आणि संस्कृती

शेतीबद्दल विचारले तर तुमच्या माझ्यासारखा माणूस भरभरून सांगू लागतो. कारण, आपल्या सगळ्यांचे पूर्वज कित्येक पिढ्या शेतीत राबले आहेत, त्यामुळे शेती म्हणजे काही रॉकेट सायन्स नाही असे आपल्याला वाटू शकते; पण शेती नसती तर हेच रॉकेट सायन्स तयार झाले नसते. शेती वाटते तितकी सोपी निश्चितच नाही. त्यात नांगरणी, पेरणी, खुरपणी, काढणी, मळणी, साठवणी यांसारख्या गुंतागुंतीच्या प्रक्रिया आहेत. सोबतच गाई, म्हशी, बैल यांसारख्या पाळीव प्राण्यांची देखभालसुद्धा करावी लागते. आज शेती मागास आणि अविकसित वाटते; पण तुम्ही स्वत:ला इ. पूर्व १०,००० वर्षांपूर्वी नद्यांच्या खोऱ्यात राहणारा माणूस समजले, तर तुम्हाला त्या काळी शेती ही किती मोठी क्रांती होती याचा अंदाज येईल. कदाचित, मानवी इतिहासातील ही सगळ्यात मोठी क्रांती आहे असे म्हणावे लागले. साधारण: चौदा-पंधरा हजार वर्षांपूर्वी पुराणाश्मयुगाच्या शेवटी पृथ्वीवर हिमकाळ येऊन गेला. त्यानंतर मात्र हळूहळू पृथ्वीचे वातावरण ऊबदार होऊ लागले, सगळीकडे गवताळ जमिनी आणि चपळ प्राणी यांची संख्या वाढू लागली. त्याचा परिणाम म्हणून चपळ प्राण्यांची शिकार करण्यासाठी आकाराने छोटी फेकून मारता येणारी 'सूक्ष्मास्त्रे' माणूस वापरू लागला. 'सूक्ष्मास्त्रे' हे मध्याश्मयुगाचे लक्षण मानले जाते. मध्याश्म युगानंतर नवाश्मयुग येते. शेतीचा शोध नवाश्मयुगात लागला; पण त्याची पायाभरणी अगोदरपासूनच म्हणजे मध्याश्मयुगातच सुरू झाली असली पाहिजे. एकाच वेळी वेगवेगळ्या ठिकाणी एकाच गोष्टीचा शोध लागण्याच्या घटना मानवी इतिहासात बऱ्याच वेळा घडल्या आहेत. त्यापैकीच कृषिक्रांती आहे. कृषीचा शोध साधारणतः इ. पूर्व १०,०००च्या आसपास लागला. मध्यपूर्वेतील आजच्या तुर्की, सिरीया आणि इराक देशांत असलेला तिग्रिस आणि युफ्रेटीस नदीचा प्रदेश, चीनमधील पिवळी नदी आणि भारतातील सिंधू नदीचे खोरे हे शेतीसाठी पोषक प्रदेश होते. असल्याच कुठल्या तरी प्रदेशात कुणीतरी शेती करायला सुरुवात केली असणार.

अन्नाची कमतरता असेल म्हणा किंवा शिकार मिळवणे अवघड झाले असेल म्हणा अथवा नुकत्याच गवताळ जमिनी तयार होऊ लागल्या होत्या यामुळे म्हणा;

पण माणूस शेतीकडे वळला. शेती सुरू झाली आणि सूर झाली ती कायमचीच. शेतीमुळे माणसाचे भटके आयुष्य स्थिर झाले. माणसाची संख्या झपाट्याने वाढू लागली. मानवी आहार बदलला. आता माणूस गहू, ज्वारी, बार्ली यांसारखे ठरावीकच अन्नपदार्थ खाऊ लागला. मानवाच्या आहारातील वैविध्य कमी झाले. पशुपालनामुळे दुधाची जोड मानवी आहाराला मिळाली असावी; परंतु दूध माणसासाठी नवीन होते. लाखो वर्षांत माणसाने प्राण्यांचे दूध प्रथमच अन्न म्हणून वापरायला सुरुवात केली. परिणामतः माणूस आजपर्यंतसुद्धा दुधाशी पूर्णपणे अॅडजस्ट झालेला नाही. आजही काही लोक 'Lactose Intolerant' असतात. शेतीच्या कामात प्रचंड मेहनत लागते, त्यामुळे माणसाचा मोकळा वेळ कमी होऊ लागला. माणसाच्या आयुष्यातील विरंगुळ्याचे, आनंदाचे क्षण वरचेवर दुर्मीळ होऊ लागले. एकंदरीतच शेतीमुळे मानवी संख्या वाढली तरी मानव समुदायाचे किती कल्याण झाले हा प्रश्नच आहे. लाखो वर्षे भटकंतीचे आयुष्य जगलेला माणूस शेतीमुळे स्थावर झाला आणि पाळीव प्राण्यांसोबत राहू लागला, त्यामुळे प्राण्यांपासून बरेचसे आजार माणसाला होऊ लागले. कृषिक समाजात आजारपण, दुष्काळ, युद्ध आणि मृत्यू हे तर पाचवीलाच पुजलेले होते. शेतीमुळे लोकसंख्या वाढली. भविष्याची अनिश्चितता आणि खाणारी हजार तोंडे यामुळे माणूस अजून जोमाने शेती करू लागला. अडी-नडीला गाठीला काहीतरी असावे म्हणून माणसाने अधिकचे उत्पन्न कसे काढता येईल यावर लक्ष केंद्रित केले. कालांतराने माणूस अतिरिक्त अन्नधान्य साठवून ठेवू लागला. सिंधू संस्कृतीत जागोजागी गोदामे सापडतात ती उगाच नाही. शेतात राबून एक माणूस त्याला जितके अन्न लागते, त्यापेक्षा जास्त अन्नाचे उत्पादन करू लागला म्हणजे दुसऱ्या माणसाचे अन्नसुद्धा एक माणूस तयार करू शकत होता. तत्पूर्वी ही परिस्थिती नव्हती. प्रत्येकाला शिकार करणे गरजेचे होते; पण शेतीनंतर 'Agricultural Surplus' तयार होऊ लागले. प्रत्येकाने त्याचे अन्न त्याने स्वतः मिळवावे हे आता गरजेचे राहिले नव्हते, त्यामुळे काही माणसे कृषी व्यतिरिक्त इतर गोष्ट करायला लागले. 'कृषी आधिक्य' तयार होऊ लागल्यामुळे काही लोक आता अन्न तयार करण्याच्या भानगडीत न पडता शेती सोडून इतर कामधंदे उदा. वस्तूंची ने-आण, पूजा पाठ, गावाचा कारभार, गवंडीकाम, शेतीसाठी आवश्यक औजारे तयार करणे, मातीचे भांडे बनवणे इत्यादी कामे करू लागले. शेतीमुळे मानवी समाजात विशेषीकरणाची अर्थात Specialization ची सुरुवात झाली. एकंदरीतच यावरून असे म्हणता येईल की संस्कृती तयार होण्यापूर्वी कृषीतून अतिरिक्त अन्नधान्याचे उत्पादन होणे गरजेचे असते.

अतिरिक्त उत्पन्नामुळे शेतीव्यतिरिक्त कामे करणाऱ्या लोकांचा मोठा वर्ग तयार झाला. वाढत्या लोकसंख्येमुळे शहरे उदयाला आली. वस्तूंची देवाणघेवाण सुरू झाली. लोकांमध्ये समन्वयाची आणि सहकार्याची गरज निर्माण झाली. त्यातूनच पुढे

शासनव्यवस्थेचा जन्म झाला. नुसती शासनव्यवस्था असून, भागत नाही ती व्यवस्था चालवण्यासाठी साधनसंपत्ती लागते त्यामुळे 'कररचना' तयार झाली. कौटिल्य 'कोष मूलो दण्डः' अर्थात महसूल हा शासनव्यवस्थेचा आधार आहे असे म्हणतो. करांशिवाय शासनव्यवस्था असू शकत नाही आणि शासनव्यवस्थेविना संस्कृती टिकू शकत नाही, त्यामुळेच 'Taxes are the price we pay for civilization' असे म्हटले जाते.

बरं, शासन झाले, कररचना झाली; पण नुसती कररचना असून भागत नाही. कुणी किती कर दिला किंवा कुणी दिला नाही, कुणाचे किती उत्पन्न आहे, कुणाकडे किती गाई-म्हशी आणि शेतजमीन आहे याचा लेखाजोखा ठेवावा लागतो, तरच करवसुली व्यवस्थित करता येऊ शकते. बरे एवढी सगळी माहिती लक्षात ठेवणेसुद्धा सोपे नसते. भरीस भर म्हणजे ही माहिती सतत बदलत असते. अमुक एका वर्षी दुष्काळ पडला, पीक बुडले, कुणी कुणाच्या गाई चोरून नेल्या, कुणाचा उत्कर्ष झाला हे सगळे लक्षात ठेवणे जवळ जवळ अशक्यच आहे. दुसरा मुद्दा माहितीच्या स्वरूपाचा आहे. भारतामध्ये सिंधू संस्कृतीच्या नंतर वैदिक काळात साहित्याच्या क्षेत्रात प्रचंड प्रगती झाली. वेदांची रचना झाली; पण सुरुवातीला वेद लोकांना मुखोद्गत असत. आजही द्विवेदी, त्रिपाठी, त्रिवेदी, चतुर्वेदी अशी आडनावे आपल्याला आढळतात. या आडनावांतून लोकांना किती वेद पाठ आहेत किंवा किती वेळा वाचल्यानंतर पाठ झाले याची माहिती मिळते. वेद पाठ करणे हा त्याकाळचा शिरस्ता असला तरी याच वैदिक काळत विशेषतः उत्तर वैदिक काळात 'भागदूघ' हा कर गोळा करणारा अधिकारी होता. भागदूघ त्याचा कारभार त्याच्या स्मरणशक्तीच्या आधारे करत होता असे कुठेही वाचनात आले नाही. वेद पाठ करणे हे मानवी मेंदूला तुलनेने सोपे होते. कारण, एकतर वेद दरवर्षी बदलत नाहीत. त्याशिवाय वेदातील ऋचांत एक सुसूत्रता आहे आणि त्यांची रचना प्रवाही आहे. याउलट भागदूघ अधिकाऱ्याला कुणाकडे किती गाई आहेत, किती भेट मिळाल्या किंवा किती चोरी गेल्या आणि त्यामुळे किती कर लावायचा ही माहिती पाठ ठेवणे शक्य नव्हते. ही असली क्लिष्ट, संख्यात्मक आणि सतत बदलणारी माहिती लक्षात ठेवण्यासाठी 'लेखन-कला' अस्तित्वात आली असावी. शिकार आणि भटकंती करणाऱ्या मानव समूहांनी लेखन कला का विकसित केली नाही या प्रश्नाच्या उत्तरात लेखन कला विकसित होण्यामागे कृषिक्रांती कशी आहे या प्रश्नाचा उलगडा होतो.

लेखनकला मानवाच्या इतिहासातील महत्त्वाचा टप्पा आहे. ज्या काळाची लिखित साधने उपलब्ध आहेत त्याला ऐतिहासिक काळ असे म्हणतात. रूढार्थाने ज्याला आपण इतिहास म्हणतो तो काळ लेखन कलेच्या शोधानंतरचा आहे, ज्याकाळी लेखनकला अवगत नव्हती, तो काळ 'Pre-history' अर्थात इतिहासपूर्व

काळ म्हणून ओळखला जातो; पण गोष्टी इतक्या सोप्या नसतात त्यात काही ना काही ट्विस्ट असतोच असतो. आता हेच घ्या ना, सिंधू संस्कृतीमध्ये लेखनकला अस्तित्वात होती; पण ती आज आपल्याला वाचता येत नाही. आता काय करायचे? तर असा काळ जिथे लेखनकला अस्तित्वात होती; पण ती आज आपल्याला वाचता येत नाही, त्याला 'Proto-history' अर्थात प्रागैतिहासिक काळ असे म्हटले जाते. शेतीच्या शोधापूर्वीच अश्मयुगात अग्नीच्या शोध लागला व माणूस शिजलेले अन्न खाऊ लागला, त्यामुळे पोटावरचा ताण कमी झाला व मानवी मेंदूचा आकार वाढत गेला हे आपण पाहिले. अग्नीच्या शोधामुळे पोटावरचा, पचनसंस्थेचा भार कमी का झाला? तर अन्न आगीत शिजवल्यामुळे ते पोटात जाण्यापूर्वीच त्याला पचवण्याची प्रक्रिया सुरू झाली म्हणजे एका अर्थाने माणसाने अग्नीचा शोध लावून अन्न पचवण्यासाठी पोटाबाहेर अजून एक पोट, पचनसंस्था तयार केली. अगदी तोच प्रकार लेखन कलेने मानवी मेंदूशी केला. लेखन कलेने माणसाच्या मेंदूच्या बाहेर एक मेंदू तयार केला. सगळ्या गोष्टी मेंदूत साठवण्याची आता गरज उरली नाही. मेंदूचा वापर फक्त Storage Device म्हणून न करता Processor म्हणून अधिक होऊ लागला. एवढेच नव्हे माणूस आता फक्त स्वानुभवातून न शिकता त्याच्या पूर्वजांच्या अनुभवातूनसुद्धा शिकू लागला. लिखित आणि बोली भाषेमुळे त्या त्या प्रदेशातील लोकांना जोडणारा एक धागा आणि सामायिक वारसा तयार झाला, त्यामुळेच कदाचित भाषा हे कोणत्याही संस्कृतीच्या अंतरंगात प्रवेश करण्याचे महाद्वार असते असे म्हटले जात असावे. लेखन कलेमुळे पिढी दर पिढी मानवी ज्ञान वाढतच गेले. लेखनकला मानवी इतिहासातील सगळ्यात मोठा 'Compound Effect' आहे. विस्तारत जाणाऱ्या मानवी ज्ञानामुळे शासन-प्रशासन चालवणे शक्य झाले. मानवी जीवनातील व्यामिश्रता वाढत गेली. वाढत्या ज्ञानासोबत कृषीतील आधिक्य वाढवण्याचा प्रयत्न झाला. त्यानुसार मानवी तंत्रज्ञान बदलत गेले.

***

अमुक एके दिवशी शेतीचा शोध लागला आणि माणसांनी भटकंती सोडून दिली, असे झाले नाही. शेती हळूहळू सापडत गेली. जिथे भटकंती करण्यापेक्षा शेती करणं जास्त फायद्याचं होतं, तेथे शेती लवकर स्वीकारली गेली. याउलट जिथे भटकंती आणि शिकार करणे जास्त सोयीस्कर होते तिथे शेती रुजायला उशीर लागला. युरेशियाचा भौगोलिक विस्तार आडवा असल्यामुळे पश्चिम आशियात माणसाने डोमेस्टिकेट केलेला गहू अगदी चीनच्या पूर्व किनाऱ्यापर्यंत सहज पसरू शकला. कारण, समान अक्षांशावर गव्हाच्या वाढीसाठी पोषक वातावरण मिळाले. हीच गोष्ट पाळीव प्राण्यांच्या बाबतीतसुद्धा घडली. याउलट अमेरिका आणि आफ्रिका खंडाची भौगोलिक ठेवण उभी आहे, त्यामुळे एका भागात सुरू झालेली शेती दुसऱ्या भागात

पसरू शकली नाही. युरेशियामध्ये शेती पसरण्याचे अजून महत्त्वाचे कारण म्हणजे पाळीव प्राण्यांची उपलब्धता. युरेशियात शेळी, मेंढी, गाय, घोडा, गाढव, डुक्कर या प्राण्यांचे डोमेस्टिकेशन करता आले; परंतु आपण पाहिले की, माणूस जेव्हा ४५ हजार वर्षांपूर्वी ऑस्ट्रेलियात आणि १२ हजार वर्षांपूर्वी अमेरिकेत सर्वप्रथम पोहोचला, तेव्हा माणसाच्या येण्याने तेथील बहुतांश सस्तन प्राणी नष्ट झाले, त्यामुळे तिथे डोमेस्टिकेशन करण्यायोग्य प्राणी माणसाला मिळाले नाहीत. परिणामी, तिथे शेती बहरून येण्यात अडचणी आल्या. युरेशियाच्या तुलनेत अमेरिकेत शेती उशिरा सुरू झाली; परंतु पाळीव प्राण्यांचा अभाव व उभी भौगोलिक ठेवण यांमुळे इथे शेती फार विकसित झाली नाही.

तिकडे ऑस्ट्रेलियात, ज्याला खऱ्या अर्थाने शेती म्हणता येईल अशी शेती, अगदी अलीकडे म्हणजे अठराव्या शतकात, युरोपीय वसाहतवादानंतर सुरू झाली. ऑस्ट्रेलियातील शुष्क वाळवंटी हवामान, अनुत्पादक माती, अनियमित पाऊस, दुष्काळ आणि पाळीव प्राण्यांचा अभाव यांमुळे तिथे शेती विकसित करण्यात 'अबओरिजिनल ऑस्ट्रेलियन' लोकांना प्रचंड अडचणी आल्या म्हणून ते शेतीच्या वाटेला गेले नाहीत. जमिनीतून कंदमुळे गोळा करणे, शिकार आणि मासेमारी यांवरच त्यांनी आपली भिस्त ठेवली. ऑस्ट्रेलियाचा अंतर्गत भाग अतिशय शुष्क आहे, त्यामुळे तिकडे जाण्याच्या फंदात कुणी पडत नाही. परिणामी, आजसुद्धा ऑस्ट्रेलियाची जवळपास ९०% लोकसंख्या किनारी भागात राहते. काही वसाहतवादी इतिहासकार अबओरिजिनल ऑस्ट्रेलियन लोक शेतीचा शोध लावू शकले नाहीत याचे वंशवादी विश्लेषण करतात. अबओरिजिनल लोकांत काहीतरी दोष, उणीव आहे, असे त्यांना सुचवायचे असते. हे चूक आहे. ऑस्ट्रेलियामध्ये स्वतंत्रपणे शेती विकसित झाली नाही याचे कारण तेथील परिस्थितीत शेतीपेक्षा, भटकंती आणि शिकार करणे जास्त सोईस्कर होते हे आहे.

जपानमध्येसुद्धा ऑस्ट्रेलियासारखी परिस्थिती उद्भवली होती; परंतु तिथे शेती रुजायला आधुनिक काळाची वाट पाहावी लागली नाही, कारण तेथील भूगोल ऑस्ट्रेलियापेक्षा वेगळा होता. ऑस्ट्रेलियात शेती करणे शक्य नव्हते, जपानमध्ये शेती करणे शक्य असले, तरी शिकार आणि भटकंती करणे जास्त फायद्याचे होते. जपान हा पूर्व आशियातील द्वीपसमूहांचा देश आहे. होक्काइडो, होन्शू ('मुख्य भूमी'), शिकोकू आणि क्यूशू ही उत्तर-दक्षिण दिशेने असलेली जपानमधील चार मुख्य बेटे आहेत, तसेच जपान समशीतोष्ण कटिबंधातील देश असला तरी तिथे भरपूर पाऊस पडतो. महत्त्वाची गोष्ट म्हणजे समशीतोष्ण कटिबंधात असलेल्या युरोपमध्ये हिवाळ्यात पाऊस पडतो, तर जपानमध्ये उन्हाळ्यात पाऊस येतो. विशिष्ट भौगोलिक परिस्थितीमुळे जपानच्या दक्षिण भागात सदाहरित जंगल, मध्य भागात पानझडी जंगल आणि उत्तरेच्या भागात सूचिपर्णी जंगल आढळते. भटकंती करणाऱ्या माणसाच्या

दृष्टीने पानझडी वने स्वर्गासमान होते. कारण, त्यात फळे, बिया आणि जंगली मेवा भरपूर प्रमाणात असतो. सोबतच जपानच्या आजूबाजूला असलेल्या समुद्रात, तलावात आणि नद्यांत प्रोटीनचा उत्कृष्ट सोर्स असलेले सॅल्मन, ट्राउट, सार्डिन, मॅकरेल, हेरिंग, कॉड, ट्यूना, शेलफिश, खेकडा, कोळंबी, क्रेफिश, क्लॅम आणि ऑयस्टर असे पाण्यातले जीव होते, त्यामुळे तिथल्या 'जोमोन' लोकांनी शिकार आणि भटकंती सोडली नाही. त्याच काळात जपानच्या शेजारच्या कोरियन द्वीपकल्पावर लोक भात शेती करत होते; पण जपानमधील 'जोमोन' लोकांनी प्रामुख्याने शिकार आणि भटकंती करणे पसंत केले. निसर्गाने दिलेल्या जल, जंगल आणि जमीन यांच्या विपुल संसाधनातून - रूढार्थाने शेती न करता - जपानमध्ये शिकार करणारा माणूस थोडे का होईना; पण 'सरप्लस' तयार करू शकला, त्यामुळेच जोमोन लोक शेती करत नसले, तरी त्यांच्यात संस्कृतीच्या खाणाखुणा सापडतात. शेतीच्या शोधानंतरही जवळपास १०,००० वर्षे जपानमधले जोमोन लोक शिकार-भटकंती करत होते; पण अचानक इसवी सन पूर्व ४००च्या आसपास हा समतोल कोलमडला आणि काही शतकाच्या आत जपानमध्ये शेती पसरली. जपानच्या इतिहासातील या आमूलाग्र बदलाच्या कालखंडाला 'यायोई काळ' असे म्हटले जाते. जोमोन काळातील स्थिरता आणि यायोई काळातील मूलगामी बदल यांच्यातील फरक हे जपानी इतिहासातील सर्वांत उल्लेखनीय वैशिष्ट्य म्हणता येईल. जपानच्या इतिहासात अलीकडच्या काळातसुद्धा हाच पॅटर्न दिसून येतो. तोकुगावा शोगुनेटमधील सामाजिक-राजकीय स्थिरता आणि १८६८मध्ये झालेल्या 'मेजी पुनर्स्थापने'चा आमूलाग्र बदलसुद्धा याच परिप्रेक्ष्यातून पाहिला पाहिजे. एकुणात काय तर उशिरा का होईना, जगाच्या इतर भागासारखेच, जपानमध्येसुद्धा शेतीच्या आगमनानंतर माणसाची लोकसंख्या झपाट्याने वाढली, त्यामुळे शिकार-भटकंती करणारे समुदाय त्या जनसंख्येच्या रेट्यात विरघळून जाऊ लागले आणि शेती पुढे-पुढे पसरत गेली.

***

शेती करणाऱ्या समुदायाच्या प्रगत तंत्रज्ञानामुळे व वाढणाऱ्या संख्येमुळे, शिकार व भटकंती करणारे लोक कधी विस्थापित झाले, कधी मारले गेले, तर कधी स्वतःचे अस्तित्व गमावून शेती करणाऱ्या समूहाचाच भाग बनले. हा सगळा बदल फक्त सामाजिकच नाही, तर जेनेटिक/उत्क्रांतीय पातळीवरसुद्धा झाला, त्यामुळे भाषिक, सामाजिक, राजकीय, जनसांख्यिकीय आणि अगदी जनुकीय पातळीवर मानव समाज एकजिनसी होत गेला. या प्रक्रियेची, शेती शोधानंतरची, मागच्या बारा हजार वर्षांतील, सगळ्यात जुनी, सगळ्यात प्रभावी आणि सगळ्यात मोठी प्रयोगशाळा कुठे असेल, तर आज ज्याला आपण चीन म्हणतो ती भूमी! चीनच्या उत्तर भागातले हवामान कोरडे आणि थंड, तर दक्षिण भागातले हवामान ओले आणि ऊबदार

आहे. यामुळे, आज चीन जसा एकसंध-एकजिनसी वाटतो तसा तो शेतीच्या शोधाच्या सुरुवातीच्या काळात नव्हता. या दोन्ही भागात बोलल्या जाणाऱ्या भाषासुद्धा वेगळ्या होत्या; पण हे नेमके बदलले कसे? उत्तरेकडेच्या हो-हँग-हो आणि यांगत्से नद्यांच्या खोऱ्यात शेतीला पूरक स्थिती होती, त्यामुळे तिथे सरप्लस तयार होऊन संस्कृती, शासन संस्था निर्माण झाली. चीनच्या अगदी सुरुवातीच्या - शिया, शांग आणि झोऊ या राजसत्ता उत्तरेकडील आहेत. यामुळे चीनचे राजकीय एकीकरण झाले. सोबतच, भाषा आणि लेखनकलासुद्धा विकसित झाली. त्याकाळी चीनच्या दक्षिण भागात ताई-कदाई, मियाओ-याओ, ऑस्ट्रोएशियाटिक भाषा बोलणारे लोक राहत. त्या वेळी चीनच्या दक्षिण भागात शेती नव्हती असे नाही. भात शेतीसाठी तेथील वातावरण पोषक होते; परंतु उत्तरेकडील सिनो-तिबेटी भाषा बोलणाऱ्या लोकांच्या वाढत्या संख्येमुळे ताई-कदाई, ऑस्ट्रोएशियाटिक भाषा बोलणारे लोक दक्षिणेकडे सरकत गेले आणि मियाओ-याओ भाषा बोलणारे लोक दुर्गम भागात स्थलांतरित होत विखुरले गेले.

जगातील इतर भागांप्रमाणेच चीनमध्ये शेती करणारे लोक प्रगत तंत्रज्ञान व वाढती जनसंख्या यांच्या बळावर विस्तारात गेले. ते शिकार व भटकंती करणाऱ्या लोकांना कधी विस्थापित करत, कधी नामशेष करत तर कधी स्वतःमध्ये समाविष्ट करत सर्वदूर पसरू लागले. शिकार आणि भटकंती करणाऱ्या लोकांचा शेती करणाऱ्या लोकांसमोर टिकाव लागला नाही याच्या मुळाशी शेती करणाऱ्या लोकांचे प्रगत तंत्रज्ञान, लोखंडी हत्यारे, लेखन कला, राजकीय संघटन, अधिक जनसंख्या हे तर होतेच. त्यासोबतच शेती करणाऱ्या लोकांकडे अजून एक छुपे अस्त्र होते, ते म्हणजे शेती करणाऱ्या लोकांच्या अंगा खांद्यावर असणारे जीव-जंतु! इसवी सन १४९२मध्ये कोलंबस आणि त्यानंतर युरोपीय लोक जेव्हा अमेरिका खंडात गेले, तेव्हा युरोपीय लोकांशी संपर्क आल्यामुळे नव्या आजारांनी बाधित होऊन अमेरिकेतील रेड इंडियन लोक मारले गेले हे आपणाला माहिती असते; पण युरोपीय लोकांशी संपर्क आल्यामुळे जसे 'रेड इंडियन' मारले गेले तसे रेड इंडियन लोकांशी संपर्क आल्यामुळे युरोपीय लोक का मारले गेले नाहीत?

शेती करणारा माणूस पाळीव प्राण्यांच्या सोबत राहतो. शेळी, मेंढी, कोंबड्या, घोडा, गाढव, डुक्कर असे विविध प्राणी शेती करणारा माणूस पाळतो. गाई-गुराचा शेण-मुताने व्यापलेला गोठा आणि माणसाचे घर शेजारी शेजारीच असते. या प्राण्यांशी सततच्या येणाऱ्या संपर्कामुळे, विविध प्रकारचे जीवाणू आणि विषाणू यांचा माणसाला सामना करावा लागला. ज्याला आपण अमुक एखाद्या आजाराचे लक्षण समजतो, ती त्या आजाराच्या जीवाणू/विषाणूची सर्वदूर पसरण्याची उत्क्रांतीय धडपड असते. साठवलेले धान्य खायला उंदीर-घुशी असे प्राणी येतात, त्यांच्यामुळे प्लेग सारखे नवनवे आजार पसरले. इसवी

सन १३५०च्या आसपास ब्युबॉनिक प्लेगमुळे युरोपाचे जवळपास ५०% लोक मृत्युमुखी पडले होते. लोकसंख्या कमी असेल आणि त्या विषाणू/जिवाणूच्या आजारामुळे बाधित झालेले सगळेच लोक मेले, तर त्या लोकांसोबतच तो विषाणू/जिवाणूसुद्धा संपून जातो, त्यामुळे अमुक एका आजाराचे विषाणू/जीवाणू तगून राहण्यासाठी ठीकठाक लोकसंख्या असावी लागते. शेतीच्या शोधानंतर लोकसंख्या वाढली, शहरे निर्माण झाली, लोक दाटीवाटीने राहू लागले, त्यामुळे गोवर व क्षयरोग यांसारख्या आजाराचे विषाणू आणि जीवाणू या जनसमूहात टिकून राहिले, त्यामुळे शेती करणारे लोक त्यांच्या अंगाखांद्यावर गोवर, गालगुंडा, रुबेला, देवी, डांग्या खोकला, क्षयरोग यांचे जीवाणू आणि विषाणू घेऊन वावरत होते. एवढेच नाही, तर शेती करणाऱ्या लोकांमध्ये हळूहळू या आजारांशी 'हॅर्ड इम्युनिटी' तयार झाली होती. याउलट, शिकार आणि भटकंती करणारे लोक, संख्येने कमी असल्यामुळे एका जागी स्थिर नसल्यामुळे व प्राण्यांसोबत राहत नसल्यामुळे, त्यांचा वरील जीवाणू आणि विषाणूंशी संबंध आलेला नव्हता. या सर्व कारणामुळे युरोपीय लोकांशी संपर्क आल्यामुळे जसे 'रेड इंडियन' मारले गेले, तसे रेड इंडियन लोकांशी संपर्क आल्यामुळे युरोपीय लोक मारले गेले नाहीत. रेड इंडियन लोकांसोबत झालेला हा प्रकार जगात इतरत्र घडला. उदा. पॅसिफिक बेटांवरील लोकांच्या बाबतीत, ऑस्ट्रेलियाच्या अबओरिजिनल सोबत आणि दक्षिण आफ्रिकेतील 'खोईसन' लोकांच्या बाबतीतसुद्धा हाच पॅटर्न पाहायला मिळतो. एका ठरावीक प्रक्रियेप्रमाणे जगात सगळीकडे शेती करणाऱ्या लोकांनी भटकंती करणाऱ्या लोकांना हळूहळू संपवले.

तसाच काहीसा प्रकार चीनमध्येसुद्धा झाला असावा. त्यातच चीनच्या किनाऱ्याचा आकार टरबुजासारखा गोल आहे. पश्चिमी युरोपासारखे तिथे द्वीपकल्प, खाड्या आणि आखाते यांचा अडथळा नाही म्हणून समाज एकजिनसी होण्याच्या प्रक्रियेला चीनमध्ये भौगोलिक प्रतिरोधसुद्धा झाला नाही, त्यामुळे अगदी प्राचीन काळातच चीनचे राजकीय एकीकरण पूर्ण झाले; पण ही प्रक्रिया इथेच थांबली नाही. दक्षिणेकडे सरकत जाणाऱ्या ताई-कदाई, ऑस्ट्रोएशियाटिक भाषा बोलणाऱ्या लोकांनी दक्षिण-पूर्व आशियातील व्हिएतनाम, लाओस, कंबोडिया, थायलंड, म्यानमार, मलेशिया या भागांत आपला जम बसविला. अशा प्रकारे चीनमधल्या शेतीचा प्रभाव अगदी मलेशियापर्यंत पडला. याच प्रभावाची एक शाखा तैवान मार्गे, अमेरिकेच्या हवाई बेटांपासून आफ्रिकेच्या मादागास्कर बेटांपर्यंत पसरली. कशी ते पाहू.

***

आफ्रिका, जेथे आधुनिक मानवाची उत्पत्ती झाली, तिचा इतिहास मात्र दुर्लक्षितच राहिला आहे. नाइल नदीच्या खोऱ्यातील प्राचीन मिस्र संस्कृती आणि भूमध्य

सागराच्या किनाऱ्यावरील मोरक्को, अल्जेरिया, लिबिया या उत्तर आफ्रिकेच्या देशांबद्दल आपण वाचतो; परंतु त्याखालच्या साहेल, सब-सहारन आफ्रिका आणि मादागास्कर या भागांचा मानवी इतिहासाच्या विश्लेषणात फारसा उल्लेख होताना दिसत नाही. आफ्रिकेच्या उत्तर भागात अरेबिकसारख्या अ‍ॅफ्रोआशियाटिक भाषा बोलल्या जातात. सुदानच्या आसपास असलेल्या नाईल नदीच्या खोऱ्यात निलो-सहारन भाषिक लोक राहतात, तर पूर्व किनाऱ्यावरील नायजर आणि काँगो यांच्या आसपास नायजर-काँगो भाषिक लोक राहतात. आफ्रिकेच्या या भागातील गेल्या दहा ते बारा हज़ार वर्षांच्या मानवी इतिहासातील महत्त्वाच्या दोन घटना अथवा प्रक्रिया सांगायच्या असतील तर त्या 'Austronesian Expansion' आणि 'Bantu Expansion' याच असतील.

चीनमध्ये कृषिक्रांतीनंतर जे भाषिक, सामाजिक, राजकीय, जनसांख्यिकीय आणि जनुकीय एकजिनसीकरण झाले, त्याचीच पुढची आवृत्ती म्हणजे 'ऑस्ट्रोनेशियन विस्तार' म्हणता येईल. ऑस्ट्रोनेशियन हा भाषिक ग्रुप आहे, हे लोक तैवान बेटांवरून समुद्र मार्गे जगात सर्वदूर पसरले. वर उल्लेखलेल्या प्रक्रियेचाच भाग म्हणून, चीनची मुख्य भूमी पादाक्रांत करत असताना, इसवी सन पूर्वी ३५००च्या आसपास, दक्षिण चीनमधील शेती करणारे समूह चीनच्या शेजारी असलेल्या तैवान बेटांवर आले असावेत. त्यानंतर तैवान बेट या लोकांचे 'लाँच पॅड' बनले. त्यांनी जहाज बांधणी आणि सागरी तंत्रज्ञान यांमध्ये मोठी भरारी घेतली. ज्याचा वापर करून ते तैवानमधून पॅसिफिक आणि हिंद महासागरात पसरले. ऑस्ट्रोनेशियन भाषा बोलणारे लोक पॅसिफिक महासागरातील फिलिपिन्स, बोर्नेओ बेट, तिमोर बेट, जावा, सुमात्रा, मलय द्वीपकल्प, व्हिएतनाम, सोलोमन, फिजी, सामोआ, टोंगा असा विस्तार करत हे लोक इस्टर आणि हवाई बेटांपर्यंत पोहोचले. दुसऱ्या बाजूला साधारणतः दीड हजार वर्षांपूर्वी हे लोक हिंद महासागरातील आफ्रिकेच्या शेजारी असलेल्या मादागास्कर बेटांवरसुद्धा पोहोचले. ऑस्ट्रोनेशियन लोक येण्यापूर्वी मादागास्कर बेटांवर कुठलाही मानव गेलेला नव्हता. आज या बेटांवर जवळपास ९०% लोक मलगासी ही ऑस्ट्रोनेशियन भाषा बोलतात.

मादागास्कर बेटापलीकडे आफ्रिकेच्या मुख्य भूमीवर मात्र 'बांटू विस्तार' घडत होता. आफ्रिकेच्या पश्चिम किनाऱ्यावरील, आजच्या कॅमेरून आणि काँगो देशाच्या सीमारेषेच्या आसपास कृष्णवर्णीय बांटू लोकांची भूमी होती. बांटू लोक मूलतः नायजर-काँगो भाषिक समूहाचे होते. साधारणतः इसवी सन पूर्व ३०००च्या आसपास म्हणजे आजपासून पाच हजार वर्षांपूर्वी, या बांटू लोकांनी शेती सुरू केली. त्यानंतर त्यांची लोकसंख्या वाढली आणि त्यांनी आफ्रिकेत पंख पसरायला सुरुवात केली. यथावकाश लोह वितळण्याचे तंत्रज्ञानदेखील आत्मसात केले, त्यामुळे या प्रक्रियेला अजूनच जोम आला.

बांटू लोकांच्या वेगवेगळ्या लाटांनी मजल-दरमजल करत, जवळपास सर्व सब-सहारन आफ्रिका पादाक्रांत केला. ही प्रक्रिया तब्बल चार हजार वर्षे चालली. आफ्रिकेच्या पश्चिम किनाऱ्यावरून बांटू लोक पुढे पसरत-पसरत युगांडा, रवांडा, बुरुंडी पादाक्रांत करत केनिया आणि टांझानियाचा पूर्व किनारा पार करून झांझिबार बेटांपर्यंत पोहोचले. याचा परिणाम म्हणून आफ्रिकेच्या पूर्व किनाऱ्यावर आज 'स्वाहिली' ही बांटू भाषा बोलली जाते. काही लोक झांबेझी नदी पार करून दक्षिणेकडे गेले. या बांटू लोकांच्या विस्तारादरम्यान आफ्रिकेच्या विषुववृत्तीय घनदाट वनांत, विशेषतः काँगो नदीच्या खोऱ्यात राहणारे, कमी उंचीचे कृष्णवर्णीय 'पिग्मी' लोक, विस्थापित होत विखुरले गेले असावेत, त्यामुळेच आज पिग्मी लोकांचे आफ्रिकेतील वितरण अत्यंत खंडित आहे. तसेच आज पिग्मी लोक त्यांच्या आसपास राहणाऱ्या कृष्णवर्णीय बांटू शेतकऱ्याची भाषा बोलतात, त्यांच्या शेतावर काम करतात व इतर व्यवहार करतात. असे असले तरी बांटू लोक, आफ्रिकेच्या 'केप ऑफ गुड होप' या दक्षिण टोकापर्यंत पोहोचले नाहीत. आफ्रिकेच्या या भागात खोईसन लोक राहतात, जे पूर्वी यापेक्षा मोठ्या भूभागावर राहत असावेत. खोई आणि सॅन ह्या दोन जमाती आहेत, ज्यांना युरोपीय वसाहतवाद्यांनी अनुक्रमे हॉटनटॉट आणि बुशमन अशी नावे दिली. खोई लोक भटके पशुपालक आहेत, तर सॅन लोक शिकार आणि भटकंती करतात. पिवळसर रंग आणि भरीव नितंब यावरून हे लोक पटकन ओळखता येतात. बांटू विस्ताराने खोईसन आणि पिग्मी समुदायांना विस्थापित केले. मात्र, नामिबियाच्या वाळवंटात आणि दक्षिण आफ्रिकेच्या काही भागांत खोईसन समुदाय आजही टिकून आहेत. कारण, त्या भागातील जमीन बांटू शेतकऱ्यांसाठी शेती योग्य नव्हती, त्यामुळे युरोपातील डच लोक जेव्हा दक्षिण आफ्रिकेच्या 'केप ऑफ गुड होप'ला आले, तेव्हा तिथे बांटू शेतकरी लोक पोहोचलेले नव्हते. शिकार-भटकंती आणि भटके पशुपालन करणाऱ्या, संख्येने विरळ असणाऱ्या खोईसन लोकांना हुसकावून लावणे युरोपीय लोकांना सहज शक्य झाले. त्यामुळे कृष्णवर्णीय बांटू लोकांशी युरोपीय वसाहतवादी लोकांचा जेव्हा सामना झाला, तेव्हा या भूमीवर युरोपीय वसाहतवाद्यांनी त्यांचा पूर्वाधिकार सांगितला. दक्षिण आफ्रिकेतील वर्ण-वर्चस्ववादी संघर्षाच्या कारणांची सुरुवात येथून झाली, ती मालिका अगदी अलीकडे म्हणजे १९९०च्या दशकात नेल्सन मंडेला यांच्या 'रेनबो नेशन'पर्यंत चालूच होती.

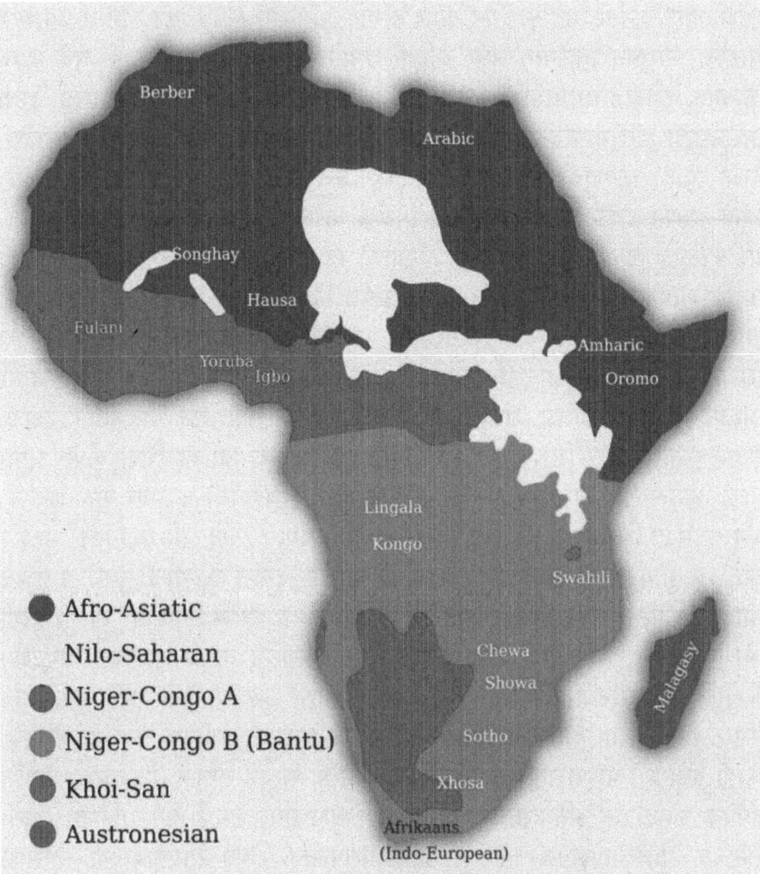

आफ्रिकेतील भाषिक वितरणातून आफ्रिकेचा इतिहास कळतो.

***

शेतीच्या शोधानंतर अश्मयुग संपले व 'धातू युग' सुरू झाले. हा बदल एका दिवसात झाला नाही. अश्मयुगातून धातू युगात जाताना, या दोन्हींना जोडणारा 'ताम्रपाषाण' अर्थात Chalcolithic Age, हा टप्पा माणसाला पार करावा लागला. त्यानंतर कांस्य युग अवतरले. तांबे हा माणसाने शोधलेला पहिला धातू होता, या तांब्यापासून माणसाने 'ब्राँझ' अर्थात कांस्य हा मिश्र धातू बनवला. तांब्यापेक्षा जास्त टणक असल्यामुळे माणसाने कांस्य वापरणे पसंत केले. सिंधू संस्कृती कांस्य युगीन होती. कांस्य युगानंतर लोखंडाचा शोध लागला. लोखंडाचा द्रावणांक बिंदू जास्त असल्याने, त्याचा शोध लागायला थोडा उशीर लागला; पण लोखंडाचा

शोध लागल्यानंतर मात्र कृषीतून तयार होणारे अतिरिक्त उत्पन्न खूप मोठ्या प्रमाणात वाढले. भारतात विशेषतः उत्तर वैदिक अर्थात ई. पूर्व १००० ते ई. पूर्व ५०० काळात, लोखंडाचा नांगर हे सगळ्यात महत्त्वपूर्ण तंत्रज्ञान होते. जनक राजा, राजा असूनसुद्धा शेत नांगरतो आणि नांगरताना सीता सापडते अशी सीतेच्या जन्माची कथा आहे. कृष्णाचा भाऊ 'हलधर' म्हणजेच नांगर धरणारा या नावाने प्रसिद्ध आहे. अशा प्रकारे प्राचीन भारतीय मिथक कथांतून नांगराचे महत्त्व लक्षात येते. या काळात लोखंडाच्या फाळाने जमिनीची खोलवर मशागत करता येऊ लागली आणि शेतीतून पूर्वीच्या तुलनेत जास्त उत्पन्न निघू लागले, त्यामुळेच लोखंडाच्या शोधानंतर भारतात दुसऱ्यांदा जागोजागी शहरांचा उदय झालेला दिसतो. सोबतच सिंचनाची व्यवस्थासुद्धा सुधारण्याचा प्रयत्न झाला. नाईल नदीच्या किनाऱ्यावर असणाऱ्या मिस्र/इजिप्त संस्कृतीत ज्याला 'बेसीन इरिगेशन' म्हणतात त्याचा वापर केला गेला. सिंचनाच्या सुविधेमुळेच मिस्रमध्ये अधिकाधिक कृषी उत्पन्न होऊ लागले. परिणामस्वरूप ते लोक पिरॅमिड्स बांधण्याची करामत करू शकले. भारतातसुद्धा सिंचनाच्या सुविधा तयार करण्याचे प्रयत्न झाले. सौराष्ट्रातील 'सुदर्शन तळे' हे मौर्य, शक आणि गुप्त राजांनी वारंवार दुरुस्त केल्याचे पुरावे उपलब्ध आहेत. कौटिल्याच्या अर्थशास्त्रात तर अधिकाधिक जमीन लागवडी खाली कशी आणता येईल, मासेमारी आणि उद्योग कसे विकसित करावे याबाबत मार्गदर्शन केलेलं आहे. सुरुवातीला एखाद-दुसऱ्या ठिकाणी सुरू झालेली शेती नंतर सर्वत्र पसरत गेली. लोह युगापर्यंत सर्व मानवी समाज हळूहळू शेतीकडे वळला. तथापि, काही ठिकाणी पशुपालन हेच उपजीविकेचे मुख्य साधन राहिले. पशुपालक आणि कृषिक समुदायात इतिहासाच्या वेगवेगळ्या वळणांवर संघर्ष होत राहिला. इसवी सनाच्या पाचव्या शतकातहून हे भटके पशुपालक रोमन साम्राज्याच्या ऱ्हासाचे कारण बनले. त्यानंतर, मुख्यतः पशुपालक असलेल्या मंगोल लोकांनी, तेराव्या-चौदाव्या शतकात कोरियापासून पोलंड पर्यंत घोडदौड करत जगाला त्राहित्राहि करून सोडले होते.

***

सुरुवातीला आर्थिक व्यवहार 'वस्तुविनिमयाद्वारे' होत असे. एखाद्याला कापड हवे असेल आणि त्याच्याकडे देण्यासाठी गहू असतील, तर त्याला असा व्यक्ती शोधणे गरजेचे झाले, जो गहू घेऊन कापड देऊ शकतो. वस्तुविनिमयात 'वस्तू आणि सेवांच्या गरजेचा दुहेरी योगायोग' आवश्यक असतो, यामुळे आर्थिक व्यवहारांना खीळ बसते. दुहेरी योगायोगाची गरज दूर करून व्यवहार सुरळीत करण्यासाठी मानवाने 'चलन' हा पर्याय शोधला. सुरुवातीला पंचमार्क

केलेली नंतर व्यवस्थित आकारबद्ध, सुबक नाणी पडली जाऊ लागली. चलनव्यवस्थेचा उदय मानवी इतिहासातील कल्पकतेचा महत्त्वपूर्ण आविष्कार मानला पाहिजे. नाण्यांचा उपयोग बहुतेक राजसत्तांनी आणि काही व्यापारी संघटनांनी अधिमान्यतेचे साधन म्हणून केला. चलनव्यवस्थेमुळे व्यापार सुकर झाला. इसवी सनाच्या पहिल्या काही शतकांत 'सिल्क रूट'च्या माध्यमातून पूर्व आणि पश्चिम जगाचा व्यापार भरभराटीला आला. वैज्ञानिक दृष्टीने विचार केला, तर संपत्ती म्हणजे सूर्यापासून मिळणाऱ्या ऊर्जेचेच रूप असते. व्यापार-उदीम यामुळे संपत्तीची निर्मिती झाली. बहुतांश संपत्ती कृषीतून तयार होत असल्यामुळे सामर्थ्यशाली व्हायचे असेल, तर जास्तीत जास्त जमीन ताब्यात घेऊन साम्राज्यविस्तार करण्याचा प्रयत्न जवळपास सर्वच प्राचीन सत्तांनी केला. पाळीव प्राणी बाळगणे ही कृषी शोधाच्या वेळी सुरू झालेली प्रक्रिया अविरतपणे चालूच राहिली. गाढव, घोडा, उंट, शेळी, मेंढी, गाय, डुक्कर ह्या प्राण्यांचा उपयोग दळणवळण आणि शेतीसाठी केला गेला.

इसवी सन पूर्व सहावे शतक मानवी इतिहासात नवीन अध्याय घेऊन आले. मानवी संस्कृती पोक्त होत असल्याचे निदर्शक असल्यासारखे एकाच वेळी जगाच्या वेगवेगळ्या भागांत युगप्रवर्तक विचारक जन्माला आले. पश्चिम आशियात झरथ्रुस्ट्र, भारतात बुद्ध, महावीर आणि चीनमध्ये कन्फ्युशियस यांनी अनुक्रमे पारशी, बौद्ध, जैन आणि कन्फ्युशियनिझम हे धर्म जगाला दिले. नगरांचा उदय, शासनव्यवस्था, कररचना, लेखनकला, चलनव्यवस्था या साखळीतला महत्त्वाचा टप्पा अर्थात धर्मव्यवस्था तयार झाली. काळानुरूप त्यात बदल होत गेले. इसवी सनाच्या पहिल्या शतकात ख्रिस्ती धर्माची स्थापना झाली. ज्यू-ख्रिस्ती या धर्माच्या परंपरेत सातव्या शतकात इस्लाम धर्माची भर पडली. प्राचीन भारतात वैदिक काळातच आजच्या हिंदू धर्माची पाळेमुळे रुजली गेली होती. या प्रचलित धर्मांखेरीज अनेक पंथ-संप्रदायदेखील अस्तित्वात आले. धर्म ही कृषिक्रांतीनंतर तयार झालेली सगळ्यात महत्त्वपूर्ण व्यवस्था आहे. धर्मामुळे लोकांत एकता प्रस्थापित होण्यात मदत झाली, समाजाची वीण बांधणे शक्य झाले. धर्माने मानवाला नीतिमूल्यांची जाणीव करून दिली. तत्त्वज्ञान, नीतिशास्त्र ह्या गोष्टींचा आणि धर्माचा घनिष्ट संबंध असतो, त्यामुळे या क्षेत्रातसुद्धा धर्माच्या प्रगतीचे पडसाद उमटले. व्यापाराच्या मार्गाने आणि अनुयायींच्या प्रयत्नाने धर्म देशोदेशी पसरले. एखाद-दुसरा अपवाद वगळता बहुतेक धर्मांनी ईश्वर ही संकल्पना जोपासली. ईश्वर संकल्पनेच्या बाबतीत सर्व चेतनावाद अर्थात Animismकडून बहुईश्वरवाद आणि नंतर एकेश्वरवादाकडे प्रवास होताना दिसतो. आधुनिक काळापर्यंत यात बदल होत-होत स्पिनोझाचा सर्वेश्वरवाद येऊन मिळाला. याशिवाय कधी अतीत-ईश्वरवाद, अज्ञेयवाद तर कधी

नास्तिकवाद अशा वेगवेगळ्या अंगाने धर्म आणि देव यांचे संबंध बहरत गेले. पुढे धर्मप्रसार आणि पराकोटीचा धर्माभिमान यांमुळे मानवी इतिहासात एक रक्तरंजित मालिका सुरू झाली, जी आजतागायत चालू आहे.

***

शेतीची सुरुवात सर्वांत अगोदर दक्षिण-पश्चिम आशियात झाली. आपण वर चर्चा केलेल्या कारणांमुळे अमेरिका, ऑस्ट्रेलिया, आफ्रिका यांच्या तुलनेत शेती युरेशियात जास्त पसरली, त्यामुळे साहजिकच मानवाच्या इतिहासावर युरेशियाचा अधिक प्रभाव पडला, त्यामुळे मानवाचा राजकीय इतिहास पाहताना हा फक्त युरोप आणि आशिया यांचाच इतिहास आहे असे बऱ्याच वेळा जाणवते. राजकीय पातळीवर मानवाने मागच्या दहा हजार वर्षांत छोट्या वसाहतीपासून ते आंतरखंडीय साम्राज्ये पाहिली. सुमेरियन संस्कृतीतील युफ्रेटीस नदीच्या काठाचे 'उरुक' हे मानवी इतिहासातील पहिले शहर म्हणून ओळखले जाते. बरेच लोक मेसोपोटेमिया आणि सुमेरियन या दोन्ही शब्दांना एकच समजतात आणि त्यातून गैरसमज होतात. मेसोपोटेमिया या शब्दाचा अर्थ दोन नद्यांमधील अर्थात युफ्रेटीस आणि तिग्रिस नद्यांमधील प्रदेश असा होतो, तर सुमेर ही मेसोपोटेमिया या प्रदेशातली एक संस्कृती होती. सिंधू आणि सुमेरियन या समकालीन संस्कृती होत्या, त्या दोन्हीत व्यापार चालत असे. सुमेरियन लोक सिंधू संस्कृतीला 'मेलूहा' या नावाने संबोधित असावेत. सिंधू संस्कृतीने नगर रचना, व्यापार आणि स्वच्छतेच्या बाबतीत खूप प्रगती केली होती. सिंधूच्या खोऱ्यात कापसाचे मोठे उत्पन्न घेतले जाई. सिंधू या नावावरूनच ग्रीकमध्ये कापसाला 'सिंदोन' म्हणत असावेत. सिंधूच्या समकालीन असलेल्या या सुमेरियन संस्कृतीचा त्या भागातील पशुपालक लोकांशी संघर्ष झाला. त्यात पशुपालकांचा विजय झाला आणि 'अक्कदिन साम्राज्याची' निर्मिती झाली; पण दीड-दोनशे वर्षांतच अक्कदिन कोसळले आणि मग त्या ठिकाणी 'बॅबीलोनिअन साम्राज्य' स्थापन झाले. या बॅबीलोनिअन साम्राज्याची पाळेमुळे रुजत असताना इकडे सिंधू संस्कृती नष्ट होत होती.

बॅबीलॉन, असिरिया या मेसोपोटेमियातील वेगवेगळ्या राजसत्तांचा इजिप्त सोबत संघर्ष झाला. बॅबीलोनचा पाडाव पर्शिया अर्थात आजच्या इराणमधल्या या राजाने सायरसने ई. पूर्व ५३९मध्ये केला आणि 'ॲकेमेनिड साम्राज्य' सुरू झाले. दरम्यानच्या काळात इसवी सन पूर्वीच्या पाचव्या शतकात हिब्रूमध्ये बायबल लिहिला गेला असावा. हाच तो ज्यू लोकांचा बायबल त्याला 'Old Testament' असेसुद्धा म्हटले जाते. इकडे भारतात दरम्यानच्या एक हजार वर्षांत वैदिक कालखंड संपून महाजनपदांचा काळ सुरू झालेला होता. इसवी सन पूर्व

काळात भारतामध्ये सिंधू संस्कृती ते वैदिक कालखंड त्यानंतर जनपदे, महाजनपदे, मगध, मौर्य, सातवाहन, शुंग, कण्व अशी राजकीय उलथापालथ होत होती. भारतातील महाजनपदांच्या काळात शेजारच्या इराण आणि पश्चिम आशियात ॲकॅमेनिड साम्राज्य होते. ॲकॅमेनिड साम्राज्याचा नंतर ग्रीकांशी मोठा संघर्ष झाला आणि ग्रीकांनी एकजूट होऊन ॲकॅमेनिड सत्तेचा पराभव केला. त्यापूर्वी ग्रीक अथेन्स, स्पार्टा, कॉरिन्थस यांसारखे वेगवेगळे 'City States' होते; पण ॲकॅमेनिड आक्रमणाला परतवून लावण्यासाठी त्यांनी एकजूट होऊन त्याविरुद्ध लढा दिला. स्पार्टाचा राजा Leonidas आणि पर्शियाचा Xerxes यांच्यात झालेली आणि '300' या चित्रपटाने अजरामर केलेली थर्मोपायलेची लढाई आपणाला माहिती असते. ग्रीकांचा सामाजिक, वैचारिक, वैज्ञानिक आणि राजकीय वारसा दांडगा आहे. ग्रीक संस्कृतीत सॉक्रेटिस त्यानंतर त्याचा शिष्य प्लॅटो आणि त्यानंतर प्लॅटोचा शिष्य ॲरिस्टोटल अशी विचारवंतांची मोठी परंपरा तयार झाली; पण यानंतर मात्र अथेन्स आणि स्पार्टा यांमध्ये वितुष्ट वाढत गेले. त्यातूनच पेलपोनेशिअन युद्ध झाले आणि ग्रीकांना ओहोटी लागली, त्यांच्यावर मॅसिडोनियाचे प्रभुत्व वाढू लागले.

यथावकाश ग्रीसच्या उत्तरेकडील मॅसिडोनियामध्ये सिकंदरचे नेतृत्व उभे राहिले. त्याने ग्रीक आणि नंतर पर्शियाचा पराभव केला. इ. पूर्व ३२७मध्ये तो भारताच्या सीमेवर आला आणि परत फिरला. वाटेतच त्याचा अंत झाला. त्याच्या या स्वारीमुळे पूर्व-पश्चिम जगाचा थेट संबंध आला. हळूहळू पाश्चिमात्य जगात सत्ता केंद्र ग्रीसमधून रोमकडे सरकत गेले. या रोमन लोकांचा उत्तर आफ्रिकेतील आज जिथे टुनिशिया हा देश आहे, त्या भागातील 'Carthage' साम्राज्याशी प्रचंड युद्धसंघर्ष झाला. त्याला Punic wars असे म्हटले जाते. इकडे इजिप्तचा रोमन साम्राज्याच्या काळापर्यंत सांस्कृतिक चेहरामोहरा पार बदलून गेला होता. अगोदरचा Pharaoh मानणारा इजिप्त आता संपला होता. इसवी सनाचे पहिले शतक उजाडता-उजाडता चीनमध्ये हान साम्राज्य प्रबळ झाले होते. आजही चिनी लोक विशेषतः चीनच्या पूर्व भागातील लोक स्वत:ची ओळख 'हान' अशीच सांगतात. हा हान साम्राज्याचा दूरगामी परिणाम आहे. हान साम्राज्याचा रोमन साम्राज्याशी मोठ्या प्रमाणात व्यापार होता. हा व्यापार ज्या मार्गाने होत असे ते मार्ग 'सिल्क रूट' म्हणून ओळखले जातात. या वेळी उत्तर भारत आणि मध्य आशियात कुशाणांची सत्ता होती. कुशाण राजा 'कनिष्क' हा आपल्याला माहिती असतो, त्याच्याच आधिपत्याखाली हा सगळा प्रदेश होता. उत्तरेत ज्या वेळी कुशाण सत्ता होती, तेव्हा महाराष्ट्रासहित दक्षिण-मध्य भारतावर 'सातवाहन' राज्य करत होते, तर दक्षिणेत संगम साहित्याची निर्मिती केली जात होती.

ख्रिस्ती धर्म इसवी सनाच्या पहिल्या शतकात स्थापन झालेला असला, तरी सुरुवातीची जवळपास तीनशे वर्षे रोमन साम्राज्यात ख्रिस्ती धर्माला विशेष स्थान

नव्हते. काही रोमन सम्राटांनी तर ख्रिस्ती धर्म चिरडून टाकण्याचा प्रयत्न केला. इसवी सन ३२४मध्ये गादीवर आलेल्या कॉन्स्टंटीन ह्या रोमन सम्राटाने सर्वप्रथम ख्रिस्ती धर्म स्वीकारला. त्याच्या पाठोपाठ रोमन साम्राज्यातील प्रजेने ख्रिस्ती धर्म स्वीकारला, स्वीकारावा लागला. नेमके त्याच वेळी इकडे भारतात इसवी सन ३२०मध्ये गुप्त साम्राज्याची स्थापना चंद्रगुप्तने केली. प्राचीन भारतात मौर्य आणि गुप्त ही दोन बलाढ्य साम्राज्ये होऊन गेली. विचित्र योगायोग असा की, इसवी सन पूर्व ३२०मध्ये चंद्रगुप्ताने मौर्य साम्राज्याची स्थापना केली आणि त्यानंतर ६४० वर्षांनी म्हणजे इसवी सन ३२०मध्ये पुन्हा एकदा चंद्रगुप्त नावाच्याच व्यक्तीने गुप्त साम्राज्याचा पाया घातला! लक्ष देऊन पाहिले नाही, तर वर्ष आणि नावाचे साधर्म्य असल्यामुळे लोकांचा गोंधळ उडू शकतो. भारतातील गुप्त आणि युरोपातील रोमन साम्राज्याच्या अस्ताला इतर अनेक घटक असले तरी प्रामुख्याने हूण लोक कारणीभूत ठरले. इसवी सनाचे पाचवे शतक हूण लोकांचे शतक म्हणून ओळखले जाते. अर्थातच गुप्तांपेक्षा हुणांचा फटका रोमन साम्राज्याला जास्त बसला. तसेही बारकाईने पाहिले तर रोमन साम्राज्याच्या विघटनाची प्रक्रिया अगोदर म्हणजे चौथ्या शतकात ख्रिस्ती धर्म स्वीकारणाऱ्या कॉन्स्टंटीनच्या काळापासूनच सुरू झाली होती. उत्तर युरोपातील Franks, Vandals आणि Visigoths लोक पलीकडून येणाऱ्या इतर टोळ्यांच्या दबावाखाली रोमन साम्राज्यावर येऊन धडकत होते. रोमन लोकांनी वण्डल्स टोळीची प्रचंड धडकी घेतली होती, त्याचाच परिणाम म्हणून आजही हा शब्द विध्वंस या अर्थाने वापरला जातो. वण्डल्स आणि इतर टोळ्यांमुळे रोमन साम्राज्याचे पूर्व आणि पश्चिम असे दोन भाग झाले. इ. सन ४७६मध्ये पश्चिम रोमन साम्राज्याचा ऱ्हास झाला असला तरी पूर्व रोमन साम्राज्य पुढे जवळपास एक हजार वर्षे टिकून होते. त्या पूर्वेकडील रोमन साम्राज्याचे नाव होते 'बायझंटिन एंपायर'!

कॉन्स्टंटीन या रोमन सम्राटाने पूर्वेकडच्या रोमन साम्राज्याच्या रक्षणासाठी बायझंटिन या आजच्या तुर्कीमधल्या शहराला राजधानी बनवले. नंतर कॉन्स्टंटीनच्या स्मरणार्थ बायझंटिन शहराचे नाव कॉन्स्टॅन्टिनोपोल असे ठेवण्यात आले. आज हे शहर इस्तंबुल या नावाने ओळखले जाते, तर पूर्व रोमन साम्राज्याची कॉन्स्टॅन्टिनोपोल ही राजधानी होती. आशिया, युरोप आणि आफ्रिका या तिन्ही खंडांच्या सीमारेषेवर बहुविध लोकांनी बनलेले हे जटिल असे बायझंटिन साम्राज्य एक हजार वर्षे टिकले. या साम्राज्याची व्यवस्था इतकी गुंतागुंतीची होती की इंग्रजीत 'जटिल' या अर्थाने Byzantine हा शब्द वापरला जातो; पण हे जटिल बायझंटिन साम्राज्य आणि त्याची राजधानी कॉन्स्टॅन्टिनोपोल १४५३ साली तुर्कांनी जिंकली आणि 'ओट्टोमन' साम्राज्याची स्थापना केली. कॉन्स्टॅन्टिनोपोल ताब्यातून गेल्यामुळे युरोप आणि भारत व आशियाशी जोडणारा जाणारा भू मार्ग युरोपियन लोकांच्या हातातून निसटला. यामुळेच युरोपी सत्ता भारताकडे जाणारा सागरी मार्ग शोधू लागले आणि

परिणामस्वरूप १४९२ साली कोलंबस अमेरिकेत आणि १४९८मध्ये वास्को द गामा भारतात पोहोचला. ओट्टोमन साम्राज्य १४५३ साली स्थापन झालेले असले तरी ते विसाव्या शतकापर्यंत टिकून होते; पण दरम्यानच्या काळात ते उत्तरोत्तर कमकुवत होत होते म्हणूनच एकोणिसाव्या शतकात ओट्टोमन साम्राज्याला 'Sick man of Europe' असे म्हटले गेले. कमकुवत होत जाणाऱ्या ओट्टोमन साम्राज्याचा जास्तीत जास्त हिस्सा आपल्या वाट्याला यावा, ही लालसा युरोपातील वसाहतवादी देशांना होती. याशिवाय, बाल्कन प्रदेशातील ओट्टोमन सत्ता कमकुवत होत असताना तेथील लोकांना स्वातंत्र्याची स्वप्नेसुद्धा पडू लागली होती. याचाच एकत्रित परिणाम म्हणून हा भाग पहिल्या विश्व युद्धाचे कारण बनला. बायझंटिन साम्राज्याचा धागा पकडून आपण ओट्टोमन साम्राज्य आणि प्रथम विश्व युद्धापर्यंत आलो असलो तरी आपली कहाणी अजून इसवी सन ४७६ म्हणजे पश्चिम रोमन साम्राज्याच्या अस्तापाशीच आहे, त्यामुळे आपण परत तिथे जाऊ या.

चहा, कागद आणि छपाई मशीन ही चीनची जगाला देणगी आहे; पण इसवी सन ४७६ साली तिकडे रोमन साम्राज्य लयाला जात असताना चीनसुद्धा काही चांगल्या स्थितीत नव्हता. इसवी सनाच्या तिसऱ्या शतकाच्या सुरुवातीला चीनमधले हान साम्राज्य संपुष्टात आले होते. त्यानंतर चीनमध्ये स्थैर्य यायला सातवे शतक आणि तांग राजवंशाची वाट पाहावी लागणार होती. सन ४७६मध्ये पश्चिम रोमन साम्राज्याचा पाडाव झाला, त्यापाठोपाठ सहाव्या शतकात भारतातील गुप्त साम्राज्यसुद्धा लयाला गेले. त्यानंतर विशेषतः युरोपमध्ये शहरांचा नाश झाला आणि 'Manor System'च्या रूपात सामंतशाहीने बाळसे धरले. युरोपमध्ये अशी परिस्थिती असताना अरबस्तानाच्या वाळवंटात सातव्या शतकात इस्लामचा उदय झाला. इसवी सन ६३२मध्ये मुहम्मद पैगंबरचे निधन झाले, त्या वेळेस इकडे भारतात हर्षवर्धनाचे साम्राज्य होते आणि ह्यूएन-सांग हा चिनी प्रवासी भारतात आलेला होता. मुहम्मद पैगंबरनंतर काही वर्षांतच मुस्लिमांची सत्ता स्पेनपासून भारतापर्यंत पसरली. जगातील इतर भूभाग सामाजिक आणि राजकीय विकल अवस्थेत असताना अरबांनी ज्ञान-विज्ञानाची धुरा सांभाळली. अरबांनी कैरो, बगदाद, बोखारा, समरकंद आणि स्पेनमध्ये कॉर्डोबा या ठिकाणी विद्यापीठं स्थापन केली. भारतीय तत्त्वज्ञान आणि गणित अरबांनी समजून घेतले. विशेष म्हणजे भारतातली 'शून्य' संकल्पना अरबांमार्फतच युरोपात गेली. त्यांनी देश विदेशातील ज्ञान अरबी भाषेत भाषांतरित करून घेतले. बगदाद जगाचे ज्ञान केंद्र बनले. बीजगणिताला असे अरबी वळणाचे नाव अरबांनी त्यात केलेल्या प्रगतीमुळेच पडले. किमया म्हणजे जादू हे आपल्याला माहिती असते; पण हा शब्द मूळच्या अल-किमया ह्या अरेबिक शब्दापासून आलेला आहे; पण या अल-किमया ह्या अरेबिक शब्दापासूनच Alchemy हा शब्द बनला आहे. Chemistry हा शब्द Alchemyपासून तयार झालेला. आज

माहिती तंत्रज्ञानाच्या जगात Algorithm हा परवलीचा शब्द बनला आहे; पण हा शब्द अरबी तत्त्ववेत्ता आणि गणिती अल-ख्वारीझमी याच्या नावावरून आला आहे. एवढेच नव्हे आकाशातील कित्येक ताऱ्यांची नावे अरेबीयन लोकांनी दिलेली आणि म्हणून अरबी आहेत उदा. Algol, Aldebaran इत्यादी; पण मुस्लीम जगतात अरबांची ही ज्ञान-विज्ञानाची परंपरा लवकरच खंडित झाली. नावीन्य, नवता आणि बदल हे शब्द नकारात्मक दृष्टीने बघितले जाऊ लागले. कुराण, शरिया आणि हदीस हेच अंतिम सत्य आहेत अशी मांडणी करण्यात आली.

पश्चिम रोमन साम्राज्याच्या अस्तानंतर युरोपात सामंतशाही स्थिरावली असली तरी एकछत्री अंमल स्थापन करण्याचा प्रयत्न झालाच नाही असे नाही. इसवी सन ८००च्या आसपास, तोपर्यंत अस्त झालेल्या रोमन साम्राज्याच्या धर्तीवर, शार्लमेन या राज्याने 'Holy Roman Empire' हे साम्राज्य स्थापन करण्याचा प्रयत्न केला. त्याला नाव जरी पवित्र रोमन साम्राज्य असे असले तरी हे साम्राज्य उत्तर युरोपात होते. ज्या रोम वरून Holy Roman Empire असे नाव या साम्राज्याला होते ते रोम आणि इटलीसुद्धा या साम्राज्यात जवळपास कधीच अंतर्भूत नव्हते. बदललेल्या मध्ययुगीन युरोपातील सामंतशाही समाज व्यवस्थेत प्राचीन रोमन साम्राज्याचा गतगौरव पुनर्स्थापित करणे अशक्यप्राय होते, त्यामुळेच व्होल्टेअरने या साम्राज्याला "The Holy Roman Empire was neither Holy nor Roman, nor an Empire." असा उपरोधिक टोला लगावला होता. एकंदरीत मध्ययुगीन युरोपात अधिकार आणि सत्ता यांच्या आधारे लोकांचे स्तरीकरण होऊन सामंतशाही व्यवस्था निर्माण झाली होती. सामंतशाहीमुळे राजकीय श्रद्धा विभागल्या गेल्या आणि धार्मिक श्रद्धा प्रबळ झाल्या, त्यामुळेच या काळात चर्चचा जनमानसावर प्रचंड प्रभाव होता. चर्चला कर गोळा करण्याचा अधिकार तर मिळाला होताच; पण पाद्री-पुजाऱ्यांना कुठलाही कर लागत नसे, त्यामुळे चर्चकडे प्रचंड संपत्ती गोळा झाली. पैशाच्या मागे लागून चर्चचे नैतिक अध:पतन झाले. समाजात अज्ञान आणि अंधश्रद्धा वाढली. चर्चवर बिशप कुणी नेमायचे यावरून राजसत्ता आणि धर्मसत्तेत वाद सुरू झाला. एवढेच नव्हे चर्च लोकांकडून पैसे घेऊन अमुक व्यक्ती मृत्यूनंतर स्वर्गात जाईल असे प्रमाणपत्र वाटू लागली. याच काळात इस्लामिक सत्तेच्या ताब्यातून ख्रिस्ती धर्मक्षेत्रे मुक्त करण्यासाठी चर्चने 'क्रुसेड्स' अर्थात धर्मयुद्ध करण्यास लोकांना प्रोत्साहन दिले.

क्रुसेड्सच्या माध्यमातून युरोपातील लोकांचा अरेबीयन संस्कृतीशी संपर्क आला. तिथले ज्ञान आणि प्रगती त्यांच्या लक्षात आली, सोबतच आपली पीछेहाट कशामुळे झाली याचा युरोपातील लोक विचार करू लागले. व्हेनिस, फ्लोरिझ्न्स, जिनोआ सारखी काही शहरे तयार व्हायला लागली होती. त्याचबरोबर तेराव्या शतकात भटकंती करणाऱ्या मंगोल लोकांनी चीन, मध्य आशिया आणि नंतर जवळपास युरेशिया ताब्यात घेऊन जमिनीवरचे आजपर्यंतचे सगळ्यात विशाल

साम्राज्य निर्माण केले. मंगोल लोकांनी यथेच्छ लुटालूट आणि कत्तली केल्या असल्या तरी त्यांच्यामुळे जग जवळ यायला मदत झाली. चीनमधले तंत्रज्ञान युरोपात पोहोचले. मंगोलांनी गन पावडरचा केलेला वापर युरोपियन लोकांच्या लक्षात आला. मंगोल आणि नंतर ओट्टोमन साम्राज्यात छळापासून सुटका व्हावी म्हणून काही लोक ग्रीस सोडून रोम, व्हेनिस, फ्लोरेंस या शहरांत गेले. तिथे त्यांना प्राचीन भग्नावशेषात रोमन साम्राज्याच्या उज्ज्वल इतिहासाची साक्ष देणारी प्रतीकं दिसू लागली. सोबतच रॉजर बेकन आणि इतर विचारवंतांची साचेबद्ध विचारसरणी, अज्ञान, अंधश्रद्धा, खुळचट व बुरसटलेल्या रूढी-परंपरा आणि भ्रामक कल्पनांवर कुठाराघात, प्रहार केला.

मध्ययुगीन युरोपात ॲरिस्टॉटलच्या विचारांचा पगडा होता; पण हळूहळू लोक त्या विचारांवर प्रश्न उपस्थित करू लागले. ॲरिस्टॉटल आणि नंतर टॉलेमी यांनी पृथ्वी केंद्री जगाची मांडणी केली होती, त्याच्यानुसार सूर्य पृथ्वीभोवती फिरतो असे प्रतिपादित करण्यात आले. पृथ्वीकेंद्री मॉडेलला चर्चचा पाठिंबा होता, त्यामुळे पोलंडच्या निकोलस कोपर्निकसने सूर्य पृथ्वीभोवती फिरत नसून पृथ्वी सूर्याभोवती फिरणारा सूर्यकेंद्री सिद्धान्त चर्चच्या भीतीपोटी कित्येक वर्षे गुप्त ठेवला, त्याच्या आयुष्याच्या शेवटच्या वर्षी त्याचा हा सिद्धान्त प्रकाशित करण्यात आला आणि अपेक्षेप्रमाणे त्याला विरोधही झाला. नंतर जिओर्डानो ब्रुनो या इटलीच्या व्यक्तीने कोपर्निकसचे सूर्यकेंद्री मॉडेल बरोबर आहे आणि रात्रीच्या आकाशात दिसणाऱ्या ताऱ्यांच्या स्वतःच्या ग्रहमाला असू शकतात असे सांगायला सुरुवात केली म्हणून चर्चने त्याच्यावर खटला भरवला व त्याला जाळून मारण्यात आले. त्यानंतर गॅलिलिओनेसुद्धा पृथ्वी सूर्याभोवती फिरते हे सांगितले म्हणून त्याच्यावरसुद्धा चर्चने असाच खटला भरवला. गॅलिलिओ व्यवहारी माणूस होता. त्याने चर्चसमोर 'रिकॅन्ट' केले म्हणजेच आपले मत चुकीचे होते असे कबूल करून त्याचा त्याग करत असल्याची ग्वाही दिली; पण चर्चच्या कचाट्यातून बाहेर आल्यावर मात्र गॅलिलिओ म्हणाला, 'मी रिकॅन्ट केले अथवा माफी मागीतली तरी त्याने पृथ्वी सूर्याभोवती फिरते हे सत्य बदलत नाही!'

कोपर्निकस, ब्रुनो, केप्लर, गॅलिलिओ, न्यूटन आदी लोकांनी मानवी ज्ञान-विज्ञानात भरीव योगदान दिले. आज आपण त्यांना मानत असलो तरी त्यांना त्याकाळी प्रचंड अवहेलना आणि उपेक्षा सहन करावी लागली. ब्रुनोला तर जिवंत जाळून टाकण्यात आले; पण त्यांनी दिलेल्या योगदानामुळेच नव्या जगाची निर्मिती होणे शक्य झाले; पण हे सगळे कसे घडून आले? एका दिवसात तर निश्चितच झाले नसणार. कृषिक्रांती नंतर तितक्याच ताकदीची मानवी जीवनात आमूलाग्र बदल घडवून आणणारी 'वैज्ञानिक क्रांती' झाली तरी कशी?

***

वैज्ञानिक क्रांतीपूर्वी विज्ञान अस्तित्वात नव्हते असे नाही. मानवी संस्कृतीच्या प्रत्येक टप्प्यावर विज्ञानाची साथ होतीच. लोखंड, कांस्य धातूंचा शोध लावणे असेल किंवा कागद छपाईमधील चीनचे योगदान असू द्या. भारतात धातू शास्त्र, खगोलशास्त्र, शून्य ही संकल्पना, गणित आणि चरक-सुश्रुत यांनी उभारी दिलेले वैद्यकशास्त्र असू द्या, अथवा अरबांनी केलेली विज्ञानाची प्रगती असू द्या. हे सर्व त्या-त्या काळातील वैज्ञानिक प्रगतीचेच पुरावे आहेत. विज्ञानाची निर्मिती युरोपात झाली हा आपल्याकडील लोकांचा गैरसमज असतो, त्यातून तयार झालेल्या न्यूनगंडातून काही लोक प्राचीन भारतात विमान होते, इंटरनेट होते असले हास्यास्पद दावे करतात; परंतु प्राचीन भारतात विज्ञानाची चांगली प्रगती झाली होती. एवढेच नव्हे चीन, अरब, पर्शियन, ग्रीक लोकांनीसुद्धा त्यांच्या त्यांच्या पद्धतीने विज्ञान जोपासले होते. या ना त्या मार्गाने प्राचीन काळात विज्ञान होते; परंतु वैज्ञानिक क्रांती नंतर माणूस विज्ञानाकडे एक प्रभावी अस्त्र म्हणून पाहू लागला, वैज्ञानिक दृष्टिकोन सामान्य जणांत स्वीकृत होऊ लागला, त्याचे एक शास्त्र तयार झाले. सत्यान्वेषण करणारी 'Scientific Method' उदयाला आली. एखादी समस्या सोडवण्यासाठी Deductive आणि Inductive या तर्क पद्धती विकसित झाल्या. सोबतच वैज्ञानिक प्रयोगशाळा आणि सोसायट्या तयार झाल्या. वेगवेगळ्या विषयांवर बैठका झडू लागल्या, चर्चा सत्रे आयोजित होऊ लागली. सगळ्यात महत्त्वाचे म्हणजे विज्ञान शोध कार्यात लोक आर्थिक गुंतवणूक करू लागले. अशा प्रकारे वैज्ञानिक क्रांतीचे युग अवतरले.

वैज्ञानिक क्रांतीचा पहिला टप्पा, ज्याला 'Renaissance' किंवा पुनर्जागरण म्हटले गेले तो होता. कृषिक्रांती वेगवेगळ्या टप्प्यांवर नगरांचा उदय, शासनव्यवस्था, संघटित धर्म संस्था, लेखनकला आणि चलनव्यवस्था अशी विविध वळणे घेत पुढे सरकत गेली हे आपण पाहिले. त्याप्रमाणे, वैज्ञानिक क्रांतीसुद्धा वेगवेगळ्या टप्प्यांतून पुढे सरकत जाणे स्वाभाविक आहे. आपल्या विसरलेल्या गत वैभवाची जाणीव युरोपीय लोकांना झाली. रोमचे भग्नावशेष त्यांना साद घालू लागले. त्यातून, भूतकाळाबद्दल कुतूहल निर्माण झाले. जगाकडे पाहण्याची टीकात्मक दृष्टी तयार होऊ लागली. आपली पीछेहाट का झाली याबद्दल विवेचन होऊ लागले. पुनर्जागरण युरोपात सुरू झाले म्हणून ते फक्त युरोपाचेच आहे असे म्हणणे चुकीचे ठरेल. चीन, भारत, अरब आणि मंगोल यांनी विज्ञान आणि गणितात केलेल्या प्रगतीचा या प्रक्रियेत मोठा वाटा आहे. पुनर्जागरणाची बीजे तत्कालीन विश्व व्यापारात आणि नव्याने उदयाला आलेल्या शहरांत दडलेली आहेत. साहित्य, कला, स्थापत्य, संगीत, शरीररचनाशास्त्र, क्रिटिकल थिंकिंग अशा वेगवेगळ्या पैलूंनी जीवनात बदल सुरू झाला. अनुभवसदृश पुरावा हाच ज्ञानाचा पाया मानला जाऊ लागला. लोक धर्माची चिकित्सा करू लागले, खुलेपणाने प्रश्न विचारायला सुरुवात झाली.

मायकेलएंजेलो, लिओनार्दो-दा-विंची आणि डांटे आदी लोकांनी आणि व्हेनिस, फ्लोरेंस या शहरांनी या प्रक्रियेला हातभार लावला. अर्थात हे सर्व एकाच दिवसात झाले नाही, कारण ती प्रक्रिया होती. कमी अधिक प्रमाणात जगाच्या वेगवेगळ्या भागात ती आजही चालू आहे असे म्हणता येईल.

ऐतिहासिक दृष्टीने वैज्ञानिक क्रांतीतला दुसरा टप्पा 'Reformation' अर्थात सुधारणांचा होता. सुधारणांचा मुख्य गाभा धर्म सुधारणांशी संबंधित होता आणि धर्म सुधारणांशिवाय वैज्ञानिक क्रांतीचे बीज अंकुरणे अशक्य होते, त्यामुळे सुधारणांचा हा टप्पा धर्म आणि विज्ञान यांच्या संबंधाच्या दृष्टीने महत्त्वाचा आहे. युरोपात चर्चचे वर्चस्व कमी करण्यासाठी वेगवेगळ्या लोकांनी त्याविरुद्ध आंदोलन केले. त्या वेळेपर्यंत बायबल फक्त लॅटिन भाषेतच होता; पण त्यानंतर धर्मग्रंथ लोकांना त्यांच्या भाषेत सांगण्यास सुरुवात झाली. मार्टिन लुथर (१४८३-१५४६) यांनी जर्मन भाषेत धर्मग्रंथ लोकांना समजून सांगण्यास सुरुवात केली. प्रिंटिंग प्रेसच्या उदयामुळे ही प्रक्रिया अजूनच सर्वव्यापी झाली. लॅटिन भाषेच्या जोखडातून ख्रिस्ती धर्म मुक्त होऊ लागला आणि उत्तर युरोपात भाषीय आणि प्रांतीय आधारावर ख्रिस्ती धर्म संघटित होऊ लागला. सुधारणावादी चळवळीच्या रेट्यामुळे कॅथालिक चर्चने स्वत:हून काही बदल केले त्यांना प्रति-सुधारणा असे म्हटले गेले. पाद्री लोकांना प्रशिक्षण देण्यास सुरुवात झाली, चर्चचे नैतिक अधिष्ठान परत मिळवणे, धर्मप्रसार करणे यासोबतच चर्च खुद्द शिक्षण प्रसाराच्या कामात उतरली स्वत:ला जास्तीत जास्त सर्वसमावेशक कसे करता येईल, याचा विचार चर्च करू लागली.

यानंतर वैज्ञानिक क्रांतीचा नवजगाच्या शोधाचा कालखंड येतो त्याला 'Age of Discovery' असे म्हटले गेले. कोलंबसमुळे अमेरिका खंडाचा शोध लागला, वास्को-द-गामाने भारताकडे जाणारा समुद्री मार्ग शोधला, फर्डिनांड मेगॅलन याने संपूर्ण जगाची सफर केली. अनेक लोक दूर दूरचा प्रवास करू लागली, त्याची प्रवास वर्णने लिहू लागली. नव्याच्या शोधात लोक बाहेर पडू लागले. एक प्रकारची विजिगीषुवृत्ती लोकांत निर्माण झाली. याच्या मुळाशी जीवनाकडे पाहण्याचा एक वेगळा दृष्टिकोन होता ज्याच्यानुसार धर्मग्रंथात, पोथ्या पुस्तकांत जे लिहून ठेवले आहे तेवढेच हे जग नाही. या पूर्वी सर्व ज्ञान धर्मग्रंथात आहे हा दृष्टिकोन माणूस बाळगून होता. नवीन जाणून घेण्यासारखे असे जगात काहीच नाही. बायबल, कुराण, गीता वाचली की सगळ्या प्रश्नांची उत्तरे मिळतात अशी ती श्रद्धा होती; पण हळूहळू जगाकडे पाहण्याचा नवा दृष्टिकोन विकसित होऊ लागला. आपल्याला जे माहिती आहे ते अपूर्ण आहे. आपल्याला सगळे काही माहिती नाही आणि जे माहिती आहे ते चुकीचे असू शकते ही भावना लोकांत रूजू लागली, त्यामुळेच आपले काय चुकीचे आहे किंवा आपल्याला काय माहिती नाही याचा शोध घेण्यासाठी लोक बाहेर पडू लागले, त्यामुळे एका पाठोपाठ एक अशी नव-नवी

रहस्ये माणसाला नजरेस पडू लागली. आपण चुकू शकतो, चुकलो तर ते मान्य करून आणि अपूर्णत्वाची जाण ठेवत पुढे जात राहणे हा वैज्ञानिक दृष्टिकोनाचा पाया आहे. नव–शोधांच्या युगात हा पाया घातला गेला.

वैज्ञानिक क्रांतीचा पुढचा टप्पा, 'Age of Enlightenment' चा होता. आपण देकार्त, स्पिनोझा, न्यूटन, हॉब्स, लॉक, रूसो, कांत आणि वोल्टाइर यातील काही जणांबद्दल बोललो आहोत ह्या सर्वांनी ज्ञान प्रसाराचे महत्त्वपूर्ण कार्य केले. विज्ञानाची प्रगती शक्य होईल असे वातावरण यांच्यामुळे तयार झाले. देकार्त याने संशयवाद जोपासला हे आपण पाहिलेले आहे. Enlightenmentला मराठीत प्रबोधन असे म्हणतात, ते एक प्रकारे मानवाला आलेले आत्मभान होते. इम्मन्नुएल कांतच्या भाषेत सांगायचे तर Enlightenment म्हणजे मानवाने स्वत:वर लादलेल्या अपरिपक्कतेत मानवाचे झालेले उद्‌गमन होय. प्रबोधनाने तर्क बुद्धीवर विश्वास टाकला, धर्मव्यवस्था आणि शासनव्यवस्था वेगळ्या असल्या पाहिजेत असा इहवादी विचार हासुद्धा युरोपात याच काळात स्वीकृत झाला. तर्कामुळे विज्ञानाला, प्रगतीतील विश्वासामुळे अर्थशास्त्राला गती मिळाली, तर मानवतावादामुळे माणसाचे जगणे सुकर झाले. पुनर्जागरण ही एक सांस्कृतिक चळवळ होती जिने भूतकाळाच्या ज्ञानाचा पुनर्शोध लावला आणि साजरा केला, तर प्रबोधन ही एक बौद्धिक चळवळ होती जी समाज समजून घेण्यासाठी आणि सुधारण्यासाठी तर्क आणि वैज्ञानिक तत्त्वे लागू करण्याचा प्रयत्न करीत होती. यासोबतच अनुभववाद, संशयवाद आणि विचार स्वातंत्र्याला पाठिंबा असे सामाजिक वातावरण तयार करण्यात विचारवंत बऱ्यापैकी यशस्वी झाले. या काळाचे सगळ्यात मोठे वैशिष्ट्ये म्हणजे लोकांना 'Progress' होऊ शकतो यावर विश्वास बसायला लागला. आज एखादी गोष्टी अमुक आहे म्हणून उद्यासुद्धा ती तशीच असेल का? हा स्थितिवादी विचार गळून पडला. अश्मयुगातील लाखो वर्षे आणि शेती शोधानंतरची जवळपास दहा हजार वर्षे माणसाला प्रगती होऊ शकते, उद्याचा दिवस आजच्या पेक्षा चांगला असू शकतो असा विचारच आला नव्हता! वैज्ञानिक क्रांतीनंतर विशेषतः Enlightenment काळात 'प्रगतीचा सिद्धान्त' मानवी मनामनांत रुजला. सकारात्मक बदल, प्रगती होऊ शकते हा विचार माणसाने आजवर कधीही केलेला नव्हता; पण आता माणूस तसा विचार करू लागला. पूर्वी प्रगती होऊ शकते हा विचारच नसल्यामुळे कुणी गुंतवणूक केली नाही म्हणून प्रगतीसुद्धा झाली नाही; पण आता प्रगतीतील विश्वासामुळे लोकांना गुंतवणूक करणे शक्य झाले. एखाद्याची वैज्ञानिक किंवा व्यावसायिक आयडिया आवडली आणि त्यातून नफा होईल असे वाटले, तर लोक त्या माणसाला वित्तीय मदत करायला लागले. सतराव्या शतकात सुरू झालेली Enlightenmentची प्रक्रिया जवळपास पुढचे दोन शतके चालली. यावर अनेक

पुस्तके लिहिली गेली आजही यावर विचार मंथन होते, वादविवाद झडतात. दोनशे वर्षे चाललेली ही Enlightenment ची प्रक्रिया चार शब्दात सांगायची झाली तर ते शब्द : Reason, Science, Humanism आणि Progress. अर्थात तर्क, विज्ञान, मानवतावाद आणि प्रगती हेच असतील. तर्कामुळे विज्ञानाला, प्रगतीतील विश्वासामुळे अर्थशास्त्राला गती मिळाली, तर मानवतावादामुळे माणसाचे जगणे सुकर झाले. पुनर्जागरण ही एक सांस्कृतिक चळवळ होती ज्याने भूतकाळाच्या ज्ञानाचा पुनर्शोध घेतला आणि त्याचा उत्सव साजरा केला, तर प्रबोधन ही एक बौद्धिक चळवळ होती, जी समाज समजून घेण्यासाठी आणि सुधारण्यासाठी तर्क आणि वैज्ञानिक तत्त्वे लागू करण्याचा प्रयत्न करीत होती.

प्रगतीचा सिद्धान्त सतराव्या-अठराव्या शतकात पुढे आला; पण तोपर्यंत वैज्ञानिक क्रांतीत पुनर्जागरण, सुधारणा, प्रति सुधारणा आणि नवनव्या प्रदेशाचा शोध, प्रबोधन असे वेगवेगळे टप्पे येऊन गेले होते. या सर्व गोष्टींमुळे युरोपात नवीन सामाजिक व्यवस्था तयार झाली. त्या तुलनेत आशिया, आफ्रिका येथील व्यवस्था जुनाट आणि कालबाह्य होती. नवे तंत्रज्ञान आणि विचार विश्व याच्या बळावर युरोपियन राष्ट्रांच्या 'Imperilaism' अर्थात साम्राज्यवादाचा उदय झाला. डच, पोर्तुगीज, स्पॅनिश, फ्रेंच आणि इंग्रज लोकांनी आशिया, आफ्रिका आणि अमेरिकेत वसाहतींच्या रूपात साम्राज्ये स्थापन करायला सुरुवात केली. स्पेनच्या साम्राज्यवादी धोरणांमुळे पिझ्झारो नावाच्या व्यक्तीने दक्षिण अमेरिकेतील इंका संस्कृती तर कोर्ट्स नावाच्या व्यक्तीने माया संस्कृती नष्ट केली. ब्रिटनने उत्तर अमेरिकेत जम बसविला. पोर्तुगीजांनी हिंद महासागरात प्रभुत्व निर्माण केले. तोपर्यंत प्रगती होऊ शकते हा विचार रुजला नव्हता. आर्थिक तत्त्वज्ञान 'Mercantlism' अर्थात कुणा एकाला फायदा झाला, तर दुसऱ्याला तोटा झाला असला पाहिजे असे मानणारे होते. मर्केंटिलिझमची जीवनाकडे पाहण्याची दृष्टी 'Zero Sum Game' मानणारी आणि सपाट होती, त्यामुळे युरोपातील सगळे साम्राज्यवादी देश निर्यात वाढवून आयात कमी करण्याचा प्रयत्न करत होते. त्यासाठी युरोपातील साम्राज्यवादी सत्ता, त्यांनी जिंकलेल्या राष्ट्रांनी संबंधित साम्राज्यवादी देशातूनच माल विकत घेतला पाहिजे, अशी सक्ती करू लागले. ब्रिटननेसुद्धा अमेरिकेच्या १३ वसाहतींमध्ये मर्केंटिलिझमची धोरणे राबवायला सुरुवात केली. व्यापाराकरिता ब्रिटन व्यतिरिक्त इतर देशांची जहाजे वापरण्यावर बंदी आणली. तंबाखू, कापूस यांसारखा कच्चा माल ब्रिटनलाच निर्यात करण्याची सक्ती केली. दुसऱ्या देशातून अमेरिकेत येणाऱ्या मालावर प्रचंड कर आकारले, फक्त ब्रिटनमध्ये तयार होणारा पक्का मालच अमेरिकेने विकत घ्यावा असा कायदा केला; परंतु अठराव्या शतकात अमेरिकेत Capitalism नावाचे नवे आर्थिक तत्त्वज्ञान आले होते. अमेरिकेतील लोक मुक्त व्यापार करू इच्छित होते, त्यामुळेच ब्रिटन कडून येणारा चहा त्यांनी बोस्टनच्या बंदरात फेकून दिला ही घटना आपल्याला

बोस्टन टी-पार्टी या नावाने ज्ञात असते. अमेरिकेचा स्वातंत्र्य लढा हा बऱ्याच अर्थाने ब्रिटिश व्यापारवाद आणि अमेरिकन भांडवलशाही यातला लढा होता.

जगाची एकूण संपत्ती निश्चित, स्थिर नसून, ती मानवी श्रमातून वाढवली जाऊ शकते. माणसाची प्रगती होऊ शकते. Adam Smith याने Wealth of Nations हा ग्रंथ लिहून मर्कैंटिलिझमच्या उणीव सांगितल्या. व्यापार 'Zero Sum Game' नसून, सर्वांना फायदेशीर आहे, अशी आर्थिक मांडणी केली. प्रगतीच्या सिद्धान्ताने या विचाराला हातभारच लावला. यातूनच आम्हाला मुक्त करा, मोकळेपणाने व्यापार करू द्या म्हणणारी 'Laissez-faire' भांडवलशाही उदयाला आली. दरम्यानच्या काळात 'औद्योगिक क्रांती' झाली, त्यामुळे साम्राज्यवादाचे स्वरूपसुद्धा बदलत गेले. आता उत्पादन काही पटीत वाढू लागले. माणसाची लोकसंख्या मागच्या दहा हजार वर्षांत जवळ जवळ स्थिर होती; पण औद्योगिक क्रांतीनंतर माणूस ऊर्जेचा जास्त प्रभावी वापर करू लागला आणि लोकसंख्या झपाट्याने वाढू लागली. औद्योगिक क्रांतीला वैज्ञानिक क्रांतीची उपक्रांती म्हटले पाहिजे. वैज्ञानिक क्रांतीचा विचार केला तर अमेरिकेची व फ्रान्सची राज्यक्रांती फारच किरकोळ वाटतात.

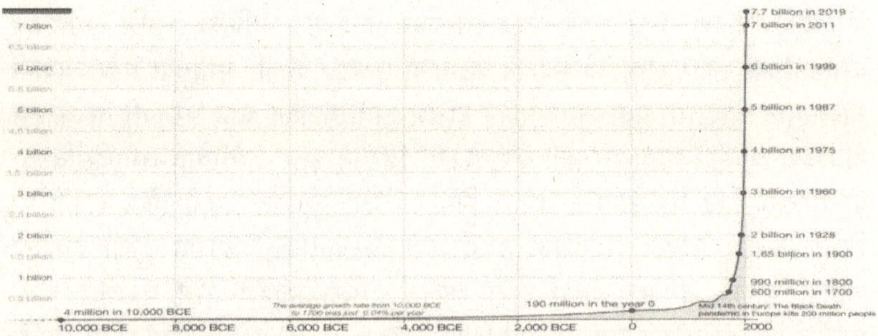

औद्योगिक क्रांतीनंतर मानवी लोकसंख्या झपाट्याने वाढली.

दोनशे वर्षांपूर्वी इसवी सन १८०० साली जगाची लोकसंख्या ९० कोटी होती आज ती जवळपास ८०० कोटी इतकी झाली आहे. लोकसंख्या वाढली असली तरी या काळात प्रति व्यक्ती ऊर्जेचे वापरसुद्धा काही पटीत वाढला आहे. सोबतच माणसाचे सरासरी आयुर्मान वाढले आहे. अगदी दूरचे कशाला भारत स्वतंत्र झाला, तेव्हा भारताचे सरासरी आयुर्मान ३२ वर्षे होते आज ते ७० वर्षे झाले आहे. असे असले तरी औद्योगिक क्रांतीच्या सुरुवातीच्या काळात मानवाचे आयुष्य अधिकच खडतर झाले. कामगारांचे शोषण होऊ लागले. लहान मुले आणि स्त्रिया यांनासुद्धा अमानवीय पद्धतीने राबवून घेतले. या सगळ्याचे प्रतिबिंब चार्ल्स डिकन्स यांच्या लेखनात यथोचितपणे आलेले आहे. औद्योगिक क्रांतीच्या काळात झालेल्या

शोषणाचा परिणाम म्हणून कामगार हक्काच्या, शोषणाविरुद्धच्या चळवळी उभ्या राहिल्या. त्यांतून समाजवादी, साम्यवादी विचार पुढे आला. त्याचा परिणाम म्हणून 'Laissez-faire' ही संकल्पना मागे पडली आणि शासन लोकांच्या कल्याणाचा विचार करू लागले अशा पद्धतीने 'कल्याणकरी राज्य/Welfare State' हा विचार आला. अठराव्या शतकातच फ्रान्समध्ये क्रांती झाली होती, त्यामुळे जुन्या व्यवस्था ढासळू लागल्या. स्वातंत्र्य, समता आणि न्याय ही मूल्ये महत्त्वपूर्ण झाली. राष्ट्रवाद उदयाला आला. इटली आणि जर्मनीचे एकत्रीकरण झाले. परकीय सत्तांच्या वरवंट्याखाली असलेल्या देशांत राष्ट्रीय चळवळी निर्माण झाल्या. यथावकाश औद्योगिक क्रांती, वसाहतवाद, अत्याधिक टोकाचा राष्ट्रवाद यांच्या संयोगातून प्रथम विश्व युद्धाची ठिणगी पडली. त्याच्यातूनच पुढे फासीवाद आणि द्वितीय विश्व युद्धाचे बीज पेरले गेले. दुसऱ्या विश्व युद्धानंतर मात्र वसाहतवाद फायदेशीर राहिला नाही, भारतासहित आशिया आणि आफ्रिकेतील देश स्वतंत्र होऊ लागले; पण परंतु द्वितीय विश्व युद्धानंतर साम्यवादी देश आणि भांडवलशाही देश यांच्यात 'शीत युद्ध' अर्थात युद्ध विरहित सत्ता स्पर्धा सुरू झाली. भांडवलशाही व्यवस्थेत स्वातंत्र्यासाठी समतेला डावलले जाते, तर साम्यवादी आणि काही प्रमाणात समाजवादी व्यवस्थेत समता प्रस्थापित करण्यासाठी स्वातंत्र्याचा संकोच अभिप्रेत आहे. साम्यवादी आणि भांडवलशाही देशांतले हे शीत युद्ध १९९१मध्ये सोव्हिएत रशियाच्या पतनापर्यंत चालू होते. त्यानंतर मात्र अमेरिकेच्या नेतृत्वाखाली युनिपोलर जगाची निर्मिती झाली. मागच्या दोन दशकांत अमेरिकेच्या नेतृत्वातील ही एकध्रुवीय व्यवस्था कोलमडत असून, बहुकेंद्री जगाची निर्मिती होताना दिसत आहे.

आपण कृषिक्रांतीला शहरांचा उदय, शासनव्यवस्था, लेखनकला, धर्मसंस्था, चलनव्यवस्था या टप्प्यांनी तर वैज्ञानिक क्रांती समजून घेताना प्रबोधन, सुधारणा, प्रति-सुधारणा, शोधांचा कालखंड, एनलाइटनमेन्ट, प्रगतीचा सिद्धान्त, साम्राज्यवाद-वसाहतवाद, मर्केंटिलिझम, भांडवलशाही, औद्योगिक क्रांती, राष्ट्रवादाचा उदय अशा विविध अंगानी इतिहासाचा आढावा घेतला. इतिहास हा भूतकाळाचा वर्तमानाशी सतत चाललेला संवाद असतो, त्यामुळे लोक इतिहासाकडे वेगवेगळ्या दृष्टीने पाहतात. कुणाला मानवी इतिहास हा परस्पर सहकार्याचा दस्तऐवज वाटतो, तर कुणाला सबंध मानवी इतिहास वर्ग संघर्षाचा इतिहास वाटतो. कुणी स्वतःची राजकीय अधिमान्यता पक्की करण्यासाठी तर कुणी इतिहासाच्या टप्प्यावर उशिरा आलेल्या राष्ट्रवादी चौकटीतून इतिहासाकडे पाहतो. कुणाला इतिहास लढाया आणि राजसत्तांच्या वंशावळी वाटतो, तर कुणाला इतिहासाच्या त्या त्या काळी सामान्य लोक कसे जगत होते ते महत्त्वाचे वाटते. या सर्व दृष्टिकोनातील वैविध्यामुळे इतिहास रंजक तर होतोच; पण बऱ्याच वेळा वर्तमानातील लढाई इतिहासाच्या अंधाऱ्या गुहेत लढवली जाते. असे असले इथून पुढची लढाई वेगळी असणार

आहे. कारण, औद्योगिक क्रांतीनंतर तंत्रज्ञानात अभूतपूर्व बदल झाला आहे. माणसाने अणूचा रहस्यभेद केला आणि आण्विक क्रांती झाली. शीत युद्धात शत्रू राष्ट्रांत तंत्रज्ञानाच्या बाबतीतसुद्धा स्पर्धा लागली होती, त्याचाच परिणाम म्हणून माणूस चंद्रावर पोहोचला. माहिती तंत्रज्ञान आणि जैव तंत्रज्ञान क्रांती यामुळे तर मानवी जीवनात प्रचंडच बदल झाला. बदलत्या तंत्रज्ञानामुळे मानवी जीवन सुकर झाले असले तरी तंत्रज्ञानाची गती पाहता येत्या काळात माणूसच अप्रासंगिक, कालबाह्य होतो की काय अशी परिस्थिती निर्माण झाली आहे. तंत्रज्ञानाने माणसापुढे मोठे आव्हान उभे केले असले तरी तितकेच किंवा त्यापेक्षा कांकणभर मोठे आव्हान पर्यावरणाच्या ढासळलेल्या समतोलामुळे उभे राहिले आहे. औद्योगिक क्रांतीनंतर काही पटीत वाढत गेलेली लोकसंख्या आणि त्याच पटीत वाढत गेलेला ऊर्जेचा वापर यामुळे पर्यावरणाची अपरिमित हानी झाली आहे. विकासाचा हा मार्ग शाश्वत नाही हे वरचेवर दिसून येते आहे.

***

देव, धर्म, विज्ञान व इहवाद

देव

एके दिवशी अचानक, एका प्रतिष्ठित बहुराष्ट्रीय कंपनीत काम करणारा, नेहमी वेळ पाळणारा एक माणूस, विमान अपघातानंतर प्रशांत महासागरातल्या निर्जन बेटावर पोहोचतो. धो-धो कोसळणारा पाऊस, कडाडणाऱ्या विजा, बेटावरचा उंच डोंगर, झाडी, समुद्र आणि दिवस-रात्रीचे फिरत राहणारे चक्र अशा परिस्थितीत तो एकटाच राहतो. त्याची दाढी आणि केस वाढायला लागतात, अंगावरचे कपडे फाटून जातात, पावसापासून संरक्षण व्हावे म्हणून तो जवळच असलेल्या अंधाऱ्या गुहेत जाऊन राहतो. पोटासाठी तो आधी बेटावरचे नारळ आणि नंतर मासे-खेकडे पकडू लागतो. कालांतराने तो मासे पकडण्यात तरबेज होतो. तो माणूस लाकडावर लाकूड घासून आग तयार करण्याचा प्रयत्न करतो आणि शेवटी बऱ्याच प्रयत्नानंतर यशस्वीसुद्धा होतो. त्याला त्याच्या प्रेयसीची आठवण येते. तो गुहेच्या भिंतीवर तिचे चित्र रेखाटतो. वर्षानुवर्षे एकटा असल्यामुळे त्याला बोलायला सोबत कुणीच नसते. समुद्राच्या पाण्यात वाहून आलेल्या फुटबॉलला तो माणूस, सोबती किंवा देव समजून त्याच्याशीच गप्पा मारतो. त्याला विल्सन असे नाव देतो. आपण कुठे येऊन अडकलो आहोत यामुळे सतत बोचणारे दुःख, निर्जन बेटांवर अस्तित्वाची जाणवणारी अनिश्चितता, अनाकलनीय परिस्थितीशी झुंज देताना, त्या बेटावरून परत जाता येईल की नाही या विवंचनेत तो विल्सन सोबत सतत बोलत राहतो, त्यामुळे त्याला मानसिक आधार मिळतो. भव-भयाच्या गरगरणाऱ्या भोवऱ्यात गटांगळ्या खात असताना त्याला 'विल्सनच्या' रूपात एक आधार मिळतो. आत्महत्येचे विचार त्याच्या डोक्यात येतात; पण विल्सनशी बोलत राहिल्यामुळे त्याला बळ मिळते आणि तो आत्महत्या करण्यापासून परावृत्त होतो आणि यथावकाश त्याचे जे व्हायचे ते होते. ही कहाणी आहे हॉलीवूडमधल्या 'Cast Away' या दर्जेदार चित्रपटाची. ही कहाणी साकारताना टॉम हॅन्क्सने कसदार अभिनयाचा जणू मापदंड रचला आहे. या चित्रपटात एका क्षणी 'विल्सन' खोल समुद्रात वाहून जाऊ लागलाय हे जेव्हा

त्याच्या लक्षात येते, तेव्हा तो कावराबावरा होऊन जातो. आकांत, हलकल्लोळ करत जिवाची पर्वा न करता अथांग समुद्रात उडी घेतो आणि तो 'विल्सन-विल्सन' करत समुद्राच्या पाण्यात फुटबॉलला वाचवण्याचा प्रयत्न करतो!

उत्क्रांतीची लाखो वर्षे मानव डोंगरदऱ्यात, कड्या-कपारीत किंवा अंधाऱ्या गुहेत ऊन, वारा, पाऊस झेलत हिंस्र श्वापदांच्या डरकाळ्या ऐकत निसर्गाच्या भयावह रूपाचा सामना करत जगत आला आहे. कधी ना कधी अश्मयुगीन मानवाने हे अनुभवले असेल की, त्याची प्रिय व्यक्ती कालांतराने बोलेनाशी होते, हालचाल करत नाही, तिचा देह निपचित पडून राहतो, हळूहळू कुजू लागतो. प्राचीन मानव मृत्यूने व्यथित आणि उगवणारा सूर्य, बहरणारी फुले, समुद्राच्या लाटा यांमुळे चकित झाला असणार. आकाशात कडाडणारी वीज, भूकंप, ज्वालामुखी, कडाक्याची थंडी, गोठवणारे हिमयुग, सोसाट्याचा वादळ वारा, पूर-पाणी, आजारपण व मृत्यू यांमुळे मानवाला 'भय इथले संपत नाही' असे वाटले नसेल तर नवलच. लाखो वर्षांत कित्येकदा कुठल्या तरी मातेने तिच्या तान्ह्या बाळाच्या देहात कोल्हा, लांडगा किंवा वाघाने यांचे सुळे तिच्या नजरेदेखत आरपार जाताना पाहिले असणार. जीवनाच्या अनाकलनीय क्रूरतेने मानवी मनावर किती ओरखडे पडले असतील याची आपण कल्पना करू शकतो. त्याकाळी अर्थहीन अस्तित्वाचे टोले खात जगणे किंवा जीवनाला आणि या विश्वाला काहीतरी अर्थ आहे असे मानणे असे दोन पर्याय माणसासमोर असतील. माणसाने हेसुद्धा अनुभवले असेल की, एक माणूस दुसऱ्याला जन्म देतो तेव्हा माणूस होतो, कुणीतरी शिकार करतो तेव्हा अन्न मिळते. कुणीतरी कर्ता असल्याशिवाय काहीतरी होत नाही. हे जग आपण तयार केले नाही; पण कुणीतरी ते तयार केले असले पाहिजे असा विचार माणूस करू लागला असेल. माणूस जीवनाला अर्थ देण्याचा प्रयत्न करू लागला असेल. आजारपण, वार्धक्य, मृत्यू, विलाप आणि दुःख हेच सत्य आहे असे मानून गर्भगळित होऊन जाणे किंवा जवळची व्यक्ती मेली तरी ती खऱ्या अर्थाने मेलेली नसून, पुढच्या प्रवासाला गेली आहे असे मानून दुःख सुसह्य करणे यांपैकी मानवाने दुसरा पर्याय निवडला. यातून मानवाच्या मृत्युपश्चात जगाच्या कल्पना विकसित झाल्या असाव्यात. मृत्यूनंतर लागू शकतील असे समजून माणूस मृतदेहासोबत काही पाळीव प्राणी, अलंकार, एखादी वस्तू आणि हत्यार वगैरे पुरत असावा कारण उत्खननात कित्येक सांगड्यासोबत अशा वस्तू मिळाल्या आहेत.

आज देव नाही अशा बाता मारणे फार सोपे आहे; पण लाखो वर्षे आजूबाजूला अनाकलनीय गोष्टी घडत असताना, त्यांना सामोरे जाणाऱ्या मानवी जाणिवेला असाहाय्यतेचे शल्य बोचकारून रक्तबंबाळ करत असताना, माणसाकडे स्वतःचे मानसिक संतुलन ढासळू न देता अस्तित्वाचा अर्थ लावण्यासाठी, जीवन सुसह्य करण्यासाठी कोणत्यातरी पारलौकिक शक्तीचा मानसिक आधार घेण्याशिवाय

कुठला पर्याय होता? यामुळेच कदाचित सर्व मानवी समाजात आणि संस्कृतीत अपरिहार्यपणे धर्म आणि देव या संकल्पना विकसित झाल्याचे दिसून येते. अमीबा आणि इतर एकपेशीय जीव देव मानत असतील का? आपण जाणीव काय आहे पाहिले. भविष्यात कधी जाणिवेचे कोडे उलगडले तर निम्न जाणिवेची पातळी असणारे सजीव ईश्वराच्या अस्तित्वाचा विचार करतात का हे जाणून घ्यायला मजा येईल. गाई, म्हशी, कोंबडा, शेळी या प्राण्यांची चेता संस्था विकसित असते. त्यांना मारले तर ते कण्हतात, कळवळतात. कोंबडा कापला जात असताना तो कोणत्या देवाचा धावा करत असेल? हे विश्व आहे म्हणजे ते तयार करणारा कुणीतरी असला पाहिजे या भावनेतून देव या संकल्पनेचा उदय होतो. कदाचित, जिवांच्या अंतरंगात जाणिवेचे तरंग उठले आणि जोडीला पुरेशी बुद्धिमत्ता असली की त्या जिवाला अस्तित्वाचे कोडे पडते; पण त्याच वेळी त्या जिवाला स्वत:चे अपूर्णत्व आणि मर्यादा लक्षात आल्या की, देवाची निर्मिती होत असावी.

ईश्वर ही अंत्यत शक्तिशाली संकल्पना आहे; पण ईश्वराबद्दलच्या कल्पना काळानुरूप बदलत गेल्या. वैदिक काळात उषा, अदिती, रात्री, अरण्यानी, सूर्य, अग्नी, गारुत, वरुण आणि इंद्र ह्या प्रमुख देवता होत्या. ऋग्वेदातील कित्येक ऋचा आणि सूक्त निसर्गाचे मानवी रूप असलेल्या या देवांबद्दलच आहेत; पण कालांतराने देवाबद्दलच्या या संकल्पना मागे पडल्या व ब्रह्मा-विष्णू आणि महेश या देवकल्पना पुढे आल्या. धर्म ग्रंथांनुसार ब्रह्मदेव सृष्टीचा निर्माता आहे; पण एकदा का सृष्टीची निर्मिती झाली की, ब्रह्मदेव निरुपयोगी होऊन जातो म्हणून संपूर्ण भारतात राजस्थानातील पुष्करसारख्या काही ठरावीक ठिकाणीच ब्रह्मदेवाची मंदिरे आढळून येतात. एकेकाळी महत्त्वाची असलेली देवता काळाच्या ओघात तिचे महत्व गमावून बसते आणि नव्या-नव्या देवकल्पना तयार होत राहतात. उदाहरणार्थ वैदिक काळात इंद्र ही महत्त्वपूर्ण देवता होती, वेदातील कित्येक ऋचा इंद्राची स्तुती करताना दिसतात; पण त्यानंतर आणि अगदी आजपर्यंत इंद्राची पूजा करणारे लोक तुम्हाला दिसणार नाहीत. एवढेच कशाला संपूर्ण भारतात इंद्राचे एकही मंदिर असल्याचे ऐकीवात नाही. याउलट, गणपती ही देवता प्राचीन काळात अजिबात महत्त्वपूर्ण नव्हती. इसवी सनाच्या पाचव्या शतकापर्यंत म्हणजे ऋग्वेद काळानंतर दीड हजार वर्षे उलटून गेली तरी गणपतीचा उल्लेख कुठेही सापडत नाही आणि आज मात्र कोणत्याही कामाची सुरुवात बहुतांश हिंदू लोक 'श्री गणेशाय नमः' असे म्हणूनच करतात. अथेना, अपोलो, पोसायडन आणि झेउस ह्या प्राचीन ग्रीक देवी-देवता होत्या, तर ज्युपिटर, मार्स, प्लूटो, नेपच्युन आणि कुपीड या देवता रोमन साम्राज्यात महत्त्वपूर्ण होत्या. आता सिनेमातून आपल्याला माहिती झालेला लोखंडी हातोडा घेऊन वावरणारा थॉर व ओडिन या उत्तर युरोपातील वायकिंग देवता होत्या. त्या त्या काळी लोक या देवीदेवतांची पूजाअर्चा करत. या देवांच्या आणाभाका

घेऊन लोक लढायला जात किंवा या देवीदेवतांच्या सन्मानासाठी जीव द्यायलासुद्धा मागे-पुढे पाहत नसत; पण आज या देवीदेवतांना काही महत्त्व नाही. कुणी त्यांची पूजा बांधत नाही, कुणी नाव घेत नाही की कुणी त्यांच्यासाठी प्राण ओवाळून टाकत नाही. आजपासून हजार-दोन हजार वर्षांनंतर आज ज्या देवीदेवता आपण मानतो त्यांच्याही बाबतीत असेच होणार आहे. आपले देव सतत स्थळ-काळानुसार बदलत जातात. कारण, देव ही एक संकल्पना आहे.

समजा चिमणी देव मानत असेल, तर या आकाशात उडणाऱ्या चिमणीच्या दृष्टीने देवाचे रूप माणसासारखे असेल की चिमणीसारखे? चिमणीसारखे असेल असे जर तुम्हाला वाटत असेल, तर अंतिम सत्याचा दावा करणाऱ्या बहुतांश धर्मग्रंथांत देव मानवी रूपातच दाखवलेला आहे हे लक्षात घ्यावे लागेल. ईश्वराबद्दलच्या आपल्या संकल्पना मनुष्यकेंद्री आहेत. त्यातही देव हा पुरुषलिंगी असावा असे गृहीत धरूनच आपण बोलत असतो. 'तो सर्वकाही पाहतो आहे' किंवा 'He is Great' अशा वाक्यांतून आपण ईश्वराला मानव प्रजातीचा पुरुष अशा रूपातच चितारत असतो. 'जर त्रिकोणांचा देव असेल, तर त्रिकोण त्याला तीन बाजू देतील' असे मॉंटेस्क्यु या फ्रेंच विचारवंताने लिहून ठेवले आहे ते उगीच नाही. ब्रह्मांडाच्या विस्तीर्ण कालौघात मानवाचे अस्तित्व नगण्य आहे, ठिपक्या एवढेसुद्धा नाही. प्राप्त माहितीनुसार पृथ्वीवर सजीवांच्या जवळपास ९० लाख वेगवेगळ्या प्रजाती आहेत. इतकी सगळी विविधता असूनसुद्धा देव मानवी रूपात का असावा याची संगती लागत नाही.

सर्वशक्तिमान, सर्वज्ञ, सर्वव्यापी आणि सर्वांग-सुंदर ईश्वर ह्या संकल्पनेमुळे आपल्या डोक्यावर कुणाचा तरी हात आहे, आपल्या जीवनाला काहीतरी अर्थ आहे असे मानवाला वाटते. अनाकलनीय भासणारे हे जग कोणत्यातरी शक्तीच्या आज्ञेप्रमाणे सुव्यवस्थित चालू आहे, कुठेतरी न्याय आहे आणि न्यायाचा तराजू ईश्वराच्या हातात आहे असे मानल्यामुळे मानवी जीवन सुसह्य झाले. उल्कापात, भूकंप, ज्वालामुखी, दुःख, दैन्य, दारिद्र्य, उपासमार यांमुळे ईश्वराची कल्पना उदयाला आली असावी; पण उल्कापात, भूकंप, ज्वालामुखी, दुःख, दैन्य, दारिद्र्य, उपासमार यांचाच आधार घेऊन कित्येक अज्ञेयवादी, नास्तिकतावादी लोक वेगळी भूमिका घेताना आढळतात. त्यांच्या मते जगात मृत्यू, उपासमार, नैसर्गिक आपत्ती आहेत याचा अर्थ एकतर देव सर्वशक्तिमान तरी नाही किंवा सर्वांगसुंदर तरी नाही. देव चांगला असेल, तर त्याने अशुभ, दुःखकारक आणि वाईट गोष्टी थांबवल्या पाहिजेत आणि त्या त्याला थांबवता येत नसतील, तर त्याला सर्वशक्तिमान का मानावे? आणि वाईट गोष्टी थांबवता येत असूनसुद्धा जर देव त्या थांबवत नसेल तर मग तो दुष्ट आहे. सर्वशक्तिमान आणि सर्वांगसुंदर ह्या ईश्वराच्या गुणवैशिष्ट्यात जसा अंतर्विरोध आहे, तसाच अंतर्विरोध सर्वशक्तिमान आणि सर्वज्ञ या ईश्वराच्या

गुणवैशिष्ट्यातसुद्धा आहे. तार्किकदृष्ट्या सर्वशक्तिमानता आणि सर्वज्ञता सोबत नांदू शकत नाहीत. कारण, त्या दोन्ही गोष्टी अनुरूप-सुसंगत नाहीत. जर कुणी सर्वज्ञ असेल, तर त्याला हे माहिती असलेच पाहिजे की तो सर्वशक्तिमान आहे. त्याशिवाय सर्वज्ञ असण्याला काही अर्थ उरत नाही; पण तीच व्यक्ती किंवा देव जर सर्वशक्तिमान असेल, तर सर्वज्ञ न होण्याची त्याच्यात शक्ती आहे का? आणि सर्वज्ञ न होण्याचा कुठलाही पर्यायच त्याच्यासमोर नसेल तर त्याला आपण सर्वशक्तिमान का मानावे? असे अनेक प्रश्न त्यातून तयार होतात.

ज्या गोष्टी मानवाला कळतात त्याबद्दल कुठलाही वाद नसतो; पण आजही आपल्याला बऱ्याच गोष्टी माहिती नाहीत आणि सगळ्या गोष्टी माहिती होण्याची शक्यतासुद्धा नाही; पण आपल्याला ज्या गोष्टी कळत नाहीत, त्या गोष्टी परमेश्वराचीच लीला असावी असे मानण्याची उत्कट इच्छा बऱ्याच लोकांत दिसून येते. आज आपल्याला 'जाणिवा' का तयार होतात कळलेले नाही. अशा वेळी 'जाणिवा' असणे हा ईश्वराच्या अस्तित्वाचा पुरावा आहे अशी मांडणी करणारे खूप लोक सापडतात. अशा प्रकारे ईश्वराचे अस्तित्व सिद्ध करण्याच्या खटपटीला 'God of the Gaps' असे म्हटले जाते; परंतु आज ज्याला आपण वैज्ञानिक तथ्य म्हणून स्वीकारतो, त्या गोष्टी आपल्या पूर्वजांनी परमेश्वराची लीला म्हणूनच खपवल्या होत्या हे ते लोक विसरतात. देवीचा रोग, प्लेग, आकाशात चमकणारी वीज, भूकंप आणि इंद्रधनुष्य काय आहेत हे जोपर्यंत माहिती नव्हते, तोपर्यंत माणूस त्यांनाच देवाच्या अस्तित्वाचा पुरावा मानत होता. आज आपण त्यांना वैज्ञानिक सत्य म्हणून स्वीकारतो. आज ज्या गोष्टी कळत नाहीत, त्याला तुम्ही देवत्वाशी जोडणार असाल तर उद्या त्या गोष्टींचा उलगडा होत जाणारा आहे. कारण, मानवी इतिहासाची हीच दिशा राहिली आहे. आजच्या घडीचा विख्यात खगोलशास्त्रज्ञ Neil deGrasse Tyson देवाला "God is ever receding pocket of scientific ignorance!" म्हणतो ते यामुळेच.

कोणी काय खावे, कसले कपडे घालावे, दाढी किती लांब ठेवावी, कुणाशी शरीरसंबंध ठेवावेत आणि कपाळावर गंध उभा लावावा की आडवा, या असल्या थिल्लर गोष्टीत पडणारा देव बऱ्याच लोकांना उथळ वाटतो. हा देव एका बाजूला आणि काहीच नसण्यापेक्षा इथे काहीतरी का आहे, विश्वाची निर्मिती नेमकी कशी आणि का झाली ह्या प्रश्नांबद्दल विचार करताना कोणत्याही चिंतनशील व्यक्तीला कुतूहलापोटी आवश्यक वाटणारा देव दुसऱ्या बाजूला. या दोन्हीपैकी दुसरा देव लोकांना जास्त स्वीकारार्ह वाटतो; परंतु हे स्थित्यंतर एका दिवसात घडून आले नाही, त्याच्या मुळाशी प्रदीर्घ अशी तत्त्वज्ञानाची आणि विज्ञानाची प्रगती आहे.

हे जग चालते म्हणजे ते कुणीतरी चालवणारा असला पाहिजे हा विचार खूप जुना आहे. तुम्ही टेबलावरच्या पुस्तकाला किंवा इतर कोणत्याही वस्तूला जरासा

धक्का दिला तर ते थोडेसे हलते; पण थोड्या वेळातच ते थांबते, याचा अर्थ वस्तू स्थिर होणे ही विश्वाची अंगभूत स्थिती आहे असे ॲरिस्टॉटलला वाटले; पण मग त्याला जाणवले की, जगात काही वस्तू फिरतात. त्याच्या मते, सूर्य पृथ्वीभोवती फिरत होता; पण जर फिरत असेल, तर त्याला फिरवणारा कुणीतरी असला पाहिजे. स्तब्ध होणे ही जगाची अंगभूत स्थिती असेल आणि हे जग जर चल असेल तर या जगाला ढकलणारा कुणीतरी असला पाहिजे. ॲरिस्टॉटलने त्याला 'Unmoved Mover' अर्थात स्वतः स्थिर राहून जगात चैतन्य निर्माण करणारा, जगाला चालवणारा, जगाला सतत धक्का देत राहणारा असे म्हटले; पण कालांतराने न्यूटन आला आणि त्याने सांगितले की, वस्तू स्थिर होणे ही विश्वाची अंगभूत स्थिती नाही. गतीच्या पहिल्या नियमानुसार न्यूटनने सांगितले की, वस्तू गतीत असतील तर गतीत आणि स्थिर असतील तर स्थिर राहतात, त्यामुळे एखादी गोष्ट गतीत असेल तर त्याला कुणीतरी रेटा देणारा लागतोच असे नाही. गोष्टी स्थिर होतात असे वाटते. कारण, घर्षणामुळे त्यांच्या गतीला प्रतिरोध होतो. 'जितनी चावी भरी राम ने उतना चले खिलोना' असे किती जरी वाटत असले तरी एकदा चावी मिळाली की हे विश्व कुठल्याही बाह्य मदतीशिवाय चालू शकते असे न्यूटोनियन विज्ञान सांगत होते म्हणजे ईश्वर असेलच तर त्याची महती हे ब्रह्मांड तयार करण्यापुरतीच आहे. कारण, त्यानंतर ईश्वराला काहीही काम उरत नाही असा त्याच्यातून अर्थ निघत होता. याच्यातूनच मग 'अतीत-ईश्वरवाद' अर्थात 'Deism' ची पायाभरणी झाली.

अतीत ईश्वरवादी लोकांचा देव विश्व निर्माण झाल्यावर त्यात हस्तक्षेप, लुडबुड करत नाही. अशा लोकांचा ईश्वर तटस्थ राहतो. ईश्वराची भूमिका ही फक्त भूतकाळात आणि विश्व तयार करण्यापुरतीच असते म्हणूनच यालाच अतीत ईश्वरवाद म्हणतात. विश्व विशिष्ट नियमांनीच चालते आणि आनंदाची गोष्ट म्हणजे विश्वाची रहस्ये मानवाने विज्ञानाच्या मदतीने उलगडत आणली आहेत. भौतिकशास्त्राचे नियम जसे की गुरुत्वाकर्षण, ऊर्जेचे संवर्धन हे मूलभूत नियम आहेत आणि त्या नियमांत देव छेडछाड करताना दिसत नाही. कारण, देवाने विश्व निर्माण केले आणि निवृत्ती घेतली असे अतीत ईश्वरवाद्यांना म्हणायचे असते आणि त्यामुळे वेळोवेळी आपल्या जीवनात हस्तक्षेप करणाऱ्या वैयक्तिक देवाची कल्पना मागे पडते. देव जर गुरुत्वाकर्षणात छेडछाड करत नसेल, तर तुमचे चांगले व्हावे, यासाठी मार्गदर्शन करणे किंवा तुमच्या प्रार्थनांना प्रतिसाद देणे किंवा तुमच्यावर कोपणे आणि एकंदरीतच तुमच्या आयुष्यात येऊन वारंवार हस्तक्षेप करणे ह्या गोष्टी देव का करेल? कदाचित, या सगळ्यातले सगळे मर्म कार्ल सेगन यांनी नेमक्या शब्दांत पकडले आहे, ते म्हणतात :

'The idea that God is an oversized white male with a flowing beard who sits in the sky and tallies the fall of every sparrow is ludicrous. But if by God one means the set of physical laws that govern the universe, then clearly there is such a God. This God is emotionally unsatisfying ... it does not make much sense to pray to the law of gravity'

गुरुत्वाकर्षणाच्या पाया पडणे किंवा त्याची पूजा बांधणे मानसिकदृष्ट्या समाधान देणारे नसेल; पण भौतिकशास्त्राचे हेच नियम जगाला चालवतात हे स्वीकारणे आवश्यक आहे. अशाच प्रकारची भूमिका सावरकर यांनी त्यांच्या 'मनुष्याचा देव आणि विश्वाचा देव' या निबंधात मांडली आहे. नवस, सत्यनारायण, जपजाप्य, व्रतवैकल्य, स्नानसंध्या केल्यामुळे खूश होणारा आणि नाही केले तर कोपणारा देव त्यांना मान्य नाही. त्यांच्या मते विश्वाची आद्यशक्ती काही ठरावीक नियमांनुसार वर्तन करते, ते नियम समजून घेण्याचा प्रयत्न करून मानवी जीवन उन्नत करायला पाहिजे.

थोडक्यात काय तर 'बिग बँग' नंतर या विश्वात हस्तक्षेप करण्याची कसलीही संधी देवाकडे नाही आणि समजा असे समजले की, बिग बँग पूर्वी काहीतरी होते, तर त्याचा आपल्या आजच्या जीवनावर काहीही परिणाम होत नाही, होऊ शकत नाही. कारण, आपल्यासाठी काळाची सुरुवातच मुळी बिग-बँगपासून होते. स्टीफन हॉकिंग्स यांनी त्यांच्या **'द थेअरी ऑफ एव्हरीथिंग'** या पुस्तकात या विषयावर गहन चिंतन केले आहे ते म्हणतात, "If there were events earlier than this time (i.e., Big Bang), then they could not affect what happens at the present time. Their existence can be ignored because it would have no observational consequences." विस्तारात जाणाऱ्या या ब्रह्मांडाच्या संकल्पनेत निर्मिकाची शक्यता नाकारता येत नाही; परंतु एकदा असे विश्व निर्माण झाले की, उरतात ते फक्त भौतिकशास्त्राचे नियम त्यामुळे विश्व निर्माण होण्यापूर्वी काय होते आणि हे विश्व कुणी निर्माण केले याने आपल्या आजच्या आयुष्यात तीळमात्र फरक पडत नाही!

***

धर्म

साधारणतः १०,००० वर्षांपूर्वीची नवाश्म युगातील कृषिक्रांती आणि ५०० वर्षांपूर्वी सुरू झालेली आणि आता आपण ज्यातून जात आहोत ती वैज्ञानिक क्रांती, या माणसाच्या इतिहासात दोन मोठ्या क्रांती झाल्या हे आपण पाहिले. संघटित धर्मव्यवस्था ही कृषिक्रांतीनंतर तयार झालेली सगळ्यात महत्त्वपूर्ण व्यवस्था आहे. या ठिकाणी रूढार्थाने ज्यू, ख्रिस्ती, इस्लामी, हिंदू या संघटित धर्मव्यवस्था

आहेत, त्याबद्दल आपण बोलणार आहोत. धर्मामुळे समाजाची वीण घालणे, घडी बसवणे आणि माणसा-माणसांत सहकार्य वाढीस लावणे आणि एकात्मिक-सामाजिक जाणीव तयार करणे शक्य झाले. विशिष्ट समुदायाचे जगासंदर्भात सामायिक आकलन तयार झाल्यामुळे त्यांच्यात समन्वय, सहकार्य आणि संवाद शक्य झाला. धर्माचा साहित्य, संस्कृती, स्थापत्य, चित्रकला, नृत्य, भाषा आणि तत्त्वज्ञान आणि एकंदरीतच जीवनाच्या सगळ्या क्षेत्रांत मूलगामी परिणाम झाला. धर्म नसता, तर आपल्याला अजिंठा-वेरूळची सुंदर लेणी मिळाली नसती, स्थापत्याचा आविष्कार असलेली अप्रतिम मंदिरे पाहायला मिळाली नसती आणि आपली भाषा तर कमालीची निरस झाली असती. जगभरात आश्चर्य असलेल्या चर्च, मशिदी, अग्यारी तयार झाल्या नसत्या. धर्म नसते, तर तत्त्वज्ञानसुद्धा उथळच राहिले असते. ना कुणी उपनिषदे लिहिली गेली असती ना कोणत्या नागार्जुनाने शून्यवाद दिला असता. संगीताच्या प्रेरणासुद्धा बऱ्याच वेळा धार्मिक असतात. धर्म नसता तर ना वीणा, ना सामवेद, ना कव्वाली आपल्याला मिळाली असती. मानवी जीवनात रंग भरण्याचे काम धर्माने केले एवढेच नव्हे, धर्म आणि व्यापार हातात हात घालून बहरत गेले. मक्का हे अरेबियातले शहर असू द्या किंवा कार्ले, भाजे, भेडसे, पांडव लेणी यांसारख्या भारतातल्या बहुतांश लेण्या, विहार आणि चैत्यगृहे असू द्या ही सर्व ठिकाणे मुख्य व्यापारी मार्गावर होती. यातूनच धर्म आणि व्यापार यांच्यातला संबंध अधोरेखित होतो. धर्म आणि देव या संकल्पनेमुळे लोकांच्या जीवनाला अर्थ प्राप्त झाला. जनसामान्यांच्या दृष्टीने धर्माचे सगळ्यात मोठे कार्य म्हणजे तो नैतिकता शिकवतो. भारतीय संस्कृतीत तर धर्म हा शब्दच मुळी नीतिमत्ता, सदाचरण आणि जबाबदारी या व्यापक अर्थाने वापरला गेला आहे. सम्राट अशोक जेव्हा त्याच्या शिलालेखांतून धम्मविजयाबद्दल बोलतो, तेव्हा त्याला धर्मांतर किंवा धार्मिक विजय म्हणायचे नसून, लोकांचे सदाचरण अभिप्रेत आहे. सत्य, अहिंसा, अस्तेय यांसारखी तत्त्वे जैन-बौद्ध धर्मात दिसून येतात. इस्लाम समानतेची शिकवण देतो. दुराचरण करू नये असे जवळपास सगळेच धर्म सांगतात. इतरांनी तुमच्याशी जसे वागावे असे तुम्हाला वाटते तसेच तुम्ही इतरांशी वागा असे सांगणारा "Do unto others as you would have them do unto you" हा विचार तर ख्रिस्ती धर्माचा पाया समजला जातो.

धर्म नैतिकता शिकवतो; पण म्हणून नैतिकतेचे पेटंट धर्माकडेच आहे असे समजण्याचे काहीही कारण नाही. शाळेत असताना गुरुजींनी आम्हाला गुरुत्वाकर्षणाचा सिद्धान्त शिकवला याचा अर्थ गुरुत्वाकर्षणाचा शोधच मुळी आमच्या सरांनी लावला असा त्याचा अर्थ होत नाही; परंतु बरेच लोक धर्म नैतिकता शिकवतो म्हणून नैतिकतेचा शोध धर्माने लावला असा गैरसमज करून घेतात. धर्म हे काही नैतिकतेचे उगमस्थान नाही. नैतिकता धर्मापेक्षा प्राचीन आहे.

सबंध मानवी संस्कृती, सगळे धर्म, सगळे धर्मग्रंथ, वेद, कुराण, पुराण, गीता, अवेस्ता, श्रुती, स्मृती, जुना करार, बायबल, देव किंवा देवाच्या संकल्पना फक्त पाच ते दहा हजार वर्षे जुने आहेत. पृथ्वी मात्र ४५० कोटी वर्षं इतकी प्रचंड जुनी आहे. कालावकाशाच्या पसाऱ्यात धर्माचे, धर्मग्रंथाचे आणि देवकल्पनांचे अस्तित्व धूलिकणाएवढेसुद्धा नाही. अश्मयुगातील माणूस लाखो वर्षे कोणत्याही प्रस्थापित धर्माशिवाय जगत होता. अशा वेळी जर कुणी म्हटले की, अश्मयुगीन मानव अनैतिक होता, तर ते चुकीचे ठरेल. नैतिक जीवन जगण्यासाठी माणसाने धार्मिक असणे गरजेचे नाही. नैतिकतेचे उगमस्थान धर्मात नसून, उत्क्रांतीच्या प्रदीर्घ प्रक्रियेत आहे. धर्म नैतिकतेचा बाप नाही. बऱ्याच वेळा लोक धार्मिकता आणि नैतिकता यात गोंधळ करतात. कुणी फक्त भगवे-हिरवे-निळे-पांढरे कपडे घातले, दाढी वाढवली, पूजा-अर्चा केली, पाच वेळा नमाज पढला वा गळ्यात क्रॉस घातले म्हणून नैतिक होत नाही. नैतिकता उत्क्रांतीच्या प्रक्रियेत तयार झालेली असल्यामुळे ती सर्व माणसांत आहे. तुम्ही कोणत्या धर्माचे आहात यावरून जसा तुमच्या रक्ताचा रंग बदलत नाही अगदी तसेच तुम्ही धर्म मानला किंवा नाही मानला तरी तुम्ही नैतिक अथवा अनैतिक ठरत नाही.

उत्क्रांतीच्या प्रक्रियेत जगण्याची आवश्यकता म्हणून नैतिकता तयार झालेली आहे. 'जे का रंजले गांजले त्यासी म्हणे जो आपुले' हा विचार धर्म शिकवतो; पण म्हणून तसे आचरण करायला धर्मग्रंथ वाचावेच लागतात असे नाही. जिवंत राहण्यासाठी एकमेकांची मदत करणे हे उत्क्रांतीच्या प्रक्रियेत गरजेचे होते, याच्यातूनच सहानुभूतीची भावना तयार झाली. सहानुभूती, परोपकार हे आपल्याला धर्मग्रंथांनी नाही, तर उत्क्रांतीने शिकवले आहे आणि म्हणूनच अगदी अक्षरशत्रू असलेले, अडाणी लोक तसेच ज्यांचा कोणत्याही संघटित धर्माशी कसलाही संबंध आलेला नाही असे अजूनही जंगलात राहणारे लोकसुद्धा अत्यंत नैतिकतेने वागताना दिसतात. एकमेकांची मदत करताना दिसतात. बहुतांश वेळा त्यांची नैतिक वचनबद्धता तर तथाकथित धर्माचरण करणाऱ्यांपेक्षा जास्त असते.

नैसर्गिक निवडीच्या फिटनेस वाढवण्याला धरून नसलेले वर्तन आपल्याकडून झाले, तर मेंदू आपल्या वर्तनाबद्दल अभिप्राय देऊ लागतो. यामुळेच एखादी चुकीची गोष्ट आपल्या हातून झाली तर मन खायला उठते. उत्क्रांतीत तयार झालेले हे फीडबॅक मेकॅनिझम आहे असे म्हणता येईल. नैतिकता उत्क्रांतीच्या प्रक्रियेत तयार झालेली असल्यामुळे ती अंगभूत असली तरी आपली प्रत्येक कृती नैतिक आणि आपण नैतिकदृष्ट्या परिपूर्ण आहोत, असा त्याचा अर्थ होत नाही. मानवी वर्तन अजून नैतिक करता येऊ शकते, आजही उत्क्रांती चालू आहे अगदी त्याचप्रमाणे मानवी नैतिकतासुद्धा पूर्णत्वास गेलेली नाही. उदाहरणार्थ 'किळस' ही भावना जर आपण पाहिली तर उत्क्रांतीच्या प्रक्रियेत अस्वच्छ, अपायकारक, वेगळे दिसणारे

मानव आणि प्राण्यांमुळे जीवन संपुष्टात येऊ नये म्हणून ही भावना तयार झालेली असावी. अश्मयुगात लोक टोळ्या-टोळ्यांनी राहत. प्रत्येक टोळीची विशिष्ट जीवनपद्धती, भाषा, वेषभूषा आणि रूढी-परंपरा असणे स्वाभाविक आहे. त्या काळी वेगवेगळ्या टोळ्यांत सतत संघर्ष चालत असे, त्यामुळे एखाद्या व्यक्तीला टोळीतील लोकांपेक्षा वेगळा चेहरा, वेशभूषा आणि भाषा बोलणारा माणूस दिसला की जिवाला धोका आहे असे वाटून त्या व्यक्तीचे कान टवकारणे स्वाभाविक होते. याच्यातूनच आपल्यापेक्षा वेगळ्या दिसणाऱ्या लोकांबद्दलची एक प्रकारची भीती आणि शंका मानवी स्वभावाचा भाग झाला आहे. आजही गावात वेगळा दिसणारा माणूस आला की, सगळे लोक त्याची खिल्ली उडवणे, कुतूहलाने पाहणे, पाळत ठेवणे असे प्रकार सहजपणे करत असतात; पण हीच भावना आजच्या जगात वर्णद्वेष आणि झेनोफोबियाचे रूप घेऊ शकते, त्यामुळे उत्क्रांतीनुसार जरी आपली नैतिकता तयार झाली असली, तरी ती नैतिकता परिपूर्ण आहे असे समजण्याची चूक आपण करता कामा नये. मानवी नैतिकतेचे आणि जाणिवेचे वर्तुळ अजून विस्तीर्ण होणे गरजेचे आहे; परंतु हे वर्तुळ किती विस्तारू शकेल याला जनुकीय मर्यादा येतील. कारण, आपली जनुकीय रचना जाणीव बदललेल्या परिस्थितीच्या मागेच रेंगाळत राहते.

***

आपल्याकडे कुठे काही खुट्ट झाले, चूक झाली आणि गंडांतर येईल असे वाटले की पहिले काम 'बळीचा बकरा' शोधणे हे असते. एक सरकारी अधिकारी म्हणून हा प्रकार आवतीभोवती सतत घडताना दिसतो. सामूहिक जबाबदारी घेऊन प्रश्न सोडवण्यापेक्षा चुकीचे खापर फोडण्यासाठी कोणता माथा शोधायचा याचाच लोक विचार करतात. यामुळे कोणतेही बालंट अंगावर कसे येऊ द्यायचे नाही आणि काही आलेच तर त्यातून कसे सटकायचे यासाठीच्या वेगवेगळ्या क्लृप्त्या काढणे हा आजचा युगधर्म झाला आहे. जबाबदारीतून, ऑफिसातून, कॉलेजातून स्वत:ची कातडी वाचवत पळायचे कसे एवढेच आपल्याला शिकवले जाते ते यामुळेच; पण हे असे का होते? अश्मयुगात टोळ्या-टोळ्यांत सतत संघर्ष होत असत. सतत चालणाऱ्या ह्या संघर्षामुळे किंवा एखाद्या आपत्तीमुळे वा रोगराईमुळे आदिम समाज कधी कधी विघटनाच्या उंबरठ्यावर येऊन ठेपत असे. हा संघर्ष आणि समाजाचे विघटन थांबवायचे कसे हा प्रश्न त्यांना भेडसावत असणार. अशा वेळी ह्या सगळ्याचा सगळा दोष एका व्यक्तीवर ठेवणे समाजाच्या फायद्याचे होते, त्यामुळे सर्वांना मान्य होईल असा बळीचा बकरा (Scapegoat) शोधण्याचे काम केले जात असावे. त्याचाच परिणाम म्हणून अगदी आता-आतापर्यंत पिके बुडाली, पाऊस पडेनासा झाला, दुष्काळ पडला, तर नरबळी दिला जात असे. येशू ख्रिस्ताच्या बलिदानाद्वारे

भगवंताशी माणसाचा सलोखा प्रस्थापित झाला असे सांगणारे ख्रिस्ती धर्मातले 'Atonement'चे तत्त्वसुद्धा याच दृष्टिकोनातून पाहिले पाहिजे. ॲझटेक संस्कृतीत तर लोकांना बळी देण्यापूर्वी त्यांची देव समजून पूजा करत. आजचे बळीचा बकरा गटवणे याच प्रकारात मोडत असावे. धर्म आणि समाज विघटनापासून वाचावा म्हणून त्याचा दोष एक-दोन व्यक्तींच्या माथ्यावर मारणे हा मानवी स्वभावाचा भाग झाला आहे; परंतु यामुळे धर्म आणि समाजाच्या उणिवा झाकल्या जातात आणि व्यवस्थात्मक बदलापासून आपण मुकतो.

या पार्श्वभूमीवर आपण धर्म आणि दहशतवाद या मुद्द्याकडे पाहणार आहोत. दहशतवादी हा दहशतवादी असतो आणि धर्म आणि दहशतवादाचा संबंध नाही असे म्हणण्याची आपल्याकडे पद्धत आहे; पण हे म्हणणे कुठल्या निकषावर आधारलेले आहे किंवा याविषयी कुठे तंत्रशुद्ध अभ्यास झाला आहे, असे ऐकिवात नाही. मध्ययुगीन कालखंडात युरोपातून मध्यपूर्वेत 'क्रुसेड्स'साठी जाणाऱ्या लोकांच्या प्रेरणा धार्मिक होत्या. आज इस्लामच्या नावाने जगभरात होणाऱ्या दहशतवादाच्या प्रेरणा धार्मिक नाहीत, हे सिद्ध करण्याची जबाबदारी धर्म आणि दहशतवादाचा संबंध नाही असे म्हणणाऱ्या लोकांच्या खांद्यावर आहे. दहशतवादासाठी चार-पाच पोरांना जबाबदार धरून त्यांना नालायक, समाजद्रोही घोषित करून जिवे मारल्याने हा प्रश्न सुटेल असे वाटत नाही. त्यासाठी दहशतवाद्यांच्या प्रेरणांचा शोध घेतला, तर या प्रेरणांचे व्यवस्थात्मक स्वरूप आपल्या लक्षात येईल. आपले जवळपास सगळे धर्म कृषिक्रांतीच्या काळातील आहेत. आज वैज्ञानिक क्रांतीच्या युगात जगत असताना कालबाह्य झालेल्या धर्मांना टिकवण्याच्या खटाटोपातून दहशतवाद तयार होत असावा. जो धर्म जितका कालबाह्य तितके त्याला टिकवून ठेवण्यासाठी जास्त धडपड करावी लागणार हेही उघड आहे. वैज्ञानिक क्रांतीनंतर जग आमूलाग्र बदलले आहे. हे बदल अनुभवत असताना आपल्याला विज्ञान आणि धर्म यांतील आंतरसंबंध समजून घेणे गरजेचे आहे.

***

धर्म आणि विज्ञान जुळे भाऊ वाटावेत इतके सारखे आणि कट्टर शत्रू वाटावेत इतके वेगळे आहेत. धर्माचा तत्त्वज्ञानाशी जवळचा संबंध असतो तसा विज्ञानाचासुद्धा तत्त्वज्ञानाशी संबंध आहे, त्यामुळे विज्ञान आणि धर्म जोडलेले आणि परस्परावलंबून आहेत. विज्ञान तथ्य काय आहे, फॅक्ट काय आहे याच्या शोधात असते. त्यासाठी विज्ञान सत्यान्वेषण करते, प्रश्न विचारते, शंका उपस्थित करते आणि सत्य काय हे शोधत राहते. याउलट धर्म समाजात कोणती 'मूल्ये' रुजली पाहिजेत याचा विचार करतो; पण त्याच वेळी धर्म फॅक्ट काय आहे याच्या खोलात जाताना दिसत

नाही. विज्ञान 'काय आहे' याचा विचार करते, तर धर्म 'काय असायला पाहिजे' हे सांगतो. विज्ञानाला सत्य दिसते; पण चालता येत नाही, कुठे जायचे ते कळत नाही याउलट धर्माला कुठे जायला पाहिजे ते सांगता येते. यामुळे विज्ञान आणि धर्म परस्परपूरक आहेत. आजपर्यंतच्या अनुभवानुसार वैज्ञानिक होण्यासाठी तुम्ही धार्मिक नसलेच पाहिजे हा विचार चुकीचा आहे. कित्येक वैज्ञानिक धार्मिक वृत्तीचे होते आणि आजही कित्येक जण धार्मिक वृत्तीचे आहेत. न्यूटन ईश्वराला मानणारा, बुद्धीने चौकस आणि वृत्तीने आस्तिक होता. बिग बँगचा जनक म्हटला जातो तो जॉर्ज लीमात्रे हा कॅथोलिक पुजारी होता, तर आनुवंशिकतेचे नियम सांगणारा ग्रेगर मेंडल हा ख्रिस्ती मठाधिपती! वैदिक काळात यज्ञवेदींचा आकार कसा असावा याच्या अभ्यासातून भारतातील भूमितीचा विकास झाला. आर्यभट्ट, वराहमिहीर, कणाद ऋषी हे धर्म आणि विज्ञान या क्षेत्रांत काम करणारे तत्त्वज्ञ, गणितज्ज्ञ आणि वैज्ञानिक होते. वैज्ञानिकांची धार्मिक वृत्ती त्यांच्या वैज्ञानिक कामाच्या आड येत नाही, झालाच तर फायदा होतो; परंतु असे असले तरी ईश्वराला मानणारे बरेचसे वैज्ञानिक रूढार्थाने आस्तिक (Theist) नसून, अतीत ईश्वरवादी (Deist) आहेत आणि एकूण समाजाचा विचार केला, तर वैज्ञानिक हे निरीश्वरवादी आणि निधर्मी असण्याचे प्रमाण सरासरीपेक्षा जास्त आहे.

धर्म तत्त्वज्ञानात आणि धर्ममार्तंडांच्या वागण्यात सर्वज्ञ असल्याचा, पूर्णत्वाचा अभिनिवेश असतो. मध्यंतरी एक स्वयंघोषित साधू बोलताना म्हणाले की, "Simply, universe has no choice other than following me!" तुम्ही हे YouTubeवर पाहू शकता; पण हे असले काही बोलायला अफाटच कॉन्फिडन्स असला पाहिजे. आपण ब्रह्मांडाच्या व्याप्तीबद्दल बोललो आहोत. सोबतच आपण माणसाचा इतिहास आणि उत्क्रांतीसुद्धा पाहिली. अनाकलनीय, अथांग आणि अगाध विश्वाच्या कुठल्या तरी तारकामंडळातील, मध्यम आकाराच्या ताऱ्याभोवती फिरणाऱ्या एका ग्रहाच्या, एका कोपऱ्यात राहणाऱ्या, पाच-साडेपाच फूट मानवी देहाने ब्रह्मांडाला त्याचे अनुसरण करण्यावाचून गत्यंतर नाही असे म्हणावे हा प्रकार थोरच आहे; परंतु धर्ममार्तंड असे बोलतात. त्यांचे अनुयायीसुद्धा बोलतात, वारंवार बोलतात. स्वत:कडे अंतिम ज्ञान आहे. त्यांचा त्यांचा धर्म परिपूर्ण आहे असे सांगतात. हजारो वर्षांपूर्वी लिहिलेल्या ग्रंथात सर्व ज्ञान सामावलेले आहे असा दावा करतात. धर्माची मांडणी मुळात धर्माकडे पूर्ण ज्ञान आहे या गृहीतकावर आधारलेली आहे, त्यामुळे प्रत्येक धर्म, त्याचा प्रेषित, धर्मग्रंथ, त्या धर्माचा उपासक असे ठासून सांगत असतात की, जगाचे अंतिम सत्य त्याच धर्मामध्ये आहे. प्रत्येक धर्माचा असा दावा असतो की, तो कालातीत आहे, सनातन आहे आणि तो जे सांगतो तेच अंतिम सत्य आहे. आपल्याकडे अंतिम सत्य आहे, असा एकदा मनाचा निश्चय झाला की, मग ज्यांच्याकडे ते अंतिम सत्य नाही, त्यांना पेगन, म्लेंच्छ

किंवा काफिर म्हणणे क्रमप्राप्त आहे. आपल्याकडे अंतिम आणि त्रिकालाबाधित सत्य आहे, आपले धर्मग्रंथ अपौरुषेय आहेत, आपली देवता सर्वशक्तिमान आहे ही भावना धर्मांतराच्या आणि धर्मप्रसाराच्या मुळाशी आहे. विज्ञानाला त्याच्या अपूर्णत्वाची जाणीव आहे, तर धर्माला तो परिपूर्ण असल्याची खात्री आहे. आपल्या दाव्यांच्या बाबतीत विज्ञान धर्मापेक्षा खूप विनयशील आहे. एकुणात विचार केला तर विश्वास, मूल्यव्यवस्था आणि श्रद्धा हे धर्मासाठी महत्त्वाचे आहेत, तर तथ्य, तर्क आणि शंका हे विज्ञानासाठी महत्त्वाचे आहेत. श्रद्धा म्हणजे पुराव्याशिवाय एखादी गोष्ट स्वीकारणे. धर्मात अशी श्रद्धा महत्त्वाची असते. ती श्रद्धा धर्मावर, धर्म ग्रंथावर आणि देवावर असू शकते, याउलट विज्ञान तर्कावर चालते. विज्ञान कशाचाही पुरावा मागते, प्रश्न विचारते, शोध घेत राहते. विज्ञानात 'Faith' किंवा श्रद्धेला जागा नसते; पण खरंच विज्ञानात श्रद्धेला काहीच जागा नाही?

***

आपल्याला जे दिसते, जे जाणवते, जे ऐकू येते, स्पर्श करता येते थोडक्यात जे इंद्रियगम्य आहे तेच खरे ज्ञान आहे असे Empiricism अर्थात अनुभववाद सांगतो; पण विसाव्या शतकाच्या सुरुवातीपर्यंत माणसाला आपल्या इंद्रियांच्या मर्यादा लक्षात येऊ लागल्या होत्या. जाणिवा काय आहेत हे समजून घेताना आपण आपले आकलन आणि विश्वाचे वास्तव यात फरक असतो हे पाहिले आहे. १९२०पर्यंत आपल्या इंद्रियांना कळत नसले तरी त्या पलीकडे जग आहे हे रिलेटिव्हिटी आणि इतर गोष्टींतून पुढे यायला लागले होते. याचा परिणाम म्हणून या काळात अनुभववाद मागे पडत चालला होता. अर्थात ज्ञानशास्त्रात ज्ञानाचे स्वरूप आणि ज्ञान मिळवण्याचे मार्ग ह्या गहन आणि तात्त्विक विषयांवर खल केला जातो. अनुभव हे ज्ञान मिळवण्याचे अपुरे साधन आहे हे लक्षात आल्यावर ज्ञानाचे स्वरूप काय हा प्रश्न विचारवंतांना पडला. त्यावर काही जण म्हणाले की, जिथे इंद्रियगम्य अनुभव अपुरा पडतो तिथे तर्क जोडीला घेतला पाहिजे. अशा प्रकारे ज्या गोष्टींची सत्यता तर्काच्या आधारावर तपासली जाऊ शकते त्यालाच सत्य म्हणायचे असे म्हणणारा Logical Positivism हा विचार उदयाला आला. या विचाराला मराठीत तर्कनिष्ठ प्रत्यक्षवाद म्हणता येईल. विसाव्या शतकाच्या सुरुवातीला Logical Positivism हा विचार खूप प्रचलित झाला. अनुभूती आणि तर्क हे सत्याची सत्यता पडताळण्याचे मार्ग आहेत, असे सांगण्यात येऊ लागले. तर्काच्या आधारावर ह्या विश्वातल्या सगळ्या गोष्टी समजून घेता येतात हा विश्वास लोकांत उत्पन्न झाला. 'खरे ठरेल तर खरे असेल' असा पडताळा करण्यावर भर देणारा प्रत्यंतरवादी विचार त्याच्यातून पुढे आला; परंतु पुढे तर्काचाच वापर करून लोकांना तर्काच्या मर्यादा लक्षात येऊ लागल्या. उदाहरणार्थ एक कागद घ्या. त्याच्या

एका बाजूला 'या कागदाच्या मागच्या बाजूचे विधान चूक आहे' असे लिहा आणि दुसऱ्या बाजूवर 'या कागदाच्या मागच्या बाजूचे विधान बरोबर आहे' असे लिहा आणि यावर तुम्ही आयुष्यभर विचार करत राहिलात आणि कितीही तर्क केला तरी काय खरे आणि काय खोटे याचा सुगावा लागणारच नाही. एकूणच तर्कशास्त्रातच मोठे गॅप आहेत हे सर्वप्रथम बर्ट्रांड रसेल यांनी 'रसेल पॅराडॉक्स'मधून लक्षात आणून दिले. रसेलचा विरोधाभास काय आहे हे समजून घेण्यासाठी आपल्याला गणितातील Set Theory अर्थात संच सिद्धान्ताबद्दल थोडे माहिती असणे अपेक्षित आहे. संच गणितात वेगवेगळे गट-वर्गीकरण करण्यासाठी वापरले जातात. उदा. सम संख्येचा संच आणि विषम संख्येचा संच इत्यादी. रसेल म्हणाला की, समजा आपल्याला असा संच मिळाला जो स्वत:ला वगळून बाकी सर्व संभाव्य संचांचा संच आहे. (A set of all possible sets not containing itself.) असा काही संच मिळत नसेल, तर तो असला पाहिजे आणि मिळाला तर तो संच त्याचीच व्याख्या उधळून लावतो. असा संच ज्याच्यात तो स्वत: नसेल, तर त्या संचाला सर्व संभाव्य संचांचा संच का म्हणायचे हा प्रश्न त्यातून तयार होतो. जर असा संच अस्तित्वात नसेल, तर तो असला पाहिजे आणि अस्तित्वात असेल, तर तो अस्तित्वात असू शकत नाही हाच तो विरोधाभास आहे.

कोणतीही व्यवस्था जेव्हा स्वतःबद्दल बोलू लागते, तेव्हा तिचे शब्द अपुरे पडू लागतात. एक अधिकारी म्हणून Income Tax Departmentमध्ये काम करताना सगळ्यात महत्त्वाचा प्रश्न Income काय आहे हा असला पाहिजे; पण गंमत बघा भारतीय आयकर कायद्याने Income या संकल्पनेत काय काय अंतर्भूत होते ते सांगितले आहे, खुद्द इनकम म्हणजे काय ते सांगितलेले नाही. मजेची गोष्ट अशी की, भारतात १८६० झाली आयकर सुरू झाला; पण ज्या उत्पन्न, आय किंवा इनकम या संकल्पनेवर हा कायदा उभा आहे. त्या 'इनकम' शब्दाची व्याख्या अगदी १९३९पर्यंत कायद्यात दिलेलीच नव्हती. जीवशास्त्राला जीव म्हणजे काय याची व्याख्या करता आलेली नाही. मानसशास्त्र इतके प्रगल्भ आहे; पण अजून मन म्हणजे काय त्याचा अजून सुगावा लागलेला नाही. मन अमुक एक गोष्ट आहे असे गृहीत धरूनच चालावे लागते. भूमितीचा पाया 'बिंदू' संकल्पनेवर आधारलेला आहे. भूमितीमधील एक बिंदू म्हणजे एक स्थान ज्याला आकार नाही, रुंदी, लांबी आणि खोली नाही, काहीही नाही. आता लांबी, रुंदी आणि खोली यांशिवाय काही अस्तित्वातच कसे काय असू शकते? पण आपण ते तसे आहे हे मानतो, गृहीत धरतो आणि त्याच्यावरच आपल्या ज्ञानाची इमारत उभी करतो म्हणजे अगदी खोलात जाऊन विचार केला, तर आपल्याला काहीतरी गृहीत धरूनच पुढे जावे लागते. कशाचा तरी आधार घ्यावा लागतो आणि याचमुळे तर्काचा पायासुद्धा तर्कावर आधारलेला नाही. तर्कप्रणाली स्वयंसिद्ध नाही. तर्काच्या मुळात जाऊन

पाहिले, तर तिथे आपल्याला गृहीतके सापडतील, काहीतरी अमुक एक असे आहे असा विश्वास टाकल्याशिवाय पुढे जाताच येत नाही. Reason is grounded in unprovable assumptions हे लक्षात आले की, विज्ञान फक्त तर्क असून, त्यात Faithला काहीही जागा नाही, हे म्हणणे उथळ वाटायला लागते.

विचारवंत आणि गणितज्ज्ञ कुर्ट गॉडेल याने १९३०मध्ये एक प्रमेय मांडले त्याचे नावच आहे 'Godel's Incompleteness Theorem' अर्थात गॉडेल यांचे अपूर्णत्वाचे प्रमेय! या प्रमेयाचे तात्त्विक अन्वयार्थ चक्रावून टाकणारे आहेत. या प्रमेयानुसार, कोणत्याही व्यवस्थेतील सत्यता सिद्ध करण्यासाठी त्या व्यवस्थेच्या बाहेरील गृहीतकांचा आधार घ्यावा लागतो. प्रत्येक सत्याची सत्यता सिद्ध करणे अशक्य आहे, कारण 'Truth is larger than provability'. परिणामतः कोणतीही व्यवस्था किंवा थेअरी स्वयंसिद्ध आणि परिपूर्ण होऊ शकत नाही. आपण हे लक्षात घेतले पाहिजे की 'If a system is complete, it cannot be consistent'. पर्यायाने आपल्याला सगळ्या गोष्टी सांगणारी अशी एकच 'Theory of Everything' असणे शक्य नाही. आपल्याला काहीतरी गृहीतके स्वीकारणे अपरिहार्य आहे. याचा अर्थ विज्ञान विश्वाची सगळी रहस्ये उलगडू शकत नाही असा होतो. आपल्याला सगळ्या गोष्टी सांगणारी सुसंगत अशी एक थेअरी शोधणे शक्य नाही. भविष्यात अशी थेअरी आपण शोधली आणि ती परिपूर्ण असेल, तर ती सुसंगत असणे शक्य नाही. कारण, अशा थेअरीला तिच्या सिद्धतेसाठी बाहेरच्या कशाचा तरी आधार घ्यावा लागेल तरच ती टिकू शकले असे गॉडेलचे प्रमेय सांगते. आपल्याला कुठेतरी-काहीतरी गृहीतक स्वीकारणे अपरिहार्य आहे. झालं! जर विज्ञान स्वयंसिद्ध नसेल आणि त्याला काहीतरी गृहीत धरूनच चालावे लागणार असेल, विज्ञानाला कशावर तरी विश्वास टाकणे आवश्यक असेल, तर याने देवाचे अस्तित्व सिद्ध होते! देव आहे असे कुर्ट गॉडेलच्या अपूर्णत्वाच्या प्रमेयाने सिद्ध होते. बरोबर ना! तुम्हाला काय वाटते?

***

विज्ञान ज्या तर्कावर आधारलेले आहे, त्या तर्कानेच हे सिद्ध केले की, तर्कशास्त्र अपुरे आहे, अपूर्ण आहे. अपुरे आहे तर ईश्वरच त्याला पूर्ण करू शकतो! सत्याच्या शोधात असलेल्या माणसाने प्रश्न विचारत राहिले पाहिजेत. त्या प्रक्रियेत जी उत्तरे मिळतात त्या उत्तरांकडे पुढच्या प्रश्नांकडे जाण्याचा टप्पा म्हणून पाहिले पाहिजे. प्रश्न विचारणे हा विज्ञानाचासुद्धा स्वभाव आहे. स्वत:च्या अपूर्णत्वाची जाणीव ठेवून विज्ञानाचा पूर्णत्वाकडचा प्रवास अविरतपणे चालू आहे. या जाणून घेण्याच्या प्रवासात जर खरेच असे लक्षात आले की, या संबंध

विश्वाचा कर्ता करविता ईश्वर आहे, तर विज्ञान ते अगदी सहज स्वीकारेल; परंतु आतापर्यंतच्या वाटचालीत देव भेटलेला नाही; पण म्हणून विज्ञानाने ती शक्यता पूर्णपणे नाकारली असेही नाही. पुरावा नसणे याला नसण्याचा पुरावा म्हणता येत नाही म्हणून सध्या तरी विज्ञान ईश्वराबद्दल कोणतेही भाष्य करत नाही; पण मग प्रश्न विचारणेसुद्धा सोडत नाही. तसेच, लॉजिकल पॉझिटिविझमप्रमाणे गोष्टी खऱ्या सिद्ध झाल्याशिवाय खऱ्या मानायच्या नाहीत असल्या भानगडीत विज्ञान अडकत नाही. काही गोष्टी प्रूव्ह करता येत नाहीत हे विज्ञानाला माहीत आहे. खरे ठरले तरच खरे मानायचे ही विज्ञानाची कसोटी नाही. खोटे ठरवता येते; परंतु प्रयोगांती खोटे ठरले नाही तर खरे मानायचे नाही ही विज्ञानाची कसोटी आहे. उदा. खरे ठरले तर खरे मानायचे ही जर विज्ञानाची कसोटी असती, तर न्यूटनच्या गुरुत्वाकर्षणाचा सिद्धान्त नेहमीच बरोबर होता, त्यामुळे त्याची जागा व्यापक सापेक्षतेने कधीही घेतली नसती. विज्ञानाच्या दृष्टीने प्रश्न हा Provabilityचा नसून Falsifiability चा आहे. असत्यसिद्धिक्षमता म्हणजेच चूक ठरवता येण्याची, नापासण्याची क्षमता ही विज्ञानाची कसोटी आहे.

न्यूटनची थेअरी इतर सर्व ग्रह सूर्याभोवती कसे फिरतात हे अगदी व्यवस्थित सांगू शकत होती; पण बुध ग्रहाची कक्षा सतत; पण थोड्याशा फरकाने का बदलत राहते याचे उत्तर तिला देता येत नव्हते म्हणजे तिथे ती अपुरी ठरत होती. मग आइनस्टाइन आला आणि त्याने गुरुत्व म्हणजे कालावकाशाचा आकार आहे असे सांगून अजून सखोल मांडणी केली. बुध ग्रह सूर्याजवळ असल्याने तिथे कालावकाश जास्त वाकलेले असते म्हणून त्याची कक्षा बदलते हे आइनस्टाइनच्या व्यापक सापेक्षतेने स्पष्ट झाले आणि आज आपण आइनस्टाइनचा सिद्धान्त वैज्ञानिक आहे असे मानतो तो खरा आहे म्हणून नव्हे तर खोटा ठरला नाही म्हणून. आइनस्टाइनची थेअरी चांगली आहे. कारण, तिला खोटे ठरवण्याचे मार्ग उपलब्ध आहेत; पण तरीही प्रयोग करूनसुद्धा तिला खोटे ठरवता आलेले नाही. आपण चुकू शकतो या गृहीतकावर विज्ञान उभे आहे असे म्हणतात ते यामुळेच. उत्क्रांतीची थेअरी वैज्ञानिक आहे. कारण, तिला खोटे ठरवण्याचे मार्ग आहेत, तरी तिला खोटे ठरवता आलेले नाही. क्वांटम मेकॅनिक्स आणि सापेक्षता या दोन सिद्धान्तात प्रचंड वैमनस्य आहे, विरोधाभास आहे. या दोन्ही सिद्धान्तातील अंतर्विरोधांचा निरास करण्यासाठी १९८०च्या दशकात 'String Theory' पुढे आली. स्ट्रिंग थेअरीकडून खूप अपेक्षा आहेत; पण आज स्ट्रिंग थेअरी काय केल्याने चूक ठरवता येईल, हा मुद्दाच सापडेनासा झालाय. एखाद्या सिद्धान्ताला चूक ठरवताच येत नसेल, तर त्याला वैज्ञानिक म्हणता येत नाही. त्यामुळे हे असेच चालू राहिले, तर कितीही चिंतनशील असली तरी येत्या काळात स्ट्रिंग थेअरी मागे पडल्याशिवाय राहणार नाही. 'चित मैं जिता, पट तू हरा' असली चलाखी विज्ञानात चालत नाही.

विज्ञान अपुरे आहे ह्याची त्याला पूर्ण जाणीव आहे. गॉडेलच्या प्रमेयाचा अन्वयार्थ 'Truth is larger than provability' अर्थात 'सत्य हे सत्यसिद्धतेपेक्षा मोठे आहे' हे विज्ञानाला माहिती आहे; परंतु सत्यसिद्धता ही विज्ञानाची कसोटी नसून, 'असत्यसिद्धिक्षमता' ही खरी कसोटी आहे. विज्ञान जगाचे अंतिम आणि संपूर्ण सत्य सांगू शकत नाही ते तर स्पष्टच आहे; पण गॉडेलच्याच अपूर्णत्वाच्या प्रमेयाचा आधार घेऊन, असा प्रश्न निर्माण होतो की ईश्वर तरी परिपूर्ण आहे का? हे अपूर्णत्वाचे नियम ईश्वराला का लावू नये? प्रश्न असासुद्धा निर्माण होतो की, जर देवाने ब्रह्मांड बनविले, तर देवाला कोणी बनविले? म्हणजेच देवसुद्धा स्वयंसिद्ध नाही असा अन्वयार्थ काढता येतो. जर तुम्ही असे म्हणणार असाल की देव स्वयंसिद्ध आणि स्वयंभू आहे आणि देवाला बनवण्याची गरज नाही; तर ब्रह्मांडदेखील स्वयंभू असून, त्याला कुणीही तयार करण्याची गरज नाही असा तर्क का करू नये? जर विश्व स्वयंसिद्ध नसेल, तर ईश्वरही स्वयंसिद्ध नाही. निदान हे विश्व आहे हे आपल्याला माहिती आहे ते आपल्याला जाणवते, दिसते, कळते आणि आपण त्यात जगतो, आपली सुख-दुःखे या जगात घडणाऱ्या घटनांशी जोडलेली आहेत; पण ईश्वराबद्दल तर तेसुद्धा म्हणता येत नाही. मग शेवटी हाच प्रश्न उरतो की, अस्तित्वाच्या कधीही न उलगडणाऱ्या कोड्याचा आणि सतत हुलकावणी देणाऱ्या सत्याचा अर्थ कसा लावायचा? कितीही शोधत राहिले तरी सत्याचे पापुद्रे संपतच नाहीत. एका थरानंतर दुसरा थर, असे अनंत-असीम प्रतिगमन (Infinite Regression) करत कितीही खोलवर गेले तरी तळ गाठताच न येणाऱ्या आणि अनंतता हे वैशिष्ट्य असलेल्या जगाला समजून घ्यायचे तरी कसे हाच प्रश्न आहे. उत्तर काय असावे हे माहिती नाही; पण 'आहे हे असं आहे' हे सांगणारा इहवाद आपल्याला मदत करू शकतो.

***

इहवाद

कार्ल सेगन हे नाव घेतल्याशिवाय विज्ञानाचा इतिहास लिहिलाच जाऊ शकत नाही. विसाव्या शतकात ज्ञान-विज्ञानाने शोधलेली रहस्ये या अवलियाने जगासमोर खुली केली. संत ज्ञानेश्वरांनी गीतेचे सार सामान्य जनांसाठी सुलभ केले, त्याचप्रमाणे कार्ल सेगन यांनी विज्ञान आणि तंत्रज्ञानाची माहिती सर्वसामान्यांपर्यंत पोहोचविली, तर अशा या कार्ल सेगनची 'कॉसमॉस' ही मालिका १९८०मध्ये टी.व्ही.वर दाखवण्यात आली, तेव्हा तिने लोकप्रियतेचे नवे मानदंड निर्माण केले. विश्वाबद्दलचे कुतूहल लोकांच्या मनात निर्माण करून या मालिकेने प्रबुद्ध जग घडवण्यात मोलाचा हातभार

लावला. या कॉसमॉस मालिकेच्या पहिल्या भागाच्या, पहिल्याच फ्रेममध्ये कार्ल सेगनने उद्‌गारलेले पहिले वाक्य आहे "The Cosmos is all that is or was or ever will be!" हे एवढे वाक्य ऐकूनच कित्येकांच्या पाठीच्या कण्यातून थरकाप जातो. जे काही आहे ते 'हे' आहे! ब्रह्मांडच सर्वकाही असून त्यापलीकडे पूर्वीही काही नव्हते आणि कधीच काही नसणार. जे काही ते इथे आहे. इहलोक हेच सत्य आहे, असे त्यांचे म्हणणे आहे. स्वर्ग, नरक, देव आणि पारलौकिक जगाच्या कल्पना उपयुक्त असल्या तरी त्या केवळ कल्पना आहेत.

'स्वर्ग नको सुरलोक नको
मज लोभस हा इहलोक हवा
मुक्ती नको मज तृप्ती नको
मज येथील हर्ष नि शोक हवा'

बा. सी. मर्ढेकर यांच्या या शब्दांतून इहवादाचा जीवनाभिमुख दृष्टिकोन व्यक्त होतो. इहवाद ही जीवनाकडे पाहण्याची सकारात्मक पद्धत आहे. हे जग कुणाच्या तरी मर्जीप्रमाणे चालत असून, ज्याच्या मर्जीप्रमाणे जग चालते आणि त्याच्या मर्जीत आपण आलो की, आपल्या जन्माचे कोटकल्याण झाले असला आडवळणाचा रस्ता इहवाद घेत नाही. जगाशी थेट भिडणारा, इथल्या प्रश्नांची उकल करणारा आणि त्या प्रक्रियेतील दु:ख आणि आनंद स्वीकारणारा दृष्टिकोन इहवादात अपेक्षित आहे.

इहवादासाठी इंग्रजीमध्ये 'Secularism' हा शब्द आहे. हा आपणाला परिचित असलेला शब्द आहे. कारण, ह्या शब्दाच्या मैदानातच भारतातील राजकीय लढाई लढली जाते. Secularismला समानार्थी म्हणून आपल्याकडे निधर्मी, धर्मनिरपेक्ष, सर्वधर्मसमभाव असे वेगवेगळे शब्द वापरले जातात; परंतु या सर्व शब्दांना खूप भारीत अर्थ प्राप्त झालेले आहेत. या ठिकाणी राजकीय भाष्य करण्याचा उद्देश नसल्यामुळे 'इहवाद' हा शब्द वापरतो आहे. निधर्मी, धर्मनिरपेक्ष, सर्वधर्मसमभाव आणि सर्वधर्मममभाव हे शब्द इहवादाची व्याप्ती लक्षात घेत नाहीत, त्यामुळे चर्चा उथळ होते असे वाटते म्हणून इहवाद हा शब्द मला महत्त्वपूर्ण वाटतो. इहवादाचा अर्थ 'नैतिकतेचा आधार हा या जगातच आहे' असा होतो. नैतिकता आपल्याला कोणत्या तरी पारलौकिक शक्तीने दिलेली भेट नसून, तिचे 'Basis' अर्थात तिचा पाया आणि तिचा उगम ठामपणे या इथल्या जगात आहे, असे मानणे म्हणजे इहवादी असणे होय.' 'Secularism believes that basis of morality is in this world' जे काही आहे ते इथेच या जगातच आहे म्हणून 'इहवाद' हा शब्द. मानवी नैतिकतेचा पाया या जगात आहे याचा अर्थ असा आहे की, उत्क्रांतीच्या प्रक्रियेत मानवाची नैतिकता विकसित झाली आहे. आपण एकमेकांना मदत करतो, कुणाला लागले तर

आपल्या काळजात चर्रर होते, भुकेल्याला आपण खाऊ घालतो, प्रेम, परोपकार, दया, सामंजस्य, एकोपा ही मूल्ये आपल्याला कुणी बक्षिशीत किंवा खैरात म्हणून दिलेली नाहीत, तर आपल्या पूर्वजांनी उत्क्रांतीच्या प्रक्रियेत कमावलेली आहेत. ही मूल्ये जर कोणत्याही धर्मग्रंथांतून मिळाली असती, तर ती केवळ काही विशिष्ट लोकांपर्यंतच मर्यादित राहिली असती; पण पृथ्वीवरचा कुठलाही माणूस घ्या, कुठल्याही धर्माचा असू द्या, काळा-गोरा, स्त्री-पुरुष, अडाणी-शिक्षित कुणीही असू द्या सगळ्यांची नैतिक बैठक सारखीच असते. स्थळ-काळानुसार जगण्या-वागण्याचे संकेत वेगळे असतीलही कदाचित; पण नैतिकतेचे निकष सगळीकडे सारखेच दिसून येतील. कुठेही खून किंवा व्यभिचार हे नैतिक मानले जात नाहीत. इहवाद म्हणजे नैतिकतेचा आधार या जगातच आहे आणि ती नैतिकता याच जगात आणि उत्क्रांतीच्या प्रक्रियेत तयार झाली आहे यावर विश्वास ठेवणे होय.

इहवादाची चर्चा फक्त धर्माच्या चौकटीतून केल्यामुळे बऱ्याच समस्या निर्माण होतात. समग्र विश्वाकडे बघण्याची ती सकारात्मक आणि विज्ञानवादी दृष्टी आहे. विज्ञानासारखेच इहवादानेसुद्धा नम्रता भाव धारण केला पाहिजे. कुठला चांगला विचार आला तर तो स्वीकारण्याची ताकद इहवादी लोकांनी ठेवली पाहिजे. इहवाद हा एक उत्तम प्रारंभिक बिंदू आहे. कारण, तो वास्तविकतेशी जोडलेला आहे, या जगात ठामपणे स्थिरावलेला आहे. इहवाद हा चांगला प्रारंभ बिंदू आहे; परंतु तेच आपले अंतिम ध्येय असावे असे नाही. आज इहवादाकडे जरी विश्वाच्या अनंततेचे व्यावहारिक रूप म्हणून आपण पाहत असलो तरी आहे हे हेच आहे असा इहवादी दृष्टिकोन आपले जीवन निरस करू शकतो. इहवाद म्हणजे मानवीमूल्ये पारलौकिक जगात तयार होत नाहीत हे झालेच; पण याच इहवादाला कल्पकतेची फोडणी देता आली पाहिजे. उदा. भारतीय संविधानातील Equality अर्थात समता हे मूल्य इहवादी आहे; पण म्हणून 'समता' हे वास्तव नाही. जगात समता नाही. आधुनिक मेंदूशास्त्र सांगते की, सगळी माणसे मेंदूच्या पातळीवर समान नसतात. समान नसतात हे वास्तव झाले; पण समान असावीत ही कल्पकता आहे, त्यामुळे येत्या काळात आपणाला 'कल्पक इहवाद' आपलासा करावा लागेल. उत्क्रांतीच्या सिद्धान्तात देवाला जागा नसली, तरी त्याच उत्क्रांतीच्या प्रक्रियेने तयार झालेल्या माणसाला मानसिक गरज म्हणून देवाची आवश्यकता आहे, असा तर्क खुद्द उत्क्रांतीचाच आधार घेऊन काढला जाऊ शकतो. येणाऱ्या काळात अशा प्रकारची कल्पकता आधुनिक इहवादाला आपलीशी करावी लागू शकते.

पर्यावरणाची समस्या मानवनिर्मित (Anthropogenic) आहे आणि त्याचे उत्तरदेखील आपल्यालाच शोधावे लागेल. देवावर कितीही श्रद्धा ठेवली तरी पर्यावरणीय बदलाच्या संकटातून आपल्याला आपण सोडून कोणीही वाचवू शकणार नाही. आपण काही अमरपट्टा घेऊन जन्माला आलो नाही. पृथ्वीवर पंधरा कोटी

वर्षं डायनॉसोरचे राज्य होते, एके दिवशी ते संपले. माणसाचे पृथ्वीवरचे आधिपत्य फक्त काही हजार ते लाख वर्षांचे आहे. माणसाने नसत्या भ्रमात राहू नये. विज्ञानाची कास धरावी. नम्र व्हावे. इतर जिवांना कमी लेखू नये. प्रेमाने वागावे. धर्म कल्पनांचा वृथा अभिनिवेश बाळगू नये. देव वाचवायला येत नसतो, कधीही आला नाही, येणारसुद्धा नाही. पर्यावरणाचा ऱ्हास झाल्यावर त्यातून वाचवायला देव येणार नाही त्याकरिता आपल्यालाच काळजी घेतली पाहिजे.

***

जोपर्यंत आशा-आकांक्षा, अपेक्षा आणि अनिश्चितता आहे; तोपर्यंत देव, धर्म किंवा तत्सम आधार मानवाला लागणारच. आजच्या घडीला धर्म आणि विज्ञान दोन्हींची मानवाला गरज आहे; परंतु धर्माच्या आडून समाजाला अस्थिर करणारी सुडाची भाषा थांबली पाहिजे. आपल्याला वैज्ञानिक दृष्टिकोनाची आवश्यकता अधिक आहे, त्यामुळे ज्ञान-विज्ञानावर दुर्बोधतेचा शिक्का मारून त्याला दूर लोटणे सोपे असले, तरी त्याला आपलेसे करून मानवी जीवन उन्नत करणे हे आपले कर्तव्य आहे. धर्म आणि देव या संकल्पना मानवी कल्पकतेची शिखरे आहेत. कल्पकता मानवी प्रगतीसाठी आवश्यक आहे. इहवादाला कल्पक होण्याची गरज आहे; पण ही कल्पकता मानवाचे, जीवितांचे, पर्यावरणाचे हित साधणारी आणि सत्यान्वेषण करणारी असावी. असे झाले तरच धर्माच्या नावावर अवास्तव, अशास्त्रीय, अहितकारी कल्पनांचे अव्याहत चाललेले उदात्तीकरण थांबेल.

विश्वाची निर्मिती कशी झाली, हा प्रश्न आपण इहलोकाच्या चौकटीत राहून सोडवित आणला आहे. पृथ्वीवरील प्राण्यांची आणि वनस्पतींची असामान्य विविधता का आहे, हे सांगण्यासाठी आता पारलौकिक किंवा दैवी स्पष्टीकरणाची गरज नाही. कारण डार्विनच्या उत्क्रांती सिद्धान्ताने हा प्रश्न सोडवला आहे. जिवांची उत्पत्ती कशी झाली, हे सांगण्यासाठी त्या क्षेत्रातील कोणत्याही तज्ज्ञाला चमत्काराची आवश्यकता वाटत नाही. नैतिकतासुद्धा आपल्याला कुणी दिलेली नसून, उत्क्रांतीच्या प्रक्रियेतून विकसित झालेली आहे. एवढेच नव्हे जाणिवेच्या गूढ प्रश्नाचे उत्तरसुद्धा पारलौकिक जगात नसावे. आपण गॉडेलचे अपूर्णत्वाचे प्रमेय पाहिले आहे. त्यानुसार, काही प्रश्नांची उत्तरे आपल्याला मिळणार नाहीत; पण इहवादी दृष्टीमुळे आपले अस्तित्व जीवनाभिमुख होईल. भौतिकशास्त्र म्हणजेच फिजिक्स, सर्व काही स्पष्ट करू शकत नाही, त्यासाठी मेटाफिजिक्सची आवश्यकता आहे, असा अपूर्णत्वाच्या प्रमेयाचा अर्थ आहे; परंतु अपूर्णत्वाच्या प्रमेयाचा अर्थ असाही आहे की, मेटाफिजिक्सही सर्व काही स्पष्ट करू शकत नाही. कारण, त्याला मेटा-मेटाफिजिक्सची गरज भासते. मेटा-मेटाफिजिक्सही स्वयंसिद्ध नाही. कारण, त्याला मेटा-मेटा-मेटाफिजिक्सची गरज असते. अशा प्रकारे, सत्य सतत

हुलकावणी देत राहते. या सगळ्याकडे पाहून आपल्याला ह्या विश्वाचे एकमेव अंतिम रहस्य सापडणे अशक्य आहे. कारण, As far as infinity is concerned; there is always something more to it. अनंतात अनंत मिसळले तरी अनंत हे अनंतच राहते, त्यामुळे नासदीय सूक्त लिहिणारे ऋषी जेव्हा ब्रह्मांड कसे सुरू झाले हे कुणालाही, देवालाही सांगता येणार नाही, असे म्हणतात, तेव्हा ते एका अर्थाने योग्यच आहेत. हे जर असेच असेल आणि अंतिम सत्य जाणून घेणे आपल्या आवाक्याबाहेर असेल, तर मग ह्या सगळ्याला काय अर्थ आहे? हे म्हणजे भिंतीवर डोके आपटल्यासारखे होईल. हे सगळे काय आणि का आहे हे कळणारच नसेल, तर जाणून घेण्याचा प्रयत्न करणे हे वृथा अरण्यरुदन नाही का? ही फुकटची झट-झोंब कशासाठी करायची?

अपूर्णत्व म्हणजे काही जणांना रितेपण वाटतो, काहीतरी कमी असल्याची भावना येते; पण एखादी गोष्ट सत्याच्या जवळ जवळ असते, तेव्हा ती गोष्ट जवळ जवळ सत्यच असते. आपण सत्याला पकडू शकत नाही, मुठीत धरू शकत नाही, त्याला बांधू शकत नाही; परंतु आपण त्याच्या जवळ जाऊ शकतो. सत्याच्या जितक्या जवळ जाणे शक्य आहे, तितके जाणे हे काम आपण करू शकतो. अकरावी, बारावी आणि अभियांत्रिकी करत असताना गणितात 'Calculus' हा विषय होता; पण त्यातले मला काहीही समजले नाही. काही नियम आहेत, ते पाठ करायचे, परीक्षेत लिहायचे आणि गुण मिळवायचे, एवढेच माझ्या दृष्टीने त्याचे महत्त्व होते. नंतर कळले की 'Calculus'चे पूर्ण नाव 'Infintesimal/अनंतसूक्ष्म Calculus' हे आहे. कॅल्क्युलसला अनंतता पकडता येत नाही, हे पूर्णपणे माहीत आहे म्हणून कॅल्क्युलस अनंत किंवा अनंतसूक्ष्माच्या जवळपास जाण्याचा प्रयत्न करते आणि त्याच्या आधारे व्यावहारिक जगाचे आराखडे बांधते. उदा. गणितामध्ये एखाद्या रेषेचा Slope/उतार किती आहे हे काढायचे असेल, तर त्या रेषेवरचे कोणतेही दोन बिंदू घ्यावे लागतात. त्या बिंदूंचा वापर करून आपण रेषेचा उतार काढू शकतो; पण वर्तुळाची स्पर्शिका/Tangent वर्तुळाला एकाच बिंदूवर स्पर्श करते. स्लोप काढण्यासाठी जर दोन बिंदू लागत असतील आणि टेन्जेन्ट वर्तुळाच्या एकाच बिंदूवर स्पर्श करत असेल, तर मग त्या टेन्जेन्टचा स्लोप कसा काढणार? त्या वेळी कॅल्क्युलस Y- अक्षाच्या तुलनेत X-अक्षातील फरक शून्य न मानता शून्याच्या जवळ जातो आहे, असे मानून स्पर्शिकेच्या बिंदूजवळ जाण्याचा प्रयत्न करते आणि अशक्यप्राय वाटणाऱ्या वर्तुळाच्या स्पर्शिकेचा उतार काढता येतो. अगदी त्याचप्रमाणे थोडे धैर्य, थोडे साहस ठेवून आपण सत्याच्या जवळ जाऊन जग समजून घेण्याचा प्रयत्न करू शकतो.

अंतिम सत्याचा साक्षात्कार होणे शक्य नसले, तरी जग समजून घेण्यामध्ये आपण सतत सुधारणा करू शकतो, त्यामुळे सर्व काही कळणारच नसेल, तर

जाणून घेण्याचा प्रयत्न तरी का करायचा, हा प्रश्न गौण ठरून सगळेच कळले तर पुढे काय करायचे, हा प्रश्न महत्त्वाचा होऊन बसतो. माणसाच्या अस्तित्वाचे गमक माणसे जगतात हे नसून, जगण्यासाठी काहीतरी शोधत राहतात यात आहे. जीवनाचा खरा अर्थ हा जगण्यासाठी काहीतरी शोधत राहण्यात आहे, त्यामुळे विश्वाचे सत्य जाणून घेण्यातले अपूर्णत्व हेच मानवी जीवनाला काहीतरी अर्थ प्राप्त करून देऊ शकते. सुदैवाने 'We will never reach to the end of infinity because, there is no end to the infinity. कधीही न संपणारा हा खेळ रंगत जाणार हे निश्चित आहे. अपूर्णत्वाची जाणीव ठेवून सतत पूर्णत्वाकडचा प्रवास करत राहणे, आपल्या ज्ञानाच्या कक्षा रुंदावत राहणे हेच आपल्या हातात आहे.

आहे हे असं आहे!

***

लेखक परिचय

श्री. विजय नेटके, आय.आर.एस, सह.आयुक्त आयकर विभाग, मुंबई यांचा जन्म १९९० साली बीड जिल्ह्यातील कोळवाडी या गावी शेतकरी कुटुंबात झाला. त्यांचे प्राथमिक शिक्षण जिल्हा परिषद शाळा, कोळवाडी, ता. शिरूर (का.), जिल्हा बीड येथे झाले. सहावीत असताना जवाहर नवोदय विद्यालय, गढी येथे निवड झाली व बारावीपर्यंतचे शिक्षण तिथेच पूर्ण झाले.

त्यानंतर २००८ ते २०१२ या काळात पुण्यातील एस. के. एन. कॉलेज ऑफ इंजिनियरिंग, वडगावमधून त्यांनी माहिती तंत्रज्ञान शाखेत बॅचलर ऑफ इंजिनिअरिंग (बी.ई.) पूर्ण केले. २०१३ सालची UPSC नागरी सेवा परीक्षा दिली. *संपूर्ण देशात २६१वी रँक मिळवून UPSC उत्तीर्ण केली व वयाच्या अवध्या २३व्या वर्षी UPSC पास करण्याचा बहुमान मिळविला.* नागरी सेवा परीक्षेकरिता इतिहास हा वैकल्पिक विषय घेऊन त्यात विशेष प्रावीण्य मिळविले.

त्यांची *भारतीय महसूल सेवेत (आय.आर.एस.)* निवड करण्यात आली. २०१५मध्ये त्यांनी नॅशनल लॉ स्कूल ऑफ इंडिया युनिव्हर्सिटी, बेंगळुरू येथून 'बिझनेस लॉ'मध्ये पदव्युत्तर पदविका पूर्ण केली. शासकीय कामकाज सांभाळताना वाचनाचा छंद जोपासला. शासकीय नोकरीदरम्यान त्यांनी नागपूर, पुणे, कोल्हापूर, संभाजीनगर येथे कार्य केले.

आयकर विभागातील बहुचर्चित धाडीमध्ये त्यांचा सहभाग राहिलेला आहे. त्यांनी आयकर विभागातील असेसमेंट, सेंट्रल, इन्व्हेस्टिगेशन, एक्सएम्पशन, व्हिजिलन्स आणि जुरिसडिसिशनल चार्जेससारख्या क्षेत्रांत काम केले आहे.

श्री. विजय नेटके आता मुंबई येथे *आयकर विभागाचे जॉईंट कमिशनर* म्हणून कार्यरत आहेत, तर त्यांच्या पत्नी सौ. वर्षाराणी भोसले-नेटके या महाराष्ट्र शासनात उपजिल्हाधिकारी म्हणून सेवा देत आहेत.

संपर्क तपशील :

पत्ता : विजय नेटके, इन्कम टॅक्स कॉलनी, कार्मायकेल रोड,
कंबाळा हिल, मुंबई-४०००२६

Email: vj.netke@gmail.com

आभार

या ग्रंथाच्या निर्मितीप्रक्रियेत अनेक मान्यवर व्यक्ती आणि संस्थांचा अमूल्य सहभाग लाभला. त्यांच्या योगदानासाठी आभार मानणे हे माझे कर्तव्यच आहे. सर्वप्रथम, माझे कुटुंबीय – माझी पत्नी, आई–वडील आणि बंधू, ज्यांच्या प्रेमळ पाठिंब्यामुळे मला लेखनाची प्रेरणा मिळाली. माझ्या अस्तित्वाच्या गाभ्यात वसलेली दोन नाजूक स्वप्ने म्हणजेच माझी मुलगी आणि मुलगा, ज्यांच्या निरागसतेने या लेखनाला गोडवा प्राप्त झाला.

माझे मित्र चेतन कळमकर, अभिषेक थरवळ आणि अभिजीत चव्हाण यांचे विशेष आभार, ज्यांच्या सूचनांनी लेखन अधिक सखोल आणि शास्त्रीय झाले. 'मंजुल पब्लिशिंग हाउस'चे श्री. चेतन कोळी यांचे मनःपूर्वक आभार. संपादनाच्या प्रवासात श्रीमती मेधा कुलकर्णी यांनी लेखनातील त्रुटी दूर करण्यास मदत केली आणि सुचवलेले बदल अत्यंत संयमाने अंतर्भूत केले. त्यांच्या सूक्ष्म निरीक्षणामुळे हे पुस्तक अधिक सुसंगत आणि प्रभावी झाले. श्री. प्रतीक कालेकर यांनी ग्रंथास सुबोध आणि आकर्षक रूप दिले, त्यासाठी त्यांचे आभार.

प्राप्तिकर विभागातील माझे वरिष्ठ, सहकारी आणि मित्र यांनी लेखनप्रक्रियेत सातत्याने प्रोत्साहन दिले. नवोदय विद्यालयातील मित्रांच्या प्रेमळ तगाद्यामुळेच हे पुस्तक पूर्णत्वास गेले; त्यांच्या उत्साहासाठी मी मनःपूर्वक ऋणी आहे. हे पुस्तक केवळ माझ्या विचारांचे प्रतिबिंब नसून, अनेकांचा विश्वास, सहकार्य आणि प्रेरणेचे फलित आहे. या प्रवासात थेट किंवा अप्रत्यक्षपणे योगदान देणाऱ्या प्रत्येकाचे मी मनापासून आभार मानतो.

संदर्भ ग्रंथसूची

Sr. No	Book Name	Author	Published by	Year
1	The Wonder That Was India	A.L. Basham	Sidgwick & Jackson	1954
2	Life on a Young Planet: The First Three Billion Years of Evolution on Earth	Andrew H. Knoll	Princeton University Press	2003
3	A Short History of Nearly Everything	Bill Bryson	Broadway Books	2003
4	The Body: A Guide for Occupants	Bill Bryson	Doubleday	2019
5	India's Struggle for Independence	Bipan Chandra	Penguin Books	1987
6	India Since Independence	Bipan Chandra	Penguin Books	2008
7	The Elegant Universe	Brian Greene	W. W. Norton & Company	1999
8	Light Falls: Space, Time, and an Obsession of Einstein	Brian Greene	W. W. Norton & Company	2016
9	Until the End of Time	Brian Greene	Alfred A. Knopf	2020
10	Deep Work	Cal Newport	Grand Central Publishing	2016
11	Cosmos	Carl Sagan	Random House	1980
12	On the Origin of Species	Charles Darwin	John Murray	1859
13	The Interpretation of Cultures	Clifford Geertz	Basic Books	1973
14	Darwin's Dangerous Idea	Daniel C. Dennett	Simon & Schuster	1995
15	Consciousness Explained	Daniel Dennett	Little, Brown and Company	1991
16	Compound Effect	Darren Hardy	Vermilion	2010

17	The Conscious Mind: In Search of a Fundamental Theory	David Chalmers	Oxford University Press	1996
18	Origin Story: A Big History of Everything	David Christian	Little, Brown	2018
19	The Brain: The Story of You	David Eagleman	Pantheon Books	2015
20	Incognito: The Secret Lives of the Brain	David Eagleman	Pantheon Books	2011
21	The Dawn of Everything: A New History of Humanity	David Graeber & David Wengrow	Farrar, Straus and Giroux	2021
22	The Foundations of Arithmetic	Gottlob Frege	Oxford University Press	1884
23	A Short History of the World	H. G. Wells	Macmillan	1922
24	Proofs and Refutations: The Logic of Mathematical Discovery	Imre Lakatos	Cambridge University Press	1976
25	Atomic Habits	James Clear	Penguin Random House	2018
26	Guns, Germs, and Steel	Jared Diamond	W. W. Norton & Company	1997
27	The Discovery of India	Jawaharlal Nehru	The Signet Press	1946
28	The World According to Physics	Jim Al Khalili	Princeton University Press	2020
29	Life on the Edge: The Coming of Age of Quantum Biology	Jim Al-Khalili & Johnjoe McFadden	Crown Publishing	2014
30	Stolen Focus: Why You Can't Pay Attention—and How to Think Deeply Again	Johann Hari	Bloomsbury	2022
31	सार्थ श्री तुकाराम गाथा	जोग महाराज	धार्मिक प्रकाशन संस्था	
32	India: A History	John Keay	Grove Press	2001
33	Origins of the Universe: The Cosmic Microwave Background and the Search for Quantum Gravity	Keith Cooper	CRC Press	2021
34	The Tipping Point	Malcolm Gladwell	Little, Brown and Company	2000

35	The Day We Found the Universe	Marcia Bartusiak	Vintage	2009
36	Meditations	Marcus Aurelius	Multiple publishers	c. 180 CE
37	Frankenstein	Mary Shelley	Lackington, Hughes, Harding, Mavor & Jones	1818
38	Why We Sleep: The New Science of Sleep and Dreams	Matthew Walker	Allen Lane (UK), Scribner (US)	2017
39	The Protestant Ethic and the Spirit of Capitalism	Max Weber	Charles Scribner's Sons	1904
40	Hyperspace	Michio Kaku	Oxford University Press	1994
41	Astrophysics for People in a Hurry	Neil deGrasse Tyson	W.W. Norton & Company	2017
42	The Man Who Mistook His Wife for a Hat	Oliver Sacks	Simon & Schuster	1985
43	The Silk Roads: A New History of the World	Peter Frankopan	Knopf	2015
44	The Republic	Plato	Multiple publishers	c. 375 BC
45	India After Gandhi: The History of the World's Largest Democracy	Ramachandra Guha	Macmillan	2007
46	The Blind Watchmaker	Richard Dawkins	W. W. Norton & Company	1986
47	The God Delusion	Richard Dawkins	Bantam Press	2006
48	The Greatest Show on Earth	Richard Dawkins	Free Press	2009
49	The Magic of Reality	Richard Dawkins	Bantam Press	2011
50	The Selfish Gene	Richard Dawkins	Oxford University Press	1976
51	Six Easy Pieces: Essentials of Physics Explained by Its Most Brilliant Teacher	Richard Feynman	Basic Books	1994
52	QED: The Strange Theory of Light and Matter	Richard Feynman	Princeton University Press	1985

53	Algorithms to Live By: The Computer Science of Human Decisions	Brian Christian, Tom Griffiths	Henry Holt and Co.	2016
54	Behave: The Biology of Humans at Our Best and Worst	Robert Sapolsky	Penguin Press	2017
55	The Biggest Ideas in the Universe: Space, time and motion	Sean Carroll	Penguin Books	2022
56	Reignited -2: Emerging Technologies of the Tomorrow	Srijan Pal Singh	Puffin Books	2020
57	A Brief History of Time	Stephen Hawking	Bantam Dell Publishing Group	1988
58	Brief Answers to the Big Questions	Stephen Hawking	Bantam Books	2018
59	The Theory of Everything	Stephen Hawking	Bantam Books	2002
60	The Mismeasure of Man	Stephen Jay Gould	W. W. Norton & Company	1981
61	Wonderful Life	Stephen Jay Gould	W. W. Norton & Company	1989
62	The Rise and Reign of the Mammals	Steve Brusatte	Pan Macmillan	2022
63	Enlightenment Now	Steven Pinker	Penguin Books	2018
64	The First Three Minutes	Steven Weinberg	Basic Books	1977
65	Building a Second Brain	Tiago Forte	Simon & Schuster	2022
66	Humankind: A Hopeful History	Rutger Bregman	Bloomsbury Publishing	2021
67	Man's Search for Meaning	Viktor Frankl	Beacon Press	1946
68	Life 3.0: Being Human in the Age of Artificial Intelligence	Max Tegmark	Knopf	2017
69	Talking to My Daughter: A Brief History of Capitalism	Yanis Varoufakis	Vintage (UK), Bodley Head	2019
70	Give and Take: Why Helping Others Drives Our Success	Adam Grant	Penguin Books	2013
71	बखर भारतीय प्रासिकराची	मिलिंद संगोराम	राजहंस प्रकाशन	2011

72	The Argumentative Indian: Writings on Indian History, Culture and Identity	Amartya Sen	Penguin Books India	2005
73	Scarcity Brain: Fix Your Craving Mindset and Rewire Your Habits to Thrive with Enough	Michael Easter	Penguin Random House	2023
74	Challenging Destiny: A Biography of Chhatrapati Shivaji	Medha Deshmukh Bhaskaran	The Write Place (Crossword Bookstores)	2016
75	बाराला दहा कमी!	पद्मजा फाटक आणि माधव नेरूरकर	राजहंस प्रकाशन	1996
76	विशाखा	कुसुमाग्रज (वि. वा. शिरवाडकर)		1942
77	The Sixth Extinction: An Unnatural History	Elizabeth Kolbert	Henry Holt and Company	2014
78	It Happened Tomorrow: An Anthology of Select Science Fiction Stories	Bal Phondke	National Book Trust, India	1993
79	Sapiens: A Brief History of Humankind	Yuval Noah Harari	Harvill Secker / Harper	2011
80	Homo Deus: A Brief History of Tomorrow	Yuval Noah Harari	Harvill Secker / Harper	2015
81	21 Lessons for the 21st Century	Yuval Noah Harari	Jonathan Cape / Spiegel & Grau	2018
82	Our Inner Ape	Frans de Waal	Riverhead Books	2005
83	The Bonobo and the Atheist	Frans de Waal	W. W. Norton & Company	2013
84	Mama's Last Hug: Animal Emotions and What They Tell Us About Ourselves	Frans de Waal	W. W. Norton & Company	2019
85	The Triune Brain in Evolution: Role in Paleocerebral Functions	Paul D. MacLean	Springer	1990
86	Your Inner Fish	Neil Shubin	Pantheon Books	2008
87	Relativity: The Special and the General Theory	Albert Einstein	Henry Holt & Co. / Penguin	1916
88	What Is Life? The Physical Aspect of the Living Cell	Erwin Schrödinger	Cambridge University Press	1944

89	The Vital Question: Energy, Evolution, and the Origins of Complex Life (US)	Nick Lane	W. W. Norton & Company	2015
90	Philosophiæ Naturalis Principia Mathematica	Isaac Newton	Royal Society of London	1687
91	What I Learned About Investing from Darwin	Pulak Prasad	Columbia Business School Publishing	2023
92	Outlive: The Science and Art of Longevity	Peter Attia, MD with Bill Gifford	Harmony Books (an imprint of Penguin Random House)	2023
93	A (Very) Short History of Life on Earth: 4.6 billion Years in 12 Chapters	Henry Gee	Picador	2021
94	Factfulness: Ten Reasons We're Wrong About the World – and Why Things Are Better Than You Think	Hans Rosling, Ola Rosling, Anna Rosling Rönnlund	Flatiron Books (US)Sceptre (UK)	April 3, 2018
95	Beyond the 80/20 Principle: The Science of Success from Game Theory to the Tipping Point	Richard Koch	Nicholas Brealey	2020
96	Focus: The Hidden Driver of Excellence	Daniel Goleman	Harper Paperbacks	2015
97	At the Edge of Time: Exploring the Mysteries of Our Universe's First Seconds	Dan Hooper	Princeton University Press	2019
98	आपले विचारविश्व	के. रं. शिरवाडकर	राजहंस प्रकाशन	2013
99	Zero to One: Notes on Startups, or How to Build the Future	Peter Thiel, Blake Masters	Crown Business	2014
100	Stop Reading the News: A Manifesto for a Happier, Calmer and Wiser Life	Rolf Dobelli	Sceptre / Hodder & Stoughton	2020
101	ग्रेस यांची कविता : काही निरीक्षणे, अनेक प्रश्न	वसंत पाटणकर	शब्द पब्लिकेशन	2014
102	Maharashtra	Arun Sadhu	National Book Trust (NBT)	2007
103	किमयागार	अच्युत गोडबोले	राजहंस प्रकाशन	2022

104	The Intelligence Trap: Why Smart People Make Dumb Mistakes	David Robson	W. W. Norton & Company	2019
105	Noise: A Flaw in Human Judgment	Daniel Kahneman, Olivier Sibony, Cass R. Sunstein	Little, Brown Spark / HarperCollins	2021
106	Flow: The Psychology of Optimal Experience	Mihaly Csikszentmihalyi	HarperCollins	2009
107	The Web of Life: A New Scientific Understanding of Living Systems	Fritjof Capra	Anchor Books / Doubleday	1996
108	Ultra-Processed People: Why Do We All Eat Stuff That Isn't Food... and Why Can't We Stop?	Chris van Tulleken	Cornerstone Press / W. W. Norton & Company	2023
109	Skin in the Game: Hidden Asymmetries in Daily Life	Nassim Nicholas Taleb	Random House / Penguin Books	2018
110	Relativity Made Relatively Easy!	Barry Parker	Jaico Publishing House	2021
111	I Am the Universe: The History and Future of the Cosmos	Srijan Pal Singh	Penguin India	2024
112	The Tao of Physics (Flamingo Edition)	Fritjof Capra	Flamingo / HarperCollins	1992
113	Leviathan: Or the Matter, Forme and Power of a Commonwealth Ecclesiastical and Civil	Thomas Hobbes	Printed for Andrew Crooke, London	1651
114	Canon of Insolation and the Ice-Age Problem	Milutin Milankovitch	Beograd	1998
115	An Essay on the Principle of Population	Thomas Robert Malthus	J. Johnson	1798
117	Gaia: A New Look at Life on Earth	James Lovelock	Oxford University Press	1979
118	भारतीय भूगोलाचा अतुलनीय इतिहास	संजीव सान्याल आणि सौम्या राजेन्द्रन	विश्वकर्मा पब्लिकेशन्स	2017
119	An Introduction to Political Theory	O.P. Gauba	Macmillan Publishers India Limited	2009
120	What We Cannot Know: Explorations at the Edge of Knowledge	Marcus du Sautoy	HarperCollins	2016